சோழர் வரலாறு

(மூன்று பாகங்கள் அடங்கிய நூல்)

டாக்டர். மா. இராசமாணிக்கனார்

ரிதம்
ரிதம் வெளியீடு

சோழர் வரலாறு
டாக்டர். மா. இராசமாணிக்கனார் ©

Chozhar Varalaru
Dr. M. Rajamanikkanar ©

1st Edition: Feb 2022
2nd Edition: April 2023
Pages: 272   Price: Rs. 300
ISBN: 978-93-93724-26-7

Publishing Editor
T. Senthil Kumar

Published by:
Rhythm Veliyeedu
New No.58, Old No.26/1, 1st Floor,
Alandur Road, Saidapet,
Chennai - 600 015, Tamil Nadu, INDIA
Ph : (044) 2381 0888, 2381 1808, 4208 9258
E-mail : senthil@rhythmbooks.in
Web : www.rhythmbooksonline.com

Book Layout & Cover Design
Visual Vinodh - 9500149822

முன்னுரை

தமிழர் நாகரிகம் சோழ அரசர்களால் மிகவும் உயர்ந்த நிலையை அடைந்தது. தென்னிந்தியா முழுவதும் ஒரே ஆட்சிக்கு உட்பட்டுச் சுமார் முந்நூறு வருஷகாலம் ஒரே ராஜ்யமாக ஆளப் பட்டு வந்தது. நாடெங்கும் அமைதி நிலவியது. சிறியவும் பெரியவும் ஆன கற்கோயில்கள் கட்டப்பட்டன. அழகு வாய்ந்த சிற்பங் கள் அநேகம் கல்லில் செதுக்கப் பட்டன; வெண்கலத்திலும் வார்க்கப்பட்டன. நல்ல ஓவியங்கள் பல வரையப்பட்டன. கைத்தொழில்களும் வியாபாரமும் செழித்து வளர்ந்தன. ஜயங் கொண்டார், சேக்கிழார், கம்பர், ஒட்டக்கூத்தர் முதலிய பெரும் புலவர்கள் பலர் இனிய நூல்களை இயற்றித் தமிழைப் பெருக்கினார்கள். இம்மாதிரியான பல காரணங்கள் பற்றிச் சோழ அரசர் களின் மேன்மையும் பெருமையும் இந்தியா முழுவதுமின்றி, ஆசியாக் கண்ட முற்றிலுமே எல்லோரும் போற்றும்படி விளங்கின.

இந்த மேன்மை மிக்க நூற்றாண்டுகளின் சரித்திரத்தை விரிவாகத் தமிழில் எழுத வித்துவான் மா. இராசமாணிக்கம் முன் வந்திருப்பது ஒரு நல்ல காரியம். அவர்கள் தம் நூலை நல்ல ஆராய்ச்சி முறையில் எளிய நடையில் யாவருக்கும் பயன்படக் கூடிய வழியில் எழுதியிருக்கிறார்கள் என்பது சில பக்கங்களைப் படித்தாலே எளிதில் விளங்கும். நல்ல ஆராய்ச்சி நூல்களை அவர்கள் நன்கனம் கற்றறிந்திருப்பதோடு, சுயமாகவும் ஆராய்ச்சித் துறையில் ஈடுபட்டவர்கள். ஆயினும் அவர்கள் வெளியிட்டிருக்கும் அபிப்பிராயங்கள் எல்லாவற்றையும் எல்லோரும் ஒருங்கே அங்கீகரிப்பார்கள் என்று அவர்கள் எண்ணமாட்டார்கள். அஃது அவசியமுமில்லை. நம் நாட்டுச் சரித்திரப் பகுதிகள் பல வற்றில் அபிப்பிராய வேறுபாடுகளுக்கு இடம் இருந்து கொண்டே தானிருக்கும். ஆனால் இம்மாதிரி நூல்கள் அவ்வப்போது கிடைக்கும் ஆய்ந்த தீர்மானங்களை எல்லோரும் எளிதில் அறிந்து கொள்வதற்கு வேண்டிய நல்ல கருவிகளாகும். இந்தச் சோழர் சரித்திரத்தைப் பலர் படித்து நன்மை பெறுவார்கள் என்று நம்பு கிறேன்.

சென்னை யுனிவர்சிடி,
14-3-37

K. A. நீலகண்ட சாஸ்திரி

உள்ளுறை

பக்கம்

முதற் பாகம்

1. சோழர் வரலாற்றுக்குரிய மூலங்கள் — 7
2. சங்க காலம் — 13
3. கரிகாற் பெருவளத்தான் காலம் — 18
4. கி.மு. மூன்றாம் நூற்றாண்டிற்கு முற்பட்ட சோழர் — 24
5. கி.மு. மூன்றாம் நூற்றாண்டுச் சோழன் — 29
6. கி.மு. இரண்டாம் நூற்றாண்டுச் சோழன் — 34
7. கி.மு. முதல் நூற்றாண்டுச் சோழன் — 40
8. சோழன் நலங்கிள்ளி — 51
9. கிள்ளி வளவன் — 59
10. கோப்பெருஞ் சோழன் — 66
11. பிற சோழ அரசர் — 72
12. நெடுமுடிக் கிள்ளி — 77
13. சங்ககால அரசியலும் மக்கள் வாழ்க்கையும் — 83

இரண்டாம் பாகம்

1. சோழரது இருண்ட காலம் — 108
2. சோழர் எழுச்சி — 122
3. முதற் பராந்தக சோழன் — 126
4. பராந்தகன் மரபினர் — 132
5. முதலாம் இராசராசன் — 138
6. இராசேந்திர சோழன் — 163
7. இராசேந்திரன் மக்கள் — 187

பக்கம்

மூன்றாம் பாகம்

1.	முதற் குலோத்துங்கன்	193
2.	விக்கிரம சோழன்	214
3.	இரண்டாம் குலோத்துங்கன்	220
4.	இரண்டாம் இராசராசன்	225
5.	இரண்டாம் இராசாதிராசன்	228
6.	மூன்றாம் குலோத்துங்கன்	235
7.	மூன்றாம் இராசராசன்	257
8.	மூன்றாம் இராசேந்திரன்	267

சோழர் வரலாறு

1. சோழர் வரலாற்றுக்குரிய மூலங்கள்

சங்க காலம்

இப்பொழுது **'சங்க நூல்கள்'** என்று கூறப்பெறும் எட்டுத்தொகை, பத்துப்பாட்டு, பதினெண்கீழ்க் கணக்கு என்பனவும், சிலப்பதிகாரம் மணிமேகலை என்னும் காப்பியங்களும் சங்ககாலச் சோழர் வரலாறுகளை அறியப் பெருந்துணை புரிவன ஆகும். 'பதினெண்கீழ்க் கணக்கு நூல்களில் திருக்குறள், களவழி போன்ற சிலவே சங்க காலத்தைச் சேர்ந்தவை; ஏனையவை பிற்பட்ட காலத்தவை - சமணர் சங்கத்தில் 'இயற்றப்பட்டவை' என்று ஆராய்ச்சி அறிஞர் தெளிவுறக் கூறலாம். பதினெண்கீழ்க் கணக்கில் 'இனியவை நாற்பது' போன்றவை பிற்கால நூல்கள் என்று கோடலில் தவறில்லை. புறநானூறு, அகநானூறு, நற்றிணை, பத்துப்பாட்டு, சிலப்பதிகாரம், மணிமேகலை என்பனவே. சங்ககாலச் சோழர் வரலாற்றுக்குப் பேருதவி புரிவன என்னலாம். இவ்வுண்மையை அடுத்த பிரிவிற் காணலாம். இவற்றுடன் பிளைநி, தாலமி, பெரிப்ளூஸ் ஆசிரியர் முதலியோர் எழுதியுள்ள 'செலவு நூல்கள்' பயன்படுவன ஆகும்.

இடைப்பட்ட காலம்

சங்கத்து இறுதியாகிய (சுமார்) கி.பி.3-ஆம் நூற்றாண்டுக்குப் பின் ஆதித்த சோழன் பல்லவரை வென்று சோழப் பேரரசு ஏற்படுத்திய 9-ஆம் நூற்றாண்டின் கடைப் பகுதிவரை ஏறத்தாழ 500 ஆண்டுகள் சோழரைப் பற்றியும் சோழ நாட்டைப் பற்றியும் அறிந்துகொள்ளப் பேருதவி செய்வன சிலவே ஆகும். அவை (1) பல்லவர் பட்டயங்கள், (2) அக்காலப் பாலி-வடமொழி - தமிழ் நூல்கள், (3) பாண்டியர் பட்டயங்கள், (4) சாளுக்கியர், கங்கர், இராட்டிரகூடர் பட்டயங்கள் முதலியன ஆகும். இவற்றுடன் தலைசிறந்தன தேவாரத் திருமுறைகள் ஆகும். இவற்றை உள்ளடக்கிப் பல கல்வெட்டுகளையும் (இக்காலத்தில் நமக்குக் கிட்டாத) பிற சான்றுகளையும் கொண்டு எழுதப்பெற்ற சேக்கிழார் - பெரிய புராணம் என்னும் ஒப்புயர்வற்ற நூலும் சிறந்ததாகும். ஆழ்வார்கள் பாடியருளிய நாலாயிரப் பிரபந்தமும் திவ்யசூரி சரிதம் முதலியனவும் ஓரளவு உறுதுணை புரியும்.

பிற்பட்ட சோழ - கல்வெட்டுகள்

விஜயாலய சோழன் முதல் கி.பி. 13-ஆம் நூற்றாண்டு வரை இருந்த சோழர் வரலாறு அறிய ஆயிரக்கணக்கான கல்வெட்டுகளும் செப்பேடுகளும் பெருந்துணை புரிகின்றன. இவற்றுள் சிறந்தவை இராசராசன் காலமுதல் தோன்றிய கல்வெட்டுகளும் செப்பேடுகளுமே ஆகும். இவை அரசன் போர்ச் செயல்களையும் பிறவற்றையும் முன்னர்க் கூறி அவரது ஆட்சி ஆண்டைப் பிற்கூறிக் கல்வெட்டு அல்லது செப்பேடு தோன்றியதன் நோக்கத்தை இறுதியிற் கூறி முடிக்கும் முறையில் அமைந்துள்ளன. இவற்றால், குறிப்பிட்ட அரசனது நாட்டு விரிவு போர்ச் செயல்கள், குடும்ப நிலை, அரசியற் செய்திகள், அறச்செயல்கள், சமயத் தொடர்பான செயல்கள், அரசியல் அலுவலாளர் முதலியோர் பெயர்கள் இன்ன பிறவும் அறிய வசதி ஏற்பட்டுள்ளது. பொதுவாகக் கல்வெட்டுகள் பல்லவர் கால முதலே சமயத் தொடர்பாக உண்டானவையே ஆகும்; கோவில், மடம், மறையவர் தொடர்பாகத் தானம்செய்தல் என்பவற்றைக் குறிக்கத் தோன்றியவை ஆகும். கோவில்களைப் புதியனவாகக் கட்டுதல், பழையவற்றைப் புதுப்பித்தல், கோவில் திருப்பணிகள் செய்தல் முதலிய நற்பணிகளைக் குறிக்கவந்த அவற்றில், ''இன்னின்ன இடங்களில் இன்னவரை வென்ற இன்ன அரசன் பட்டம் பெற்ற இன்ன ஆண்டில்''........என்று விளக்கமாக வரும் முகற் பகுதியே வரலாற்றுக்குப் பெருந்துணை செய்வதாகும் சில கல்வெட்டுகள் அரசியல் தொடர்பாக எழுந்துள்ளன. அவை என்றுமே நிலைத்திருக்கத் தக்கவை. அவை வரிவிதித்தல், நிலவரி, தொழில்வரி, ஊரவைகளின் முடிவுகள், தொழில் முறைகள், அரசியல் முறைகள் இன்ன பிறவும் விளக்குவனவாகும். பல கோவில்களில் உள்ள கல்வெட்டுகள் ஊர் மக்களுடைய நிலம் விற்றல், வீடு விற்றல், மனைவிற்றல், வாங்கல் முதலிய செய்திகளையும் குறிக்கின்றன. சில கோவில் சுவர்களில் தேவார நூல்களில் காணப் பெறாத சம்பந்தர் முதலியோர் பாக்கள் வெட்டப்பட்டுள்ளன. இங்ஙனம் இக்கல்வெட்டுகள் வரலாற்றுக்குப் பல துறைகளிலும் பேருதவி புரிதல் காணலாம். இவையே அன்றி, இக் கல்வெட்டுகளால் அக்கால வடமொழி-தமிழ் இவற்றின் வளர்ச்சி-நடை மாறுபாடு முதலியவற்றையும் அறியலாம். வட்டெழுத்து, பல்லவ-கிரந்த எழுத்து, சோழர்காலத் தமிழ் எழுத்து ஆகிய இம்மூன்று தமிழ் எழுத்துகளையும் இக் கல்வெட்டுகளால் நன்குணர்தல் கூடும்.

கோவில்கள்

தமிழ்நாட்டில் வியத்தகு முறையில் கற்கோவில்கள் பலவற்றை அமைத்த பெருமை சோழர்க்கே உரியது. கயிலாசநாதர் கோவில், பரமேசுவர வர்மன் கட்டிய கூரத்துச் சிவன்கோவில் முதலியவற்றைக் கண்ணுற்ற பிற்காலச் சோழர் வானளாவிய விமானங்கொண்ட கோவில்களைக் கட்டினர். இக் கற்கோவில் சுவர்களிலும் தூண்களிலும் தரையிலும் ஏராளமான கல்வெட்டுகள் வெட்டப்பட்டன.[1] கல்வெட்டுள்ள கோவில்கள் புதுப்பிக்கப் படுங்கால், அக் கல்வெட்டுகளைப் பிரதி செய்து கொண்டு, புதிதாக அமைத்த கோவிலில் பொறித்தல் அக்கால மரபாக இருந்தது. சுதை, செங்கல் முதலியவற்றால் ஆகிய கோவில்களிலும் கல்வெட்டுகள் இருந்தன. கோவில்களில் உள்ள பலவகைச் சிற்பங்களைக்கொண்டு சோழர் சிற்பக்கலை உணர்வை அறியலாம்; ஓவியங்களைக்[2] கொண்டு சோழர்கால ஓவியக்கலை வளர்ச்சியை அறியலாம்; மக்களுடைய நடை, உடை, பாவனை, அணிகள் முதலியன அறியலாம். கோவில் கட்ட அமைப்பைக் கூர்ந்து நோக்கிப் பல்லவர் காலக் கட்டக் கலை சோழர் காலத்தில் எங்ஙனம் தொடர்புற்று வளர்ந்துவந்தது என்பதை உணரலாம். எண்ணிறந்த பாடல் பெற்ற கோவில்கள் சோழர்களால் கற்கோவில்களாக மாற்றப்பட்டன; பெருஞ்சிறப்பும் பெற்றன. இக் கோவில்களை முற்றப் பரிசோதித்துச் சோழர்காலச் சிற்ப-ஓவிய-கட்டடக் கலைகளின் வளர்ச்சியைச் சிறந்த முறையில் ஆராய்ந்து நூல் எழுதினோர் எவரும் இல்லை என்பது வருந்தத்தக்க செய்தியாகும். சுருங்கக்கூறின், இன்று சோழர் வரலாற்றை உள்ளவாறு உணரப் பேருதவி செய்வன - வரலாற்றுக்கு மூலமாக அமைந்துள்ளன - கோவில்களே ஆகும்.

சோழர் காசுகள்

சோழர், பல்லவர்களைப் போலவே, **பொன், வெள்ளி, செம்பு** இவற்றால் ஆன காசுகளை வெளியிட்டனர். அவற்றுள் பல இப்பொழுது கிடைத்துள்ளன. பொற்காசுகள் சிலவே; வெள்ளிக் காசுகள் சில; செம்புக்காசுகள் பல. செம்புக்காசுகள் பல வடிவங்களிற் கிடைத்துள்ளன. எல்லாக் காசுகளும் சோழர் அடையாளமான **புலி** பதியப் பெற்றவை; புலிக்கருகில் சேர,

---

1. 123 of I 900; usEp. Ind. Vol. 7, pp. 145-146.
2. தஞ்சைப்பெருவுடையார் கருவறைச் சுவர்மீதுள்ள சோழர்கால ஓவியங்கள் முதலியன.

பாண்டியர் குறிகளான வில்லும் கயலும் கொண்டவை. இவற்றைச் சுற்றிலும் இவற்றை வெளியிட்ட அரசன் பெயர் பொறிக்கப்பட்டிருக்கிறது. சில காசுகளில் இவையே பின்புறத்திலும் பொறிக்கப்பட்டுள்ள. வேறு சில காசுகள் **'ஈழக் காசு'** எனப்படுவன. அவற்றில் ஒரு முரட்டு மனிதன் ஒரு பக்கத்தில் நிற்பது போலவும் மற்றொரு பக்கத்தில் இருப்பதுபோலவும் காணப்படுகிறான். கல்வெட்டுகளையும் காசுகளில் உள்ள எழுத்துகளையும் கொண்டு இக்காசுகள் இன்ன அரசன் காலத்தவை என உறுதிப்படுத்தலாம். ஈழக்காசு என்பன இராசராசன் காலம் முதல் முதற்குலோத்துங்கன் காலம் வரை வழக்கில் இருந்தமை கல்வெட்டுகளால் தெரிகிறது. சோழர் ஈழநாட்டை அடிப்படுத்தி ஆண்ட போது ஈழக்காசை வெளியிட்டனர் என்பது இதனால் அறியக்கிடக்கிறது அன்றோ?

இலக்கியம்

மேல்நாட்டு இலக்கியங்கட்கும் நம்நாட்டு இலக்கியங்கட்கும் சிறந்த வேறுபாடு உண்டு. மேல்நாட்டு இலக்கியம் சமயச் சார்புடையதாக இராது. அதனால் அது வரலாற்றுக்குப் பெருந்துணை செய்கிறது. ஆனால் இந்திய நாட்டில் வரலாறு சமயக் கடலுள் ஆழ்ந்து புனைந்துரைக்கப்பட்ட பல கதைகளில் மறைப்புண்டு கிடக்கிறது கொடுமையாகும். இதனால், 'இலக்கியங்களை நம்பி வரலாற்றுக்கட்டடம் அப்படியே கட்டலாகாது' என்று சாத்திரீய முறையில் ஆராய்ச்சி நடத்தும் அறிஞர் அறைந்துள்ளனர். இராமாயணம், பாரதம் போன்ற வடமொழிப் பெரு நூல்கள் **பலமுறை பல மாறுதல்கள்** அடைந்துள்ளன என்பதை அறிஞர்கள் நன்கு காட்டி விளக்கியுள்ளனர். ஆதலின், தமிழில் உள்ள திருவிளையாடல் புராண நூல்கள், பரணி, உலா, பெரிய புராணம் முதலியவற்றில் வரலாற்று முறைக்கு ஏற்பனவற்றையே கோடல் ஆராய்ச்சியாளர் கடனாகும்.

பிற்காலச் சோழர் காலமே தென்னாட்டில் இலக்கிய-இலக்கண நூல்கள் பெருகிய காலம் ஆகும். சைவத் திருமுறைகளை

1. 123 of I 900; usEp. Ind. Vol. 7, pp. 145-146.
2. தஞ்சைப் பெருவுடையார் கருவறைச் சுவர் மீதுள்ள சோழர் கால ஓவியங்கள் முதலியன.

   Vide Eilliots' 'coina of Southem India'.

   Lovanthal's 'coins of Tinnevelly'

வகுத்த **நம்பியாண்டார் நம்பி** இக்காலத்திற்றான் வாழ்ந்தவராவர். ஒன்பதாம் திருமுறையைப் பாடிய அடியார் பலர் வாழ்ந்த காலமும் இதுவே. பன்னிரண்டாம் திருமுறை ஆகிய திருத்தொண்டர் புராணம் என்னும் **வரலாற்றுச் சிறப்புடைப் பெருநூல்** இக்காலத்தேதான் எழுதப்பட்டது. 'சேக்கிழார் தம் மனம் போனவாறு- நம்பிகள் அந்தாதியில் இல்லாதவற்றையும் சேர்த்து விரித்து நூல் செய்துள்ளார்; அவர் கூறும் நாட்டு நிலை அவர் காலத்ததே' என்று வரலாற்று ஆசிரியர் சிலர் வரைந்துள்ளனர். **தென்னாட்டு வரலாறு சம்பந்தப்பட்டவரை, சேக்கிழார் பெருமான் பெரும்பான்மை பிழைபடாது எழுதியுள்ளார்** என்பதை பெரிய புராணத்தை அழுத்தமாகப் படித்தவரும் பல்லவர் முதலிய பல மரபு அரசர்தம் கல்வெட்டுகளை நுட்பமாக ஆய்ந்தவரும் நன்கு அறிதல்கூடும். சேக்கிழார், தாம் பன்னிரண்டாம் நூற்றாண்டினர் என்பதை அறவே மறந்தவராய்-அவ்வந் நாயன்மார் காலத்தவராக இருந்து-நாட்டு நடப்பும் பிறவும் நன்கறிந்தவராய்ப் பாடியுள்ள முறையை வேறு எந்தத் தமிழ் நூலிலும் காண இயலாதே! சேக்கிழார் பெருமான் புராணம் பாட வந்த பிற்கால ஆசிரியர் போன்றவர் அல்லர். அவர் சிறந்த புலவர்; சோழர் பேரரசின் முதல் அமைச்சர்; சிறந்த சிவனடியார்; தமிழகம் முழுவதையும் நன்கு அறிந்தவர்; தொண்டை நாட்டினர்; பல்லவ அரசர் கல்வெட்டுகளையும் சோழர் கல்வெட்டுகளையும் நன்கு படித்தவர் என்பன போன்ற பல செய்திகள் அவர் தம் புராணத்துள் காணப்படுகின்றன. வரலாற்று ஆசிரியர் 'இருண்ட காலம்' என்று கூறி வருந்தும் காலத்தைப் பற்றிய பல உண்மைச் செய்திகளைத் தம் காலத்திருந்த மூலங்களைக் கொண்டு சேக்கிழார் குறித்துச் செல்லல் வரலாற்றுப் பண்புடைய உள்ளத்தினர் நன்குணர்தல் கூடும். ஆயிரக்கணக்கான கல்வெட்டுகள் இன்னும் வெளிவராத இக்காலத்தில் கிடைத்துள்ள கல்வெட்டுகளைக் கொண்டு பார்ப்பினும், 'சேக்கிழார் சிறந்த கல்வெட்டுப் புலவர் வரலாற்றுக்கு மாறாக நூல் செய்யாத மாபெரும் புலவர் - அவருக்கிணையாக இத்துறையில் தமிழ்ப் புலவர் எவரும் இலர். ஆதலின், அவரது நூலைச் சான்றாகக் கொள்ளலாம்' எனத் துணிந்து கோடலில் தவறுண்டாகாது.

---

1. A. A. Macdonell's 'A History of Sansk rit Literature', pp. 282-288
   J Muir's Original Sanskrit Texts'. Vol. IV pp. 441.491
2. Vida the Author's 'critical study of Sekkilar and his historical material'.

கம்ப ராமாயணம் தமிழின் வளமையை வளமுறக் காட்டும் பெருங்காப்பியமாகும். ஒட்டக்கூத்தர் பாடிய **மூவர் உலா, குலோத்துங்கன் பிள்ளைத்தமிழ்,** தக்கயாகப் பரணி என்பன சோழ அரசர் மூவரைப் பற்றியவை. அவை வரலாற்றுக்குத் துணைசெய்வன ஆகும். **சயங்கொண்டார்** பாடிய **கலிங்கத்துப் பரணி** வரலாற்றுச் சிறப்புடையது. கலிங்கப் படையெடுப்பு, சோழர் பரம்பரை, குலோத்துங்கன் சிறப்பு, அவனது தானைத் தலைவனான கருணாகரத் தொண்டைமான் சிறப்பு இன்ன பிறவும் இனிதறிய இந்நூல் உதவி செய்கிறது. வைணவ நூல்களான திவ்யசூரி சரிதம், **குருபரம்பரை** என்பன எழுதப்பட்ட காலமும் சோழர் காலமே ஆகும். இவை **இராமநுசர்** காலத்தை உறுதிப்படுத்தவும் அக்காலத் தமிழ்நடை, வைணவ சமயநிலை முதலியவற்றை அறியவும் உதவுகின்றன. ஆழ்வார் பாசுரங்கட்கு விரிவுரை வரைந்த காலமும் ஏறக்குறைய இதுவே ஆகும். **புத்தமித்திரர்** என்பார் செய்த **வீரசோழியம்** வீரராசேந்திரன் காலத்ததே ஆகும். **யாப்பருங்கலக் காரிகை, விருத்தி** என்பனவும் இக்காலத்தேதான் செய்யப்பட்டவை. சைவ சித்தாந்த சாத்திரங்களிற் பல இக்காலத்தேதான் செய்யப்பட்டன.

வெளிச் சான்றுகள்

சாசனங்கள்: சோழர் காலத்தில் சோழப் பெரு நாட்டைச் சூழ இருந்தாண்ட மேலைச் சாளுக்கியர், கீழைச் சாளுக்கியர், இராஷ்டிரகூடர், கங்கர் முதலிய பலதிறப்பட்டோர் கல்வெட்டுகளும் செப்பேடுகளும் சோழர் வரலாற்றையும் காலங்களையும் அறிய ஓரளவு துணைபுரிகின்றன. சோழர்க்கு அடங்கிச் சிற்றரசராக இருந்து ஆண்டவர் பட்டயங்களும் வேண்டற்பாலனவே ஆகும்.

வெளிநாட்டார் குறிப்புகள்: சீனர் சிலர் எழுதி வைத்துள்ள செலவு (யாத்திரை)க் குறிப்புகள், அராபியர் குறித்துள்ள செலவுக் குறிப்புகள், மார்க்கொபோலோ போன்றார் எழுதியுள்ள குறிப்புகள், மகாவம்சம் முதலியன இக்காலத் தமிழக நிலைமையை நன்கு விளக்குவனவாகும்.

சோழர் வரலாற்று நூல்கள்

இதுகாறும் கூறிய பலவகைச் சான்றுகளின் துணையைக் கொண்டு வரலாற்றுத் துறையிற் புகழ்பெற்ற **பேராசிரியர் K.A. நீலகண்ட சாஸ்திரி** அவர்கள் விரிவான முறையில் சோழர்

வரலாற்றை வரைந்து அழியாப் புகழ்பெற்றுள்ளனர். இவர்க்கு முன்னமே **நாவலர் பண்டித ந.மு. வேங்கடசாமி நாட்டார்** அவர்கள்(சங்ககாலச்) **'சோழர் சரித்திரம்'** என்றொரு நூலை வரைந்துளர். அறிஞர் பலர் பல வெளியீடுகளில் சோழர்களைப் பற்றிப் பல ஆராய்ச்சிக் கட்டுரைகள் வரைந்துள்ளனர். பண்டித உலகநாத பிள்ளை அவர்கள் **கரிகாலன், இராசராசன்** வரலாறு களைத் தனித்தனிநூல்களாக வெளியிட்டுளர். பி.நா. சுப்பிர மணியன் என்பார் **இராசேந்திரன்** வரலாற்றைத் தனிநூலாக வரைந்துள்ளார். பண்டிதர் சதாசிவப் பண்டாரத்தாரும் L. சீனிவாசன் என்பவரும் **முதற் குலோத்துங்கன்** வரலாற்றைத் தனி நூலாக எழுதியுள்ளனர். வரலாற்று ஆசிரியர் திருவாளர் **இராமசந்திர தீக்ஷிதர்** அவர்கள் **மூன்றாம் குலோத்துங்கன்** வரலாற்றைத் தனி நூலாக வெளியிட்டனர். இந்நூல் ஆசிரியர் **இரண்டாம் குலோத் துங்கன்** வரலாற்றைத் தனி நூலாக வரைந்துள்ளனர்.

திருவாளர் கோட்டாறு - **சிவராஜப்பிள்ளை** அவர்கள் 'பண்டைத் தமிழ் கால நிலை' என்னும் அரிய ஆராய்ச்சி நூலை ஆங்கிலத்தில் வெளிப்படுத்தி உள்ளனர். திருவாளர் **J.M. சோமசுந்தரம்பிள்ளை** அவர்கள் **'சோழர் கோவிற் பணிகள்', 'தஞ்சைப் பெரிய கோவில்'** என்னும் ஆராய்ச்சி நூல்கள் இரண்டை வரைந்துள்ளனர்.

'ஆராய்ச்சி' என்பது முடிவற்றது; நாளும் வளர்ந்து வருவது. ஆதலின், மேற்கண்ட நூல்கள் வெளிவந்த பிறகு சில வரலாற்றுச் செய்திகள் புதியனவாக அறிஞரால் வெளியிடப் பெறுதல் இயல்பே அன்றோ? அங்ஙனம் இன்றளவும் வெளிவந்துள்ள குறிப்புகளும் பிறவும் வரலாற்று முறைக்கும் தமிழ் முறைக்கும் மாறுபடாவகையில் நன்கு ஆய்ந்து வெளியிடவே இந்நூலின் நன்னோக்கம் ஆகும்.

2. சங்க காலம்

சங்க காலம்

வரலாற்றாசிரியர் பலர் கடைச் சங்கத்தின் இறுதிக் காலம் கி.பி. 3-ஆம் நூற்றாண்டாக இருத்தல் கூடும் என்று முடிபு கட்டி யுள்ளனர். இராவ்சாஹிப் மு. இராகவையங்கார் போன்றார் அச் சங்கத்தின் தொடக்கம் ஏறத்தாழக் கி.மு. நான்காம் நூற்றாண்டாக இருக்கலாம் என்று தக்க சான்றுகள் கொண்டு நிறுவியுள்ளனர். இன்றுள்ள தொகை நூற்பாடல்களை நடுவு நிலையினின்று

ஆராயின், இன்றுள்ள பாக்களில் சில கி.மு. 1000 வரை செல்கின்றன என்பதை அறியலாம், 'வட மொழியில் ஆதிகாவியம் பாடிய வான்மீகர் புறநானூற்றில் ஒரு பாடலைப் பாடியுள்ளார்' என்று பல சான்றுகள் கொண்டு 'செந்தமிழ்' ஆசிரியராகிய திரு. நாராயண ஐயங்கார் அவர்கள் செந்தமிழில் ஆராய்ச்சிக் கட்டுரை வரைந்துள்ளனர்.[1] வான்மீகியார் காலம் கி.மு. 8-ஆம் நூற்றாண்டென்று ஆராய்ச்சியாளர் கூறுவர். தருமபுத்திரனை விளித்து நேரே பாடியதாக ஒரு பாடல் புறநானூற்றில் உண்டு. பாரதப் போரில் இருதிறத்தார் படைகட்கும் உணவளித்தவன் என்று சேரலாதன் ஒருவன், 'பெருஞ்சோற்று உதியன் சேரலாதன்'என்று புறநானூற்றிற் புகழப்பட்டுள்ளான். இராமாயண கால நிகழ்ச்சிகளில் சில புற-அக நானூறுகளிற் குறிக்கப்பட்டுள்ளன. இவற்றை நன்கு நோக்குகையில் தமிழ்ப் புலவர் ஏறத்தாழக் கி.மு.1000-த்திலிருந்து இருந்து வந்தனர் என்பதை ஒருவாறு அறியலாம்.[2] **பல்லவர்** என்ற புதிய அரச மரபினர் காஞ்சியைத் தலைநகரமாகக் கொண்டு ஏறக்குறையாக கி.பி. 300 முதல் தொண்டைநாட்டை ஆளத் தொடங்கினர் எனக் கூறலாம். ஏறத்தாழக் கி.பி. 400-450-ல் சோணாடு **அச்சுத. விக்கந்தன்** என்ற களப்பிரகுல காவலன் ஆட்சியில் இருந்தது என்பதைப் புத்ததத்தர் என்ற பௌத்த துறவியின் கூற்றால் அறியலாம்.[3] 'களப்பிரர் பல்யாகசாலை முதுகுடுமிப் பெருவழுதிக்குப் பிறகு பாண்டிய நாட்டைக் கைப்பற்றினர். கி.பி. 6-ஆம் நூற்றாண்டின் இறுதியில் கடுங்கோன் என்ற பாண்டியன் களப்பிர அரசனைத் தொலைத்துப் பாண்டிய நாட்டைக் கைப்பற்றினான்' என்ற செய்திகளை வேள்விக்குடிப் பட்டயத்தால் அறியலாம். இவை அனைத்தையும் நோக்கக் களப்பிரரும் பல்லவரும் குறிக்கப்பெறாத சங்க நூற்பாக்களின் காலம் ஏறக்குறையக் களப்பிரர்க்கு முற்பட்டதாகல் வேண்டும் என்பதை அறியலாம். எனவே சங்கத்தின் இறுதிக் காலம் (பாக்கள்பாடிய காலமும் அவை தொகுக்கப் பெற்ற காலமும்) ஏறத்தாழக் கி.பி. 300-க்கு முற்பட்டதாகலாம் எனக் கோடலே பொருத்தமாகும்.

தொல்காப்பியர் காலம்

இனித் **தொல்காப்பியம்** என்பதன் காலவரையறையைக் காண்போம்: இந்நூலுள் பௌத்த சமணக் குறிப்புகள் இன்மையால்

1. Vide 'Sentamil' Vol. for 1939-40.
2. Vide Purananuttru Chorpolivukal, Lecture 3.
3. History of Pali Literature by B. C. Law Vol. 2, Pages 384, 385 and 389.

இதன் காலம் கி.மு. 4-ஆம் நூற்றாண்டிற்கு முற்பட்டதாதல் வேண்டும். வட[1] மொழியாளர் தமிழகம் புக்க காலம் ஏறத்தாழக் கி.மு.1000 என்று வின்செண்ட் ஸ்மித் போன்ற பெயர்பெற்ற வரலாற்றாசிரியர் கூறியுள்ளனர்.[2] இங்ஙனம் தமிழகம் புகுந்த வடமொழியாளர் தொல்காப்பியத்தில்-தமிழர் இலக்கண நூலில் இடம் பெறுவதெனின், அவர்கள் தமிழரோடு நன்கு கலந்திருத்தல் வேண்டும்; அவர்தம் வடமொழிச் சொற்களும் வழக்கில் வேரூன்றி யிருத்தல் வேண்டும் இன்றேல்,

''வடசொற் கிளவி வடஎழுத தொரீஇ
எழுத்தொடு புணர்ந்த சொல்லா கும்மே''

எனவும்

''சிதைந்தன வரினும் இயைந்தள வரையார்'' எனவும்,

முறையே வடசொற் கலப்புக்குப் பிராக்ருதக் கலப்புக்கும் தொல்காப்பியர் விதிகள் செய்திரார் என்க. இந்நிலை உண்டாக ஏறத்தாழ 300 அல்லது 400 ஆண்டுகள் ஆகி இருத்தல் இயல்பே ஆகும் அன்றோ?

மேலும் தொல்காப்பியர் '**ஐந்திரம்** நிறைந்த தொல்காப் பியன்' என்று புகழப்பட்டவர். ஐந்திர இலக்கண நூலுக்கு மிகவும் பிற்பட்டது பாணினீயம் என்பது எல்லார்க்கும் ஒப்ப முடிந்த கருத்து பாணினி காலம் கி.மு.7-ஆம் நூற்றாண்டு என்பர் **கோல்ஸ்டகர்** என்னும் அறிஞர். பாணினீயமே பிற்கால வடமொழி உலகைக் கொள்ளை கொண்ட இலக்கண நூலாகும். அந்நூல் தொல்காப்பியர் காலத்தில் தமிழகத்தில் இருந்திருப்பின், அவர் '**பாணினீயம்** நிறைந்த தொல்காப்பியன்' எனப் பெயர் பெற்று இருப்பார். அங்ஙனம் இன்மையால், தொல்காப்பியர், பாணினீயம் தமிழகத்துக்கு வராத காலத்தில் இருந்தவர் எனக் கொள்ளலாம்.

'தொல்காப்பியர் காலத்தில் கவாடபுரம்(அலைவாய்) கடல்கோளால் அழிந்தது' என்று இறையனார் களவியல் உரை கூறுகின்றது. இக்கடல் கோளுக்கும் இலங்கையில் நடந்த கடல் கோள்களுக்கும் நெருங்கிய தொடர்புண்டு என்பதை அனைவரும் ஒப்புகின்றனர். இலங்கையை அழித்த கடல் கோள்கள் பல. அவற்றுள் முதலில் நடந்தது கி.மு.2387-ல் என்றும், இரண்டாம்

---

1. T R. Sesha Iyengar's 'Dravidian India', p. 109.
2. Vide his 'OXford History of India', p. 5.

கடல்கோள் கி.மு.504-ல் நடந்தது என்றும், மூன்றாம் கடல்கோள் கி.மு.306-ல் நடந்தது என்று **மகாவம்சம், இராசாவழி** என்னும் இலங்கை வரலாற்று நூல்கள் கூறுகின்றன. இங்ஙனம் இலங்கையின் பெரும் பகுதியை அழித்த அக்கடல்கோளே கபாடபுரத்தை உள்ளிட்ட தமிழகத்துச் சிறு பகுதியை அழித்திருத்தல் கூடும் என்று கோடலில் தவறில்லை. மேலும், மேற்கூறப் பெற்ற பல காரணங்கட்கும் ஏற்புடைத்தான காலம் இரண்டாம் கடல்கோள் நிகழ்ந்த காலமாகவே இருத்தல்வேண்டும் என்பதை நன்கறியலாம். இன்ன பிற காரணங்களால், தொல்காப்பியர் காலம் ஏறக்குறையக் கி.மு. 5-ஆம் நூற்றாண்டு எனக் கோடல் பல்லாற்றானும் பொருத்தமாதல் காண்க.

தொல்காப்பியர்க்கு முற்பட்ட நூல்கள்

தொல்காப்பியர் தமது பேரிலக்கண நூலில் 100-க்கு 16 வீதம் உள்ள சூத்திரங்களில் **தமக்கு முன் இருந்த இலக்கண ஆசிரியரைச்** சுட்டிச் செல்கின்றார். ''யாப்பென மொழிவர் யாப்பறி புலவர்'' ''.....புலவர் ஆறே'' என்றெல்லாம் கூறுதலை நன்கு சிந்திப்பின், தொல்காப்பியர்க்கு முன் **இலக்கணப் புலவர் பலர்** இருந்தனர் என்பது வெள்ளிடைமலை, எண்ணிறந்த இலக்கண நூல்கள் இருந்தன எனின், - 'இலக்கியம் கண்டதற்கு இலக்கணம் இயம்பல்'[1] என்பது உண்மை எனின் - அப்பல இலக்கண நூல்கட்கு உணவளித்த இலக்கிய நூல்கள் எத்துணைய இத் தமிழகத்தில் இருந்திருத்தல் வேண்டும்! ஆதலின், ஏறத்தாழக் கி.மு. 1500 முதல் தமிழில் இலக்கண இலக்கிய நூல்கள் இருந்திருத்தல்வேண்டும் எனக் கோடல் மிகையாகாது அன்றே? இம் முடிவு மொழி ஆராய்ச்சிக்கும் வரலாற்று ஆராய்ச்சிக்கும் பொருந்தி நிற்றலை நடுவு நிலையாளர் நன்குணர்தல் கூடும்.[2]

முடிவு: இதுகாறும் கூறிய செய்திகளால், தமிழ் நூல்கள் பல நூற்றாண்டுகள் கால எல்லையை உடையன என்பதை நன்கறியலாம். அறியவே, அவ்வக் காலப் புலவர் பாடிய செய்யுட்களை எல்லாம் தம்மகத்தே கொண்டுள்ள **புறம், அகம்** முதலிய நூல்களைக் 'கடைச்சங்க நூல்கள்' எனக் கோடலை தவறாகும். முதல்-இடை-கடைச் சங்கங்கள் என்பன இருந்தன என்பதற்குக் களவியல்

---

1. Vide 'Tamil Pozil', Vol 13, pp. 289. 30; Vol. 15, article on 'Tolkappiyam and the Sangam Literature'. தொல்காப்பியர் காலம் கி.மு. 300 ஆக இருக்கலாம் என்பவர் ரா. இராகவையங்கார். Vide his 'Tamil Varalaru.
2. Karanthaik Kattarai - Antiquity of Tamil.

உரை தவிர வேறு சான்று இன்மையால், வேறு சான்றுகள் கிடைக்கும் வரை அக்கூற்றை விடுப்பதே நன்றாகும்; விடுத்துப் பொதுவாகச் 'சங்க நூல்கள்' எனக் கூறலே பொருத்தம் ஆகும். ஆகவே, சங்ககாலம் மிகப் பரந்துபட்ட கால எல்லையை உடையது; அதன் இறுதிக்காலம், வரலாற்று ஆசிரியர் முடிவுப்படி, 'ஏறக்குறையக் கி.பி. 3-ஆம் நூற்றாண்டாகும்' எனக் கோடலே இன்றைய ஆராய்ச்சி அளவிற்குப் பொருந்துவதாகும். இனி, இப்பரந்துபட்ட காலத்தில் இருந்த சோழர்களைப் பற்றிய குறிப்புகளைக் காண்போம்.

நமக்குள்ள துன்பம்

நமக்குக் கிடைத்துள்ள சங்கச் செய்யுட்களைக் கொண்டு, சோழர் அரச மரபினர் இன்னவர் எனக் கூறலாமே யன்றி, 'இவர்க்குப் பின் இவர் பட்டம் பெற்றனர்' என்று தக்க சான்றுகளுடன் கூறத்தக்க வசதி இல்லை, சங்கச் செய்யுட்களைப் பலபட ஆராய்ந்து, அரசர் முறைவைப்பை அரும்பாடுபட்டு அமைக்க முயன்ற பலர் செய்துள்ள பிழைகள் பல ஆகும். ஆதலின், முடியாத இந்த வேலையை மேற்கொண்டு இடர் உறாமல், நன்றாகத் தெரிந்தாரைப் பற்றி மட்டும் விளக்கமாகக் கூறி, பிறரைச் சங்கச் செய்யுட்கள் கூறுமாறு கூறிச் 'சங்ககாலச் சோழர் வரலாற்றை ஒருவாறு எழுதி முடித்த நாவலர் பண்டிதர் நாட்டார் அவர்களும் பேராசிரியர் நீலகண்ட சாஸ்திரியார் அவர்களும் நமது பாராட்டுக்குரியரே ஆவர். தக்க சான்றுகள் கிடைக்கும்வரை, இப்பேரறிஞர் கொண்டுள்ள முறையே சிறந்ததாகும் என்பது சாத்திரீய ஆராய்ச்சி உணர்வுடையார்க்கு ஒப்ப முடிந்த ஒன்றாகும்.

நமது கடமை

சங்ககாலச் சோழ அரசருள் நடுநாயகமாக விளங்கியவன் **கரிகாலன்**. அவன் காலத்தை ஏறக்குறைய ஒருவாறு முடிவு கட்டலாம். அவனைப் பற்றிக் கூறும் சங்கச் செய்யுட்களும் பிற்காலச் சோழர்காலத்துச் செய்யுட்களும் சில கல்வெட்டுகளும் இம்முயற்சியின் துணைசெய்யற்பாலன. பிற்காலச் சோழர் நூல்களிலும் கல்வெட்டுகளிலும் கரிகாலனைப்பற்றிக் கூறும் செய்திகள் பல சங்கச் செய்யுட்களில் இல்லை, இக்காரணம் கொண்டே வரலாற்று ஆசிரியர் சிலர் 'அவை நம்பத்தக்கன அல்ல' என உதறிவிட்டுக் கரிகாலன் வரலாற்றைக் கட்டி முடித்துள்ளனர். சங்க காலத்துச் செய்யுட்கள் அனைத்தும் நமக்குக்

கிடைத்தில. பிற்காலத்தார் தொகுத்து வைத்தவையே 'சங்க நூல்கள்' எனப்படுவன. தொகுத்தார் கண்கட்கு அகப்படாத பழைய செய்யுட்கள் பல இருந்திருத்தல் இயலாதென்ற யாங்ஙனம் கூறல் இயலும்? அப்பழைய பாடற் செய்திகளையும் சோழர்மரபினர் வழிவழியாகக் கூறிவந்த செய்திகளையும் சோழர் மரபினர் வழிவழியாகக் கூறிவந்த செய்திகளையும் உளங்கொண்டே **சயங்கொண்டார்** போன்ற பொறுப்பு வாய்ந்த புலவர்கள் தம் நூல்களில் பல செய்திகளைக் குறித்திருப்பர் என்றெண்ணுவதே ஏற்புடையது; அங்ஙனமே பிறகாலச் சோழர் தம் பட்டயங்களிற் குறித்தனர் எனக் கோடலே தக்கது. அங்ஙனம் தக்க சான்றுகளாக இருப்பவற்றை (அவை பிற்காலத்தன ஆயினும் மட்டும் கொண்டு நேர்மையான வரலாறு கட்டலே நற்செயலாகும். இந்த நேரிய முறையைக் கொண்டு கரிகாலன் காலத்தைக் கண்டறிய முயன்ற திரு. T.G. ஆராவமுதன் அவர்கள் நமது பாராட்டிற்கு உரியர் ஆவர்.

3. கரிகாற் பெருவளத்தான் காலம்

இன்றுள்ள சங்கச் செய்யுட்களிற் கூறப்பட்டுள்ள சோழருள் இமயம் சென்ற கரிகாலனுக்குமுற்பட்டவர் சிலர் உளர்; 'பிற்பட்டவர் சிலர் உளர். ஆதலின், இப்பெரு வேந்தன் காலத்தை ஒருவாறு கண்டறிவோமாயின், அக்காலத்திற்கு முற்பட்ட சோழர் இன்னவர்-பிற்பட்ட சோழர் இன்னவர் என்பது எளிதில் விளக்கமுறும். ஆதலின், இங்கு அதற்குரிய ஆராய்ச்சியை நிகழ்த்துவோம்.

கரிகாற்சோழன் இலங்கையை வென்று ஆண்டவன் என்று சங்க நூற்கள் குறியாவிடினும், கலிங்கத்துப் பரணி கூறுகின்றது. அவன் வடநாடு சென்று மீண்டமை தொகைநூற் பாக்கள் குறியாவிடினும் அவனுக்குப் பிற்பட்டதான சிலப்பதிகாரம் கூறுகின்றது. சேர அரசர் மகனாரான இளங்கோவடிகள் சோழ அரசனான கரிகாலனை நடவாத ஒன்றைக் கூறிப் புகழ்ந்தனர் என்று கோடல் பொருத்தமற்றது. அவர் அங்ஙனம் கூறவேண்டிய காரணம் ஒன்றுமே இல்லை. தமிழ் நாட்டிற்கே பெருமை தந்த அச் செய்தியை அவர் தமிழர் அனைவர்க்கும் சிறப்புத்தரும் செய்தியாகக் கருதியே தமது பெருங் காவியத்தில் குறித்துள்ளார். எனவே, இலங்கைப் படையெடுப்புக்கும் வடநாட்டுப் படையெடுப்புக்கும் ஏற்றமான ஒரு காலத்தேதான் கரிகாலன் இருந்திருத்தல் வேண்டும்.

Vide his 'The Sangam Age' 395-2

அப்பொருத்தமான காலம் கண்டறியப்படின், அதுவே 'கரிகாலன் காலம்' என்று நாம் ஒருவாறு உறுதி செய்யலாம்.

கரிகாலன் படையெடுப்பின் காலத்தை ஆராயப்புகுந்த திரு. ஆராவமுதன் என்பார், தமது நூலில் ''கி.மு. 327-கி.மு. 232-க்கு உட்பட்ட காலம் சந்திரகுப்தன், பிந்துசாரன், அசோகன் இம்மூவர் காலமாதலால், அக்காலத்தில் தமிழ் வேந்தர் வடநாடு சென்றிருத்தல் இயலாது. கி.மு. 184 முதல் கி.மு. 145 வரை புஷ்யமித்திர சுங்காவின் காலம். கி. பி. முதல் இரண்டு நூற்றாண்டுகளில் ஆந்திரர் ஆதிக்கம் வலுப்பெற்றிருந்த காலம். கி.பி. 3-ஆம் நூற்றாண்டில் இப்படையெடுப்பு நடந்திருக்கும் என்று திட்டமாகக் கூறல் இயலாது..... ஆதலின், தமிழ்வேந்தர் படையெடுத்த காலம் (1) அசோகனுக்குப் பிற்பட்ட மோரியர் (கி.மு. 232 - கி.மு. 184) காலமாகவோ, (2) புஷ்யமித்திர சுங்காவுக்குப் பிற்பட்ட காலமாகவோ (கி.மு. 148-கி.மு. 27) (3) ஆந்திரா வலிகுன்றிய கி.பி. 3-ஆம் நூற்றாண்டின் தொடக்கமாகவோ இருத்தல் வேண்டும்'' என முடிவு கூறினர்.''[1]

இவர் கூறிய மூன்றாம் காலம் சிறிது திருத்தம் பெறல் நலம். என்னை? கி.பி. 163-இல் இறந்த கௌதமீபுத்திர சதகர்ணியின் மகனான புலுமாயிக்குப் பின் வந்த ஆந்திர அரசர் வலியற்றவர் எனப் படுதலின்[2] என்க. எனவே, தமிழரசர் படையெடுக்க வசதியாக இருந்த மூன்ற காலங்களாவன:- (1) கி.மு. 232-கி.மு. 184. (2) கி.மு. 148-கி. மு. 27 (3) கி.பி. 163-கி.பி. 300. இவற்றுள், செங்குட்டுவன் வடநாடு சென்ற காலம் மூன்றாம் காலமாகும்; அவன் செல்லத் தகுந்த காலம்-கடல் சூழ் இலங்கைக் கயவாகுவின் காலம்-நூற்றுவர் கன்னர்(சாதவாகனர்) இருந்த காலம் ஆகிய கி.பி. 166-193 ஆக இருத்தல் வேண்டும்.[3] செங்குட்டுவன் காலம் - சிலப்பதிகாரம் செய்த காலம் கி.பி. இரண்டாம் நூற்றாண்டென்பது வரலாற்று ஆசிரியர் அனைவரும் ஒப்புக் கொண்ட செய்தியாகும். எனவே, அக்காலத்திற்கு முற்பட்டிருந்த கரிகாலன் முதல் இரண்டு காலங்களில் ஒன்றைச் சேர்ந்தவனாதல் வேண்டுமன்றோ?

இலங்கை வரலாற்றின்படி, (1) தமிழ் அரசர் கி.மு. 170 முதல் கி.மு. 100 வரை இலங்கையை ஆண்டனர்; (2) கி.மு. 44

---

1. vide his 'The Sangam Age', pp. 56,57
2. C. S. srinivasachar's 'A History of India' p. 49.
3. 'Tamil Polil', Vol. 13. pp. 31-34.

முதல் கி.மு. 17 வரை ஆண்டனர் என்பது தெரிகிறது.[1] இவற்றுக்குப் பின்னர்த் தமிழர் இலங்கைமீது படையெடுத்த காலங்கள் முறையே கி.பி. 660. கி.பி. 1065, கி.பி. 1200-1266 என்று ஆராய்ச்சியாளர் அறைகின்றனர்.[2] எனவே முதல் இரண்டு காலங்களில் ஒன்றிற் றான் கரிகாலன் இலங்கை மீது படையெடுத்தான் என்று கோடல் வேண்டும். அவற்றிலும் முதற் காலம் முன் பகுதியிற் கூறிய **ஏழாரன்** என்னும் தமிழ் அரசன் படையெடுப்பாகும். ஆதலின், இரண்டாம் காலமே (கி.மு. 44-கி.மு. 17) கரிகாலன் இலங்கை மீது படையெடுத்த காலமாதல் வேண்டும். இக்காலத்துடன், வடநாட்டுப் படையெடுப்புக்குரிய இரண்டாம் காலம் (கி.மு.148 - கி.மு. 27.) ஒத்திருத்தல் காணத்தக்கது. எனவே, ஏறத்தாழக் கி.மு. 60-கி.மு. 10 என்பது கரிகாற் சோழன் காலம் எனக் கோடல் தவறாகாது அன்றோ?

இம்முடிபிற்குக் கடல் வாணிகச் செய்தியும் துணை செய்தல் காண்க. கரிகாலன் பாடப்பெற்ற **பொருநர் ஆற்றுப்படை** யிலும் **பட்டினப் பாலை**யிலும் புகார்ச் சிறப்பும் கடல் வாணிகச் சிறப்பும் விரிவாக விளக்கப்பட்டுள்ளன. தமிழர் ரோமப் பெருநாட் டுடன் வாணிகம் செய்யத் தொடங்கியது கரிகாலனுக்கு முன்னரே ஆயினும், அது வளர்ச்சியுறத் தொடங்கியது, கி.மு. முதல் நூற் றாண்டிற்றான் என்பது உரோமரே எழுதி வைத்துள்ள குறிப்பு களால் நன்குணரலாம். கி.மு. 39 முதல் கி.பி.14 வரை. உரோமப் பேரரசனாக இருந்த **அகஸ்டஸ்** என்பானுக்குப் பாண்டிய மன்னன் கி.மு. 20-இல் 'தூதுக்குழு' ஒன்றை அனுப்பினான் என்பது நோக்கத் தக்கது. இஃதொன்றே தமிழர் உரோமரோடு கடல் வாணிகம் சிறப்புற நடத்தினர் என்பதற்குப் போதிய சான்றாகும்.[3]

இமயப் படையெடுப்பு

கரிகாலன் ஆட்சிக் காலம் என நாம் கொண்ட கி.மு. 60 - கி.மு. 10 ஆகிய காலத்தில் வடநாடு இருந்தநிலையைக் காணல் வேண்டும். மகதப் பெருநாடு **சுங்கச்** வசத்தினின்று **'கண்வ'** மரபினர் கைக்கு மாறிவிட்டது. கி.மு. 73-இல் 'வாசுதேவ கண்வன்' மகதநாட்டுக்கு அரசன் ஆனான். அவனுக்குப் பின் மூவர் கி.பி. 28

---

1. Dr. W. Griger's A short History of Ceylon' in 'Bubdhistic Studie)s' ed by B.C. La W. pp.493, 494 and 500.
2. Dr. W.A. De silvas 'History of Buddhism' in Ceylon in 'B. Studies' ed. by B.C. Law. pp. 493, 494 and 500
3. V. A. Smith s 'Early History of india,' p.471.

வரை ஆண்டனர். அவர் அனைவரும் வலியற்ற அரசரே அவர்.[1] அவர்கள் காலத்தில் கௌசாம்பியைத் தலைநகராகக் கொண்ட **வச்சிர நாடும்,** உச்சைனியைக் கோ நகராகக் கொண்ட அவந்தி நாடும் தம்மாட்சி பெற்றன போலும்: இன்றேல், கரிகாலன் இமயம் சென்ற மீண்டபோது மகதநாட்டு மன்னன் பட்டிமண்டபமும், வச்சிர நாட்டு வேந்தன் கொற்றப்பந்தரும், அவந்தி நாட்டு அரசன் தோரணவாயிலும் கொடுத்து மரியாதை செய்தனர் என்று **சிலப்பதிகாரம்** கூறலிற் பொருள் இராதன்றோ?[2] இந்நாட்டரசர் சந்திரகுப்த மோரியன் காலமுதல் சிற்றரசராகவும் அடிமைப் பட்டும் ஹர்ஷனுக்குப் பின்னும் இருந்து வந்தனர் என்பதற்கு வரலாறே சான்றாகும்.[3] கரிகாலன் வடநாட்டுப் படையெடுப்பைப் பற்றித் தமிழ் நூற் குறிப்பைத் தவிர வேறு எவ்விதச் சான்றும் இதுவரை கிடைக்கவில்லை.

சங்ககாலக் கரிகாலர் இருவர்

கரிகாலன் என்ற பெயர் தாங்கிய சோழர் இருவர் இருந்தனர் என்று ஆராய்ச்சியறிவுமிக்க திருவாளர் சிவராசப்பிள்ளை அவர்கள் கொண்டுள்ள முடிவு போற்றத்தக்கதே ஆகும். ''இமயம் சென்ற கரிகாலனுக்கு முன்னிருந்த சோழர் இருவரைப் பாடியுள்ள பரணர், தமக்கு முன்னர் இருந்த கரிகாலன் ஒருவனைப் பற்றித் தம் பாக்க ளில் குறிப்பிட்டுள்ளார். பரணர் கரிகாலன் காலத்தினர் அல்லர்; ஆனால் அவர் குறிக்கின்ற செய்திகள் அனைத்தும் செவிவழி அறிந்த செய்திகள்-அவை அவருக்கு முன்னர் இருந்த கரிகாலன் ஒருவனைப் பற்றியன என்பனவே தெரிகின்றன. இந்நுட்பத்தை உணர்ந்த நான், கரிகாலன் என்ற பெயர் கொண்ட இருவரைப் பற்றிய செய்யுட்களையும் நன்கு ஆராய்ந்தேன்; இருவரைப் பற்றிய போர்கள்-போர் செய்த பகைவர், இவரைப் பாடிய புலவர் கள் வேறு வேறு என்பதை அறிந்தேன். **முதற் கரிகாலனைப்** பாடியவர் கழாத்தலையார்; வெண்ணிக்குயத்தியார் என்பவர். பரணர் காலத்தவரான **கபிலர்,** கழாத்தலையார் தமக்குக் காலத்தால் முற்பட்டவர் என்று தெளிவுறக் கூறுகிறார். இவ்விரு புலவரும், பெருஞ்சேரல் ஆதன் அல்லது பெருந்தோள் ஆதன் என்பவனைக் கரிகாலன் தோற்கடித்த செய்தியைக் கூறியுள் ளனர். பெருஞ்சேரலாதன் புறப்புண் நாணி வடக்கு இருந்தான்.

1. V. A. Smith's 'Early History of india' pp. 215 216.
2. இந்திரவிழவூரெடுத்த காதை, வரி. 99-104.
3. V. A. Smith's 'Early History of India', p. 396.

அப்பொழுது அவனைக் **கழாத்தலையார்** பாடினர். வென்ற கரிகால் வளவனை **வெண்ணிக் குயத்தியார்** பாராட்டியுள்ளனர்.

''இதுபோலவே வேறொரு வெண்ணிப்போர்' பொருநர் ஆற்றுப்படையுள் கூறப்பட்டுள்ளது. அதனைப் பாடியவர் **முடத்தாமக் கண்ணியார்.** அப்போர் கரிகாலனுக்கும் சேரன், சோழன் என்பார்க்கும் நடந்தது. போரில் கரிகாலன் அவ்விருவரையும் கொன்று வெற்றிபெற்றான். பொருநர் ஆற்றுப்படை என்பது கரிகாலனைப் பாராட்டிப் பாடப்பெற்ற நீண்ட அகவற்பா. அதனில், வெண்ணிப்போரில் மாண்ட சேரன் பெயரோ பாண்டியன் பெயரோ குறிக்கப்படவில்லை. இப்போர், கழாத்தலையார் குறித்த போராக இருந்திருக்குமாயின், பாண்டியன் போர் செய்ததாக அவர் குறித்தல் வேண்டும். வெண்ணிக் குயத்தியாரும் பாண்டியனைப் பற்றி ஒன்றுமே குறித்திலர். இவ்விருவரும் குறித்த வெண்ணிப் போராக இஃது இருந்ததெனின், சேரன் புறப்புண் நாணி வடக்கிருந்ததை முடத்தாமக் கண்ணியார் குறித்திருத்தல் வேண்டும்.

''மேலும், வெண்ணிவாயிலில் நடந்த பெரும்போரில் கரிகாலன் வேந்தரையும் பதினொரு வேளிரையும் வென்றான் என்று பரணர் பாடியுள்ளார். அவரே பிறிதொரு செய்யுளில், ''அரசர் ஒன்பதின்மர் 'வாகை' என்னும் இடத்தில் கரிகாலனோடு நடத்திய போரில் தோற்றனர்'' என்று குறித்துள்ளார். இப்போர்ச் செய்திகள் பிற்காலக் கரிகாலனை (இமயம் சென்று மீண்ட கரிகாலனைப் பற்றிய நீண்ட பாக்களாகிய பொருநர் ஆற்றுப்படையிலும் பட்டினப்பாலையிலும் குறிப்பிடப்பட்டில. மேலும், சோழன் ஓரிடத்தில் பதினொரு வேளிருடனும் அரசருடனும், மற்றோர் இடத்தில் ஒன்பது அரசருடனும் போரிட வேண்டிய நிலைமை மிகவும் முற்றபட்டதாகவே இருத்தல் வேண்டும் அன்றோ? சோழநாடு ஓரரசன் ஆட்சிக்கு உட்படாமல் - பல சிறு நாடுகளாகப் பிரிந்து பலர் ஆட்சியில் இருந்த காலத்திற்றான் இத்தகைய குழப்ப நிலைமை உண்டாதல் இயல்பு. பிறகாலக் கரிகாலன் பொதுவர், அருவாளர் என்பவருடனும் பாண்டியன் முதலியவருடனும் போர்செய்து வென்றதாகத் தான் பொருநர் ஆற்றுப்படை கூறுகிறது. **பதினொரு வேளிர், ஒன்பது அரசர்** என்பது நன்கு சிந்திக்கத்தக்க எண்கள் ஆகும். தொகைநூற் பாடல்களில் சோழர் என்னும் பன்மைச் சொல் பல இடங்களில் வருதலைக் காணலாம்; **உறந்தை, வல்லம், குடந்தை, பருவூர்,**

பெருந்துறை முதலிய பல இடங்களில் சோழ மரபினர் இருந்தனர் என்று தெரிகிறது. இக்குறிப்புகளால், தொடக்க கால முதல் ஏறக்குறைய **இரண்டாம் கரிகாலன்** காலம் வரை சோழநாட்டில் சோழமரபினர்; பலர் பல இடங்களில் இருந்து ஆட்சி புரிந்தனர்; அவருள் மண்ணாசை கொண்ட ஒருவன் மற்றவரை வென்றடக்க முயற்சித்தனன். இதனால் பலர் காலங்களில் பல இடங்களில் போர் நடந்தன என்பன ஒருவாறு அறியலாம். இம்மரபினருள் முதற்கரிகாலன் அழுந்தூரை ஆண்ட சென்னி மரபினனாக இருக்கலாம்.''

இந்நுட்பமான ஆராய்ச்சியால், இமயம் சென்ற கரிகாலன் **இரண்டாம் கரிகாலன்** என்பதும், வெண்ணிக் குயத்தியாரால் பாராட்டப் பெற்றவன் முதற்கரிகாலன் என்பதும் அறியக்கிடத்தல் காண்க.[1] இதனால், ஆராய்ச்சியாளர் கணக்குப்படி, முதற் கரிகாலன் ஏறத்தாழ இரண்டாம் கரிகாலனுக்கு இரண்டு தலைமுறை முற்பட்டவன் ஆவன்;ஆகவே, அவன் காலம் ஏறத்தாழக் கி.மு.120-கி.மு. 90 எனக் கொள்ளலாம்.

சங்ககாலச் சோழர் வரையறை

இக்கால முறையைக் கொண்டு சங்ககாலச் சோழர் காலங்களை ஒருவாறு வரையறை செய்வோம்.

தொகை நூல்களிலும் சிலப்பதிகார-மணிமேகலைகளிலும் கூறப்பட்டுள்ள பழைய சோழராவார் பலர். அவருள் மிக்க பழமையானவர் - (1) சிபி (2) முசுகுந்தன் (3) காந்தன் (4) தூங்கெயி எறிந்த தொடித்தோள் செம்பியன் (5) மநுநீதிச் சோழன் என்போர் ஆவர். இவருள் மநுநீதிச் சோழன் மகனைத் தேர்க்காலிலிட்டுக் கொன்ற வரலாறு கி.மு. இரண்டாம் நூற்றாண்டின் இடைப்பகுதியில் இலங்கையைப் பிடித்தாண்ட சோழன் ஒருவனது வரலாற்றில் ஒரு பகுதியாகக் காணப்படலால், மநுநீதிச் சோழன் காலம் ஏறத்தாழக் கி.மு.இரண்டாம் நூற்றாண்டெனக் கொள்ளலாம். ஏனையோர் அனைவரும் மிக்க பழமை வாய்ந்தவர் என்று சங்க நூல்களே கூறலால் என்க.

மோரிய-பிந்துசாரன் படையெடுப்பை எதிர்த்து நின்ற (வரலாறு பிறகு விளக்கப்படும்) செருப்பாழி எறிந்த இளஞ்சேட் சென்னி என்பவன் காலம் கி.மு. 298-கி.மு. 272. என்னை? அதுவே

1. K. N S. Pillai's 'Chronology of the Early Tamils,' 'pp. 91-98.

பிந்துசாரன் காலமாதலின் என்க. முன் பக்கத்திற் சொன்ன முதற்கரிகாலன் காலம் ஏறத்தாழக் கி.மு. 120-கி.மு. 90 எனக் கொள்ளலாம். இரண்டாம் கரிகாலன் காலம் கி.மு. 60-கி.மு. 10 ஆகும். கி.பி. ஐந்தாம் நூற்றாண்டில் கொச்செங்கட் சோழன் வாழ்ந்தான்; அவனுக்கு முன் சிலப்பதிகாரத்தில் (கி.பி. 150-200) நெடுமுடிக் கிள்ளி சோழ அரசனாக இருந்தான். இவனுக்கு முற்பட்டவரும் கரிகாலனுக்குப் பிற்பட்டவருமாக நலங்கிள்ளி, கிள்ளிவளவன் முதலியோரைக் கொள்ளலாம். இந்தக் குறிப்புகளைக் கொண்டு சங்ககாலப் பட்டியலைக் காலமுறைப்படி (ஒருவாறு) தொகுப்போம்:*

1. **கி.மு. 3-ஆம் நூற்றாண்டிற்கு முற்பட்ட சோழர்:**
   (1) சிபி (2) முசுகுந்தன் (3) காந்தன் (4) தூங்கெயில் எறிந்த தொடித்தோட் செம்பியன்.
2. **கி.மு. 3-ஆம் நூற்றாண்டுச் சோழன்:**
   செருப்பாழி எறிந்த இளஞ்சேட் சென்னி.
3. **கி.மு. 2-ஆம் நூற்றாண்டுச் சோழர்:**
   (1) மநுநீதிச் சோழன் (2) முதற் கரிகாலன்.
4. **கி.மு. முதல் நூற்றாண்டுச் சோழன்:**
   இரண்டாம் கரிகாலன் (இமயம் வரை சென்றவன்)
5. **கி.பி. 1 முதல் கி.பி. 150 வரை இருந்த சோழர்கள்:**
   (1) நலங்கிள்ளி, நெடுங்கிள்ளி, மாவளத்தான் (2) கிள்ளி வளவன் (3) பெருநற்கிள்ளி (4) கோப்பெருஞ்சோழன் (5) வேறு சோழ மரபினர் சிலர்.
6. **கி.பி. 150-300 வரை இருந்த சோழர்கள்:**
   (1) நெடுமுடிக்கிள்ளி, இளங்கிள்ளி முதலியோர்.

4. கி.மு. மூன்றாம் நூற்றாண்டிற்கு முற்பட்ட சோழர்

1. சிபி

முன்னுரை

இவன், எல்லாச் சங்கப் புலவராலும் பிற்பட்ட புலவராலும் சோழ மரபின் முன்னோரைப் பற்றிய இடங்களில் குறிக்கப்பட்

* இக்கால வரையறை முற்றம் பொருத்தமானதென்றோ, முடிந்த முடிபென்றோ கருதலாகாது.

டுள்ளான்.* இவன் வரலாறு பாரதம், இராமாயணம் முதலிய நூல்களிற் கூறப்பட்டுள்ளது. இவன், பருந்திற்கு அஞ்சித் தன்னிடம் அடைக்கலம் புகுந்த புறவினைக் காக்கத் தன் தசையைக் கொடுத்தவன் என்பது அனைவரும் அறிந்ததே யாகும்.

இவனைக் குறிக்கும் தமிழ் நூல்கள்

புறநானூறு, சிலப்பதிகாரம், கலிங்கத்துப்பரணி, மூவருலா, பெரிய புராணம் முதலியன இவனைக் குறிக்கின்றன.

''புள்ளுறு புன்கண் தீர்த்த வெள்வேல்
சினங்கெழு தானைச் செம்பியன் மருக!''

- புறநானூறு

''தன்னகம் புக்க குறுநடைப் புறவின்
தபுதி அஞ்சிச் சீரை புக்க
வரையா ஈகை உரவோன் மருக!''

- ஷை

''புறவு நிறைபுக்குப் பொன்னுலகம் ஏத்தக்
குறைவில் இடம்பரிந்த கொற்றவன்''

-சிலப்பதிகாரம்

''உடல்க லக்கற வரிந்துதசை யிட்டும் ஒருவன்
ஒருதுலைப் புறவொ டொக்கநிறை புக்க புகழும்''

-கலிங்கத்துப் பரணி

''உலகறியக்,
காக்கும் சிறுபுறவுக் காகக் கலிகூர்ந்து
தூக்கும் துலைபுக்க தூயோன் '

-விக்கிரம சோழன் உலா

''துலையிற் புறவின் நிறையளித்த சோழர் உரிமைச்
சோணாடு''

-பெரிய புராணம்

2. முசுகுந்தன்

அரசு

முசுகுந்தன் என்ற பெயரையுடைய சோழ மன்னன் கருவூரில் இருந்து அரசாண்டவன். இவன் காலத்தில் கருவூர் சோணாட்டிற்

* காவிரி நாட்டைச் சிபிதேசம் என்று தண்டி-தமது தசகுமார சரிதத்தில் கூறியிருத்தல் கவனிக்கத் தக்கது. தண்டி கி.பி 7-ஆம் நூற்றாண்டினர்.

சேர்ந்திருந்தது போலும்! இவன் இந்திரன் என்னும் பேரரசன் ஒருவற்குப் போரில் உதவி செய்து, அவனது நன்மதிப்பைப் பெற்றான்.*

சிவப்பணி

இவன் சிறந்த சிவபக்தன். இவன் இந்திரன் பூசித்துவந்த சிவலிங்கம் உட்பட ஏழு லிங்கங்களை இந்திரன் பால் பெற்று மீண்டான்; அவற்றைத் திருவாரூர், திருநாகைக் காரோணம், திருக்காறாயில், திருக்கோளிலி, திருமறைக்காடு, திருநள்ளாறு, திருவாய்மூர் ஆகிய ஏழு திருப்பதிகளிலும் எழுந்தருளச் செய்தான். ஆதலின் இந்த ஏழு பதிகளும் 'சப்தவிடங்கத் தலம்' எனப்படு கின்றன.

நாளங்காடிப் பூதம்

இந்திரன் முசுகுந்தனுக்கு மெய்க்காவலாகுமாறு வலிய பூதம் ஒன்றை அனுப்பினான். அது பூம்புகார் நகரம் சென்று, மருவூர்ப்பாக்கம் பட்டினப்பாக்கம் என்ற இருபதிகட்கும் இடையில் இருந்த நாள் அங்காடியில் (பகற்காலக் கடைத்தெரு) இருந்து, தன் பணியைச் செய்து வந்தது.[1] அப்பூதம், புகார் நகரில் இந்திர விழாச் செய்யப்படாதொழியின் வெகுண்டு துன்பம் விளைவிக்கும் என்பது மணிமேகலை காலத்து மக்கள் கொண்டிருந்த நம்பிக்கை யாகும்.[2]

இவனைக் குறிக்கும் தமிழ் நூல்கள்

முசுகுந்தன் சிலப்பதிகாரம், மணிமேகலை, கலிங்கத்துப் பரணி, கந்தபுராணம், ஒரு துறைக் கோவை முதலியவற்றிற் குறிக்கப்பட்டுள்ளான். இக் குறிப்புகளில் சிறப்பாக அறியத் தக்கது:- முசுகுந்தன் காலத்திலே காவிரிப்பூம் பட்டினம் நன்னிலை யில் இருந்தது என்பதே ஆகும். இத்துடன், 'கி.மு. 6 அல்லது 7-ஆம் நூற்றாண்டு முதலே தென்இந்தியா மேனாடுகளுடன் சிறக்க வாணிபம் நடத்தி வந்தது' என்று மேனாட்டு ஆராய்ச்சி யாளர் கூறும் கூற்றை ஒத்திட்டுப் பார்த்தல் இன்பம் பயப்பதாகும்.[3]

---

* இவன் குரங்கு முகத்துடனும் மனித உடலுடனும் இருந்த ஆண்டவன் என்பதும் பிறவும் கந்தபுராணத்தும் விஷ்ணு புராணத்தும் காணலாம்.

1. சிலப்பதிகாரம்-கடலாடு காதை. 2. மணிமேகலை-விழாவறை காது.

3. Kennedy's conclusion that maritime trade between South India and the west dates from ths Sixth or even the Seventh Century B. C. still seem good'. K. A. N. Sastri's CHOLAS, Vol. I. p. 29. foot Note

3. காந்தன்

வரலாறு

இவன் காவிரிப்பூம் பட்டினத்தில் இருந்த சோழ வேந்தன். இவன் அகத்தியரிடம் பேரன்புடையவன்; அவர் அருளால் காவிரி தன் நாட்டில் வரப்பெற்றவன் என ஒரு குறிப்பு மணிமேகலையிற் காணப்படுகிறது. இவன் பரசுராமன் காலத்தவனாம்; அவன் தெற்கே வருதலைக் கேட்டு (அவன் அரசமரபினரைக் கொல்லும் விரதம் உடையவனாதலின்) அஞ்சி அகத்தியர் சொற்படி, தனக்குப் பரத்தை வழிப் பிறந்த **காந்தன்** என்பானைச் சோழ அரசனாக்கி, எங்கோ மறைந்திருந்தானாம்; பரசுராமனைப் பற்றிய அச்சம் நீங்கியவுடன் மீண்டு வந்து தன் நாட்டைத் தானே ஆண் டானாம்.[1]

காவிரி வரலாறு

காவிரியாறு அகத்தியர் கமண்டலத்திலிருந்து வந்தது என்னும் கதை மணிமேகலை காலமாகிய கி.பி. 2-ஆம் நூற்றாண் டிலேயே வழக்கில் வந்தமை வியப்பன்றோ? காந்தன் அகத்தியர் யோசனை கேட்டுக் காவிரியாற்றைத் தன் நாடு நோக்கி வருமாறு பாதை அமைத்தான் எனக் கோடல் பொருத்தமாகும். இதனையே,

''மேற்குயரக்,
கொள்ளும் குடகக் குவடு டறுத்திழியத்
தள்ளும் திரைப்பொன்னி தந்தோனும்''

என வரும் **விக்கிரம சோழன் உலா** அடிகள் உணர்த்துகின் றனவோ? பூம்புகாரை அடுத்த காட்டில் தவம் செய்து கொண் டிருந்த **கவேரன்** என்ற சோழ மன்னன் வேண்டுகோளால் சோணாடு புக்கமையின் காவிரி, அவன் பெயரால் **காவிரி** எனப் பட்டது என்று, 'காந்தன் காவிரி கொணர்ந்தான்' என்று கூறிய மணிமேகலை ஆசிரியரே கூறியுள்ளதும் இங்கு நோக்கற்பாலது.

காகந்தி காடு

காந்தன் கந்தனிடம் பூம்புகாரை ஒப்புவித்த பொழுது, ''இந்நகரை நின் பெயரால் **'காகந்தி'** என்று பெயரிட்டுப் பாதுகாப் பாயாக'' எனக் கூறினன் என்று மணிமேகலை கூறுகிறது. அன்று

---

1. மணிமேகலை, காதை 22.
2. டி. பதிகம்.

முதல் பூம்புகார்க்குரிய பல பெயர்களில் 'காகந்தி' என்பதும் ஒன்றாகக் கொள்ளப்பட்டதாம்.

நெல்லூர்க் கோட்டத்தைச் சேர்ந்த ரெட்டிபாளையம் (கூடூர்த் தாலூகா) **பாவித்திரி** எனச் சங்க காலத்திற் பெயர் பெற்றிருந்தது. அதனைச் சுற்றியுள்ள நாடு 'காகந்தி நாடு' என அங்குக் கிடைத்துள்ள கல்வெட்டுகளிற் கூறப்பட்டுள்ளது. அஃது ஒரு காலத்தில் கடலால் கொள்ளப்பட்டிருந்ததால், **'கடல் கொண்ட காந்தி நாடு'** எனவும் பெயர் பெற்றதாம்.[1] இவ்விரிடங் கட்கும் உள்ள தொடர்பு ஆராயத்தக்கது.

4. தூங்கெயில் எறிந்த செம்பியன்

பெயர்க் காரணம்

இச் சோழ மன்னன், 'வானத்தில் அசைந்து கொண்டிருந்த பகைவரது மதிலை அழித்த வீரவளை அணிந்த தோளையுடை யவன்' ஆதலின், 'தூங்கு எயில் எறிந்த தொடித்தோள் செம்பியன்' எனப் பெயர் பெற்றான். இவன் அழித்த அரண்கள் மூன்று எனச் சிலப்பதிகாரம் செப்புகிறது.

சிறந்த வீரன்

இவன் சிறந்த வீரன் என்பது சங்க காலப் புலவர் கருத்து. இவனை நினைவூட்டித் தம் சோழ அரசர்க்கு வீரவுணர்ச்சி ஊட்டல் அப்புலவர் வழக்கமாக இருந்தது. குளமுற்றத்துத் துஞ்சிய கிள்ளி வளவன் என்ற பிற்காலச் சோழ மன்னன் ஒருவனைப் பாடிய **மாறோக்கத்து நப்பசலையார்** என்ற பெண்பாற் புலவர்,

> "...சார்தல்
> ஒன்னார் உட்கும் துன்னரும் கடுந்திறல்
> **தூங்கெயில் எறிந்தநின் ஊங்கணோர்** நினைப்பின்,
> அடுதல்நின் புகழும் அன்றே"[2]

இந்திர விழா

'இச் சோழனே அகத்திய முனிவரது கட்டளையால் காவிரிப் பூம் பட்டினத்தில் முதன் முதல் இந்திரனுக்கு விழாச் செய்தனர்;

---

1. Dr S. K. Iyengar' s 'Manimekalai - in its Historical Setting', pp. 48-49.
2. புறம். 39.

அவ்விழாக் காலமாகிய 28 நாட்களிலும் தன் நகரில் வந்து உறையுமாறு இந்திரனை வேண்டினன்; இந்திரன் அதற்கு இசைந்தான்'' என்று மணிமேகலை குறித்துளது.

இவனைக் குறித்துள்ள நூல்கள்

இவன் தூங்கெயில் எறிந்த செயலைப் புறநானூறு, சிலப்பதிகாரம், மணிமேகலை, சிறுபாணன் ஆற்றுப்படை, பழமொழி, கலிங்கத்துப் பரணி, மூவர் உலா முதலிய நூல்கள் குறித்துள்ளன.

''தூங்கெயில் எறிந்த தொடிவிளங்கு தடக்கை
நாட நல்லிசை நற்றேர்ச் செம்பியன்.''

- சிறுபாணாற்றுப்படை

''தூங்கெயில் மூன்றெறிந்த சோழன்காண் அம்மானை''.

- சிலப்பதிகாரம்

'வீங்குதோள் செம்பியன் சீற்றம் விறல்விசும்பில்
தூங்கும் எயிலும் தொலைத்தலால்''

-பழமொழி

''தேங்கு தூங்கெயில் எறிந்த அவனும்'' **-க. பரணி**

''........... .... கூடார்தம்
தூங்கும் எயில்எறிந்த சோழனும்'' **-மூவருலா**

5. கி.மு. மூன்றாம் நூற்றாண்டுச் சோழன் செருப்பாழி எறிந்த இளஞ் சேட்சென்னி

[கி.மு. 290-270]

இவன் காலத்திற்றான் தமிழகத்தில் **மோரியர் படையெடுப்பு** நடந்ததென்பதைப் பல பாடல்கள் குறிக்கின்றன. பழந்தமிழர், மோரியர்க்கு முற்பட்டுப் பாடலியைத் தலைநகரமாகக் கொண்ட மகதநாட்டை ஆண்ட நந்தர் என்பாரையும் நன்கறிந்திருந்தனர் என்பது பல பாக்களால் அறியக் கிடக்கும் உண்மை ஆகும்.[1]

சந்திரகுப்தமோரின் காலத்துப் பேரமைச்சனான **சாணக்கியன்** தனது பொருள் நூலில், 'தமிழகத்திலிருந்து இரத்தினங்கள், சேர

---

1. மணிமேகலை விழாவறை காதை.
2. குறுந்தொகை 75; அகம் 251 265

நாட்டு வைடூரியங்கள், கருநிறமுள்ள பாண்டிய நாட்டுச் சால்வைகள், மதுரை மெல்லிய ஆடைகள் முதலியன சந்திரகுப்தன் பண்டாரத்திற்கு அனுப்பப்பட்டன' என்று வரைந்துள்ளமை,[1] தமிழகத்திற்கும் மகதப் பேரரசிற்கும் இருந்த தொடர்பை வலியுறுத்துவதாகும். இதனால் பழந்தமிழர் நந்தர் பாடலியை மட்டுமே அன்றி, **மோரியர்** பாடலியையும் நன்கு அறிந்திருந்தனர் என்பது அங்கைக் கனியாகும். எனவே, தமிழ்ப் புலவர் தெளிவாக 'மோரியர் மரபினரையே ஆகும் என்பதில் ஐயம் இல்லை. மேலும், நம் முன்னையோர், வடநாட்டவரை வேறுவேறாகவே பிரித்து வழங்கினர்: 'வேங்கடத்தும்பர் மொழிபெயர் தேயம்' என்பதை அவர்களே கூறி, ஆண்டறைந்தவரை வடுகர் என்றும், அதற்கு (விந்தமலைக்கு) அப்பாற்பட்டவரை வடவடுகர்[2] (அக்கால மகத நாட்டினர்) என்றும் குறித்துள்ளனர். மாமூலனார் என்னும் நல்லிசைப் புலவர் சிறந்த வரலாற்று உணர்ச்சி உடையவராகக் காணப்படுகிறார். அவர் ஒரே செய்யுளில் நந்தரைக் குறித்துப் பின் மோரியர் படையெடுப்பையும் கூறியுள்ளார். புலவர் பலர் இச்செய்தியைக் குறித்துள்ளனர்:

''களைகுரல் இசைக்கும் விரைசெலற் கடுங்கணை
முரண்மிக வடுகர் முன்னுற **மோரியர்**
தென்றிசை மாதிரம் முன்னிய வரவிற்கு''[3]

''மோகூர்
பணியா மையின் பகைதலை வந்த
மாகெழு தானை வம்ப **மோரியர்**''[4]

''விண்பொரு நெடுவரை இயல்சேர் **மோரியர்**
பொன்புனை திகிரி திரி தரக் குறைத்த''[5]

''வெண்வேல்
விண்பொரு நெடுங்குடைக் கொடித்தேர் **மோரியர்**
திண்கதிர்த் திகிரி திரிதரக் குறைத்த''[6]

இச்செய்யுள் அடிகளையும் பின்வரும் அடிகளையும் நன்கு ஆராயின், மோரியர்க்கு உதவியாக வடுகர் என்பாரும் கோசர்

---

1. P.T.S. Iyengar's History of the Tamils', pp. 141- 142.

2. புறம், 378. 3. அகம், 281. 4. ஷெ 251. 5. ஷெ 69.
6. புறம், 175.

என்பாரும் ஆக இருவகைப் படைவீரர் இருந்தனர் என்பது பெறப் படும். இவ்விரு திறத்தாரைக் கொண்ட இரு வேறு படைகளை மோரியர் முன் அனுப்பித் தாம் பின் சென்றதாகப் பாடல் அடிகள் பகர்கின்றன. அடிமைப்பட்ட நாட்டு வீரரை, அவரை ஆட் கொண்ட பிறநாட்டார் தாம் படையெடுக்கு முன்னர்ப் புகவிடல் இன்றும் நடைபெறுகின்ற வழக்கமே அன்றோ? மகதப் பேரரசை நடத்திய மோரியர், தாம் வென்றடக்கிய வடுக வீரரையும் கோசரை யும் இம்முறையில் தம் தமிழகப் படையெடுப்புக்குப் பயன்படுத் தினர்.

வடுகராவார்

''பனிபடு சோலை வேங்கடத் தும்பர்
மொழிபெயர் தேஎத்தர்''[1]
''கல்லா நீள்மொழிக் கதநாய் வடுகர்''[2]
''கடுங்குரற் பம்பைக் கதநாய் வடுகர்''[3]

எனப் புலவர் குறித்துள்ளமையின், தெலுங்கரும் கன்னடருமே ஆவர் என்பது பெறப்படுகிறது. கோசர் ஆவார், **வடவடுகர்**[4] எனப்படுவர். இவர் கிழக்கு வங்காளத்தைச் சேர்ந்தவராகலாம் என டாக்டர் கிருஷ்ணசாமி ஐயங்கார் அவர்கள் கருதுதல் பொருத்த முடையதே ஆகும்.[5] இக்கோசர், 'சொற்படி நடப்பவர்; அவர் இடம் நெய்தலஞ்செறு'[6] எனச் சில அடிகள் குறிக்கின்றன. இவ்மோரியர் படையெடுப்பில் இக்கோசர்தம் ஆற்றல் கண்ட தமிழ் மன்னர் அவரைத் தம் சேவகத்தில் வைத்துக் கொண் டனர் போலும்! இக்கோசரே அசோகன் கல்வெட்டுகளிற் கண்ட 'சத்தி புத்திரர்' ஆகலாம் என்று பேராசிரியர் நீலகண்ட சாஸ்திரியார் கருதுகின்றனர்.[7] கோசர் எவரே ஆயினும், தமிழகத்துக்குப் புதியவர் என்பதில் ஐயமில்லை.

மோரியர் படையெடுப்பு

வடுகர், கோசர் என்னும் படைவீரர் தவிர, மோரியர் படை ஒன்று தனியே இருந்தது. அப்படையில் தேர்கள் இருந்தன. எனவே, இத்தமிழகப் படையெடுப்பில் **மோரியர் படை, கோசர்**

---

1. அகம், 211.
2. அகம், 107.
3. நற்றிணை 212.
4. புறம், 378.
5. vide his 'Beginnings of S. I. History', pp. 59,94.
6. அகம், 196, 15, 113.
7. vide his 'Cholas', vol. I p. 28.

படை, வடுகர் படை என மூவகைப் படைகள் இருந்தன. (1) இம் மூவருள் முன்னுற வந்த கோசர் தமிழகத்தின் வடமேற்கு எல்லை வழியாக நுழைந்து துளுவ நாட்டை அடைந்தனர்; அந்நாட்டரச னான நன்னன் என்பானைக் காட்டிற்கு விரட்டினர்; அவனது பட்டத்து யானையைக் கொன்றனர்; துளுவநாட்டைக் கைப்பற் றினர்;[1] அவனது காவல் மிகுந்த **பாழி** என்னும் இடத்தே வடுகர் தங்கிவிட்டனர்.[2] வென்ற நாட்டில் வென்றவர் படை இருந்து பாதுகாத்தல் இயல்பே யன்றோ?

(2) நன்னனை வென்ற கோசர், சேரன் தானைத் தலைவ னும் முதிரமலைத் தலைவனுமான **பிட்டங் கொற்றன்** என்பானைத் தாக்கினார்; போர் நடந்தது. முடிவு தெரியவில்லை.[3] (3) பின்னர் 'வாட்டாறு என்ற ஊரையும் 'செல்லூர்' என்பதனையும் ஆண்ட எழினி ஆதன் என்பவனைக் கோசர் எதிர்த்தனர். அவன் செல் லூர்க்குக் கிழக்கே கோசரோடு போரிட்டு, வேல் மார்பில் தைக்கப் பெற்று இறந்நதான்.[4] (4) கோசர் சோழ நாட்டை அடைந்து அழுந்தூர் வேளான திதியனைத் தாக்கினர்; திதியன் கடுங் கோபம் கொண்டு, புலிக் கூட்டத்துள் சிங்கம் பாய்வதைப் போலப் பாய்ந்து கடும்போர் புரிந்து பகைவரைப் புறங்காட்டச் செய்தான்.[5] (5) பின்னர் அக்கோசர் மோகூரைத் தாக்கினார். மோகூர் பணிந்திலது; அப்பொழுது 'வடுகர்' படையை முன் விட்டுப் பின் புதிதாக வந்த (வம்ப) மோரிய வீரர் மோகூரைத் தாக்கினார்; முடிபு தெரிந்திலது.[6] இப்படையெடுப்பில் மோரியர், தம் வரவிற்குத் தடைசெய்த மலையை அல்லது பள்ளத்தாக்கை ஒழுங்குசெய்து வந்தனர் என்பது தெரிகிறது.[7] இம்மோகூர் தென் ஆர்க்காட்டுக் கோட்டத்தில் ஆத்தூர்க் கணவாய்க்கு அண்மை யில் உள்ள மோகூராக இருக்கலாம் என்ற அறிஞர்[8] கருதுகின்றனர் (6) இங்ஙனம் தென் ஆர்க்காடு கோட்டம் வரை வந்த வடவடுக ரான கோசரை **இளஞ்சேட்சென்னி** என்னும் **சோழன்** எதிர்த்து வாகை புனைந்தான்;[9] மேலும் இவன், குறைவினையை முடிப் பதற்காக (அரைகுறையாகப் பகைவரை முறியடித்து அத்துடன் விடாமல் அவர்களை முற்றிலும் முறியடிக்க)ப் பாழிநகர் வரை பகைவரைத் தொடர்ந்து சென்று, வடுகர் தங்கி இருந்த பாழியை எறிந்து வம்பவடுகர் தலைகளை அறுத்து அழித்தான். இங்ஙனம்

1. குறுந்தொகை, 73.
2. அகம். 375.
3. புறம். 169.
4. அகம். 90 216.
5. புறம். 251, 281.
6. அகம். 196, 262.
7. அகம். 69, 251, 281, புறம். 175.
8. K. A. N. Sastry's 'Cholas', Vol. I, p. 28.
9. அகம். 205, 378.

காவல் மிகுந்த 'பாழி'யை வென்ற காரணம் பற்றி இச்சோழன் **செருப்பாழி எறிந்த இளஞ்சேட்சென்னி எனப்பட்டான்.**[1]

இங்ஙனம் வலிமிக்க சோழன் போர் தொடுத்து வென்றமையாற்றான், மோரியர் படை நிலைகுலைந்து தமது கருத்து நிறைவேறப் பெறாமல், தமிழகம் விட்டு மீண்டிருத்தல் வேண்டும். இச்சென்னி பகைவரை எதிர்த்திராவிடின், தமிழகம் மோரியர்க்கு அடிமைப் பட்டிருக்கும். தமிழகத்தின் படைவலிமையையும் இயற்கை அமைப்பையும் பிறவற்றையும் அறியாத வடநாட்டினர் ஆதலின், மோரியர், துளுவ நாட்டை முதலில் வென்று, சேர நாடு சென்று, பிறகு வாட்டாறு சென்று, பின்னர்ச் சோணாடு அடைந்து திதியனிடம் தோல்வியுற்றுப் பல இடங்களில் வழி தெரியாது திரிந்து, மீண்டும் சோணாடு புக்கு முறியடிக்கப்பட்டனர்.

இப்படையெடுப்பு மோரியர்க்கு வெற்றியைத் தராமையாலும், தமிழகம் தன்னாட்சி பெற்றே **அசோகன்** காலத்தும் விளங்கினமையாலும் இளஞ்சேட்சென்னியால் மோரியர் தோற்கடிக்கப்பட்டனர் என்னும் புலவர் கூற்றுகள் உண்மை என்றே புலப்படுகின்றன. இப்படையெடுப்புச் செய்தியில் சேரர், பாண்டியர் பெயர்கள் காணப்படவில்லை. ஆனால் கி.மு. 2-ஆம் நூற்றாண்டினனான **காரவேலன்** தனக்கு முன் 113 ஆண்டுகளாக இருந்து வந்த **தமிழரசர் கூட்டமைப்பை** அழித்ததாகக் கூறிக் கொள்கிறான். இதனை நோக்க, மோரியர் படையெடுப்புக்குப் பின் தமிழரசர் ஒன்றுபட்டு வடவரை எதிர்த்தனர் என்பது தெரிகிறது.

பிற்கால ஆரியர், கோசர், வடுகர்

கோசர், வடுகர், மோரியர் சம்பந்தப்பட்ட செய்யுட்களை ஒருங்கு கூட்டி நல்லுணர்ச்சியோடு நுணுகி ஆராய்பவர் ஒருவாறு மேற்கூறப்பெற்ற முடிவுக்கே வருதல் கூடும். இப்படையெடுப்பில் தொடர்பற்ற பிற்கால ஆரியர், கோசர், வடுகர் என்ற தமிழ்ப் பாக்களில் குறிக்கப் பெற்றவர் வேறு. கி.மு. 232-இல் அசோகன் இறப்ப, அவனுக்குப் பின்வந்த சாதவாகனர் (வடுகர்) தம்மாட்சி பெற்று வடவேங்கடம் முதல் கங்கையாறு வரை பேரரசை நிறுத்தி ஆளத் தொடங்கினார். அப்பொழுது தமிழகத்தின் வட எல்லையில் வடுகர் பாதுகாவற்படை இருந்தது. மோரியர்

1. அகம். 375, புறம். 378.

காலத்துக் கோசர் மரபினர் எல்லைப் புறத்தில் நிலைத்தனராதல் வேண்டும். அங்ஙனம் நிலைபெற்ற அக்கோசர், வடுகர், கங்கைச் சமவெளியினின்றும் வடுகநாட்டில் தங்கிய ஆரியர் ஆகிய இவர்கள் பிற்காலத்தே மலையமான், **ஆரிய ப் படை கடந்த நெடுஞ்செழியன்** முதலியோரால் தாக்கப்பட்டிருத்தல் வேண்டும். என்னை? இச் செழியன் காலம் சிலப்பதிகார காலம்; கி.பி. 150-200[1] மோரியர் படையெடுப்பின் காலம் கி.மு.298-கி.மு. 272; அஃதாவது அசோகன் தந்தையான **பிந்துசாரன் காலம்** ஆகும்.[2] எனவே ஏறத்தாழ 400 ஆண்டுகட்கு முற்பட்டவரும் பிற்பட்டவரும் ஆகிய கோசர், வடுகர் என்பவர் வேறு வேறானவர். இக்கருத்தினை டாக்டர் கிருஷ்ணசாமி ஐயங்கார் அவர்களும் ஆதரித்தல் காண்க.[3]

6. கி.மு. இரண்டாம் நூற்றாண்டுச் சோழர்

1. மகனை முறை செய்த மன்னவன்

வரலாறு

இவன் திருவாரூரில் இருந்து சோணாட்டை ஆண்டு வந்தவன். இவன் சிறந்த சிவபக்தன். இவனுக்கு **வீதிவிடங்கன்** என்ற பெயர் கொண்ட ஒப்பற்ற மைந்தன் ஒருவனே இருந்தான். அவன் ஒருநாள் கோவிலுக்குத் தேரூர்ந்து சென்றபொழுது பசுக் கன்று ஒன்று திடீரெனப் பாய்ந்தோடித் தேர்க்காலில் அகப்பட்டு இறந்தது. இதனை அறிந்த தாய்ப்பசு ஆராய்ச்சிமணியைத் தன் கொம்புகளால் அசைத்து அரசற்குத் தன் குறையை அறிவித்தது. நிகழ்ந்ததை அறிந்த சோழமன்னன், தன் மைந்தனைக் கன்று இறந்த இடத்திற் கிடத்தித் தான் தேரூர்ந்து கொன்றான். பிறகு இறைவன் அருளால் கன்றும் மைந்தனும் பிழைத்ததாகப் பெரிய புராணம் புகல்கிறது.[4]

இலங்கை வரலாறு கூறும் செய்தி

இலங்கை வரலாறு கூறும் **மகாவம்சம்** பின்வரும் சுவை தரத்தக்க செய்தியைச் செப்புகிறது:-

---

1. K. G. Sesha Iyer's 'Cheras of the Sangam Period', pp. 121, 122.
2. Vide the author's article in 'Sentamil Selvi', vol 16 pp. 117-119.
3. Vide his 'Beginnings of S. I. History', pp. 98,99.
4. இஃது இப்படியே கல்வெட்டிலும் காணப்படுகிறது:- Vide S. I. I. Vol 5, No 436.

கி.மு. இரண்டாம் நூற்றாண்டின் இடைப் பகுதியில் உயர் குடிப் பிறந்த சோணாட்டான் ஒருவன் ஈழத்திற்கு வந்தான். அப்பொழுது இலங்கை அரசனாக இருந்தவன் 'அசோகன்' என்பவன். வந்த சோணாட்டான் படையொடு வந்தான். ஆதலின் எளிதில் ஈழத்தரசனை வென்று, 45 ஆண்டுகள் ஈழ நாட்டை ஆண்டான்; அவன் பெயர் **ஏழாரன்**[1] என்பது. அவ்வரசன் பகைவர்க்கும் நண்பர்க்கும் ஒரு படித்தாகவே நீதி வழங்கினான், **தன் மகன் தேர் ஊர்ந்து சென்று அறியாது பசுக்கன்றைக் கொன்றதாக, அத்தனி மகனைக் கிடத்தி, அவன் மீது தானே தேர் ஊர்ந்து கொன்ற உத்தமன். அப்பேரரசன் பௌத்த சமயத்தனன் அல்லன்:** ஆயினும், பௌத்தத் துறவிகளிடம் பேரன்பு காட்டி வந்தான். அவனது அரசாட்சி குடிகட்கு உகந்ததாகவே இருந்தது. அவன் ஆண்ட பகுதி இலங்கையின் வடபகுதியே ஆகும். பின்னர் இலங்கை அரசனான **துத்தகாமனி** என்பவன் ஏழாரனைப் போரில் வென்று தமிழ் அரசைத் தொலைத்தான்: ஏழாரனைத் துரத்திச் சென்று அநுராதபுரத்தில் எதிர்த்தான். அங்கு நடந்த போரில் ஏழாரன் இறந்தான். தமிழர் சமயக் கொள்கைகள் இலங்கையிற் பரவாமலிருக்கவும் தூய பௌத்த மதத்தைக் காக்கவுமே துத்தகாமனி ஏழாரனை எதிர்த்து வெற்றி பெற்றான். இங்ஙனம் வெற்றிபெற்ற இலங்கை இறைவன் ஏழாரனுக்குரிய இறுதிக் கடன்களைச் செய்து முடித்தான்; அவன் இறந்த இடத்தில் நினைவுக்குறி எழுப்பி, வழிபாடு நடைபெறச் செய்தான். பின்வந்த ஈழத்தரசரும் அந்த இடத்தை அடைந்தபொழுதெல்லாம் இசை ஒலியை நிறுத்தி அமைதியாக வழிபட்டுச் செல்லல் மரபாகும்.[2]

சோழன் பெயர் யாது?

செயற்கரிய இச்செயலைச் செய்த சோழன் பெயரை, இச்செயலைப் பாராட்டிக் கூறும் சிலப்பதிகாரம், மணிமேகலை ஆகிய பழைய நூல்கள் கூறாதுவிட்டன. கி.பி. 11, 12-ஆம் நூற்றாண்டுகளில் வாழ்ந்த சயங்கொண்டார், ஒட்டக்கூத்தர்,

---

1. ஏழாரன் ஏழ்+ஆரன், 'ஏழு மாலைகளை அணிந்தவன்' எனப் பொருள்படலாம், 'மும்முடிச் சோழன்' என்றாற் போல ஏழு அரசரை வென்றமைக்கு அடையாளமாக ஏழு மாலைகளை அணிந்தனனோ? அல்லது வள்ளுவர் வரலாற்றில் இணைப்புண்ட 'ஏலேலன்' என்ற பெயர் இங்ஙனம் பாலி மொழியில் திரிபுண்டதோ?
2. Geiger's Mahavamsa, Chap 21-25

சேக்கிழார் ஆகிய புலவர்கள் இவனை **மநு** நீதிச்சோழன் என்றே கூறிப் போந்தனர். '**மநு**, மநுநீதி. மநு நூல்' என்னும் பெயர்கள் சங்க நூல்களிற் காணுமாறில்லை. பிற்காலத்து நிகண்டுகளிற்றாம் இப்பெயர்கள் காணப்படுகின்றன. செவ்விய கோலோச்சிய நம சோழற்கு 'மநுநீதிச் சோழன், 'மநு' என, இவனது செயல் நோக்கிப் பிற்காலத்தார் இட்ட பெயரையே சயங்கொண்டார் முதலிய புலவர் வழங்கின ராதல் வேண்டும். இச்சோழனை, **'அரும்பெறற் புதல்வனை ஆழியின் மடித்தோன்'**[2] எனச் சிலப்பதிகாரமும், 'மகனை முறைசெய்த மன்னவன்' என மணிமேகலையும் குறிக்கின்றனவே அன்றிப் பெயரால் குறிக்கவில்லை என்பது கவனிக்கத்தக்கது. இவற்றால் இவ்வரசன் பெயர் இன்னது என்பது சிலப்பதிகார காலத்திலும் தெரியவில்லை என்பது தெரிகிறதன்றோ? மேலும், சங்க நூல்களைக் கொண்டு இவனைப்பற்றிய வேறு செய்திகள் அறியக்கூடவில்லை.

வரலாற்று ஒப்புமை

சிலப்பதிகாரம் முதலிய நூல்கள் சோழன் மகனை முறை செய்த ஒன்றையே குறிக்கின்றன ஆயின், பெரிய புராணம் ஒன்றே இவனுடைய சிவப்பற்று முதலிய நல்லியல்புகளை விரிவாகக் குறிக்கின்றது. இவ்வியல்புகள் அனைத்தும் மகாவம்சம் குறிக்கும் தமிழ் அரசனிடம் காண்கின்றன. பெயர் ஒன்றே வேறுபடுகிறது 'எழரசன் என்பது சிறப்புப் பெயராக இருக்கலாம். அல்லது கி.பி. 6-ஆம் நூற்றாண்டில் எழுதப்பட்ட மகாவம்சம் சயங்கொண்டார், கூத்தர், சேக்கிழார் இவர்களைப்போலப் பெயரைத் தவறாகவும் குறித்திருத்தல் கூடியதே. ஆதலின், பெயர் கொண்டு மயங்க வேண்டுவதில்லை. மகனை முறை செய்த நிகழ்ச்சி எங்கு நடந்தது? அஃது ஈழத்திற்றான் நடந்ததென்ற மகாவம்சம் தெளிவுறக் கூறவில்லை. அஃது இன்ன இடத்தில் (நடந்ததென்று சிலப்பதிகாரமும் மணிமேகலையும் கூறவில்லை. சேக்கிழார் ஒருவரே அச்செயல் திருவாரூரில் நடந்ததாகக் கூறியுள்ளார்.[2] மகனை முறைசெய்த நிகழ்ச்சியைக் குறிக்கும் **கல் தேர்** திருவாரூரில் கோவிலுக்கு அண்மையில் இருக்கின்றது. இச் சோழன், மகனை முறைசெய்த பிறகு, இலங்கையைக் கைப்பற்றி முறை வழுவாது ஆண்டிருக்கலாம்.

---

1. N. M. V. Nattar's 'Cholas', pp. 14-15

✱ விக்ரம சோழன் காலத்துக் கல்வெட்டும் கூறுகிறது S. I. I. Vol. No 436.

இலங்கைப் படையெடுப்பு நடந்திருக்குமா?

'கி.மு. இரண்டாம் நூற்றாண்டின் இடைப்பகுதியில் தமிழ் அரசன் ஒருவன் இலங்கையை வென்று 45 ஆண்டுகள் ஆட்சி புரிந்தான்' என்று இலங்கை வரலாறே கூறுதல் மெய்யாகத்தானே இருத்தல் வேண்டும். ஆயின், அப்பழங்காலத்தில், கடல்சூழ் இலங்கையைக் கைப்பற்றத்தக்க **கப்பற் படை** சோழரிடம் இருந்ததா? அதற்குச் சான்றுண்டா?

கி.மு. 6 அல்லது 7-ஆம் நூற்றாண்டு முதலே சோழர் முதலிய தமிழரசர் மேனாடுகளுடன் கடல் வாணிகம் நடத்தினர் என்பது அனைவரும் ஒப்புக்கொண்ட உண்மையாகும். மேனாடுகளுடன் கடல் வாணிகம் நடத்திக் கொண்டிருந்த நாட்டாரிடம் கடற்படை இருந்தே தீரவேண்டும் என்பது கூறாதே அமையும். இன்றுள்ள ஆங்கிலேயர், ஜப்பானியர், அமெரிக்கர் முதலியோர் கடல் வாணிகத்திற்காக வன்றோ கப்பற்படை வைத்துள்ளனர்! இஃதன்றி, அப் பழங்காலத்தே கடல் கடந்து நாடுபிடித்தல் வேண்டும் என்ற வேட்கையும் சோழ மன்னரிடம் இருந்தது. நாம் முதற் கரிகாலன் காலம் ஏறத்தாழக் கி.மு. 120 முதல் கி.மு. 90 எனக் கொண்டோம் அன்றோ? அம் முதற் கரிகாலனைப் பாட வந்த **வெண்ணிக் குயத்தியார்** என்ற பெண்பாற் புலவர்.

"நீர் நிறைந்த பெரிய **கடலில் மரக்கலத்தை ஓட்டிப் போர் செய்வதற்குக்** காற்றின்றி நாவாய் ஓடவில்லை. அதனால் காற்றுக் கடவுளை அழைத்து ஏவல்கொண்ட (காற்று வீசச் செய்து மரக்கலம் செலுத்திச் சென்று வெல்ல விரும்பிய நாட்டை வென்ற) **வலிய அரசன் மரபில் வந்தவனே!**" என்று ஒரு செய்யுளிற் பாடியுள்ளார். இதனால் ஏறத்தாழக் கி.மு. இரண்டாம் நூற்றாண்டின் ஈற்றுப் பகுதியில் இருந்த முதற் கரிகாலனுக்கு முற்பட்ட சோழ மன்னருள் ஒருவன் (பாட்டனாக அல்லது முற்பாட்டனாக இருக்கலாம்) **கடல் கடந்து நாடு வென்றாமை**[1] அறியப்படுகிறது.

அந்நாடு எது?

சிறப்பாகத் தமிழகத்தை அடுத்து இருப்பது இலங்கைத் தீவேயாகும். பிற நெடுந்தொலைவில் இருப்பன. அவை கி.பி. 11-ஆம் நூற்றாண்டினனான இராஜேந்திர சோழனால் வெல்லப்

---

1. புறம், 66

பட்டவை; அதற்குமுன் எத்தமிழரசரும் சென்று வென்றதாக வரலாறு பெறாதவை. கி.மு. 2-ஆம் நூற்றாண்டு முதல் பன்முறை வெல்லப் பெற்றும் ஆளப்பெற்றும் வந்தது இலங்கை ஒன்றே என்பது வரலாறு அறிந்த உண்மை. ஆதலின் புதிய சான்றுகள் கிடைக்கும் வரை, மேலே குறிப்பிடப்பெற்ற படையெடுப்பு இலங்கை மேற்றே எனக் கோடலில் தவறில்லை. அங்ஙனமாயின், அதன் **காலம் யாது?**

'சோழர் இலங்கைமீது படையெடுத்த முதற்காலமே கி.மு. 2-ஆம் நூற்றாண்டின் இடைப்பகுதி' என்று மகாவம்சமே கூறலால், அதுவே, மேற்குறித்த படையெடுப்பு நிகழ்ந்த காலம் எனக் கோடல் பொருத்தமாகும்; அஃதாயின், ஏறத்தாழக் கி.மு. 160-கி.மு. 140 எனக் கூறலாம். அக்காலத்தில் முதற் கரிகால னுடைய தந்தை அல்லது பாட்டன் இருந்த காலமாகும்.[1] இது மேலும் ஆராய்தற்குரியது.

2. முதற் கரிகாலன்

[கி.மு. 120 - கி.மு. 90]

சென்னி-கிள்ளி மரபினர்

முதற்கரிகாலன் **'சென்னி'** மரபைச் சேர்ந்தவன்.[2] சென்னி மரபினர் அழுந்தூரைத் தலைநகராகக் கொண்டு சோழநாட்டின் ஒரு பகுதியை ஆண்டவர். **''கிள்ளி''** மரபினர் உறையூரைத் தலைநகராகக் கொண்டு சோணாட்டின் மற்றொரு பகுதியை ஆண்டனர்.

---

1. முதற் கரிகாலனது உத்தேச காலம் கி.மு. 120- கி.மு. 90 எனக் கொள்ளின், அவன் தந்தையின் காலம் கி.மு. 150-கி.மு. 120 ஆகும்; பாட்டன் ஆட்சி கி.மு. 180-150 ஆகும். 'கி.மு. இரண்டாம் நூற்றாண்டின் இடையில் படையெடுப்பு நிகழ்ந்தது' என மகாவம்சம் கூறலால், அந்த இடைப் பட்ட காலம் கி.மு. 160-கி.மு. 140 எனக்கோடலே பொருத்தமாகும். அஃதாயின், தந்தையை விடப் பாட்டனே படையெடுத்தவன் எனக் கோடல் நல்லது, என்னை? 'தந்தை' எனின, இவ்வளவு அண்மையில் இருந்தவனைப் புலவர் தெளிவாகவே குறித்திருப்பர் ஆதலின் என்க.

* இந்த இரண்டாம் நூற்றாண்டில் வாழ்ந்த **காரவேலன்** என்ற கலிங்க அரசன், தனக்கு முன் 13 அண்டுகளாக இருந்த தமிழரசரது கூட்டு எதிர்ப்பு திட்டத்தைச் சிதறடித்ததாகக் கூறிக் கொள்கிறான். ஆயின் அவன் காலச் சோழன் இன்னவன் என்று கூறக் கூடவில்லை.

2. அகம், 246.

கோநகரங்கள்

முதற்கரிகாலன் **அழுந்தூரைத்** தலைநகராகக் கொண்டிருந்தான்; பிறகு **குடவாயிலையும்** தன் கோநகரமாகக் கொண்டான்.

போர்கள்

இக்கரிகாலன் பதினொரு வேளிரையும் அவருடன் வந்து மலைந்த வேந்தரையும் (சேர பாண்யர்?) **வெண்ணி வாயில்** என்ற இடத்திற் பொருது வென்றான்.[1] இச் சோழன் பிரிதொரு சந்தர்ப்பத்தில் வாகைப் பறந்தலை என்ற இடத்தில் அரசர் ஒன்பதின்மரைப் போரில் புறங்காட்டி ஓடச்செய்தான்.[2] இவனுடைய தானைத் தலைவன் **திதியன்** என்பவன். அவனிடம் பண்பட்ட போர்த் தொழிலில் வல்லகோசர் என்னும் வடநாட்டு வீரர் இருந்து வந்தனர். அவர்கள் எக்காரணம் பற்றியோ 'அன்னி ஞிமிலி' என்ற பெண்ணின் தந்தையினுடைய கண்களைப் பறித்து விட்டனர். அவள் துயரம் மிகுந்தவளாய்த் திதியனிடம் சென்ற முறையிட்டாள். அங்ஙனம் அவள் முறையிட்ட இடம் அழுந்தூராகும்.[3] இக்கரிகாலன் யாது காரணம் பற்றியோ, சேர அரசனான **பெருஞ்சேரலாதன்** என்பானுடன் **வெண்ணிப் பறந்தலை**யிற் போர் செய்தான். போரில் கரிகாலன் விட்ட அம்பு சேரலாதனது மார்பைத் துளைத்து ஊடுருவி முதுகினின்றும் வெளிப்பட்டது. அம்முதுகிற்பட்ட புண்ணைப் புறப்புண்ணாகும் என்று நாணிச் சேரன் தன் கையிற் பிடித்த வாளுடன் வடக்கிருந்து, பட்டினி கிடந்து உயிர் விட்டனன். இதனால், அற்றை நாளில் முதுகிற் புண்படல் தோல்வியாகக் கருதப்பட்டதென்பதை அறியலாம். வடக்கிருந்த பெருஞ்சேரலாதனைக் **கழாத்தலையார்**[4] என்ற புலவர் பாடித்தம் துயரத்தை அழகுற விளக்கியுள்ளார்.[5] வென்ற முதற்கரிகாலனை **வெண்ணிக் குயத்தியார்**[6] என்னும் நல்லிசைப் புலமை மெல்லியலார் பாராட்டிப் பாடியுள்ளார்.[7]

''நீர் நிறைந்த பெருங்கடலில் மரக்கலத்தை ஓட்டிப் போர் செய்வதற்குக் காற்றின்றி நாவாய் ஓடவில்லை. அதனால் வளிச்

---

1. அகம் 246 2. மேற்படி 125 3. மேற்படி 196.
4. கழாத்தலை-ஓர் ஊர். 5. புறம் 65.
6. வெண்ணி-கோவில் வெண்ணி என்ற ஊர்; அவ்வூரில் இருந்த **வேட்கோவர்** மரபில் வந்த புலுமை மிக்க அம்மையார் இவர்.
7. புறம். 66.

செல்வனை (காற்றுக் கடவுளை) அழைத்து ஏவல் கொண்ட (காற்று வீசச் செய்து மரக்கலம் செலுத்திக் குறித்த நாட்டை வென்ற) வலிய அரசன் (இவன் யாவன் என்பது தெரியவில்லை) மரபில் வந்தவனே, மதம் பொருந்திய யானையையுடைய கரிகால் வளவனே, மேற்சென்று போரை எதிர் நின்று கொன்ற நினது வலி தோற்ற வென்றவனே, தழைத்தலைக் கொண்ட புது வருவாயை யுடைய 'வெண்ணி' என்னும் ஊர்ப்புறத்துப் போர்க்களத்தின்கண் மிக்க புகழை உலகத்துப் பொருந்திப் புறப்புண்ணிற்கு நாணி வடக்கிருந்த பெருஞ்சேரலாதன். அவ்வாறு இருத்தலால் நின்னி னும் நல்லன் அல்லன்.''

7. கி.மு. முதல் நூற்றாண்டுச் சோழன் இரண்டாம் கரிகாலன்

முன்னுரை

இவன் **திருமாவளவன், கரிகாற் பெருவளத்தான்** முதலிய பல பெயர்களைப் பெற்றவன். இவனது வரலாற்றை விரிவாக அறிதற்குச் சிலப்பதிகாரம், பொருநர் ஆற்றுப்படை, பட்டினப் பாலை, எட்டுத்தொகையுள் உள்ள சில பாடல்கள், கலிங்கத்துப் பரணி, பெரியபுராணம் ஆகிய அனைத்தும் துணை செய்கின்றன. ரேனாண்டு சோழர் முதல் கி.பி. 14-ஆம் நூற்றாண்டு வரை பொத்தப்பி, நெல்லூர், சித்தூர் முதலியவற்றை ஆண்டு வந்த தெலுங்குச் சோடரும் தம்மைக் **கரிகாலன் மரபினர்** எனக் கல்வெட்டுகளிற் கூறிக்கொண்டு மகிழ்ந்தனர் எனின், இவனது பெருமையை என்னென்பது! கன்னட நாட்டிலும் சிற்றரசர் பலர் தம்மைக் கரிகாலன் மரபினர் எனக் கூறிக்கொண்டனர் என்பது கல்வெட்டுகளால் அறியக் கிடக்கும் அருஞ்செய்தியாகும். பிற்காலச் சோழராகிய விசயாலயன் மரபினரும் தம் செப்புப் பட்டயங்களிலும் கல்வெட்டுகளிலும் இவனைக் குறித்து மகிழ்ந் தனர் எனின், இவன் வீரச் செயல்களும் சோழப் பேரரசை நிலை நாட்டிய இவனது பெருந்திறமையும் தமிழகத்தில் மறவாது போற்றப்பட்டமையும் அவ்வக்காலப் புலவர் தத்தம் நூல்களில் அவற்றைக் குறித்து வந்நதமையுமே காரணமாகும். இனி, இப் பெருமகன் வரலாற்றை முறைப்படி காண்போம்.

இளமையும் அரசும்

இவன் **இளஞ்சேட்சென்னி** என்பவன் மகன். 'இளஞ்சேட் சென்னி' என்ற பெயரானே. இவன் தந்தை முடி புனைந்து

அரசாண்டவன் அல்லன்; அரசனுக்கு இளையவன்; அரசு பெறாதே காலங் கழித்தவன்[1] என்பது பெறப்படுகிறது. இவன் அழுந்தூர் வேள் மகளை மணந்தவன். அப்பெருமாட்டி நல்லோரையில் கரிகாலனைப் பெற்றாள்.[2] கரிகாலன் வளர்பிறை போல வளர்ந்து பல கலைகளும் பயின்று ஒப்பற்ற இளஞ்சிங்கமாக விளங்கினான். அப்பொழுது உறையூரை ஆண்ட இவன் பெரிய தந்தை இறந்தனன்; தந்தையும் இறந்தனன். இறந்த அரசன் மைந்தன் பட்டம் பெற முனைந்தனனோ, அன்றியாது நடந்ததோ தெரியவில்லை; நாட்டிற் குழப்பம் உண்டாயிற்று. கரிகாலன் உறையூரினின்றும் வெளிப்பட்டுப் பல இடங்களில் அலைந்து திரிவானாயினன். நாட்டில் இருந்த நல்லறிஞர் பண்டைக் கால வழக்கம் போலக் கழுமலத்து[3] இருந்த யானையைக் கட்டவிழ்த்து விட்டு அரசுக்கு உரியவனைக் கொண்டு வருமாறு ஏவினர். அந்த யானை பல இடங்களிலும் அலைந்து திரிந்து, கருவூரில் இருந்த கரிகாலனைத் தன்மீது எடுத்துக்கொண்டு உறையூரை அடைந்தது. அது கண்ட பெருமக்கள் மட்டற்ற மகிழ்ச்சி அடைந்தவராய்க் கரிகாலனைச் சோழ அரசன் ஆக்கினர்.[4]

பின்னர் யாது நடந்ததென்பது விளங்கவில்லை. தாயத்தார் இவன்மீது அழுக்காறுற்று இவனைப் பிடித்துச் சிறைக்கூடத்தில் அடைத்தனர்;[5] அதற்குள்ளேயே இவனைக் கொன்றுவிடத் துணிந்த அவர் சிறைக்கூடத்திற்கு எரியூட்டினர். பெருவீரனாகிய கரிகாலன் எவ்வாறோ தப்பி வெளிப்போந்தான்; தன் தாய்மாமனான இரும்பிடர்த் தலையார் என்ற நல்லிசைப் புலவர் துணை பெற்று, மதிற்புறத்தைக் காவல் செய்து வந்த வாட்படைஞரைப் புறங்கண்டு, தாயத்தாரை ஒழித்து, அரசுரிமையைக் கைக்கொண்டு அரியணை அமர்ந்தான்.[6]

---

1. இங்ஙனம் அரசு பெறாது காலம் கழித்தவன் பல்லவ மரபினருள் இளங்கோ -விஷ்ணுகோபவர்மன் என்பது இங்கு நினைவு கூர்தற்குரியது. ஆயின், அவன் மகன் முதலியோர் பல்லவ அரசராக விளங்கினர் என்பதும் இங்கு நோக்கத்தக்கது.
2. Tolkappiyam, Agam. S. 30. Commentary.
3. கழுமலம்-சீகாழி. அங்கு யானை கட்டப்பட்டிருந்த இடம் இன்றும் இருக்கிறது.
4. இப்பழக்கம், மூர்த்தி நாயனார் புராணத்தால், பாண்டிநாட்டிலும் இருந்ததென்பதை உணரலாம்.
5. **சந்திரகுப்த மோரியன்** நந்தரால் சிறையில் இடப்பெற்றமை இங்குக் கருதத்தகும்.
6. பட்டினப்பாலை, வரி 221-227.

இவன் எரிந்து கொண்டிருந்த சிறைக்கூடத்திலிருந்து வெளிப்பட்டபோது இவன் கால் கரிந்து விட்டதால் 'கரிகாலன்' எனப் பெயர் பெற்றான் என்று சில பழம் பாடல்கள் பகர்கின்றன. இங்ஙனமாயின், 'முதற் கரிகாலன்' என்பான் கொண்ட பெயருக்கு என்ன காரணம் கூறுவது.[1]

போர்ச் செயல்கள்

இவனுடைய போர்ச் செயல்கள் பொருநர் ஆற்றுப்படையிலும் சிலப்பதிகாரத்தும் நன்கு விளக்கப்பட்டுள்ளன:

(1) இவன் தமிழ்நாட்டைத் தன் அரசாட்சியிற் கொணர அவாவிச் சேர பாண்டியருடன் போரிட்டான். போர் 'வெண்ணி'யில் நடைபெற்றது. 'முருகன் சீற்றத்து உருகெழு குரிசி'லான கரிகாலன் அவ்விரு வேந்தரையும் வெண்ணிப் போரில் அவியச் செய்தான். இதனைப் பொருநர் ஆற்றுப்படை பாடிய முடத்தாமக் கண்ணியார்,[2]

> இரும்பனம் போந்தைத் தோடும் கருஞ்சினை
> அரவாய் வேம்பின் அங்குழைத் தெரியலும்
> ஓங்கிருஞ் சென்னி மேம்பட மிலைந்த
> **இருபெரு வேந்தரும் ஒருகளத்(து) அவிய**
> வெண்ணித் தாக்கிய வெரவரு நோன்றாள்
> கண்ணார் கண்ணிக் **கரிகால் வளவன்**"[3]

என்று சிறப்பித்துள்ளார்.

(2) கரிகாலன் பன்றி நாட்டிற்குச் சென்றனன். பன்றி நாடு நாகப்பட்டினத்தைத் தலைநகராகக் கொண்டு பாண்டிய நாட்டிற்கு வடக்கு இருப்பது. இதில் **எயினர்** என்ற மரபினர் இருந்தனர். அவருள் **நாகர்** ஒரு பிரிவினர். அவருள்ளும் **ஒளியர்** என்னும் உட்பிரிவினரே அரசாளுதற்குரியர். ஆதலின் அந்த ஒளி நாகரைக் கரிகாலன் வெற்றி கொண்டான்; பிறகு தென் பாண்டி நாட்டை அடிப்படுத்து மேற்கே சென்றான்.

(3) கற்கா (பாலக்காடு); வேள் நாடு (திருவாங்கூர்), குட்டம் (கொச்சி), குடம் (தென் மலையாளம்), பூழி (வட மலையாளம்) ஆகிய பகுதிகளைக் கொண்ட சேர நாட்டை அடைந்தான்;

---

1. Vide K.N.S. Pillai's 'The Chronology of the Early Tamils', p. 129 and its foot-note.
2. வரி. 143-148.
3. பட்டினப்பாலை. வரி. 274-282

அந்நாடுகளை வென்று கரிகாலன் தன் பேரரசிற் சேர்த்துக் கொண்டான்.

(4) இடை நிலங்களில் வாழ்ந்த **பொதுவர்** என்பாரை (இடை நில அரசரை) வென்றனன்; இருங்கோவேள் முதலிய வேளிரைத் தனக்கு அடங்கியவர் ஆக்கினன்.

(5) இங்ஙனம் தமிழகத்தை அடிப்படுத்திய கரிகாலன் அருவா நாட்டை (தொண்டை நாட்டை)க் கைப்பற்ற எண்ணி வடக்கே சென்றான்: அந்நாட்டில், ஓரிடத்தின்றிக் கண்டவாறு அலைந்து திரிந்த குறும்பரை அடக்கி, அருவாளரை வென்று,[1] தொண்டை நாட்டு 24 கோட்டங்களிலும் அவர்களை நிலை பெறச் செய்தான்;[2] 24 கோட்டங்களிலும் வேளாளர் பலரைக் குடியேற் றினான்.[3]

(6) பின்னர்க் கரிகாலன் மலையமானாட்டை அடைந்தான்; இது பெண்ணையாற்றங்கரையில் உள்ள திருக்கோவலூரைத் தலைநகராகக் கொண்டது. இதனை ஆண்டவன் **மலையமான்.** இவன் சோழன் ஆட்சிக்கு உட்பட்டவன் ஆயினான்.

வடுக நாடு

(7) வேங்கடம் வரை வெற்றி கொண்ட கரிகாலன், வடக்கு நோக்கிப் பெருஞ்சேனையுடன் புறப்பட்டான்; வடுகர் சிற்றரசர் பலரை வென்றான்.

வடநாடு

(8) பின்னர்க் கரிகாலன் நேரே இமயம்வரை சென்று மீண்டான்; அப்பொழுது மகதப் பெருநாடு சுங்கர் ஆட்சியி லிருந்து கண்வ மரபினர் ஆட்சிக்கு மாறிவிட்ட காலமாகும். கி.மு. 73-ல் வாசுதேவ கண்வன் மகதநாட்டு அரசன் ஆனான். அவனுக்குப் பின் கண்வர் மூவர் கி.மு. 28 வரை ஆண்டனர். அதற்குப் பிறகே மகதப் பெருநாடு ஆந்திரர் ஆட்சிக்கு உட்பட்டது.

---

1. அகம், 141.
2. பட்டினப்பாலை, வரி. 275,
3. செங்கற்பட்டுக் கோட்டத்தில் உள்ள கோவூர் குணாம்பேடு முதலிய இடங்களில் உள்ள இக்கால **முதலிமார்கள்** தம்மைக் **கரிகால் வளவ னால்குடியேற்றப்பெற்ற வேளாளர் மரபினர்** என்க் கூறுகின்றனர். - Vide. L. Ulaganatha Pillai's 'Karikala Chola', p. 34 foot-note.

வலியற்ற கண்வர்[1] ஆண்ட காலத்திற்றான் கரிகாலன் வடநாட்டுச் செலவு ஏற்பட்டதாதல் வேண்டும். அக்காலத்தில் கோசாம்பியைக் கோநகராகக் கொண்ட வச்சிரநாடும், உச்சைனியைத் தலைநகராகக் கொண்ட அவந்தி நாடும் தம்மாட்சி பெற்றிருத்தல் வேண்டும். அதனாற்போலும் கரிகாலனை வரவேற்று மகதநாட்டு மன்னன் **பட்டி மண்டபம்** கொடுத்தான்; வச்சிர நாட்டு வேந்தன் **கொற்றப் பந்தர்** அளித்தான். அவந்திவேந்தன் **தோரணவாயில்** வழங்கினான் என்று சிலப்பதிகாரம் செப்புகிறது.[2] பின் இரு வேந்தரும் சந்திரகுப்த மோரியன் காலமுதல் சிற்றரசராகவே அடிமைப்பட்டு ஹர்ஷனுக்குப் பின்னும் இருந்து வந்தனர் என்று வரலாறு கூறுதல் நோக்கத்தக்கது.[3]

ஈழ நாடு

இங்ஙனம் இமயம் வரை இறுமாந்து சென்று மீண்ட கரிகாலன் இலங்கை நாட்டின்மீது தன் கருத்தைச் செலுத்தினான்; கப்பற் படை வீரரை அழைத்துக் கொண்டு இலங்கைத் தீவை அடைந்தான்; அதனை வென்று, தன் தண்டத் தலைவன் ஒருவனை ஆளவிட்டு மீண்டான்;[4] மீண்டபோது 12 ஆயிரம் குடிகளைச் சோணாட்டிற்குக் கொணர்ந்தான் என்று கலிங்கத்துப் பரணி கூறுகிறது.

சோழப் பெருநாடு

கூடூரும் அதைச் சுற்றியுள்ள பகுதியும் 'காகந்தி நாடு' என்று கல்வெட்டுகளிற் கூறப்படுகின்றன. 'காகந்தி நாடு' பற்றிய குறிப்புப் பழங்காலத்ததாகக் கி.பி. 2 -ஆம் நூற்றாண்டிற் செய்யப் பட்ட மணிமேகலையிற் குறிக்கப்பட்டுள்ளது. அப்பகுதிகளைப் பிற்காலத்தில் ஆண்ட ரேனாண்டு, பொத்தப் பிச் சோடர்கள் தங்களைக் 'கரிகாலன் மரபினர்' எனக் கல்வெட்டுகளிற் குறித்துள்ளனர். 'காஞ்சி நகரத்தைக் கரிகாலன் புதுப்பித்தான்;

---

1. V. A.Smith's 'Early History of India', pp. 215-216.
2. இந்திரவிழவூரெடுத்த காதை, வரி, 99-10.
3. Ibid. No. 1. p. 369.
4. 'இலங்கை. கி.மு. 44 முதல் கி.மு. 17 வரைக்குட்பட்ட 15 ஆண்டுகள் தமிழர் வசமிருந்தது' என்னும் மஹாவம்சக் கூற்று இதனை உறுதிப்படுத்தல் காண்க.-

   Vide A Short History of Ceylon' pp. 722-725 by Dr. W. Geiger, in 'Buddhistic Studies' ed. dy B.C. Law.

தொண்டை மண்டலத்தைக் காடு கெடுத்து நாடாக்கினான்' என்றெல்லாம் கலிங்கத்துப்பரணி, பெரியபுராணம் முதலிய அருந்தமிழ் நூல்கள் அறைகின்றன. இவை அனைத்தையும் ஒருசேர நோக்கி, நடுவுநிலைமையினின்று ஆராயின், கரிகாலன் காலத்துச் **சோழப் பெருநாடு வடபெண்ணையாறு முதல் கன்னிமுனை வரையும் பரவி** இருந்தது என்னல் முற்றிலும் பொருத்தமாகும்.

அரசியல்

தொண்டை நாடு: தொண்டை நாட்டையும் சோழ நாட்டையும் வளப்படுத்திய பெருமை சங்ககாலத்தில் கரிகாற் சோழற்கே சாரும். இவன் தான் வென்ற தொண்டை நாட்டைத் திருத்தினான்; காடுகளை வெட்டி, மக்கள் உறைதற்கேற்ற சிற்றூர்கள் ஆக்கினான்; அவர்கள் பயிரிடுதற்கேற்ற விளைநிலங்கள் ஆக்கினான்; அவர்கள் பயிரிடுதற்கேற்ற விளைநிலங்கள் ஆக்கினான்; தொண்டை நாட்டை 24 கோட்டங்களாக அமைத்தான. அவை யாவன: 1. ஆம்பூர் 2. இளங்காடு 3. ஈக்காடு 4. மணவில் 5. ஊற்றுக்காடு 6. எயில் 7. கடிகை 8. கலியூர் 9. களத்தூர் 10. குன்றவட்டானம் 11. சேத்தூர் 12.செங்காடு 13. செங்திருக்கை 14. செம்பூர் 15. தாமல் 16. படுவூர் 17. பல்குன்றம் 18. புழல் 19. புலியூர் 20. பையூர் 21. வெண்குன்றம் 22. வேங்கடம் 23. மணவூர் 24. வேலூர்[1]

தொண்டை மண்டலத்தின் தலைநகரம் காஞ்சீபுரம். கரிகாலன் அதனை மதிலால் வளைப்பித்துச் சிறப்பித்தான்; அங்குப் பலரைக் குடியேற்றினான்:[2] தொண்டை நாட்டை ஆண்டுவருமாறு தன் மரபினன் ஒருவனை (இளந்திரையன்?) விட்டுத் தன் நாடு மீண்டான்.

சோணாடு

சோழநாடு என்றும் சோற்றுக்குப் பஞ்சம் இல்லாமல் இருக்கச் செய்தவன் இவ்வளவனேயாவன். இவன் 'செவிலித் தாய் என்ன ஓம்பும் தீம்புனற் கன்னி' யாற்றுப்பெருக்கால் உண்டாகும் தீமையை மாற்ற உளங்கொண்டான்; ஆற்றின் இருமருங்கும் கரை அமைக்க முடிவு செய்தான்; உடனே காவிரியாறு

---

1. இவற்றைக் குறும்பரே அமைத்தனர் எனக் கூறலும் உண்டு.
2. திருக்குறிப்புத் தொண்டர் புராணம், செ. 85.

எந்தெந்த ஊர் வழிச் செல்கிறதோ, அவ்வூர் அரசர்க்கெல்லாம் கரை கட்டுமாறு திருமுகம் போக்கினான்; அத்துடன் அவரவர் பங்கையும் அளந்து கொடுத்தான். இக்கட்டளைப்படிச் சிற்றரசர் அனைவரும் இலங்கையிலிருந்து கொண்டு வரப்பட்ட 50 ஆயிரம் மக்களும் முயன்று கரை அமைத்தனர். கரை அமைப்பு வேலை முடிந்தபின், கரிகாலன், பற்பல வாய்க்கால்களையும் வடி மதகு களையும் அமைத்துத் தண்ணீரை அழிவுறாமற் பாதுகாத்து, வேளாண் வாழ்க்கையை விழுமிய தாக்கினான். இப்புதிய முயற்சி யால் சோணாடு பொன்கொழிக்கும் நாடாயிற்று. நாடு வளம் பெறச் 'சோழ வளநாடு சோறுடைத்து' எனப் புலவர் பாராட்ட லாயினர். அன்றமுதல் கரிகாலன் **'கரிகாற் பெருவளத்தான்'** எனப்பட்டான்; காவிரியாறு **'பொன்னி'**எனப் பெயர் பெற்றது. பொன்னி நாட்டை ஆண்டமையால், சோழரும் அது முதல் **'வளவர்'** எனப்பட்டனர். சோணாட்டின் சிறப்பைப் பொருநர் ஆற்றுப்படையுள் கண்டு மகிழ்க.[1]

இவன் காவிரியாற்றை ஒழுங்குபடுத்தியதன்றிப் பல குளங் களைப் புதியனவாக எடுப்பித்தான்; கோவில்களைக் கட்டினான்; கோட்டை கொத்தளங்களை ஆங்காங்கு அமைத்தான் என்று பட்டினப்பாலை பகர்கின்றது.[2]

அமைதியுடைய வாழ்க்கை: இவனது தலைநகரமான பூம்புகாரில் கடற்கரை ஓரம் வாணிபத்தின் பொருட்டச் சோனகர், சீவர், சாவகர் முதலிய பல நாட்டாரும் விடுதிகளை அமைத்துக் கொண்டு வாழ்ந்தனர்; அவர்களுடன் உள்நாட்டு மக்களும் கலந்து உறவாடினார்; இருதிறத்தாரும் மனமொத்து வாழ்க்கை நடத்தினர்; பௌத்த, சமண, வைதிக சமய மக்களும் பண்டைத் தமிழரோடு அமைதியுடைய வாழ்க்கையை வாழ்ந்து வந்தனர். இதற்கென்ன காரணம்? கரிகாலனது செங்கோற் சிறப்புடைய அரசியலே அன்றோ?[3]

முறை வழங்கல்: கரிகாலனிடம் ஒருகால் முதியவர் இருவர் முறை வேண்டி வந்தனராம். அவர் இவனது இளமைத் தோற்றத்தைக் கண்டு ஐயுற்றனராம். அஃதுணர்ந்த இவன் முதியவன் வேடங் கொண்டு வழக்கைக் கேட்டு நேரிய தீர்ப்புக்

1. வரி 242-248.
2. வரி 283288.
3. பட்டினப் பாலை, வரி. 216-218. 199, 207-8.

கூறினானாம். அம்முதியவர் மனங்களிப்புற்றனர். உடனே இவன் தன் பொய் வேடத்தை அவர் முன் நீக்கி, அவர்கள் இவனது பேராற்றலைக் கண்டு வியந்தனர்; அதே சமயம் இவனது திறமையை ஐயுற்றமைக்கு நாணினாராம். இச்செய்தி பழமொழி, முதலிய நூற்களில் குறிக்கப் பெற்றுள்ளது.

கடல் வாணிகம்: இம்மன்னன் காலத்தில் கடல் வாணிகம் சிறப்புற நடந்துவந்த தென்னலாம். பூம் புகார்ப் பட்டினத்தை வளம்படுத்திய பெருமை இவனைச் சார்ந்ததே ஆகும். அந்நகரில் பலபாடை மக்கள் கடல் வாணிகத்தின் பொருட்டுத் தங்கி இருந்தனர் என்பதை நோக்கக் கடல் வாணிகம் உயர்ந்த முறையில் நடைபெற்றதை நன்குணரலாம். புகார் நகர் காவிரி கடலொடு கலக்கம் இடத்தில் அமைந்திருந்தது. அவ்யாற்றில மரக்கலங்கள் சென்று மீளத் தக்கவாறு ஆழ்ந்து அகன்ற துறைமுகம் இருந்தது. கடற்கரை ஓரம் கலங்கரை விளக்கம் இருந்தது; இறக்குமதி யாகும் பண்டங்களைத் தீர்வை வரையறுத்துக் கடமை (custom) கொள்ளும் ஆயத்துறை (custom House) கள் இருந்தன; பிறகு அப் பண்டங்கட்குச் சோழனது புலி இலச்சினை இட்டு, அவற்றை இட்டுவைக்கும் பண்டசாலைகள் (warehouses), கிடங்குகள் (godowns), உயர்ந்த மேடைகள் custom (Docks and Piers) இருந்தன. இறக்குமதியான பொருள்கட்குக் கணக்கில்லை. அவற்றின் விவரம்யாவும் பட்டினப்பாலை, சிலப்பதிகாரம்- ஊர்காண் காதை உரை இவற்றிற் கண்ட தெளிக; விரிப்பிற் பெருகும். இக்குறிப்புகள் அனைத்துடனும், கீழ்க்கரை ஓரம் கிடைத்துள்ள ரோம நாணயங்களையும், சாதவாகனர் நாணயங் களையும் நோக்க-வெளிநாட்டு, உள்நாட்டு வாணிகம் நடந்து வந்த உயர்நிலையை நன் குணரலாம். சுருங்கக்கூறின், கரிகாற் பெருவளத்தானது அரசாட்சி 'பொற்கால ஆட்சி' எனக் கூறலாம்.

செந்தமிழ் வளர்ச்சி

கரிகாலன் போன்ற செங்கோல் வேந்தர் ஆட்சியில்; தமிழ் செம்மையுறவே வளர்ச்சி பெற்று வந்ததென்பது கூற வேண் டுமோ? இவனது தாய்மாமனான இரும்பிடர்த் தலையாரே பெருந்தமிழ்ப் புலவர்; அவராற் பாதுகாக்கப்பெற்ற இவனும் சிறந்த தமிழ் அறிவு வாய்க்கப்பெற்றிருந்தான் என்பதில் வியப் பில்லை. இவனைப் பாராட்டிய புலவர் பலராவர். அவருள் இவனைப் **பட்டினப்பாலை**யாற் புகழ்ந்து பாராட்டிய பெரும்புலவர் **உருத்திரன் கண்ணனார்** என்பவர். இவன் அவர்க்கு 16 லக்ஷம்

பொன் பரிசளித்தான் என்பர். பட்டினப்பாலை படித்து இன்புறத் தக்க அழகிய நூலாகும். இவன்மீது பாடப்பெற்ற மற்றொரு பெரிய பாட்டுப் **பொருநர் ஆற்றுப்படை** என்பது. அதனைப் பாடியவர் **முடத்தாமக் கண்ணியார்** என்பவர். அப்பாவில் இவனுடைய போர்ச் செயல்கள், குணாதிசயங்கள் இன்ன பிறவும் செவ்வனே விளக்கப்பெற்றுள்ளன. இவன் வரலாற்றை அறிய அது பெருந்துணை செய்வதாகும். இவனைப் பாடிய பிற புலவருள் **காவிரிப்பூம் பட்டினத்துக் காரிக்கண்ணனார்** என்பவர் ஒருவர். இவர், கரிகாலன் தன் நண்பனான பாண்டியன் வெள்ளி அம்பலத்துத் துஞ்சிய பெருவழுதியுடன் இருந்த மகிழ்ச்சி மிக்க நேரத்திற் சந்தித்து, இருவரையும் பலபடப் பாராட்டிப் பாடியுள்ளார்.[1] கரிகாலனைப் பாடிய மற்றொரு புலவர் **மருத்துவன் தாமோதரனார்** என்பவர். இவர் கரிகாலனது அரசியற் பொறுப்பை நன்கு உணர்ந்து, ''கடற்கரை இடத்துக் கழியின் நீரால் விளைந்த உப்பை முகந்து கொண்ட மலைநாட்டை நோக்கிச் செல்லும் வலியையுடைய பாரம் பொறுக்கும் பகட்டை ஒப்பாய் நீ'', என விளக்கியிருத்தல் பாராட்டத்தக்கது. இவர் பின்னும், ''வென்றியாக முழங்கும் முரசினையும் தப்பாத வாளினையும் உடைய நினது வெண்கொற்றக்குடை உவாமதி போன்றது என்ற நினைந்து நின்பால் பரிசில்பெற யான் வந்தேன்''[2] எனக் கூறுதல், கரிகாலனது செங்கோற் சிறப்பை உணர்த்தி நிற்கிற தன்றோ?

இக்கரிகாலனைப் பாடிய மற்றொரு புலவர் **கோனாட்டு எறிச்சலூர் மாடலன் மதுரைக் குமரனார்** என்பவர். இவர் சென்றவுடன் கரிகாலன் பரிசில் தரவில்லை; எக்காரணம் பற்றியோ காலம் தாழ்த்தான். அப்பொழுது புலவர் வருந்தி ஒரு பாட்டைப் பாடினார்; அதன் அகத்துக் கரிகாலன் சிறப்பைப் பொதுமுறையிலே வைத்துக் கூறியிருத்தல் கவனித்தற்குரியது.

''கரிகாலன் காற்று இயங்கினாற்போலும் தாவுதலை உடையதாகிய கதியையுடைய குதிரையுடன் கொடி நுடங்கும் உச்சியைக் கொண்ட **தேர்** உடையவன்; கடலைக் கண்டாற்போலும் ஒளி பொருந்திய படைக்கலங்களைக் கொண்ட **சேனைவீரரை** உடையவன்; மலையோடு மாறுபட்டுப் பொரும் **களிறுகளை** உடையவன்; இடி முழங்கினாற் போலும் அஞ்சத்தக்க **முரசம்** உடையவன்; போரில் மேம்படும் வெற்றியை உடையவன்.[3]

1. புறம். 56. 2. புறம். 60. 3. புறம். 197

இக்கரிகாலனைப் பிற்காலத்திற் பாடிய புலவர் பலராவர். அவருள் பரணர், நக்கீரர், இளங்கோவடிகள், சயங்கொண்டார், சேக்கிழார் முதலியோர் ஆவர். இவன் காலத்தில் தமிழ்மொழி சிறந்த நிலையில் இருந்தது என்பது சங்க நூல்களைக் கொண்டு நன்கறியக் கிடக்கிறது. இவன், புலவர்தம் கல்வித்திறத்தைச் சீர்தூக்கப் **பட்டி மண்டபத்**தையும் நல்லாசிரியர் ஒருங்கிருந்து ஆராய்ச்சி செய்யத்தக்க கலைக் கழகங்களையும்[1] அமைத்த அறிஞன் ஆவன். இப் பெருந்தகையாளன் புலவர்களை நன்கு வரவேற்று வேண்டியன நல்கித் தனக்கு அவர் மாட்டுள்ள ஆர்வமிகுதியால், அவர் பின் **ஏழடி** நடந்து சென்று மீளும் கடப்பாடு உடையவனாக இருந்தான்.[2] வட பெண்ணையாறு முதல் குமரிமுனை வரைப்பட்ட பெருநாட்டைத் தன் ஒரு குடைக்கீழ் வைத்தாண்ட கரிகாற் சோழன், புலவர் பின் ஏழடி நடந்து மீளும் பழக்கம் உடையவனாக இருந்தான் எனின், இப் பெருமகனது பெருந்தன்மையையும் தமிழ்ப் புலவர்மாட்டு இவன் வைத்திருந்த பெருமதிப்பையும், சிறப்பாகத் தன் தாய்மொழி வளர்ச்சியில் இவனுக்கிருந்த தனிப்பற்றையும் என்னெனப் புகழ்வது! இத்தகைய தமிழ்ப் பேரரசர் அரும் பாடுபட்டு வளர்த்த சங்கத் தமிழாற்றான். நாம் இன்று **'தமிழர்'** எனத் தருக்குடன் நிற்கின்றோம் என்னல் மிகையாமோ?

கலைகள்

கரிகாலன் காலம் செழித்த காலமாதல் பற்றிப் பல கலைகளும் ஓங்கி வளர்ச்சியுற்றன என்பதில் ஐயமில்லை. இசை, நாடகம் முதலியன வளர்ந்தோங்கின என்பது பொதுவாகச் சங்க நூல்களைக் காணும் போது நன்கறியலாம். கி.பி. 2-ஆம் நூற்றாண்டில் மாதவி நடித்தபோது இருந்த பல்வகை ஆசிரியர், கருவிகள், நடிப்பு முறைகள் இன்ன பிறவும் கரிகாலன் காலத்தில் நன்னிலையில் இருந்தன என்பதில் ஐயமுண்டோ? இதன் விரிவெல்லாம் அடுத்த பகுதியிற் காண்க.

சமயம்

கரிகாலன் காலத்தில் சோழப் பெருநாட்டில் பல சமயங்கள் இருந்தன. கி.மு. மூன்றாம் நூற்றாண்டில் அசோகன் வேண்டு

1. பட்டினப்பாலை, வரி. 169-171.
2. பொருநர் ஆற்றுப்படை வரி. 76-129, 151-173.

கோட்படி.[1] தமிழரசர் பௌத்த சமயப் பிரசாரத்திற்கு நாட்டில் இடம் தந்தனர். அன்றுமுதல் சேர, சோழ, பாண்டிய நாடுகளில் பௌத்தப் பள்ளிகளும் விகாரங்களும் பெருகின. கரிகாலன் காலத்தில் காவிரிப்பூம் பட்டினத்தில் **இந்திரவிகாரம்** இருந்திருத்தல் வேண்டும்; இங்ஙனமே சமணப் பள்ளிகளும் இருந்திருத்தல் வேண்டும்; வேதியர் வடநூல் முறைப்படி வேள்விகள் செய்து வந்தனர். இவரன்றி, வாணிகம் பொருட்டுச் சோணாடு புக்க பல நாட்டு மக்கள் கொண்டிருந்த சமயங்கள் பலவாகும். இங்ஙனம் பற்பல சமயத்தவர் சோணாட்டில் இருந்தாலும், அவரனைவரும் ஒரு தாயீன்ற மக்களைப் போலக் கரிகாலன் ஆட்சியில் கலந்து உறைந்தனர். அரசனும் எல்லச் சமயத்தவரையும் மதித்து நடந்து வந்தான். கரிகாலன் தனக்கெனக் கொண்டிருந்த சமயம் **சைவம்** ஆகும். இவன் காஞ்சி நகரில் உள்ள பண்டைக் கோவிலாகிய ஏகம்பவாணர் திருக்கோவில் திருப்பணிசெய்து வழிபட்டான். இவனது திருத்தொண்டினைச் சைவ சமய குரவரும் கி.பி. 7-ஆம் நூற்றாண்டின ருமாகிய **திருஞானசம்பந்தர்** தமது தேவராப் பதிகத்துச் சிறப்பித்துப் பாடியுள்ளார்:

> ''விண்ணுளார் மறைகள் வேதம் விரித்தோதுவார்
> கண்ணுளார் கழலின் செல்வர் **கரிகாலனை**
> நண்ணுவார் எழில்கொள் கச்சிநகர் ஏகம்பத்(து)
> அண்ணலார் ஆடுகின்ற அலங்காரமே.''[2]

இவனது உருவச்சிலை 'ஏகாம்பரநாதர் கோவிலில் இருக் கிறது'. இவன் வைதிக வேள்விகளையும் செய்தவன் ஆவன்.[3]

இவனது அணிமிக்க கோநகரான காவிரிப்பூம் பட்டினத்தில்,

> ''நுதல்விழி நாட்டத்து இறையோன் முதலாப்
> பதிவாழ் சதுக்கத்துத் தெய்வம் ஈறா'' கப்

பல கோவில்கள் இருந்தன என்பது அறியக்கிடக்கிறது.

அக்கால அரசர்கள்

கரிகாலன் காலத்துப் பாண்டியன் வெள்ளியம்பலத்துத் துஞ்சிய பெருவழுதியாவன்; சேர அரசன் சேரமான் குடக்கோச் சேரல் இரும்பொறை என்பவன்; சிற்றரசர்-ஏனாதி திருக்கிள்ளி, ஈர்ந்தூர்க்

---

1. Asoka's Rock Edicts 2 and 13.
2. திருக்கச்சி ஏகம்பம், **'மறையானை'** என்னும் பதிகம், 7-ஆம் பாடல்.
3. புறம், 224.

கிழான் தோயன் மாறன், சோழிய ஏனாதி திருக்குட்டுவன், கரிகாலனிடம் தோற்ற இருங்கோவேள் முதலியோர் ஆவர்.[1]

அரச குடும்பம்

கரிகால்வளவன் தந்தை இளஞ் சேட்சென்னி, தாய் அழுந்தூர் வேள் மகள் என்பது முன்பே கூறப்பட்டது. இவன் **நாங்கூர்** (சீகாழித் தாலுகா) **வேள்** மகளை மணந்து கொண்டான்.[2] இவளன்றி வேறு மனைவியர் சிலரும் இருந்தனர்.[3] **ஆதிமந்தியார்** என்ற மகளும் இருந்தனள்[4] என்பர். இக்கூற்று ஆராய்சிக்கு உரியது.

இறுதி

கிறிஸ்துவுக்கு முற்பட்ட நூற்றாண்டில் சோழப் பேரரசை ஏற்படுத்தி ஒருகுடைக்கீழ் வைத்தாண்ட கரிகாற் பெருவளத்தான் இறுதியில் குராப்பள்ளி என்ற இடத்தில் உலகவாழ்வை நீத்தான் என்பது தெரிகிறது. 'குராப்பள்ளி' என்பது குமாமரத்தைத் தலமரமாகக் கொண்ட திருவிடைக்கழி என்னும் சிவத்தலமாகும் என்பது கருதப்படுகிறது.[5]

8. சோழன் நலங்கிள்ளி

கால விளக்கம்

கரிகாலன் காலம் கி.மு. 60-கி.மு. 10 எனக் கொண்டோம். சிலப்பதிகாரப்படி செங்குட்டுவன் காலம் கி.பி. 150-200 எனக் கொள்ளலாம்.[6] அக்காலத்துச் சோழன் **நெடுமுடிக் கிள்ளி** என்று மணிமேகலை கூறுகிறது. அவற்குப் பிற்பட்டவனே **கோச்செங் கட் சோழன்** என்பது ஆராய்ச்சியாளர் துணிபு. நெடுமுடிக்கிள்ளி யுடன் கடைச் சங்ககாலம் முடிவு பெற்றதென்றே ஆராய்ச்சியாளர் கருதுகின்றனர். ஆதலின், தொகை நூல்களிற் கூறப்படும் சோழர் பலரும் **ஏறத்தாழக்** கரிகாலற்குப் பிற்பட்ட கி.மு. 10 முதல் செங்குட்டுவன் காலமாகிய கி.பி.150 வரை இருந்தனர் எனக் கொண்டு, அச்சோழர் வரலாறுகளை இப்பகுதியிற் காண்போம்.

---

1. K. N. S. Pillai's 'Chronology of the Early Tamils.
2. Thol. Porul. S. 30 and its commentary.
3. பட்டினப்பாலை, வரி. 295, 299.
4. Sentamill, Vol. 2, p. 114.
5. L. Ulaganatha Pillai's Karikala Chola', p. 66.
6. Vide the Author's article in 'Tamil Polil', 1937-38, pp. 31-34.

முன்னுரை

சோழன் நலங்கிள்ளி கரிகாற் பெருவளத்தான் மகன் என்பதே இவனைப் பற்றிய பாடல்களால் உய்த்துணரப்படு கிறது. இவன் பெரியதோர் நாட்டைப் பகைவர் அஞ்ச ஆண்டு வந்தான் என்றே புலவர் கூறியுள்ளனர். இவன் பலவகைப் படை களைப் பெற்றிருந்தான். இவனைப் பற்றி 10 பாடல்கள்[1] புறநானூற்றில் உள்ளன. இவனால் பாராட்டப் பெற்ற சங்கப் புலவர் **உறையூர் முதுகண்ணன் சாத்தனார், கோவூர் கிழார், ஆலத்தூர் கிழார்** என்பவர்கள். இப்புலவர் பாடல்களால் இவன் வரலாறு விளங்குகிறது.

போர்ச் செயல்கள்

நெடுங்கிள்ளி: நலங்கிள்ளி பட்டம் பெற்றவுடன் தாயத் தார்க்குள் பகைமை மூண்டது. நெடுங்கிள்ளி என்பவன் ஆவூரில் இருந்த சோழ அரச மரபினன். அவன், நலங்கிள்ளி காவிரிப்பூம் பட்டினத்தில் முடிகவித்துக் கொண்டு சோழப் பேரரசன் ஆனதும், உறையூர்க்கு ஓடி, அதனைத் தனதாக்கிக் கொண்டான். இதனை அறிந்த நலங்கிள்ளி பெருஞ்சீற்றம் கொண்டான்; கொண்டு, சூள் உரைத்துப் போருக்குப் புறப்பட்டான்.[2]

சூள் உரை: மெல்ல வந்து எனது நல்ல அடியை அடைந்து, 'எமக்கு ஈய வேண்டும்' என்று தாழ்ந்து இருப்பா ராயின், அவர்க்குச் சிறப்புடைய முரசு பொருந்திய **பழையதாய் வருகின்ற உரிமையையுடைய எனது அரசாட்சி**யைக் கொடுத்து விடுவேன்; இனிய உயிரை வேண்டுமாயினும் கொடுப் பேன். என் **அமைச்சர் படைத்தலைவர்** முதலியோர் வலிமையை உணராது என்னை இகழ்ந்த அறிவில்லாதவன், யாவர்க்கும் விளங்கத் தூங்குகின்ற புலியை இடறின குருடன் போலப் பிழைத்துப் போதல் அரிதாகும். மூங்கிலைத் தின்னும் வலியை யுடைய யானையினது காலின்கண் அகப்பட்ட வலிய மூங்கிலது நீண்ட முனையை ஒப்ப மேற்சென்று பொருவேன்; யான் அங்ஙனம் செய்யேனாயின், பொதுமகளிர் போகத்தில் எனது மாலை துவள்வதாக.''

ஆவூர் முற்றுகை

இங்ஙனம் வஞ்சினம் உரைத்துப் பெருவேந்தன், நெடுங் கிள்ளியது **ஆவூர்க்** கோட்டையை முற்றுகை இட்டான்.

---

1. புறம், செ. 27-33, 43-45, 47,68, 73,75,225,382,400,
2. ஷெ 73.

நெடுங்கிள்ளி கோட்டைக் கதவுகளை அடைத்துக்கொண்டு உள்ளே அமைதியாக இருந்து வந்தான்; வெளியே நலங்கிள்ளி முற்றுகையிட்டிருந்தான். கோட்டைக்கு வெளியே இருந்த நாட்டுப்புறங்கள் அல்லலுற்றன; போரால் துன்புற்றன. இக் கொடுமையையும் தாயத்தார் அறியாமையாற் செய்யும் கேட்டினையும் கண்டு இரங்கிய **கோவூர் கிழார்** என்னும் புலவர் கோட்டைக்குள் இருந்த நெடுங்கிள்ளியைப் பார்த்து,

''நலங்கிள்ளியின் யானைகள் ஊர்களைப் பாழாக்குகின்றன; உருமேறு போல முழங்குகின்றன. உள் பகுதியில் உள்ள குழந்தைகள் பாலின்றி அழுகின்றனர்; மகளிர் பூவற்ற வறிய தலையை முடிக்கின்றனர். (மகளிர் பலர் வீரர் இறத்தலால் கைம்பெண்கள் ஆயினர்); இல்லற வாழ்க்கையர் நின்னை நோக்கி 'ஓலம்' எனக் கூக்குரல் இடுகின்றனர். நீ இவற்றைக் கவனியாமலும் இவற்றிற்கு நாணாமலும் இனிதாக இங்கு (கோட்டைக்குள்) இருத்தல் இனியதன்று. வலிய குதிரையையுடைய தோன்றலே, நீ அறத்தை உடையை ஆயின், 'இஃது உனதன்றோ!' என்று சொல்லிக் கதவைத் திறநதுவிடு; மறத்தை உடையை ஆயின், போரால் திறத்தல் செய்வாயாக. இவ்விரண்டும் குன்றிக் கோட்டைக்குள் ஒளிந்துகொண்டிருத்தல் நாணமுடைய செயலாகும்''[1] என்று உறைக்க உரைத்தார்

பின்னர் என்ன நடந்ததென்பது தெரியவில்லை. நெடுங்கிள்ளி ஆவூர்க் கோட்டையை விட்டு ஓடி உறையூர்க் கோட்டைக்குள் ஒளிந்துகொண்டான்.

உறையூர் முற்றுகை

நெடுங்கிள்ளியின் பிடிவாதத்தையும் நலங்கிள்ளி அவனை விடாது பின்தொடர்ந்து சென்று உறையூரை முற்றியிருந்ததையும் கண்டு மனம் வருந்திய கோவூர்கிழார் இருவரையும் உளம் உருகப் பார்த்து,

''நெடுங்கிள்ளி அண்ணலே, உன்னோடு பொருபவன் பனம்பூ மாலை அணிந்த சேர அரசன் அல்லன்; வேப்பம் பூமாலை அணிந்த பாண்டியனும் அல்லன். உனது கண்ணியும் ஆத்தியால் கட்டப்பட்டது. உன்னுடன் பொருவோனது கண்ணியும் ஆத்தியாற் செறியக் கட்டப்பட்டது. ஆதலால், நும்முள் ஒருவீர் தோற்பினும்

---

1. புறம். 44.

தோற்பது சோழர் குடியே அன்றோ? இருவீரும் வெல்லுதல் இயல்புமன்று; ஆதலின் நீங்கள் இருவரும் அங்ஙனம் போர் இடுதல் தக்க செயலன்று. இச்செயல், நும்மைப் போன்ற வேந்தர்க்கு மனக்களிப்பை உண்டாக்குமே அன்றி உமக்கு நன்மை பயவாது. ஆதலின், இதனைத் தவிர்தலே முறை''[1] என்று இருவர் மனத்திலும் நன்கு பதியுமாறு புகன்றார்.

இளந் தத்தன்

இந்நிலையில் சோழன் நலங்கிள்ளியால் பரிசில் பெற்ற இளந்தத்தன் என்ற புலவன் உறையூர்க்குட் புகுந்து நெடுங்கிள்ளியைக் காண வந்தான். அவன் பகைவனிடமிருந்து வந்ததால், ஒற்று அறிய வந்தவன் என நெடுங்கிள்ளி தவறாக எண்ணினான்; அத்தவற்றால் அவனைக் கொல்லத் துணிந்தான். இக்கேட்டைக் கேள்வியுற்ற கோவூர்கிழார் விரைந்து சென்று, நெடுங்கிள்ளியைக் கண்டு.

''ஐயனே, பழுமரம் தேரும் பறவை போல நெடிய வழியையும் கவனியாது வள்ளல்களை நோக்கி வரும் எளிய புலவருள் இவன் ஒருவன்; தான் வல்ல படி பாடிப் பரிசில் பெற நின்பால் வந்தவன்; அரசியல் ஒற்றமுறைகளை அறிந்தவன் அல்லன். தான் கற்ற கல்வியால் தலைநிமிர்ந்து நடக்கும் புலவன் இவன். இவன் வந்த நோக்கத்தை அறியாது, நீ இவனைக் கொல்ல முயலுதல் கொடுஞ் செயலாகும்'' என்றார். அரசனும் அச்செயல் தவிர்ந்தான்.

உறையூர் முற்றுகை நலங்கிள்ளிக்கே வெற்றி அளித்ததென்பது தெரிகிறது. என்னை? நலங்கிள்ளி உறையூரை ஆண்டு வந்தான்; அதனைத் தலைநகராகக் கொண்டிருந்தான் என்று புறப்பாட்டு 68 கூறலால் என்க. மேலும், நெடுங்கிள்ளி நலங்கிள்ளியுடன் போரிட ஆற்றாது, பலவாறு முயன்று, இறுதியிற் 'காரியாறு' என்ற இடத்தில்(?) போரிட்டு இறந்தான் என்பது தெரிகிறது. அதனால் அவன் 'காரியாற்றுத் துஞ்சிய நெடுங்கிள்ளி' எனப்பட்டான்.[2]

---

1. புறம், 45.

2. இவனைக் கி.பி. 2-ஆம் நூற்றாண்டில் இளங்கிள்ளியோடு பொருதவன் எனச் சிலர் தவறாகக் கருதி எழுதியுள்ளனர். இதற்குக் காரியாற்றுப் போரைப் பற்றிய மணிமேகலை அடிகளிற் சான்றில்லை என்பது அறியற்பாலது.

பாண்டியருடன் போர்

நலங்கிள்ளி தன் ஆட்சிக்காலத்தில் பாண்டியருடன் போரிட்டான் என்பது தெரிகிறது. பாண்டிய நாட்டில் அரண் மிக்க வலிய கோட்டைகள் ஏழு இருந்தன. நலங்கிள்ளி அவற்றைக் கைப்பற்றி, அவற்றில் தன் **புலிக்குறி**யைப் பொறித்தான்.[1]

பெரு வீரன்

இவன் எப்பொழுதும் போர்க்களத்திலே இருந்து வந்தவன்; பகைவர் அஞ்சத்தக்க போர்களிற் பெருங்களிப்புக் கொண்டவன்; போர்முனையிற்றான் பாணர் முதலியோர்க்குப் பரிசளித்தவன்;[2] இவனிடம் சிறந்த கடற்படை இருந்தது; குதிரைப் படை இருந்தது; இவன் தேர்மீது செல்லும் பழக்கம் உடையவன்[3] இவன் காலாட்படைகள் மூவகைப்படும். தூசிப்படை, இடையணிப் படை, இறுதியணிப் படை என்பன. அவை போருக்குப் போகும் பொழுது, முதற்படை பனைநுங்கைத் தின்னும்; இடையணிப்படை பனம் பழத்தின் கனியை நுகரும்; இறுதியணிப் படை சுடப்பட்ட பனங்கிழங்கைத் தின்னும். அஃதாவது, தூசிப் படை முதலிலே அனுப்பப்படும்; அதுவே செய்வினையை முடித்துவிடும்; தவறின், பிறகுதான் இரண்டாம் படை அனுப்பப் படும். இந்த இரண்டிற்கும் இடைப்பட்ட காலமே நுங்கு பழமாகும் காலம் ஆகும். இரண்டாம் படையும் தவறுமாயின் ஈற்றணிப்படை பின்னரே அனுப்பப்படும். இவற்றிற்கு இடைப் பட்ட கலமே பனம்பழம் பனங்கிழக்காக மாறும் காலம். என்ன அழகிய நுட்பமான கருத்து.[4] இதனால் நலங்கிள்ளியின் போர்த் திறம் பற்றிய அறிவை நன்கறியலாம் அன்றோ? படைகளை முன்னரே கொண்ட குவித்து வீணாக்கும் வீணரைப் போலன்றித் தேவை உண்டாயின், ஒவ்வொரு படையாக அனுப்புதல் நன் முறையே அன்றோ?

பேரரசன்

இவன் கடற்படை வைத்திருந்தான் எனபதாலும் எப்பொழுதும் போர்க்களமே இடமாகக் கொண்டவன் என்பதாலும் இவன் பேரரசன் என்பதும், பகைவரை அடக்குதலிலே கண்ணும் கருத்துமாக இருந்தான் என்பதும் அறியக் கிடக்கின்றன. இதனை,

---

1. புறம், 33
2. புறம், 33
2. புறம், 382.
4. புறம்,225.

''சிறப்புடைய முறைமையால் பொருளும் இன்பமும் அறத்தின் பின்னே தோன்றம் காட்சி போல - சேரபாண்டியர் குடைகள் இரண்டும் நின் குடைக்குப் பின்னே தோன்றுகின்றன. நீ பாடி வீட்டின் கண்ணே இருத்தலையே விரும்புகின்றனை; நகரின் கண் இருத்தலை உடம்படாய்; பகைவர் கோட்டைக் கதவுகளைத் தம் கோட்டாற் குத்தும் நின் யானைகள் அடங்கி இரா. 'போர்' என்றவுடன் குதூகலித்துத் துள்ளம் நின் மறவர் போர் இன்றி வாடி யிரார். ஆதலின், கீழ்க்கடல் பின்னதாக மேல் கடலினது அலை நின் குதிரையின் குளம்பை அலைப்ப வலமாக **முறையே நீ வருவையோ என்று வடநாட்டரசர்** ஏங்குகின்றனர்.''[1]

என்று **கோவூர் கிழார்** பாடியுள்ளது கொண்டும் அறியலாம். கோவூர் கிழாரது கூற்றால், **இவன் பேரரசன்** என்பதும், வடநாட்டரசரும் அஞ்சத்தக்க நிலையில் இருந்தவன் என்பதும் தெளிவுறத் தெரிகின்றன அல்லவா? இச்சோழன், விறலியர் பூவிற்கு விலையாகப் பெறுக என்ற மாடத்தையுடைய **மதுரையையும் தருகுவன்'** என்று கோவூர் கிழார் கூறினர்[2] எனின், நலங்கிள்ளி **பேரரசன்** என்பதில் ஐயமுண்டோ? 'பகைவரை வென்ற மாறுபாட்டால் மிக்க செல்வத்தையுடைய தேர்வண்கிள்ளி' என்று இவனைத் **தாமப்பல் கண்ணனார்**[3] பாராட்டியுள்ளமையும் இவன் பேரரசன் என்பதை உணர்த்துகிறதன்றோ? 'நலங்கிள்ளியின் படைகள் இடமகன்ற உலகத்து வலமுறையாகச் சூழ்ந்து, மன்னரை வலி கெடுத்த மேம்பாட்டையுடையது. அவன் **உலகம் காக்கும் அரசன்'** என்று **ஆலத்தூர் கிழார்**[4] பாராட்டியிருத்தல் காண்க.

புலவன்

இப்பேரரசன் தமிழ்ப் புலமை நிரம்பியவன் என்பது இவனது பாடல் கொண்டு உணரலாம். அதன் செந்தமிழ் நடை, பொருட் செறிவு, உவமை நயம் இன்ன பிறவும் சுவைத்தற்கு உரியன. நெடுங்கிள்ளியைப் பொருமுன் சொன்ன வஞ்சினப் பாடல் அது. அதன் பொருள் முன்னரே கொடுக்கப் பெற்றது. பாடல் புறப் பாட்டில்[5] கண்டு மகிழ்க.

புரவலன்

இவன் கோவூர்கிழார், உறையூர் முதுகண்ணன் சாத்தனார், ஆலத்தூர்கிழார் முதலிய புலவர் பெருமக்களைப் பாராட்டி ஊக்கிய

1. புறம், 31. 2. புறம், 32. 3. புறம், 43.
4. புறம், 225 5. புறம், 73.

வள்ளல்; பாணர், கூத்தர், விறலியர் முதலியோரையும் பாதுகாத்து, அவர் வாயிலாக இசைத் தமிழையும் நாடகத் தமிழையும் நலனுற வளர்த்த தமிழ்ப் பெருமகன் ஆவன். "நமது சுற்றத்தினது அடு கலத்தை நிறைக்கும் பொருட்டு விலையாகக் கொடி கட்டிய வஞ்சிமாநகரையும் தருகுவன்; 'விறலியர் பூவிற்கு விலையாகப் பெறுக' என்று மாடத்தையுடைய மதுரையையும் தருவன்; ஆதலின், நாமெல்லாம் அவனைப் பாடுவோம், வாரீர், பரிசில் மாக்களே[1] என்று பரிசிலரைப் புரவலன்பால் அழைக்கும் கோவூர் கிழார் பாடல் ஒன்றே இவனது வள்ளன்மையை விளக்கப் போது மன்றோ?

புலவர் அறவுரை

போரில் சிறந்துநின்ற நலங்கிள்ளிக்கு முதுகண்ணனார் சாத்தனார் அளித்த **அறவுரை** சாலச் சிறந்ததாகும். அதன் சுருக்கம் பின்வருமாறு:

"என் இறைவ, சேட்சென்னி நலங்கிள்ளி, உலகில் தோன்றி மறைந்த மன்னர் பலராவர். அவருள் உரையும் பாட்டும் உடை யோர் சிலரே, வளர்ந்தது குறைதலும், குறைந்தது வளர்தலும், பிறந்தது இறத்தலும், இறந்தது பிறத்தலும் கல்வியால் அறியப் படாத மடவோரையும் அறியக் காட்டி அறிவை ஊட்டிவரும் **புலவரை என்றும் காப்பாயாக.** நீ நல்ல வளநாட்டிற்குத் தலை வன். ஆதலால், அறம், பொருள், இன்பம் என்னும் மூன்றையும் நீ பெற்று வாழ்வாயாக. நினது நாளோலக்கம் நின்னைத் தேடி வரும் பாண் மக்களால் சூழ்வதாகுக; பிறகு நினது மார்பம் நின் உரிமை மகளிர் தோள் சூழ்வதாகுக; நின் அரண்மனை முற்றத் தில் முரசு அதிரத் தீயோரை ஒறுத்து, நல்லோரை அருள் செய்து வரும் முறையை இனியும் கடைப்பிடிப்பாயாக. 'நல்வினை நலம் பயக்கும்-தீவினை தீமை பயக்கும்' என்பதை மறுப்பவர் உறவை நீ நாடா தொழிவாயாக. நின்னை நாடிவரும் எளியார்க்கு உதவி செய்யும் இயல்பு என்றும் நின்பால் நிலைப்பதாக. நீ பாதுகாத்த பொருள் நின் புகழிடத்ததாக."

இப்புலவர் பெருமான் பொன்மொழிகள் அவன் உள்ளத்தை உருக்கின. இவரே அன்றிக் கோவூர் கிழாரும் முற்றுகையிட்ட காலங்களில் எல்லாம் அறிவுரைகூறித் தெருட்டியுள்ளமை மேலே கூறப்பெற்றது. நற்குணங்கள் ஒருங்கே பெற்ற நலங்கிள்ளி,

---

1. புறம். 32

இப்பெரு மக்கள் அறிவுரைப்படி நடந்துவந்தான் என்று நாம் எண்ணுவதில் பிழை ஒன்றும் இல்லை.

அக்காலச் செய்திகள் சில

ஞாயிற்றினது வீதியும் அந்த ஞாயிற்றின் இயக்கமும் அவ் வியக்கத்தாற் சூழப்படும் பார்வட்டமும் காற்று இயங்கும் திக்கும், ஓர் ஆதாரமும் இன்றித் தானே நிற்கின்ற ஆகாயமும் என்ற சொல்லப்பட்ட இவற்றை ஆண்டாண்டுப் போய் அளந்து அறிந்தவரைப் போல - நாளும் இத்துணை அளவை உடையன என்று சொல்லும் கல்வியை உடையவரும் உளர்.'[1]......... இக் கூற்றால், அக்காலத்தில், **விண்ணூல் அறிஞர்** இருந்தனர் என்பதை அறியலாம்; நாளும் தம் கல்வியை வளர்த்து வந்த பேரறிஞர் இருந்தனர் என்பதை உணரலாம்.

'கூம்புடனே மேல் பூரிக்கப்பட்ட பாயை மாற்றாமல் அதன் மேல் பாரத்தையும் பறியாமல் ஆற்றுமுகத்துப் புகுந்த பெரிய மரக்கலத்தைப் பரதவரும், அளவரும் முதலாகிய தகுதி இல்லா தோர் தம் புலத்திற்கு இடையாகிய பெருவழிக்கண்ணே சொரி யும் கடலால் வரும் பல பண்டத்தையுடைய நாட்டை உடை யாய்!'[2]........ இதனால், நலங்கிள்ளியின் காலத்தில் நடந்துவந்த கடல் வாணிகம் இத்தன்மைத்தென்பதை ஒருவாறு அறியலாம் அன்றோ?

'கைவல்லோனால் புனைந்து செய்யப்பட்ட, எழுதிய, அழகு பொருந்திய அல்லப்பாவை 'அல்லியம்' என்னும் கூத்தை ஆடும்'[3].......... இதனால், ஓவியக் கலை சோணாட்டில் இருந்து வந்தமை அறியலாம்; கூத்து வகைகள் பல இருந்தன; அவற்றில் அல்லியம் என்பது ஒன்று என்பதும் அறிந்தின்புறலாம்.

'பலர் துஞ்சவும் தான் துஞ்சான் உலகு காக்கும்[4] என்பத னால், நலங்கிள்ளி அரசியல் பொறுப்பை அழுத்தமாக உணர்ந்த செங்கோல் அரசன் என்பது செவ்விதின் விளங்கும் அன்றோ?

தம்பி மாவளத்தான்

இவனைப்பற்றி விவரமாக ஒன்றும் தெரிய வில்லை. இவன் **தாமப்பல் கண்ணனார்** என்ற புலவரை ஆதரித்த வள்ளல். ஒருநாள் இவன் அவரோடு வட்டாடினான். அவர் கைகரப்ப,

---

1. புறம் 30.
2. புறம் 30
3. புறம் 33
4. புறம் 400.

இவன் வெகுண்டான்; வட்டை அவர்மீது வீசி எறிந்தான். உடனே அவர் வெகுண்டு, 'நீ சோழன் மரபினன் அல்லை; அம் மரபில் வந்திருப்பின் நீ இங்ஙனம் செய்யாய்' எனக் கடிந்தனர். அது கேட்ட மாவளத்தான் தான் சினத்திற் செய்த சிற செயலை எண்ணி வருந்தி நாணிகின்றான். அவனது உள்ள நிலையை நன்கு உணர்ந்த புலவர், தாம் அவனை வெகுண்டு கூறியதற்கு வருந்தி, அவனைத் தேற்றி மகிழ்வித்தார். இந்நிகழ்ச்சியை அப்புலவரே அழகாகப் பாடியுள்ளார்.[1]

9. கிள்ளிவளவன்

முன்னுரை

இவன் முன்சொன்ன நலங்கிள்ளி, நெடுங்கிள்ளி ஆகியவர்க்கு அடுத்து இருந்த பெரிய அரசன் ஆவன். என்னை? அவ்விருவரையும் பாடிய புலவர் பலரும் இவனை நேரிற் பாடியிருத்தலின் என்க. இவன் **உறையூரை** அரசிருக்கையாகக் கொண்டு ஆண்டவன்.[2] இவனைப் புலவர் ஒன்பதின்மர் 18 பாக்களிற் பாடியுள்ளனர். இவனை அகநானூற்றில் ஓர் இடத்தில் நக்கீரர் குறித்துள்ளார்.[3] இவனைப் பற்றிய பாடல்களால் இவன் சிறந்த போர்வீரன், சிறந்த புலவன், புலவரைப் போற்றிய புரவலன், கரிகாலன் நலங்கிள்ளி போன்ற சோழப் பேரரசன் என்பன எளிதிற் புலனாகின்றன.

போர்ச் செயல்கள்

இவன் செய்த போர்கள் பல என்பது பல பாடல்களால் விளங்குகிறது. இடம் குறிக்காமலே பல பாடல்கள் போர்களைக் குறிக்கின்றன; இவன் பகைவர் அரண்கள் பலவற்றை அழித்தவன்; அரசர் பொன் மகுடங்களைக் கொண்டு தனக்கு வீரக்கழலைச் செய்து கொண்டவன்.[4] எட்டுத் திசையும் எரி கொளுத்திப் பல கேடுகள் நிகழப் பகைவர் நாட்டை அழித்தவன்; காற்றுடன் எரி நிகழ்ந்தாற் போன்ற செலவையுடைய போரில் மிக்கவன்;[5] வேந்தரது பாடி வீட்டின்கண் குருதிப் பரப்பின் கண்ணே யானையைக் கொன்று புலாலையுடைய போர்க் களத்தை உண்டாக்கிய போர் செய்யும் படையை உடையவன்;[6] மண்டிய போரில் எதிர் நின்ற வெல்லும் படையையும் திண்ணிய தோள்களையும் உடையவன்;[7] வாள் வீரரும் யானையும் குதிரையும்

---

1. புறம், 43. 2. புறம், 69. 3. அகம் 346. 4. புறம், 40.
5. ஷ்டி 41 6. ஷ்டி 69, 7. புறம் 226.

உதிரம் கொண்ட போர்க்களத்தில் மாய, நாடோறும் அமையா னாய், எதிர்நின்று கொன்று நமனுக்கு நல் விருந்தளித்தவன்.[1]

கருவூர் முற்றுகை

இவன் செய்த பல போர்களில் கருவூர் முற்றுகை ஒ ன்றாகும். இவன் தன் படைகளுடன் கருவூரை முற்றிப்போர் செய்தான். சேர மன்னன் கருவூர் அரணுக்குள் இன்பமாகக் காலம் கழித்து வந்தான். அவன் வீர மானம் அற்றவன். கிள்ளி வளவன் வீணே போரிடலைக் கண்டு வருந்திய ஆலந்தூர் கிழார் என்ற புலவர் அவனை நோக்கி,

''நின் படைகள் செய்யும் கேட்டை நன்கு உணர்ந்தும் சேர மன்னன் மானம் இன்றித் தன் கோட்டைக்குள் இனிதாக இருக்கின் றான். அவன் போருக்கு வரவில்லை. நீ மானமற்ற அவனுடன் பொருவதில் என்ன சிறப்பு உண்டாகும்? நீ வென்றாலும் ஒன்றே; அவனைக் கொன்றாலும் ஒன்றே. எச்செயலாலும் நினக்குப் பெருமை வருமென்பது விளங்கவில்லை.[2]

என்று கூறுமுகத்தால், சேர அரசனது மானமின்மையையும் கிள்ளிவளவனது ஆண்மையையும் விளக்கினார். பின்னர்ச் சேரன் தோற்றான்போலும்! அவனது கருவூர் அழிக்கப்பட்டது போலும்! என்னை?

''இமய மலையின்கண் சூட்டப்பட்ட காவலாகிய வில் பொறியையும் சிறந்த வேரைப்பாடமைந்த தேரையும் உடைய **சேரன் அழிய** அவனது **அழிவில்லாத கருவூரை அழிக்கும்** நினது பெருமை பொருந்திய வலிய தாளை எங்ஙனம் பாட வல்லேன்?''[3] என்ற கிள்ளி வளவனை **மாறோக்கத்து நப்பசலை யார்** பாடியுள்ளதால் என்க.

மலையமானுடன் போர்

மலையமான் என்பவன் திருக்கோவலூரைத் தலைநகராகக் கொண்ட மலைநாட்டுக்குத் தலைவன். இந்த மலையமான் மரபினர் கி.பி 13-ஆம் நூற்றாண்டு வரை தமிழக வரலாற்றில் இடம்பெற்றுள்ளனர். இவர்கள் சங்க காலம் முதலே சோழர் பேரரசிற்கு உட்பட்டவராவர். அங்ஙனம் இருந்தும், கிள்ளிவளவன் காலத்து மலையமான் எக்காரணம் பற்றியோ சோழனது சீற்றத் திற்கு ஆளானான். அதனால் கிள்ளி வளவன் அவனை என்ன

1. புறம் 227. 2. புறம் 36 3. மேற்படி 39.

செய்தான் என்பது விளங்கவில்லை; ஆயின், அவன் மக்கள் இருவரையும் சிறைப் பிடித்துக் கொணர்வித்தான்; அவர்களை யானையால் இடறச் செய்யத் தீர்மானித்தான். இஃது அக்காலத்துத் தண்டனை வகைகளில் ஒன்றாக இருந்தது.

இந்தக் கொடுஞ்செயலைக் **கோவூர்கிழார்** அறிந்தார். அவர் மலையமானது அறச்செயலை நன்கறிந்தவர்; அவ்வள்ளல் மக்கட்கு நேர இருந்த கொடுந்துன்பத்தைப் பொறாதவராய்ச் சோழனைக் குறுகி,

"நீ, ஒரு புறவின் துன்பம் நீக்கத் தன் உயிர் கொடுத்த சோழன் மரபில் வந்தவன். இப்பிள்ளைகள் புலவர் வறுமையைப் போக்கும் வள்ளல்கள் மரபில் வந்தவர்கள். இவர்கள் யானையைக் காணுமுன் வரை அச்சத்தால் அழுது கொண்டிருந்தனர்; யானையைக் கண்டவுடன் தம் அழுகை நிறுத்தி வியப்பால் அதனை நோக்கி நிற்கின்றனர்; இப்புதிய இடத்தைக் கண்டு அஞ்சி இருக்கின்றனர். நீ இதனைக் கேட்டனையாயின், விரும்புவதைச் செய்வாயாக"[1]

என்று உறைக்க உரைத்தார். பிறகு நடந்தது தெரியவில்லை.

பாண்டி நாட்டுப் போர்

கிள்ளிவளவன் பாண்டியனுடன் போர் செய்தான். போர் மதுரையில் நடந்தது. பாண்டியன் தானைத் தலைவன் பழையன் மாறன் என்பவன், சோழன் வெள்ளம்போன்ற தன் சேனையுடன் போரிட்டான். எனினும், அப்போரில் தோற்றான். அவனுடைய புரவிகளும், களிறுகளும் பாண்டியன் கைப்பட்டன. பாண்டியன் பெற்ற இந்த வெற்றியைக் கண்ட கோக்கோதைமார்பன் (சேரமான் கோக்கோதைமார்பன்?) மகிழ்ச்சி அடைந்தான். இந்தச் செய்தியை **நக்கீரர்** அகநானூற்றுப் பாடல் ஒன்றில் குறித்துள்ளார்.[2] கிள்ளி வளவன் இப்போரில் வெற்றி பெற்றிருப்பானாயின், அவனைப் பற்றிய 18 பாடல்களில் ஒன்றிலேனும் குறிக்கப் பெற்றிருப்பான். அவனைப் பாடிய புலவர் ஒன்பதின்மருள் ஒருவரேனும் இதனைக் குறியாமை ஒன்றே, அவன் பாண்டிப் போரில் தோற்றிருத்தல் வேண்டும் என்பதை வலியுறுத்துகிறது. கிள்ளிவளவன் இறந்த பிறகும் அவனைப் புலவர் நால்வர் பாடியுள்ளனர். அப்பாடல்களிலும் பாண்டிப்போர் குறிக்கப்பட்டிலது. இவற்றை நோக்கக் கிள்ளிவளவன் பாண்டி நாட்டுப் போரில் தோற்றானாதல்

---

1. புறம் 46 2. அகம் 346; K.A.N. Sasty's 'Cholas' Vol. 1, p 53.

வேண்டும் என்பது தெரிகிறது. கரிகாலன் ஏற்படுத்திய சோழப் பேரரசிற்குத் தன்னைப் போல உட்பட்டிருந்த பாண்டியன், அக் கரிகாலன் மரபில் வந்த கிள்ளிவளவனைத் தோற்கடித்துத் தன் ஆட்சி பெற்றதைக் காணச்(சேரமான்) **கோக்கோதை மார்பன்** மகிழ்ந்தனன் என்பது இயல்பேயன்றோ?

சேரநாட்டுப் போர்

இத்துடன், இச்சோழன் '**குளமுற்றத்துத் துஞ்சிய கிள்ளி வளவன்**' என இறந்தபின் பெயர்பெற்றான். 'குளமுற்றம் என்னும் இடத்தில் இறந்த' என்பது இதன் பொருள். **குளமுற்றம்** என்பது சேர நாட்டில் உள்ளதோர் ஊர். இவன் சேரனோடு செய்த போரில் இறந்தானாதல் வேண்டும்[1] என்பது தெரிகிறதன்றோ?

முடிவு

'இவன் பல இடங்களிற் போர் செய்தான்; கருவூரை ஆண்ட சேர மன்னனை முதலில் தாக்கினான்; மலையமானைப் பகைத்துக் கொண்டான்' என்ற முற்செய்திகளையும் இவற்றோடு நோக்க, இவனது ஆட்சிக் காலத்தில், கரிகாலன் காலமுதல் சிற்றரசரான அனைவரும் தம்மாட்சி பெற முனைந்தனர் என்பதும, இறுதியில் வெற்றி பெற்றனர் என்பதும் தெளிவாக விளங்குகின்றன.

இவை அனைத்தையும் சீர்தூக்கின், கரிகாலன் உண்டாக்கிய சோழப் பேரரச கிள்ளிவளவன் காலத்தில் சுருங்கிவிட்டது என்பது நன்கு விளங்குதல் காண்க.

கிள்ளிவளவன் பேரரசன்

'தமிழ் நாட்டிற்கு உரியராகிய மூவேந்தருள்ளும் 'அரசு' என்பதற்கு உரிய சிறப்புடையது கிள்ளி வளவன் அரசே'[2] என்று **வெள்ளைக்குடி நாகனார்** வெளிப்படுத்துவதிலிருந்து, இவன் அக்காலத்தில் தலைமை பெற்றிருந்த தன்மை நன்கறியலாம். ''செஞ்ஞாயிற்றின் கண் நிலவு வேண்டினும், திங்களின்கண் வெயில் உண்டாக வேண்டினும், திங்களின்கண் வெயில் உண் டாக வேண்டினும், வேண்டிய பொருளை உண்டாக்கம் வலியை உடையவன்[3] என்று **ஆலூர் மூங்கிழார்** அறைந்தமை அவனது பேரரசுத் தன்மையை அன்றோ புலப்படுத்துவது? 'மிக்க பெரிய சேனையையுடைய அறிஞர் புகழ்ந்த நல்ல புகழையும் பரந்த சுடரினையும் உடைய ஆதித்தன் வானத்தின் கண் பரந்தாலொத்த

---

1. N.M.V Nattar's 'Cholas', p. 6. 2. புறம், 35. 3. ஷெ 38

தலைமையையுடைய செம்பியர் மரபினன் கிள்ளிவளவன்; கொடிகள் அசைந்தாடும் யானைகளையுடைய மிகப்பெரிய வளவன்[1] என்று **ஐயூர் முடவனார்** அருளிச் செய்தமை அறியற்பாலது.

சிறந்த போர்வீரன்

இவன் செய்த பல போர்கள் முன்னர்க் குறிக்கப்பட்டுள. பெரும் படைகளைக் கொண்ட இவனே சிறந்த போர்வீரன் என்பதும் புலவர் சொற்களால் அறியலாம். 'அருஞ்சமம் கடக்கும் ஆற்றலன்' என்று இவனை எருக்காட்டூர்த் **தாயங்கண்ணனார்**[2] பாடியுள்ளது நோக்கத்தக்கது.

புலவன்-நண்பன்

கிள்ளிவளவன் சிறந்த புலவன் என்பது இவன் பாடிய புறநானூற்றுப் பாடலால் நன்கறியலாம், அங்ஙனமே அப்பாட லால், இவன் பண்ணன் என்பானிடம் கொண்டிருந்த சிறந்த நட்பும் தெரியலாம். அப்பாடலின் பொருள் பின்வருமாறு:

''பழுத்த மரத்தினிடம் பறவைகள் கூடி ஓசையிடும். அதுபோலப் பண்ணன் விடுதியில் உண்டியால் உண்டாகிய ஆரவாரம் கேட்டுக்கொண்டே இருக்கும். மழைபெய்யும் காலத்தை நோக்கித் தம் முட்டைகளைக்கொண்டு மேட்டு நிலத்தை அடை யும் சிற்றெறும்பின் ஒழுக்குப் போலச் சோற்றுத் திரளையைக் கையில் உடையராய் வெவ்வேறு வரிசையாகச் செல்கின்ற பெரிய சுற்றத்துடன் கூடிய பிள்ளைகளைக் காண்கின்றோம். அங்ஙனம் கேட்டும் கண்டும். 'எம் பசி வருத்தலால், பசி நோய் தீர்க்கும் மருத்துவனது மனை அணிமையில் உள்ளதோ? சேய்மையில் உள்ளதோ? கூறுங்கள்' என்று இப்பாணன் கேட்கின்றான். பாணரே, இவன் வறுமையைக் காண்பீராக. என் வறுமையும் தீர்த்து இவன் வறுமையும் தீர்க்க இருக்கின்ற **பண்ணன்,** யான் உயிர் வாழ்நாளையும் பெற்று வாழ்வானாக.''[3]

இவ்வழகிய பாடலில், கிள்ளிவளவன் தன் புலமையையும் தனது நண்பனாகிய பண்ணனது கொடைத் திறத்தையும் அவன் பால் தான் கொண்டிருந்த சிறந்த நட்பையும் ஒருங்கே விளக்கி யிருத்தல் படித்து இன்புறற்பாலது.

புரவலன்

இவனைப் பாடியுள்ள புலவர் ஒன்பதின்மர் ஆவர். அவர் ஆலத்தூர் கிழார்,[4] வெள்ளைக்குடி நாகனார்,[5] மாறேக்கத்து

---

1. புறம், 228. 2. புறம், 397. 3. ஷை 173. 4. ஷை 34-69. 5. ஷை 35

நப்பசலையார்,[1] ஆவூர் மூலங்கிழார்,[2] கோவூர் கிழார்,[3] ஆடுதுறை மாசாத்தனார்,[4] ஐயூர் முடவனார்,[5] நல் இறையனார்,[6] எருக்கூட்டூர்த் தாயங் கண்ணனார்[7] என்போராவர். இவருள் ஆடுதுறை மாசாத்த னாரும் எருக்கூட்டூர்த் தாயங்கண்ணனாரும் இவன் இறந்த பின் வருந்திப் பாடிய செய்யுட்களே புறப்பாட்டில் இருக்கின்றன. அவர்கள் அவன் உயிரோடிந்தபொழுது கண்டு பாடிய பாக்கள் கிடைத்தில. இந்த ஒன்பதின்மரையும் இவர்தம் புலமையறிந்து போற்றிப் பாதுகாத்த வளவன் பெருமையை என்னென்பது! சிறந்த கொடையாளியாகிய பண்ணனைத் தன் நண்பனாகப் பெற்றவனும் புலவர் ஒன்பதின்மரைப் பாதுகாத்தவனுமாகிய இக்கிள்ளிவளவன், தன்னளவில் சிறந்த புரவலன் என்பதில் ஐயமுண்டோ? இவன் இத்தன்மையனாக இருந்தமையாற்றான் புலவர் பாடல்கள் கொண்டான். இவன் இறந்த பின் இவனைப் பாடியவர், மேற்குறித்த ஒன்பதின்மருள் நால்வர் ஆவர். அவர்- கோவூர்கிழார், மாறோக்கத்து நப்பசலையார், ஐயூர் முடவனார், ஆடுதுறை மாசாத்தனார் என்போராவர்.

இரவலர்க்கு எளியன்

'பாணனே, நீ கிள்ளிவளவனது கொடிய வாயிலில் காலம் பார்த்து நிற்க வேண்டுவதில்லை; உடனே உள்ளே போகலாம்''[8] என்று ஆலத்தூர் கிழார் பாணனை ஆற்றுப்படுத்தலைக் காண, சோழனது இரவலர்க்கு எளியனாந் தன்மை இற்றென இனிது விளங்கு கிறதன்றோ? 'கலிங்கமும்(ஆடையும்) செல்வமும் கேடின்றி (குறைவின்றி)க் கொடுப்பாயாக; பெரும, நின் நல்லிசை நினைந்து இங்கு வந்தேன்; நின் பீடுகெழு நோன்றாள் பலவாறு பாடுவேன்''[9] என்ற நல் இறையனார் பாடலில், இவனது **நல்லிசை** அவரை வருமாறு செய்தது என்பதை நோக்குக. இதனால், இவனது வள்ளற்றன்மையும் இரவலர்க்கு எளியனாந் தன்மையும் நன்கு விளங்குகின்றன. இவன் வந்த புலவர்க்கு,

'நெய்யுறப் பொரித்த குய்யுடை நெடுஞ்சூடு
மணிக்கலம் நிறைந்த மணநாறு தேறல்
பாம்புரித் தன்ன வானபூங் கலிங்கமொடு
மாரியன்ன வண்மையிற் சொரிந்து
வேனில் அன்னஎன் வெப்பு நீங்க
அருங்கலம் நல்கி யோனே''[10]

1. புறம், 37, 39, 226 2. ஷெ 38, 40 3. ஷெ 41,46,70, 386 4. ஷெ 227
5. ஷெ 228 6. ஷெ 393 7. ஷெ 397 8. ஷெ 69. 9. ஷெ 393. 10. ஷெ 397

என்பது எருக்காட்டூர்த் தாயங் கண்ணனார் பாடலால் இனிதுணரக் கிடத்தல் காண்க.

புலவர் கையறுநிலை

இப்பெருமகன் பேரரசனாக இருந்து, பல போர்கள் புரிந்து, புலவர் பலரைப் போற்றி, எளியர் பலரை ஆதரித்து, முத்தமிழை ஓம்பி வளர்த்தமை உன்னி உன்னி, இவன் இறந்தபொழுது புலவர் பாடிய பாக்கள்[1] உள்ளத்தை உருக்குவனவாகும்.

''நமன் வெகுண்டு சோழன் உயிரைக் கொண்டிருத்தல் இயலாது, அவன் பாடுவாரைப்போல நின்று கையால் தொழுது வாழ்த்தி இரந்து உயிர் கொண்டானாதல் வேண்டும்''[2] என்றனர் நப்பசலையார். ''அறிவற்ற நமனே, நாளும் பலரைப் போரிற் கொன்று நினக்கு நல்விக்ருந்தளித்த புரவலனையே அழைத்துக்கொண்ட உன் செயல்-விதையையே குற்றி உண்பார் மூடச் செயலை ஒத்ததாகும். இனி நினக்கு நாளும் உணவு தருவார் யாவர்?''[3] என்றனர். ஆடுதுறை மாசாத்தனார். ''பேரரசனாகிய கிள்ளிவளவனைப் புதைக்கும் தாழியை, வேட்கோவே, என்ன அளவுகொண்டு செய்யப்போகிறாய்? அவன் மிக்க பெரியவனாயிற்றே''![4] என வருந்தினர் ஐயூர் முடவனார்.

''குணதிசை நின்ற குடமுதற் செலினும்
குடதிசை நின்ற குணமுதற் செலினும்
வடதிசை நின்ற தென்வயிற் செலினும்
தென்திசை நின்று குறுகாது நீடினும்
யாண்டு நிற்க எள்ளியாம்!
வேண்டிய துணர்ந்தோன் தாள்வா ழியவே!''[5]

என்று கையற்றுப் புலம்பினர் கோவூர் கிழார்.

பாக்களால் அறியத்தகுவன

சோழ வளநாடு வேள்விகள் மலிந்த நாடு[6] அக்காலத்தே **அறநூல்** ஒன்று தமிழகத்தே இருந்தது. அதனைப் புலவர் நன்கறிந்திருந்தனர்.[7] உறையூர் சோழர் கோநகரம் ஆதலின், அங்கு **அறங்கூர் அவையம்** இருந்தது.[8] கோட்டை மதிலைச் சூழ ஆழமான அகழி இருந்தது. அதன்கண் முதலைகள் விடப்பட்டிருந்தன. **ஊர் காப்பார்** இடையாமத்தில் விளக்கு எடுத்துக்

---

1. புறம் 226, 227, 228, 386. 595-6. 2. ஷெ 226. 3. ஷெ 227.
4 ஷெ 228. 5. புறம். 386. 6. ஷெ 397. 7. ஷெ 34. 8. ஷெ 39.

கொண்டு ஊர் சுற்றி வருவது வழக்கம்.[1] வரகரிசியைப் பாலிற் பெய்து அட்ட சோற்றுடன் முயற்கறியை உண்டலும் அக்கால வழக்கம்.[2] இலக்கண முறைமை நிரம்பிய யாழைப் பாணர் வைத்திருந்தனர். அது தேன்போன்ற இனிய நரம்புத் தொடை களை உடையது.[3] அரசர் முதலாயினோர் உடலைத் தாழியிற் கவித்தல் மரபு.[4] நாள்தோறும் அரசனைக் காலையில் துயில் எழுப்பல் பாடகர் தொழிலாகும்.[5] பாம்பின் சட்டை போன்ற மெல்லிய ஆடைகள் அக்காலத்தில் தமிழ்நாட்டிற் செய்யப் பட்டன.[6] கிள்ளிவளவன் காலத்திற்கு முற்பட்டதொரு காலத் திருந்த **சேரன் இமயமலை மீது வில்பொறி பொறித்திருந் தான்.**[7] இச்செய்தி நன்கு கவனித்தற்கு உரியது. இச் சேரன் யாவன்? இவன் காலம் யாது? என்பன ஆராய்தற்குரிய செய்திகள். இவை பொய்யான செய்திகளாக இருத்தல் இயலாது. என்னை? சோழனைப் பாராட்டிப் பாடும் புலவர், சேரனைப் பற்றிய பொய் யான செய்தியைச் சோழன் முன் கூறத் துணியார் ஆதலின் என்க. புறவிற்காகத் துலைபுக்க சோழன், தூங்கெயில் எறிந்த தொடித் தோள் செம்பியன் என்பவர் கிள்ளிவளவன் முன்னோர்; முன்னவன் அருளுடைமைக்கும் பின்னவன் பெரு வீரத்திற்கும் சுட்டப் பெற்றனர்.[8]

10. கோப்பெருஞ் சோழன்

முன்னுரை

இவன் உறையூரைக் கோநகராகக் கொண்டு சோணாட்டை ஆண்ட அரசன். இவன் நற்குணங்கட்கு இருப்பிடமானவன்; சிறந்த **தமிழ்ப் புலவன்;** அறத்தின் நுட்பங்களை உணர்ந்து அறவழி ஒழுகிய பெரியோன்; **பொத்தியார்** என்றவரை அவைப் புலவராகக் கொண்டவன்; கண்ணகனார், புல்லாற்றூர் எயிற்றி யனார், கருவூர்ப் பெருஞ் சதுக்கத்துப் பூதனார், பிசிராந்தையார் என்ற புலவராற் பாராட்டப் பெற்ற பெருந்தகையாளன்.

பழகா நட்பு

பாண்டிய நாட்டிற் **பிசிர்** என்பதோர் ஊர் ஆகும். அதனில் **ஆந்தையார்**[9] என்றொரு தமிழ்ப் புலவர் இருந்தார். அவர் சோழ னுடைய நல்லியல்புகளைப் பலர் வாயிலாகக் கேட்டு, அவன்மீது

---

1. புறம். 37. 2. ஷை 34. 3. ஷை 69,70. 4. ஷை 228
5. ஷை 397. 6. ஷை 397 7. ஷை 39 8. ஷை 37, 38, 46.

9. ஆந்தையார் - **ஆதன்** என்பானுக்குத் **தந்தையார்** அல்லது ஆதன் தந்தை வழி வந்து அப்பெயரிடப் பெற்றவர் என்றேனும் கொள்ளுதல் தகும். - N. M. V. Nattar's cholas', p. 79.

பேரன்பு கொண்டார்; தம் பாராட்டலைப் பலர் வாயிலாகச் சோழற்கு அறிவித்து வந்தார். சோழனும் அவரது நட்பையும் புலமையையும் வல்லார் வாய்க் கேட்டுணர்ந்து அவரை மதித்து வந்தான்.

ஒருநாள் பிசிராந்தையார் சோழனை நினைந்து அன்னச் சேவலை விளித்துப் பாடிய பாட்டு அவரது நட்பினை நன்கு விளக்குவதாகும்.

''அன்னச் சேவலே! அன்னச் சேவலே! எம் அண்ணல் தன் நாட்டினைத் தலையணி செய்யும் திருமுகம் போல மதியம் விளங்கும் மாலைப்பொழுதில் யாம் செயலற்று வருந்துகின்றோம்; நீதான் குமரிப்பெருந்துறையில அயிரை மேய்ந்து வடதிசைக் கண்ணதாகிய இமயமலைக்குச் செல்வாயாயின், இடையில் உள்ள சோணாட்டை அடைக! உறையூரின்கண் உயர்ந்து தோன்றும் மாடத்தினிடத்தே நின் பெடையோடு தங்கி, வாயில் காவலர்க்கு உணர்த்திவிடாதே தடையின்றிக் கோவிலிற் புகுக; எம் கோவாகிய **கிள்ளி** கேட்க, 'யான் பிசிராந்தையின் அடியுறை' எனக் கூறுக; அவன் உடனே நின் பேடை அணியத் தன் அணிகலம் தருவன்.''[1]

தந்தையும் மக்களும்

கோப்பெருஞ் சோழன் நல்லியல்புகட்கு மாறாக அவன் மக்கள் தீய இயல்புகளைப் பெற்றிருந்தனர். அவர்கள் தந்தை யாண்ட பேரரசின் சில பகுதிகளை ஆண்டுவந்தனர்(?). அவர்கள் தந்தைக்குக் கீழ்ப்படியவில்லையோ - அல்லது தந்தையை வென்று தாமே முழு நாட்டையும் ஆள விழைந்தனரோ அறியோம். கோப்பெருஞ் சோழன் பெரும் படையுடன் தன் மக்கள்மீது போர் புரியச் சென்றான்.

அந்நிகழ்ச்சியைக் கண்ட அவைப் புலவராகிய **புல்லாற்றூர் எயிற்றியனார்** என்ற புலவர் பெருமான் அரசனை நல்வழிப் படுத்த விழைந்தார். அவர் கோப்பெருஞ்சோழனை நோக்கி,

''பகைவரை வெல்ல வெல்ல வேந்தே, பேரரசனாகிய கிள்ளியே. நின்னுடன் போர் செய்ய வந்தவர் நின் பகைவர் அல்லர்; நீ உலகை வெறுத்துத் தேவர் உலகம் எய்த பின்னர் இவ்வரசாட்சிக்கு உரியவர் அவரே யாவர். இதனை நீ நன்கறிவை. நின்னுடன் அறிவின்மையாற் போர் செய்ய வந்த அவரை நீ வென்ற பின்னர் இந்நாட்டை யாருக்கு அளிப்பை? நீ போரில் தோற்றபின், நின் பகைவர் இகழத்தக்க பழியை உலகில் நிறுத்தி யவன். ஆவாய் ஆதலின், நினது மறன் ஒழிவதாக! விண்ணோரல்

---

1. புறம். 67.

விருப்புடன் நின்னை விருந்தாக எதிர்கொள்ள நர்வினை செய்தல் நல்லது; அதற்கு விரைந்து எழுக. நின் உள்ளம் வாழ்வதாக.''[1]

என்று உருக்கமாக உரைத்தார்.

அரசன் வடக்கிருத்தல்

கோப்பெருஞ் சோழன் நல்லியல்புகள் மிக்கவன்; ஆதலின், அவனது கோபம், புலவர் அறவுரை கேட்ட பின், இருந்த இடம் தெரியாது ஒழிந்தது. அவன் தன் அரசைத் தன் மக்களிடம் ஒப்புவித்து, அவரால் தனக்கு நேர்ந்த பழியை நினைந்து நாணி வடக்கிருந்தான். **வடக்கிருத்தல்** என்பது-யாதெனும் ஒரு காரணம் பற்றி உயிர் துறக்கத் துணிந்தோர் ஆற்று இடைக் குறைபோலும் தூயதொரு தனி இடத்து எய்தி, வடக்கு நோக்கி இருந்து, உணவு முதலியன துறந்து, கடவுட் சிந்தையுடன் உயிர் விடுவதாகும். இங்ஙனம் வடக்கிருந்த சோழன் தான் உணர்ந்த அறநெறிச் சாரத்தைத் தன் நண்பர்க்கு உணர்த்த விரும்பிக் கீழ்வருமாறு கூறினான்:

அறவுரை

''தெளிவற்ற உள்ளம் உடையோர், 'அறத்தினைச் செய் வோமோ, செய்யாதிருப்போமோ' என்று கருதி ஐயம் நீங்காதவ ராகின்றனர். யானை வேட்டைக்குச் செல்பவன் யானையையும் எளிதிற் பெறுவன்; காடை வேட்டைக்குப் போகுபவன் அது பெறாமல் வெறுங்கையுடன் திரும்பினும் திரும்புவன். அதனால் உயர்ந்தவர்க்குத் தாம் செய்த நல்வினைப் பகுதியால், அதனை நுகர்தல் உண்டெனின், அவர் இருவினையும் செய்யாத உம்பர் உலகில் இன்பம் நுகர்தலும் கூடும். அஃது இல்லையாயின், மாறிப் பிறக்கும் பிறப்பு இல்லையாகவும் கூடும்: 'மாறிப் பிறத்தலே இல்லை' என்று கூறுவர் உளராயின், இமயச் சிகரம் ஓங்கினாற் போன்ற தமது புகழை நிலைநிறுத்தி வசையில்லாத உடம்போடு கூடி நின்று இறப்பது சிறந்ததாகும். அதனால், எவ்வாற்றானும் நல்வினை செய்தலே ஏற்புடைத்து.''[2]

எதிர்கால உணர்ச்சி

இங்ஙனம் சிறந்த அறவுரை புகன்ற அரசர் பெருந்தகை தன் பக்கத்தில் இருந்த சான்றோரைப் பார்த்து, ''பாண்டிய நாட்டில் நெடுந் தொலைவில் உள்ள பிசிர் என்னும் ஊரைச் சேர்ந்த ஆந்தையார் என்ற எனது உயிர் நண்பன் இப்பொழுது இங்கு வருவன்'![3] என்றனன். அதுகேட்ட சான்றோர், 'பாண்டிய நாட்டில்

1. புறம். 213. 2. புறம். 214. 3. ஷை 215.

இருந்து ஆந்தையார் இந்நெடுந்தொலைவு நடந்து வருதல் சாலாது'' என்றனர். அதுகேட்ட அரசன் நகைத்து, ''நிறைந்த அறிவினை உடையீர், என் உயிரைப் பாதுகாக்கும் நண்பன் நான் செல்வம் உடைய காலத்து வாராதிருப்பினும் வறுமையுற்ற இக்காலத்து வந்தே தீருவன். அவன் இனிய குணங்களை உடையவன்; தனது பெயரைப் பிறர்க்குச் சொல்லும்பொழுது, 'என் பெயர் பேதைமை யுடைய **சோழன்**' என்று எனது பெயரைத் தனக்குப் பெயராகச் சொல்லும் மிக்க அன்புபட்ட உரிமை உடையவன். அவன் மெய் யாக வருவன்; அவனுக்கும் **இடம் ஒழியுங்கள்**''[1] என்றான்.

பொத்தியார் பாராட்டுரை

இங்ஙனம் அரசன் அறைந்த சிறிது பொழுதிற்குள் பிசிராந் தையார் அங்குத் தோன்றினார்; அரசனைத் தன் மார்போடு தழுவிக் கொண்டு உவகைக் கண்ணீர் பெருக்கினார். இந்த அற்புதத்தைக் கண்ட பொத்தியார் பெருவியப்பெய்தி. ''தனக்குரிய பெரிய சிறப்புகளை யெல்லாம் கைவிட்டு இங்ஙனம் அரசன் வடக்கிருத்தல் என்பது நினைக்கும்பொழுது வியப்பினை உடைய தாகும்; வேற்று வேந்தன் நாட்டிலிருந்து விளக்கம் அமைந்த சான்றோன் புகழ் மேம்பாடாக நட்பே பற்றுக் கோடாக இத்தகைய துன்பக் காலத்தில் வழுவின்றி இங்கு வருதல் அதனினும் வியப் புடையது. இப்புலவன் வந்தே தீருவன் என்று சொன்ன வேந்தனது பெருமையும், அவன் சொல்பழுதின்றாக வந்தவனது அறிவும் வியக்குந்தோறும் வியக்குந்தோறும் வியப்பு எல்லை கடந்துள் ளது; ஆதலால், தன் செங்கோல் செல்லாத தேயத்துறையும் சான்றோனது நெஞ்சத்தைத் தன்னிடத்தே உரித்தாகப் பெற்ற புகழுடைய பெரியோனை இழந்த இந்நாடு என்ன துன்பமுறுங் கொல்லோ! இதுதான் இரங்கத்தக்கது!''[2] என்று கூறி வியப்புற்று வருந்தினார்.

என்றும் இளமை

சோழனைச் சூழ இருந்த சான்றோர் பிசிராந்தையாரை நோக்கி, 'உமக்கு யாண்டு பல ஆகியும் நரையில்லாதிருத்தற்குக் காரணம் என்னை?' என்று வியப்போடு கேட்டனர். அதற்குப் புன்முறுவலுடன், ''ஐயன்மீர், பெருமை பொருந்திய என் மனைவி யும் மக்களும் அறிவு நிரம்பியவர்; ஏவலர் என் சொற்படி நடப் பவர்; எமது பாண்டியன் முறை வழுவாது குடிகளைப் பாதுகாக்

---

1. புறம், 216.   2. புறம். 217.

கின்றான்: எமது ஊரில் அறிவு ஒழுக்கங்களால் மேம்பட்டு அடக்கத்தையே அணிகலனாகக் கொண்ட சான்றோர் பலர் வாழ்கின்றனர். இந்நான்கு காரணங்களால் யான் நரை இன்றி இருக்கின்றேன்'' என்றார். கேட்டோர் வியந்தனர்.[1]

ஆந்தையார் வடக்கிருத்தல்

மெய்யன்புடைய பிசிராந்தையார் கோப்பெருஞ்சோழனுடன் வடக்கிருந்து உயிர்விடத் துணிந்தார். இதில் வியப்பில்லை அன்றோ? இதனைக் கண்ட கண்ணகனார் என்ற புலவர்,

'பொன்னும் பவளமும் முத்தும் மணியும் நிலம், கடல், முதலியவற்றில் உண்டாவன. இவை ஒன்றுக்கொன்று சேய்மைய ஆயினும், அரிய விலையினையுடைய நல்ல அணிகலன்களைச் செய்யும் பொழுது அவை ஓரிடத்துத் தோன்றினாற் போல எப்பொழுதும் சான்றோர் சான்றோர் பக்கத்தினர் ஆவர்.'[2]

என்ற பொருள்படத்தக்க பைந்தமிழ்ப் பாவால் பாராட்டி மகிழ்ந்தனர்.

பூதனார் பாராட்டு

கருவூர்ப் பெருஞ்சதுக்கத்துப் பூதநாதனார் என்ற நல்லிசைப் புலவர், சோழர் பெருமான் வடக்கிருத்தலைக் கண்ட, ''யாற்று இடைக்கறையுள் புள்ளிப்பட்ட மரநிழற்கண் இருந்த உடம்பாகிய முழுத் தசையை வாட்டும் வீரனே, நின் கருத்திற்கேற்ப **நின்னோடு வடக்கு இருந்தார் பலராவர்** யான் பிற்பட வந்தேன். நீ என்னை வெறுப்பை போலும்!''[3] எனக் கூறி இருந்தனர்.

பொத்தியார் புலம்பல்

அரசன் வடக்கிருப்பின் அவனுடன் பலர் வடக்கிருந்து உயிர்விடல் பண்டை மரபு.[4] ஆதலின் கோப்பெருஞ் சோழனுடன் புலவர் பலர் வடக்கிருந்து உயிர்விட்டனர். ஆனால் **பொத்தியார்** ஒருவர் மட்டும் வடக்கிருந்திலர். அதற்குக் காரணம் அவர் மனைவி கருவுற்றிருந்தமையால், கோப்பெருஞ் சோழனே அவரைத் தடுத்து, 'நினக்கு மகன் பிறந்த பின் வருக' என்று கூறிவிட்டனன். இதனால் புலவர் தம் நண்பன் சொல்லை மாறாது

1. புறம், 191; வாழ்க்கையில் இன்பம் நுகர விழைபவர் இதன் பொருளை நன்குணர்ந்து கடைப்பிடிக்கக் கடமைப்பட்டவராவர்.
2. ஷை 218. 3. ஷை 219.
4. சுமேரிய நாட்டில் அகழப்பெற்ற அரசர் புதைகுழிகளை ஆய்ந்த அறிஞர் இம்முடிபிற்கு வந்துள்ளர். Vide H. R. Hil's 'Ur of the Chaldees.'

திரும்பிவிட்டார். அவர் திரும்பிப் போகையில் உறையூரைக் கண்டார். உடனே அவருக்கு அரசன் நினைவுண்டாயிற்று. அப் புலவர் பெருமான்,

''பெருஞ் சோறு படைத்தூட்டிப் பல ஆண்டுகள் பாதுகாத்த பெரிய களிற்றை இழந்த வருத்தத்தையுடைய பாகன், அந்த யானை இருந்த கூடத்தில் உள்ள கம்பம் வறிதே நிற்கப் பார்த்துக் கலங்கின தன்மைபோல-சிறந்த **தேர்வன் கிள்ளியை** இழந்த பெரிய புகழினையுடைய பழைய உறையூரின் மன்றத்தைப் பார்த்து யான் கலங்குகின்றேன்.''[1]

என்று கூறிக் கண்ணீர் உகுத்தார்.

பொத்தியார் பின்னொருகால் கோப்பெருஞ்சோழன் இறந்த இடத்தே நடப்பட்ட நடுகல்லைப் பார்த்து வருந்தி,

''இவன் பாடுநர்க்குக் கொடுத்த பல புகழுடையவன்; கூத்தர்க்குக் கொடுத்த மிக்க அன்பினையும் உடையவன்; அறத்திறம் உடையோர் பாராட்டும் நீதி நூற்படி நடத்தும் செங்கோலை உடையவன்: சான்றோர் புகழ்ந்த திண்ணிய நட்பை உடையவன்; மகளிரிடத்து மென்மையை உடையவன்; வலியோரிடத்து மிக்க வலியை உடையவன்; குற்றமற்ற கேள்வியையுடைய அந்தணர்க்குப் புகலிடமானவன்; இச்சிறப்புகளை உடையவன் என்பதைக் கருதாது கூற்றம் இவனைக் கொண்டு சென்றது; ஆதலால், நாம் அலைபெரும் அக்கூற்றத்தை வைவோமாக, வாரீர், புலவீர், நம் அரசன் நற்புகழ்மாலையைச் சூடி நடப்பட்ட கல்லாயினான்.''[2]

என்று கூறிப் புலம்பினர். அவர் தமக்கு மைந்தன் பிறந்த பிறகு, நடுகல்லான அரசனிடம் வந்து, 'மகன் பிறந்த பின் வா' என்று என்னை நீக்கிய உறவில்லாதவனே, எனது நட்பை மறவாத நீ யான் கிடத்திற்குரிய இடத்தைக் காட்டு''[3] எனக் கூறி ஓரிடத்தில் வடக்கிருந்து உயிர்விட்டனர்.

சில செய்திகள்

இக்கோப்பெருஞ்சோழன் புலவர் வாய்மொழி கேட்டு நடந்தவன்; இயல், இசை, நாடகம் என்ற முத்தமிழையும் முறையே வளர்த்தவன்; இவன் நாட்டுக் களமர் மதுவை ஆமை இறைச்சியுடன் உண்பர். 'கொழுவிய ஆரல் மீனாகிய இறைச்சியைக் கதுப்பகத்தே அடக்குவர். வரகரிசி சமைத்து, வேளைப்பூவைத் தயிரில் இட்டுச் செய்து புளிங்கறி உண்ணல் பாண்டி நாட்டு

---

1. புறம். 220. 2. புறம். 221. 3. புறம். 222.

இடைநிலத்தார் வழக்கம் என்று கோப்பெருஞ்சோழன் குறிக்கிறான். இவ்வுணவு ஒரு சிலர் உண்டனர் போலும்! உறந்தையில் இருந்த **அறங்கூர் அவையம்** புகழ் வாய்ந்தது என்பது பொத்தியார் வாக்கால் அறியலாம்.

11. பிற சோழ அரசர்

முன்னுரை

புறநானூற்றுப் பாடல்களில் சோழ மரபினர் பலர் குறிக்கப் பெற்றுளர். அவர்களைப் பற்றி ஒன்று முதல் நான்கு, ஐந்து பாடல்கள் அந்நூலுட் காண்கின்றன. சிலர் பேரரசராகவும் பலர் சிற்றரசராகவும் இருந்திருத்தல் கூடியதே ஆகும். இவர்தம் குறிப்புகள் அனைத்தும் இப்பகுதியிற் காண்க.

1. இராயசூயம் வேட்ட பெருநற்கிள்ளி

முன்னுரை

இவன் பெயரைக் காண, இவன் பேரரசனாக இருந்திருத்தல் வேண்டும் என்பது தெரிகிறது. இராயசூய வேள்வி செய்பவன் பேரரசனாக இருத்தல்வேண்டும். எனவே, இவன் பல நாடுகளை வென்று அடக்கியவனாதல் வேண்டும் என்பது தானே போதரும். புறம் 16-ஆம் செய்யுள் இவனது போர்த்திறத்தைப் பாராட்டியுள்ளது. அதனைப் பாடியவர் **பாண்டரங்கண்ணனார்** என்பவர். இவனைப் பற்றிய பாடல்கள் கிடைக்காமை வருந்தற்குரியதே.

போர்ச்செயல்கள்

'இவன் எல்லை இல்லாத படையினையும் துணைப் படை வேண்டாத போர் வெற்றியினையும் உடையவன்; புலால் நாறும் வாளினையும் பூசிப் புலர்ந்த சாந்தினையும் உடையவன்; பகைவரது நெல்வினை கழனியைக் கொள்ளையூட்டி, காவற் பொய்கைகளிற் களிறுகளைப் படிவித்து நாடு முழுவதும் செந்நிறமாகச் செய்த பெருவீரன். இவன் எண்ணப்படியே இவனுடைய களிறுகள் போர் செய்ய வல்லன''.[1] இங்ஙனம் இவன் போர் செய்த இடங்கள் எவை என்பது விளங்கவில்லை.

சேரனுடன் போர்

இப்பேரரசன் சேரமான் **மாந்தரஞ் சேரல்** இரும்பொறை என்பவனுடன் போர் செய்தவன். அப்போரில் இவனுக்கு உதவி செய்தவன் திருக்கோவலூரை ஆண்ட **மலையமான்** ஆவன்.

1. புறம், 16

அவனைப் பாராட்டி **வடமவண்ணக்கன் பெருஞ்சாத்தனார்** பாடியுள்ளார்; ''மலையன் இல்லாவிடில் நாம் வெல்லுதல் அரிதெ'ன்று சோழனும் நின்னைப் புகழ்கின்றான்; 'மலையன் இல்லாவிடில் நாம் தோற்றபதரிது' என்று சேரனும் நின்னைப் பாராட்டுகிறான். வள்ளன்மையிற் சிறந்த பெரியோனே, நண்பரும் பகைவரும் பாராட்டத்தக்க நினது வீரம் புகழ்தற்குரியதே ஆகும்.''[1]

சேர பாண்டியர்க்கு நண்பன்

இப் பெருநற்கிள்ளி தன் காலத்துச் சேரபாண்டிய மன்னர்க்கு நெருங்கிய நண்பனாக இருந்தான். இவன் காலத்துச் சேரப் பேரரசன் **மாரிவெண்கோ** என்பவன்; பாண்டியன் **கானப்பேர் தந்த உக்கிரப் பெருவழுதி** என்பவன். இவ்விருவரும் சோழனுடன் சில நாள் அளவளாவித் தங்கி இருந்தனர். அவ்வமயம் ஔவையார் இம்மூவரையும் பாராட்டிப் பாடியுள்ளார்;

''தேவலோகத்தை ஒத்த சிறப்புடைய நாடாயினும் அது நம்முடன் வருதல் இல்லை; அது தவஞ் செய்தோர்க்கே உரியதாகும்; என்றும் இரந்த பார்ப்பார்க்கு ஈர்ங்கை நிறையப் பூவும் பொன்னும் புனல் படச் சொரிந்து பல ஊர்களைத் தானமளித்தீர்;[2] பசிய இழைகளை அணிந்த மகளிர் பொற்கிண்ணங்களில் ஏந்திய தேனை உண்டு மகிழ்ந்தீர்; இரவலர்க்குப் பல நகைகளை அணிந்தீர்; இந்த நல்வினையே நும்மை வாழச் செய்யும். நீவிர் மூவரும் விண்மீன்களினும் பல வாழ்நாட்களைப் பெற்று வாழ்வீராக![3]

சிறந்த வள்ளல்

இவனது வள்ளன்மையை உலோச்சனார் என்ற புலவர் அழகாக விளக்கியுள்ளார்: ''மலை பயந்த மணியும் காடு பயந்த பொன்னும் கடல் பயந்த கதிர் முத்தமும் வேறுபட்ட உடையும் மதுக்குடமும் கனவிற் கண்டாற்போலு (மிகுதியாக) வழங்குகின்ற வள்ளலே; நின் கொற்றம் வாழ்வதாக!''[4]

புரவலன்

இப்பெருந்தகை ஔவையார், பாண்டரங்கண்ணனார், உலோச்சனார் என்ற பைந்தமிழ்ப் புலவரை ஆதரித்தவன் என்பது

---

1. புறம் 125.
2. மறையவர்க்கு ஊர்களைத் தானமளித்தல் சங்ககாலத்திலேயே ஏற்பட்ட பழக்கம் என்பதை இக்குறிப்பு உணர்த்துகிறது. இதனைப் பல்லவர் மிகுதியாகக் கையாண்டனர்.
3. புறம். 367. 4. மேற்படி, 377.

இப்பாக்களால் நன்கு தெரிகிறது. இவன் வரையாது வழங்கிய பெருவள்ளல் என்பதும், பார்ப்பாருக்குப் பிரம்மதேயங்களைத் தாரைவார்த்துக் கொடுத்தவன் என்பதும், அவர்கள் துணைக் கொண்டு **இராயசூயம்** செய்து புகழ் பெற்றவன் என்பதும் விளங்குகின்றன.

2. போர்வைக் கோப்பெருநற்கிள்ளி

முன்னுரை

இவன் தித்தன் என்ற சோழனின் மகன்: தந்தையுடன் வேறுபட்டு நாடிழந்து வறுமையுற்றுப் புல்லரிசிக் கூழை உண்டிருந்தவன்; முக்காவனாட்டு ஆமூர் மல்லனைப் பொருது கொன்றவன்; இவனைப் பாடியவர் **சாத்தந்தையார்** (சாத்தன் தந்தையார்)[1] **பெருங்கோழி நாய்கன் மகள் நக்கண்ணையார்**[2] என்போராவர்.

போர்

இவனது ஊரைக் கொள்ள ஆமூர் மல்லன் வந்தனன் போலும்! அவனுடன் இவன் விரைந்து போர் செய்தான். அப்போர் பொழுது போனபிறகு கட்டிலைப் பிணிக்கும் புலைமகன் கையதாகியவாரைச் செலுத்தும் ஊசியினும் விரைந்து நடந்தது என்பது குறிப்பிடத் தக்கது.[3]

நக்கண்ணையார் காதல்

இவர் புலவர் பெண்மணி ஆவர்; பெருங்கோழி(உறையூர்) நாய்கன் மகளாவர். இவர் கிள்ளிமீது காதல் கொண்டவர்போலப் பாராட்டும் பாக்கள் நயமுடையன:

''வீரக்கழலையும் மைபோன்ற மீசையையும் உடைய இளையோன் பொருட்டு எனது வளை என்னைக் கைவிடுகிறது. அவனைத் தழுவ உள்ளம் உந்துகிறது. ஆயின், யாய்க்கும் அவையோர்க்கும் அஞ்சுகிறேன்[4] என் சோழன் உப்பு விற்பார் அஞ்சத்தக்க ஏற்றிழிவுடைய துறையைப்போலப் பகைவாக்குக் காணப்படுவன். அவன் போரிற் சிறந்தவன்.[5] என் தலைவன் சிறந்த வெற்றி கண்டவன் என்று எல்லோரும் புகழ்தலைக் கேட்டு யான் மகிழ்கின்றேன். என் உள்ளம் கவர்ந்த ஆண்மை உடைய வளவன் வாழ்வானாக!''[6]

---

1. புறம், 80-82. 2. புறம், 83-85. 3. புறம், 82 4. புறம், 83
5. ஷெ 84 6. ஷெ 85

* போரவை என்பதே ஏற்புடைய தென்பர் - Vide R. Raghava Iyengar's Tamil Varalaru, p. 60.

3. வேல்பல் தடக்கைப் பெருநற்கிள்ளி

முன்னுரை

இவன் **கழாத்தலையார், பரணர்** என்பவரால் பாடப்பெற்றவன்; குடக்கோ நெடுஞ் சேரலாதனுடன் போர்செய்து இறந்தவன். இரண்டு அரவரும் போர்க்களத்தில் இறந்தமை கண்டு கழாத்தலையாரும் பரணரும் பாடி வருந்தினர். அப்பாடல்களாற் சில செய்திகள் அறியக் கிடக்கின்றன. அவையாவன:

பாடற் செய்திகள்

படைவீரர் பதினெண்பாடைமாக்கள் ஆவர். இறந்த அரசருடன் அவர் தம் மனைவியர் உடன்கட்டை ஏறினர். தேவர்கள் நாற்றமாகிய உணவைப்(போரில் பலர் இறந்தமையின்) பெற்றனர்.[1] யானை குதிரை யாவும் களத்தில் இறந்தன; கரிவீரர், பரிவீரர் அனைவரும் மாண்டனர்; தேரைச் செலுத்தினவர் எல்லோரும் இறந்தனர். ***மயிர் சீவாது*** போர்க்கப்பட்ட கண்ணையுடைய முரசங்கள் அடிப்பாரின்றிக் கிடந்தன. கழனிக்கண் ஆம்பல் தண்டால் செய்த வளையலைப் பெண்கள் அணிதல் மரபு.[2]

4. முடித்தலைக் கோப் பெருநற்கிள்ளி

இவனைப் பற்றி உறையூர் ஏணிச்சேரி முடமோசியார் என்பவர் பாடிய பாட்டு ஒன்றே கிடைத்துள்ளது. இவன் ஒருநாள் தன் யானை இவர்ந்து செல்லுகையில், அது மதங்கொண்டு கருவூர்ப் பக்கம் விரைந்து சென்றது. அவனைக் கண்டு கருவூரை ஆண்ட சேரமான் **அத்துவஞ்சேரல் இரும்பொறை** என்பவன் தன்னுடன் இருந்த முடமோசியார் என்ற புலவரை, 'இவன் யாவன்?'எனக் கேட்டான். அப்போது புலவர் இவனது சிறப்பையும் யானை மதங்கொண்டு வழிகடந்து போதலையும் விளங்க உரைத்தார்.[3] இவன் வரலாறு தெரிந்திலது.

5. தித்தன்

சிறப்பு

இவன் உறையூரில் இருந்து அரசாண்ட பழைய வேந்தன். இவன் மகளே முன் கூறப்பெற்ற போர்வைக் கோப்பெருநற்கிள்ளி என்பவள். இத்தித்தன் பெருங் கொடையாளி என்பது,

> ''இழையணி பணைத்தோள் **ஐயை** தந்தை
> மழைவளம் தரூஉ மாவண் **தித்தன்**''

---

1. புறம். 62 2. புறம். 63. 3. புறம். 13.

என்னும் பரணர் அடிகளால் விளங்குதல் காணலாம். இவன் மகள் **ஐயை** என்ற கற்புடைப் பெண் ஆவள்.

உறையூர்

இவன் உறையூரைச் சிறந்த மதில் அரணும் காட்டரணும் உடையதாகச் செய்து பகைவென்று குடிகளை நன்கு புரந்த காவலன் என்பது பரணர், நக்கீரர் இவர்தம் பாடல்களால் அறியக் கிடக்கிறது.

போரில் பகைவர் ஓட்டம்

வடுக வேந்தனாகிய கட்டி என்பவன் இத் தித்தனுடன் போர் செய்ய வந்தான். அவனுக்கு உதவியாகப் பாண அரசன் (Bana king) ஒருவனும் வந்து உறையூரை முற்றுகை இட்டான். ஒருநாள் சோழன் அவைக்களத்தில் ஒலித்த கிணை ஓசை கேட்டு அச்ச முற்று இரு வேந்தரும் ஓடிவிட்டனராம். இது,

> வலிமிகு முன்பிற் பாணனொடு மலிதார்த்
> தித்தன் வெளியன் உறந்தை நாளவைப்
> பாடின் றெண்கிணைப் பாடுகேட் டஞ்சிப்
> போரடு தானைஃ்கக்கட்டி
> பொராஅ தோடிய ஆர்ப்பினும் பெரிதே''[1]

என அகப்பாட்டிற் கூறப்பட்டுள்ளது.

சிறந்த புலவன்

இத் தித்தன் சிறந்த புலவன் என்பது தெரிகிறது. இவன் பாடிய பாட்டொன்று அகநானூற்றில் இருக்கின்றது. அஃது இனிமை மிக்க பாடலாகும்.[2]

6. சோழன் நல் உருத்திரன்

புலவன்

இவனது வரலாறு ஒன்றும் தெரிந்திலது. இவன் பாடிய ஓர் அழகிய புறப்பாட்டே இன்று இருப்பது. அதைக் காணின், இவன் விரிந்த உள்ளமுடையாருடன் நட்புச் செய்தலில் மிக்க விருப்பம் உடையவன் என்பதும் செய்யுள் செய்தலில் வல்லவன் என்பதும் தெரிகின்றன. அச் செய்யுளின் பொருள் இதுவாகும்:

''தாம் பெற்ற சிறிய கதிரைத் தன் வளையில் வைக்கும் எலிபோலும் சிறு முயற்சியினராகித் தம் செல்வத்தை இறுகப் பிடிக்கும் உள்ள மிகுதி இல்லாதாருடன் பொருந்திய நட்பு எனக்கு

---

1. அகம். 2. அகம்.

இல்லையாகுக; தறுகண்மையுடைய ஆண்பன்றி இடப்பக்கத்தே வீழ்ந்ததாகலின், அதனை உண்ணுதல் இழிவென்று கருதி அன்று அதனை உண்ணாதிருந்து, அடுத்த நாள் மலைக்குகையிலிருந்து புறப்பட்டுச் சென்று பெரிய ஆண் யானையை வலப்பக்கத்தே வீழச் செய்து உண்ணும் **புலி** பசித்தாற்போலும் மெலிவில்லாத உள்ளமுடைய உரவோர் நட்புடன் பொருந்திய நாட்கள் உளவாகுக.''[1]

முல்லைக்கலி

இச் சோழ மன்னன் முல்லைக்கலி பாடிய பெரும் புலவன் ஆவன் எனின், இவனது புலமைச் சிறப்பை யாரால் அளவிட்டு உரைக்கலாகும்?

12. நெடுமுடிக் கிள்ளி

(கி.பி. 150-200)

பட்டம் பெற்றமை

சிலப்பதிகார காலத்தில் வாழ்ந்தவன் செங்குட்டுவன் எனவும் அவன் காலம் கி.பி. 150-200 எனவும் முன் சொன்னது நினைவிருக்கும் அல்லவா? அக்காலத்தில், அவனால் ஆக்கம் பெற்றவனே இந் **நெடுமுடிக்கிள்ளி** என்பவன். இவனுடைய தகப்பனும் செங்குட்டுவன் தாயான நற்சோணை என்பவளும் உடன்பிறந்தவராவர். ஆதலின், இவன் செங்குட்டுவதற்கு 'மைத்துனச் சோழன்' எனப்பட்டான். இவன் தந்தையான சோழ மன்னன் இறந்தவுடன் பங்காளிகள் ஒன்பதின்மர் இவனுடன் போரிட்டனர். அதனை உணர்ந்த செங்குட்டுவன் அவர்கள் அனைவரையும் **நேரிவாயில்** என்ற இடத்தில் வென்று, தன் மைத்துனனைச் சோழ வேந்தன் ஆக்கினன்.[2]

பல பெயர்கள்

இச்சோழன் **வெண்வேற் கிள்ளி**, **மாவண் கிள்ளி**, **வடிவேற் கிள்ளி**, **கழற்கிள்ளி**, **கிள்ளி** எனப் பலவாறு மணிமேகலையிற் குறிக்கப்பட்டுள்ளான்.

மனைவியும் மகனும் தம்பியும்

இவன் பாண மரபிற் பிறந்த அரச மகளை மணந்தவன்; அவள் பெயர் **சீர்த்தி** என்பது. **பாணர்** என்பவர் 'மாவலி' மரபினராவர். அவர் வட ஆர்க்காடு கோட்டத்தை ஆண்ட சிற்றரசர். இம் மரபினர் கி.பி. 13-ஆம் நூற்றாண்டு வரை கல்வெட்டுகளில் குறிக்கப்பட்டுள்ளனர். **சீர்த்திக்கு** ஒரே மகன் பிறந்து வளர்ந்தான். அவனே **உதயகுமரன்** என்பவன். நெடுமுடிக் கிள்ளியின் தம்பி

1. புறம். 190. 2. சிலப்பதிகாரம். காதை 27. 28.

இளங்கிள்ளி என்பவன். இவன் சோழப் பேரரசின் வட பகுதியாகிய தொண்டை மண்டலத்தைக் காஞ்சியைத் தலைநகராகக் கொண்டு அரசாண்டு வந்தான்.

காவிரியாற்றுப் போர்

நெடுமுடிக்கிள்ளி பட்டம் பெற்ற சில ஆண்டுகட்குள் பாண்டியன் ஒருவனும் சேரனும் வஞ்சியிலிருந்து படையுடன் புறப்பட்டுச் சென்று சோணாட்டின் வடமேற்குப் பகதியாகிய **காரியாறு** என்ற இடத்திற் சோழனைத் தாக்கினர். அந்த இடம் தொண்டைநாட்டது ஆதலின், இளங்கிள்ளி தன் படையுடன் சென்ற கடும் போர் செய்து பகைவரை வென்றான்; பகைவர் குடைகள் முதலியவற்றைக் கைப்பற்றி மீண்டான்.[1]

'காரியாறு எது'

திருவள்ளூரிலிருந்து காளத்திக்குப் போகும் பாதையில் உள்ள ஒரு மலையடிவாரத்தில் பாடல் பெற்ற சிவன் கோவில் ஒன்று உண்டு. அஃது உள்ள இடம் 'இராமகிரி' எனப்படும். அந்த இடத்தில் உள்ள சிவபெருமான் **'காரிக்கரை' உடையநாயனார்'** என்று அங்குள்ள கல்வெட்டுகளிற் குறிக்கப்பட்டுள்ளார். அக் கோவில் அருகில் நகரி மலையைச் சுற்றிக் 'காளிங்கியாறு' ஓடுகின்றது. அஃது இரண்டு சிற்றாறுகளால் ஆனது; ஒன்று 'காளிங்கி' எனவும், மற்றொன்ற 'காலேறு' எனவும் பெயர் பெற்றவை. கால்-கருமை, ஏறு-ஆறு; காரியாறு. எனவே, **'காலேறு'** என்ற தெலுங்கில் கூறப்படுகின்ற யாறே' அப்பர் காலத்திலும் அதற்கு முன்னரும் **'காரியாறு'** எனத் தமிழ்ப் பெயர் பெற்றதாதல் வேண்டும்.[2]

அந்த இடத்தின் நிலைமை

சங்க காலத்தில் நெல்லூர் வரை சோழநாடு விரிந்து இருந்தது. வேங்கடத்தைச் சேர்ந்த நிலப்பகுதியைத் **திரையன்** என்பவன் ஆண்டுவந்தான். அவனது தலைநகரம் **பாவித்திரி** என்பது. அதுவே இக்காலத்துக் கூடூர்த் தாலுகாவில் உள்ள 'ரெட்டி பாளையம்' என்பது. 'கடல்கொண்ட காகந்தி நாட்டுப் பாவித்திரி' என்ற அங்குள்ள கல்வெட்டுகள் குறிக்கின்றன. எனவே, பண்டைக்காலத்தில் தொண்டைமண்டலம் அதுவரை பரவி இருந்த தென்னல் தவறாகாது. அந்தப் பகுதி முழுவதும் மலைப் பகுதியாக உள்ளதாலும் சாதவாகனரது தென்பகுதி அங்கு

1. மணிமேகலை, காதை. 19, வரி 119-129.

2. Dr. S.K. Aiyangar's 'Manimekalai in its Historical Setting', pp. 46, 48.

முடிவதாலும் எல்லைப்புறப் போர்கள் அங்கு நிகழ்ந்தனவாதல் வேண்டும். அப்போர்களால் அந்தப் பகுதி வன்மை குறைந்திருந்ததோ என்னவோ தெரியவில்லை. அங்குச் சென்று சேர பாண்டியர் சோணாட்டை மண்ணாசையால் தாக்கினர் என்று மணிமேகலை கூறுகிறது.[1]

சேர-பாண்டியர் யாவர்?

இங்ஙனம் போரிட்ட சேர பாண்டியர் யாவர்? செங்குட்டுவன் பேரரசனாக இருந்தபோதிலும் அவனது சேர நாட்டில் ஞாதியர் பலர் பல பகுதிகளை ஆண்டு வந்தனர்; அங்ஙனமே பாண்டி நாட்டில் சிற்றரசர் சிலர் இருந்திருக்கலாம். இன்றேல், கண்ணகியால் கொல்லப்பட்ட பாண்டியற்குப் பின்வந்த பாண்டியனே இப்போரிற் கலந்தவனாகலாம்.

கிள்ளியும் மணிமேகலையும்

கோவலனுக்கும் மாதவிக்கும் பிறந்த **மணிமேகலை** பௌத்த மந்திர வலியால் வேற்றுருக் கொண்ட புகார் நகரத்து ஏழைகட்கு உணவு படைத்து வந்ததைக் கேள்வியுற்ற நெடுமுடிக் கிள்ளி அவளை அழைப்பித்து உபசரித்தான்; அவள் வேண்டுகோட்படி சிறைச்சாலையை அழித்துத் தூய்மை செய்து, அவ்விடத்தைப் பலவகையான நற்செயல்களும் நடத்தற்குரிய இடமாகச் செய்வித்தான்.[2]

மணிமேகலையும் உதயகுமரனும்

அரசனது தவப்புதல்வனான உதயகுமரன் மணிமேகலை மீது காதல் கொண்டு அவளைத் தன் வயப்படுத்தப் பலவாறு முயன்றான். அவள் இவனுக்கஞ்சிக் காயசண்டிகை என்பவளது உருவத்தைப் பூண்டு அன்னதானம் செய்து வந்தாள்; தன்னிடம் வந்த உதயகுமரனை அறமொழிகளால் தெருட்டினாள். உண்மை உணராத-காயசண்டிகையின் கணவனான வித்தியாதரன். தன் மனைவி உதயகுமரனை நேசிப்பதாகத் தவறாக எண்ணினான்; ஓர் இரவு மணிமேகலையைத் தேடிவந்த உதயகுமரனை வாளால் வெட்டி வீழ்த்தினான்; பிறகு தன் குற்றத்தை உணர்ந்து வருந்தித் தன் நாடு மீண்டான்.[3]

அரசன் மானவீரன்

தன் தனிப் புதல்வன் இறந்ததைக் கேட்ட அரசன் அதற்குச் சிறிதும் வருந்தாமல், ''இளங்கோனுக்கு யான் செய்ய வேண்டிய தண்டனையை வித்தியாதரன் செய்துவிட்டான்.

---

1. Dr. S.K. Aiyangar's 'Manimekalai in its Historical Setting', pp. 48-49.

2. மணிமேகலை, காதை 19.

3. மணிமேகலை, காதை 20.

மாதவர் நோன்பும் மடவார் கற்பும்
காவலன் காவல் இன்றெனில் இன்றால்;

'தன் ஒரு மகனைத் தேர்க்காலில் இட்டுக் கொன்ற சோழன் மரபில் இங்ஙனம் ஒரு கொடியவன் தோன்றினன்' என்ற செய்தி சேர, பாண்டியர்க்கு எட்டு முன்னரே அவனை ஈமத்தேற்றி விடுக; அக்கணிகை மகளையும் சிறை செய்க'' என்று தன் தானைத் தலைவனான **சோழிக ஏனாதி**க்குக் கட்டளையிட்டான்.[1]

அரசியும் மணிமேகலையும்

நெடுமுடிக்கிள்ளியின் மனைவியான **சீர்த்தி** என்ற கோப்பெருந்தேவி மணிமேகலையைச் சிறைநீக்கித் தன்னிடம் வைத்துக் கொண்டு அவளுக்குப் பல பல துன்பங்களைச் செய்தாள். அவள் ஒவ்வொன்றிலும் கட்டுப்படாதிருத்தலைக் கண்டு வெருண்டு, தன் குற்றத்தைப் பொறுத்தருளுமாறு வேண்டி னாள்; பின் அறவண அடிகள் அறவுரை கேட்டு அரசமாதேவி மணிமேகலையை விட்டாள்.[2]

காஞ்சியில் மணிமேகலை

மணிமேகலை பல இடங்களிற் சுற்றிப் பௌத்த சமயத் தொண்டு செய்துவருகையில், காஞ்சீபுரத்தில் பசிக்கொடுமை தலைவிரித்தாடலைக் கேட்டு அங்குச் சென்றாள். அவளை **இளங்கிள்ளி** வரவேற்றான்; தான் கட்டியிருந்த புத்தர் கோவிலைக் காட்டினான்; அதற்குத் தென்மேற்கில் ஒரு சோலையில் புத்த பீடிகையை அமைத்து, பொய்கை எடுத்து, தீவ திலகையையும் மணிமேகலா தெய்வத்தையும் வழி பூசை, படற்குரிய கோவிலையும் அங்கு உண்டாக்கி, நாட்திருவிழா முதலியன அரசனைக் கொண்ட நடைபெறுமாறு செய்வித்து, அறம் வளர்ப்பாள் ஆயினள்.[3]

அரசனும் பீலிவளையும்

ஒருநாள் நெடிமுடிக்கிள்ளி பூம்புகார்க் கடற்கரையைச் சார்ந்த புன்னைமரச் சோலையில் பேரழகினளான் மங்கை ஒருத்தியைக் கண்ட மயங்கினான்; அவளுடன் ஒரு திங்கள் அச்சோலையிற் றானே உறைந்து இருந்தான். அரசன் அவளைப் பல இடங்களி லும் தேடி அலைந்தான்; அவன் ஒருநாள் பௌத்த **சாரணன்** ஒருவனைக் கண்டு வணங்கி, ''என் உயிர்போல்பவளாகிய ஒருத்தி இங்கே ஒளித்தனள்; அவளை அடிகள் கண்டதுண்டோ?'' என்று

1. மணிமேகலை, 22, வரி. 205-215. 2. மணி, காதை 24.
3. மணி, காதை, 28.

கேட்டான். அச்சாரணன், "அரச, அவளை யான் அறிவேன். அவள் நாக நாட்டு அரசனான **வளைவணன்** மகள் ஆவாள். அவள் பெயர் **பீளிவளை** என்பது, அவள் சாதகம் குறித்த கணி, 'இவள் சூரிய குலத்து அரசன் ஒருவனைச் சேர்ந்து கருவுற்று வருவாள்' என்ற தந்தைக்குக் கூறினன். அவளே நீ கூறிய மடந்தை. இனி அவள் வாராள். அவள் பெறும் மகனே வருவான். இந்திர விழாச் செய்யாத நாளில் மணிமேகலா தெய்வத்தின் சொல்லால் உன் நகரத்தைக் கடல் கொள்ளும்; இந்திரன் சாபமும் இருத்தலால் அது தப்பாது; ஆதலின், என் கூற்றை நம்பி, இந்நகரைக் கடல் கொள்ளாதபடி இந்திர விழாவை ஆண்டுதோறும் மறவாது செய்து வருக" என்று கூறி அகன்றான்.[1]

புகார் அழிவு

புகார் நகரில் கம்பளச் செட்டி என்றொருவன் இருந்தான். அவன் நாகநாடு சென்றிருந்த பொழுது பீலிவளை, தான் பெற்ற மகனை அவனிடம் ஒப்புவித்தாள். அவன் அக்குழந்தையுடன் கப்பலில் வரும்பொழுது, கப்பல் தரைதட்டி உடைந்துவிட்டது. வணிகன் உயிர் பிழைத்துப் பூம்புகாரை அடைந்தான். குழந்தை என்ன ஆயிற்று என்பது அவனுக்குத் தெரியாது. வந்த வணிகன் நடந்ததை அரசனுக்கு அறிவித்தான். சோழர் பெருமான் அது கேட்டு ஆற்றொணாத் துயர் அடைந்து, அக்குழந்தையைத் தேடி அலையலானான்; அவனது துன்ப நிலையில் இந்திரவிழாவை மறந்தான். உடனே இந்திரன்-மணிமேகலா தெய்வம் இவர் தம் சாபங்களால் **பூம்புகாரைக் கடல் கொண்டது.**[2] இந்த அழிவினால், மாதவி, அறவண அடிகள் முதலியோர் காஞ்சியை அடைந்தனர்.[3]

முடிவு

இந்நிகழ்ச்சிக்குப் பிறகு இந் நெடுமுடிக் கிள்ளியைப் பற்றி ஒன்றும் தெரிந்திலது. இவனுக்குப் பிள்ளைப் பேறு இன்மையால், இவனுக்குப் பின் சோழ அரசன் ஆனவன் இன்னவன் என்பது தெரியவில்லை.

---

1. மணி, காதை 24.
2. இந்தக் காலத்தில் நகரத்தின் ஒரு பகுதியே அழிந்துவிட்டது. கி.பி. 450-இல் புத்ததத்தர் பூம்புகாரில் இருந்தார் என்பதும், கி.பி. 7-ஆம் நூற்றாண்டிலும் புகார் நகரம் சிறப்புடன் இருந்தது என்பதும் அறியத்தக்கன.
3. மணி, காதை 29.

கடல் வாணிகம்

மணிமேகலை, சிலப்பதிகாரங்களை நன்கு ஆராயின், கி.பி. 2-ஆம் நூற்றாண்டில் சோணாடு மேனாடுகளுடனும் கிழக்கு நாடுகளுடனும் சிறந்த முறையில் கடல் வாணிகம் நடத்தி வந்தது என்பதை அறியலாம். இதனைப் பற்றிய விளக்கம் அந்நூல்களிலும் பாக்கக் காணலாம். இவற்றோடு, அவ்விரு நூற்றாண்டுகளிலும் இந்நாடு போந்த மேனாட்டுச் செலவினர்(யாத்ரிகர்) எழுதியுள்ள குறிப்புகளும் சேர்க்கத்தக்கனவாகும்.

பெரிப்ளூஸ்-பிளைநி-தாலமி

கி.மு. 6-ஆம் நூற்றாண்டிலிருந்து தென் இந்தியா - சிறப்பாகத் தமிழகம் மேல்நாடுகளுடன் வாணிகம் நடத்திவந்ததை அவ்வக்கால மேனாட்டு ஆசிரியர்மார் குறிப்பிட்டுள்ளனர்.[1] கி.பி. முதல் நூற்றாண்டின் கடைப் பகுதியில்(கி.பி. 70-100) இருந்த அலெக்ஸாண்டிரிய வணிகர் ஒருவர் குறித்த **பெரிப்ளூஸ்** என்னும் நூலில் தமிழ்நாட்டுத் துறைமுகப் பட்டினங்கள், தமிழ்நாட்டுப் பிரிவுகள், ஏற்றுமதிப் பொருள்கள்; இறக்குமதிப் பொருள்கள் முதலியன குறிப்பிடப்பட்டுள்ளன. அக்காலத்தில் சோழநாடு இரண்டு மரபினரால் ஆளப்பட்டு வந்தது. ஒரு பகுதி புகாரைத் தலைநகராகக் கொண்டது; மற்றது உறையூரைத் தலைநகராகக் கொண்ட உள்நாட்டுப் பகுதி. இக்கூற்று உண்மை என்பதை 'உறையூர்ச் சோழர், ' 'புகார்ச் சோழர் எனவரும் சங்க காலப் பாக்களில் வரும் செய்திகளைக் கொண்டு நன்கறியலாம். காவிரிப்பூம் பட்டினம் எனப்பட்ட புகார் நகரம் குறிக்கப்பட்டுள்ளது; உறையூர் குறிக்கப்பட்டுள்ளது. **மரக்காணம்** சிறந்த துறைமுகப் பட்டினமாக இருந்தது.[2]

ஏறக்குறையக் கி.பி. 80-இல் **பிளைநி** என்பார் குறித்துள்ள குறிப்புகளும் சில சோழநாட்டைக் குறிக்கின்றன. அவர் குறித்துள்ள பல பொருள்கள் புகாரிலிருந்து ஏற்றுமதி செய்யப்பட்டனவாகக் காண்கின்றன.[3]

புகார் நகரம், நாகப்பட்டினம் ஆகிய இரண்டும் சோழர் துறைமுகங்களாக இருந்தன என்று கி.பி. 140-இல் வாழ்ந்த **தாலமி** என்பார் குறித்துள்ளனர்; உறையூரையும் குறித்துளர்; ஆர்க்காடு குறிக்கப்பட்டுள்ளது; அவ்விடத்தே நிலைத்து வாழாத குடிகள் இருந்தனர் என்று தாலமி கூறியுள்ளார்.[4]

---

1. Vide Kennedy's article in J.R. A. S. 1898, pp, 228-287, cholas, Vol. I. p. 29.
2. Rawlinson's 'Intercourse bet. India and the W. World', pp. 120-130 and 'Periplus' (Tamil) by S. Desikar.
3. Pliny, XXI; Kanakasabai Pillai's 'Tamils 1800 Years ago' pp. 25-32.
4. Caldwell's 'Comparative Grammar', pp. 92-100; 'Tamils 1800 years ago' pp 29-32.

13. சங்ககால அரசியலும் மக்கள் வாழ்க்கையும்

சங்ககால நிலைமை

தொல்காப்பியம், வடமொழியாளர் தமிழகத்தில் வேரூன்றி விட்டதை நன்கு அறிவிக்கிறது; அவர் தம் பழக்க வழக்கங்களையும் ஓரளவு தெரிவிக்கிறது. அக்கால முதல் சங்கத்து இறுதிக் காலமாகிய கி.பி.3-ஆம் நூற்றாண்டு வரை - சிலப்பதிகார காலம் வரையுள்ள தமிழ்ப்பாக்களைக் காணின், வடமொழியாளருடைய வேதவேள்விகள், சமயக் கோட்பாடுகள் இன்ன பிறவும் படிப்படியாகத் தமிழர் வாழ்க்கையில் கலந்துவந்த நிலைமையை நன்கு உணரலாம். எனினும், இந்தப் புதுமை நகர மக்களிடமே காணப்பட்டதாகும். திணை மக்களாக இருந்தவரிடம் இவை வேரூன்றில. இஃது எங்ஙனமாயினும், தமிழ் அரசர் தம்மைக் கதிரவன் வழி வந்தவர் என்றும் மதிவழி வந்தவர் என்றும் வடநாட்டு அரசரைப் போலக் கூறத் தலைபட்டு விட்டனர்; வேத வேள்விகளில் விருப்புக் கொண்டனர்; வேதங்களில் வல்லரைத் தமக்குப் புரோகிதராகக் கொள்ளத் தலைப்பட்டனர் என்பன நன்கு விளங்குகின்றன. வடவர் கூட்டுறவால் பழந்தமிழர் மணவாழ்க்கை, பிற சடங்குகள், சமயக் கொள்கை முதலியவற்றுள் வடவர் கொள்கைகள் சிறிது சிறிதாகப் புகத் தொடங்கின என்பதும் நன்கு அறியக் கிடக்கிறது. எனினும், கூர்த்த அறிவுகொண்டு காணின், ''பழந்தமிழர் நாகரிகம் இது' என்பதைச் சங்க நூற்களைக் கொண்டு எளிதில் உணரலாம். இதனை உணர விரும்பாதாரும் உணர அறிவற்றாரும், இரண்டையும் பிரித்துணரல் இயலாது' என்பர்.

நாடு

சோழ நாடு என்பது தஞ்சை, திருச்சிக் கோட்டங்களைக் கொண்ட நிலப்பரப்பாகும். வடக்கும் தெற்கும் வெள்ளாறுகள்; கிழக்கே கடல், மேற்கே கோட்டைக்கரை இதற்கு எல்லைகள் ஆகும். 'கோட்டைக்கரை' என்பது ஆற்றங்கரை மீதமைந்த கோட்டை; அஃதாவது ஆற்றங்கரையை மிகவுயர்த்திக் கோட்டை போலக் கட்டப்பெற்ற அரண் அமைப்பாகும். இஃது திருச்சிக் கோட்டத்தில் உள்ள குழித்தலை நாட்டில் உள்ளது. கோட்டையின் சிதைவுகள் இன்றும் காணக்கிடக்கின்றன.[1] இந்நாடு தட்டையான சமவெளி; மலைகள் அற்றது; காவிரியாறு தன் பல கிளையாறுகளுடன் பரந்து பாயும் செழுமையுடையது. இச்சமவெளி மேற்கே

1. Gazetteer of the Tanjore Dt., Vol. p. 15.

சிறிது உயர்ந்தும் கிழக்கே சிறிது தாழ்ந்தும் இருக்கின்றது. காவிரி கடலருகில் பல கிளைகளாகப் பிரிந்து கடலை அடைகின்றது. அந்த இடத்தில் காவிரியால் தேக்கப்படும் வண்டல் நாட்டைச் செழுமைப்படுத்துகிறது. காவிரியும் அதன் கிளைகளும் கடலொடு கலக்கும் இடம் நீண்ட சமவெளியாகும். அந்த இடம் பார்க்கத்தக்க பண்புடையது. சோழ நாட்டில் நெல் வயல்கள் மிக்குள்ளன. மாமரங்கள், தென்னை மரங்கள், பழமரங்கள் என்பன நன்றாகச் செழித்து வளருகின்றன. சோணாட்டில் காடுகளே இல்லை.[1] 'யானை படுக்கும் அளவுள்ள இடத்தில் விளையும் பயிர் எழுவரை உண்பிக்கும் வளமுடைய சோணாடு' என்று **ஆவூர் மூலங்கிழார்** அறைந்துளர்.[2] ஒரு வேலி நிலத்தில் ஆயிரம் கலம் நெல் விளைந்ததென்று பொருநர் ஆற்றுப்படை ஆசிரியர் கூறியுள்ளார்.[3]

நாட்டின் பிரிவுகள்

சங்கநாளில் நாட்டின் பிரிவுகட்குக் கூற்றம், கோட்டம், நாடு என்னும் பெயர்கள் வழங்கின. குறிச்சி, பாடி, ஊர், குடி, பதி, பாக்கம், பட்டினம், நகர் முதலியன ஊர்கட்கு வழங்கிய பெயர்களாகும். இவற்றுள் பட்டினம், நகர் என்பன பேரூர் அல்லது அரசன் உறையும் ஊரைக் குறிக்கும். இவ்விரண்டினுள் பட்டினம் என்பது கடற்கரையில் உள்ள நகராகும்.[4]

காவிரி யாறு

காவிரியாறே சோணாட்டில் செழுமைக்குக் காரணமானது. ஆதலின் அதனைப் பற்றிப் பிற்காலத்தே பல கதைகள் எழுந்தன. அவற்றை மணிமேகலையிற் காண்க. காவிரி, 'செவிலித்தாய் என்ன ஓம்பும் தீம்புனற் கன்னி' என்று சிவஞான முனிவரும் பாராட்டத்தக்க சிறப்புடையது. அது பொன்னைக் கொழித்தலாற் **பொன்னி** எனவும், சோலைகளைத் தன் இருபுறங்களிலும் விரிந்திருக்கப்பெற்றமையின் காவிரி எனவும் பெயர்கள் பெற்றன. இதன் சிறப்பை நன்குணர்ந்தே கி.பி. 12-ஆம் நூற்றாண்டினரான சேக்கிழார், "வருநாளென்றும் பிழையாத் **தெய்வப் பொன்னி**" என்றார். இங்ஙனம் பிற்காலப் புலவரும் போற்றுந் தகைமை உடையதாய அக்காவிரி, சோணாட்டுக் குடிகட்குச் செவிலித் தாயாக அமைந்ததில் வியப்பில்லை அன்றோ? ஆண்டுதோறும் புதுநீர்ப் பெருக்கம் வரும்பொழுது பதினெட்டுப் படிகளும் நீரில்

---

1. Tanjore Mannual, pp. 455; Trichinopoly Manual, pp. 2-3.
2. புறம். 40 3. பொருநர் ஆற்றுப் படை வரி. 245-246.
4. N. M. V. Nattar's 'Cholas' p. 97

மறையுமாம். அந்த நாளே 'பதினெட்டாம் பெருக்கம்' என்று பண்டையோர் காவிரியாற்றுக்கு வணக்கம் செய்து வந்தனர். இக்காவிரியைப் பெண்ணாக உருவகப்படுத்திப் பாடப் பெற்ற காவிரிப் பாக்களைச் சிலப்பதிகாரத்திற் கண்டு மகிழ்க.

நகரங்கள்

பண்டைச் சோழநாட்டின் துறைமுகப்பட்டினமாக இருந்த பெருமை பெற்றது **காவிரிப்பூம் பட்டினம்.** அந்த இடம் மணி மேகலை காலத்திற் கடல் கொண்டது. அந்த இடத்தை உணர்த்த இன்று 'காவிரிப் பட்டினம்' என்னும் பெயருடன் அங்கு ஒரு சிற்றூர் இருக்கின்றது. அந்த இடத்திற் கிடைத்த கல்வெட்டுகள் அங்குத்தான் 'புகார்' இருந்தது என்பதை உறுதிப்படுத்துகின்றன.[1] **நாகப்பட்டினமும்** சிறந்த துறைமுக நகரமாகும். இன்று சிற்றூ ராகக் கிடக்கும் **உறையூர்** பண்டைச் சோழர் கோ நகரங்களில் ஒன்றாகும். **குடந்தை** அல்லது கும்பகோணம் சோணாட்டுப் பழைய நகரங்களில் ஒன்றாகும்.

சிற்றூர்கள்

சோழநாட்டில் எண்ணிறந்த சிற்றூர்கள் இருந்தன. பொய்யா தளிக்கும் பொன்னியாற்று வளத்தால் சிற்றூர்கள் நெற்களஞ்சி யங்களாக விளங்கின. வயல்களில் அல்லி மலர்கள் பூத்துக் கிடந்தன. அவை கருப்பஞ்சாற்றைக் காய்ச்சும் முயற்சியில் எழுந்த புகையால் வாட்டமுற்றன. எருமை மறையத்தக்க செஞ்சாலிப் பயிர்கள் வயலை அழகு செய்தன. சிற்றூரைச் சுற்றிலும் மா, பலா, வாழை, தென்னை, கமுகு மரங்கள் செழித்து வளர்ந்தன; நிறைந்த பயனைத் தந்தன. அறுவடைக்கு முன், கண்ணைக் கவரத்தக்க அணிகலன்களை அணிந்த மகளிர் வயல்களைக் காவல் புரிந்தனர்; நெல்மணிகளைத் தின்ன வந்த பறவைகளைத் துரத்தத் தம் அணிகளை வீசி எறிந்தனர். சிறிய பிள்ளைகள் கால் களில் தண்டை ஒசையிட விளையாட்டப் பொருள்களை வைத்து விளையாடிக் கொண்டிருந்தனர்.[2]

சோழர் முதலிய பெயர்கள்

சோழர் என்னும் சொல்லுக்குப் பொருள் காண முயன்றோர் பலர். பொருள் காண முடியாத சொற்களில் 'சோழ' ஒன்றாகும் (நீர்) **'சூழ்** நாடு' என்பது நாளடைவில் 'சூழநாடு, சோழ நாடு' என மாறியிருக்கலாமோ என்பது ஆராயத்தக்கது. உலக்கை -

---

1. A. R. E. 1919. part II, No 2
2. பட்டினப்பாலை, வரி 1-28.

ஒலக்கையாக மாறி வழக்கம் போல் 'சூ' - **'சோ'** -வாக மாறல் இயல்பே யன்றோ? இஃது ஆராய்ச்சிக்குரியது. சோழர்க்குரிய பெயர்களுள் **கிள்ளி, வளவன், செம்பியன்** என்பன சிறந்தவை. 'கிள், தோண்டு, வெட்டு' என்னும் பல பொருள்களைக் குறித்து 'நிலத்தைத் தோண்டிவளம் செய்பவன்' என்னும் பொருளில் வந்திருக்கலாம். வளமுடைய நாட்டான் **வளவன்** எனப்பட்டான். 'சிபி' மன்னன் மரபினர் **செம்பியன்**[1] (சிபியன், செபியன், செம்பியன்?) எனப்பட்டார். சென்னி என்பதும் சோழர் பெற்ற பெயராகும். சென்னி - தலை; 'சிறப்புடையது'' என்னும் பொருள் கொண்டு, சென்னி - நாட்டிற் சிறந்தவன், அரசன் என்னும் பொருள்களில் வழங்கப் பெற்றது போலும்!

அரச இலச்சினை

வழிவழியாகச் சோழர்க்கு உரியது **புலி** இலச்சினை. சோழர் புலிக்கொடி உடையவர். காடே இல்லாத சோழ நாட்டில் புலி ஏது? மிகப் பழைய காலத்தில் இருந்த பழைய வேந்தன் எவனேனும் முதன் முதல் புலியைக் கொன்ற பெருஞ்செயலை மதித்து, அதனைச் சிறப்புக் குறியாகக் கொண்டிருக்கலாம்; பின்னவர் அதனையே தமது மரபு இலச்சினையாகக் கொண்டனர் போலும்! இக்குறியைப் பற்றிய விளக்கம் சங்க நூற்களில் காணப்படவில்லை. இடைக்காலத்தில் தெலுங்கு நாட்டில் ஒரு பகுதியை ஆண்ட சோழர் **சிங்க இலச்சினை**யைப் பெற்றிருந்தனர்.[2]

அரசு

சோழநாடு பண்டைக் காலத்தில், முன் சொன்னவாறு, பல சிறு பிரிவுகளாக இருந்தது. பிறகு கரிகாலன் போன்ற வீர மன்னர் காலத்தில் ஓர் அரசனிடமே அமைந்திருந்தது. அரசு தந்தைக்குப் பின் மகன் அடைவதென்ற முறையிலேயே நடைபெற்று வந்தது. சில சந்தர்ப்பங்களில் பட்டம் பெறும் இளைஞன் வலியற்றவனாயின், தாயத்தார் அவனைத் துரத்திப் பட்டத்தைப் பெறுதலும் உண்டு. 'அரசனும் குடிகளும் ஒன்று பட்டுள்ள நாடே நாடு' என்னும் திருக்குறள் கருத்திற்றான் பண்டை அரசு ஏறத்தாழ நடந்துவந்தது. அரசுக்கு நிலவரி, சுங்க வரி, வென்ற நாட்டுச் செல்வம் என்பனவே செல்வமாக அமைந்திருந்தன. சோழர் கும்பகோணத்தில் அரச பண்டாரத்தை வைத்திருந்தனர்; அது மிக்க காவலைக் கொண்டிருந்தது.[3]

---

1. இது பொருத்தமுடைய பொருள் அன்று. இதன் பொருளை உணரப் பழைய எகிப்திய, கிரேக்க, மிகோவ வரலாறுகளை ஆராய்தல் நன்று.
2. Ep. Indica, vol. 11, p. 338
3. அகம், 60.

குழு-ஆயம்-மன்றம்

அரசனுக்கு உதவியாக ஐம்பெருங்குழுவும் எண்பேராயமும் இருந்தன. அமைச்சர், புரோகிதர், தானைத் தலைவர், தூதுவர், சாரணர் என்போர் கொண்ட அவை **ஐம்பெருங்குழு** எனப்படும். கரணத்தியலவர், கரும விதிகள், கனகச் சுற்றம், கடை காப்பாளர், நகரமாந்தர், படைத்தலைவர், யானை வீரர், குதிரை வீரர் கொண்ட அவை **எண்பேராயம்** எனப் பெயர் பெறும். இவையன்றி **மன்றம்** என்பது ஒன்றுண்டு. அங்கு அவை கூடும் என்ற திருக்குறளும் பிற நூல்களும் பலபடியாகக் கூறுவதிலிருந்து, **ஊரவை** அரசியலிற் பங்கு கொண்டமே என்று கருதுதல் தவறாகாது. உறையூர் மன்றத்தில் மலையமான் மக்கள் விசாரிக்கப்பட்டனர்[1] என்பதிலிருந்து, **ஊர் மன்றம்** என்பது நீதிமன்றப் பணியிலும் ஈடுபட்டிருந்தமை தெளிவாதல் காண்க. 'உறையூர் அரசனான கோப்பெருஞ் சோழன் இறந்தபின், அவன் இருந்த **மன்றத்தைப்** பார்த்துக் கலங்கினேன்' என்று **பொத்தியார்**[2] வருந்திக் கூறுலை நோக்க, அரசன் மன்றத்தில் இருந்து அரசியல் செய்த அழக தெரிகிறதன்றோ? 'அறிஞர் ஊர் அவையை அடையும்பொழுது, தங்கள் பகைமையையும் பூசலையும் மறந்து, பொதுப்பணி செய்தற்கு உரிய உள்ளத்தோடு இருப்பர்' என்று பொருள்படத் தக்கவாறு பொருநர் ஆற்றுப்படை வரிகள் இருத்தல் காண்க.[3] அரசன், ஐம்பெருங்குழு, எண்பேராயம், ஊர் அவை இம்மூன்று குழுவினரையும் கலந்தே அரசியல் நடத்திவந்தான் எனக் கோடலில் தவறில்லை. இத்தகைய **அரசியல் அவை, கற்றார் அவை**களைப் பற்றியே வள்ளுவனார் வற்புறுத்திப் பாடியுள்ளார் என்பதும் ஈண்டு அறியத்தக்கது. ''ஊர்தோறும் தீயோர் தீமை கண்டு ஒறுப்பதற்குரிய **வீறுசால்** அவைகள் பண்டைத் தமிழகத்திலிருந்து முறை செய்தன.[4]

ஊர் மன்றம்

சிற்றூர்களிலும் சங்க காலத்தில் மன்றம் இருந்தது. ஊரின் பொதுச் செயல்களை ஆய்ந்து முடிபு கூற ஊரார் கூடிய இடமே 'மன்றம்' எனப்பட்டது. அக்கூட்டம் பெரிய மர நிழலிற் கூடும். அப்பொது இடத்தில் ஊரைப் பற்றிய செயல்களுடன், கூத்து முதலியனவும் நடைபெறல் வழக்கம். பெண்கள் நடிப்பர்.

1. அகம், 46. 2. Ibid, 220.
3. வரி. 187-188.
4. Agam. S. 256; R. Raghava Iyengar's Tamil Varalaru', pp. 119-120.

இவ்வூரவைச் செயல்கள் போர்க்காலத்தில் நிறுத்தப்பட்டு வந்தன.[1] இவ்வூர் அவைகள் இன்னின்ன செயல்களைச் செய்தன என்று திட்டமாக அதற்கு உரிய விவரங்கள் இன்று கிடைக்கவில்லை ஆயினும், கி.பி. 3-ஆம் நூற்றாண்டு முதல் தொண்டைநாட்டை ஆளத் தொடங்கிய பல்லவர் பட்டயங்களில் இவ்வூரவைகள் இருந்தன என்பது குறிக்கப்பட்டிருத்தலால், இவை பெரும்பாலும் **ஊராண்மை நடத்தி வந்தன** என்று கோடல் தவறாகாது. ஊரவையார் **குடவோலை** முறையில் தேர்ந்தெடுக்கப்பட்டனர் என்பதும் இங்கு அறியத்தகும்.

வரி விதிப்பு

நிலவரி, தொழில்வரி, சுங்க வரி என்பன வழக்கில் இருந்தன. நிலவரியே பெரிய வரியாகும். நிலக்கிழவனே அரசியலின் முதுகெலும்பாகக் கருதப் பட்டான். இதனால் அன்றோ வள்ளுவனார்,

'உழுதுண்டு வாழ்வாரே வாழ்வார்மற் றெல்லாம்
தொழுதுண்டு பின்செல் பவர்'

என அழுத்தமாக அறைந்தார்? வெளிநாட்டு வாணிகம் சங்க காலத்திற் சிறந்திருந்தது. சுங்கச் சாலைகள் மிக்கிருந்தன. இவை பற்றிய விளக்கம் பட்டினப்பாலையிற் பரக்கக் காணலாம்.[2] ''கடலுக்கு எதிரேயுள்ள அகன்ற சாலையில், உழைப்பிற் சிறந்த அரசியல் அலுவலாளர் அரசனுடைய பண்டங்களைக் கருத்தோடு பாதுகாக்கின்றனர்; நாள்தோறும் சுங்கம் வசூலிக்கின்றனர்; கதிரவன் குதிரைகளைப் போலச் சலிப்பின்றி உழைக்கின்றனர்; நாள்தோறும் அளவற்ற பண்டங்கள் கடலிலிருந்து கரைக்குக் கொண்டுவரப்படுகின்றன; கரையிலிருந்து ஏற்றுமதியும் செய்யப் படுகின்றது. ஒவ்வொரு பண்டப் பொதிமீதும் புலி இலச்சினை பொறிக்கப்படும். பண்டங்கள் பண்ட சாலைகளில் அடைக்கப் படும்.......'' இக்கூற்றால், அரசியலுக்கு வந்த வரிகளுள் சுங்க வருமானம் ஒன்றாகும் என்பது தெளிவாதல் காண்க. நில அளவைகளில் **வேலி, மா** என்பன இருந்தன என்பது தெரிகிறது. இதனால், பிற அளவைகள் இல்லை எனல் கருத்தன்று.

சிறைச்சாலை

மணிமேகலை புகாரில் சிறை வைக்கப்பட்டாள். அவள் சிறைக்கோட்டத்தை அறக்கோட்டம் ஆக்கினாள்.[3] பண்டை

1. Puram, 373 'மென்றோள் மகளிர் மன்றம் பேணார்'.
2. வரி. 118-137.
3. மணிமேகலை, காதை 16.

காலத்தில் சிறைச்சாலை 'சிறைக் கோட்டம்' என்று பெயர் பெற்று இருந்தது போலும்!

படை

சோழ மன்னரிடம் பண்பட்ட படை வீரர் இருந்தனர். யானைப்படை, குதிரைப்படை, தேர்ப்படை, காலாட்படை இருந்தன. **தானைத்தலைவர்** எண்பேராயத்திற் பங்கு கொண்டவர். **சேனாதிபதியர்** (பிற்கால மகா சாமந்தர்) ஐம்பெருங் குழுவிற் பங்கு கொண்டவர். போரில் தன் வலியைக் காட்டிய பெருவீரன் **'ஏனாதி'** என்னும் பட்டம் பெற்றான். அரசன் அப்பட்டத்தைத் தந்து அவ்வீரனைப் பெருமைப்படுத்தல் மரபு. அச்சிறு விழாவில் பட்டம் பெற்றவன் பொற்பூ, மோதிரம் முதலியன பெறுதல் மரபு. ஏனாதிப் பட்டடம் பெற்ற இருவர் புறநானூற்றில் புகழப்பட்டுள்ளனர்: ஒருவன் **ஏனாதி திருக்கிள்ளி**[1] என்பவன். மற்றவன் **ஏனாதி-திருக்குட்டுவன்.**[2] **ஏனாதி** என்பது பெருமைதரும் பட்டப்பெயர். இவ்வீரர்கள் வீரச் செயல்களில் சிறந்த விளங்கினர். 'ஏனாதி-திருக்கிள்ளி' என்பதில் உள்ள **'கிள்ளி'** என்பது சோழ அரசன் பெயராகும். பெரிய சாமந்தன் அல்லது அமைச்சன் அல்லது அரசியல் அலுவளானன் தன் அரசன் பொதுப்பெயரையோ சிறப்புப் பெயரையோ வைத்துக் கொள்ளலைப் பிற்காலப் பல்லவர் - சோழர் - பாண்டியர் கல்வெட்டுகளிற் காணலாம். அங்ஙனமே பண்டைக் காலத்திலும் வைத்திருந்தனர் என்பதற்கு இஃதொரு சான்றாகும். அன்றி, சோழர் மரபினன் ஒருவனாகவே இவ்வீரனைக் கொள்ளினும் இழுக்காது. இந்த ஏனாதிப் பட்டம் கி.பி. 7, 8, 9-ஆம் நூற்றாண்டுகளிலும் சோழ மன்னர் தம் தானைப் பெருவீரர்க்கு வழங்கி வந்தனர் என்பதற்குப் பெரிய புராணமே சான்றாகும். ஏன்? கி.பி. 9-ஆம் நூற்றாண்டிற் பாடப் பெற்ற சுந்தரர் திருத்தொண்டத் தொகையே தக்க சான்றாகும்:

''**ஏனாதிநாதன்**றன் அடியார்க்கும் அடியேன்'' என்றிவர் கூறுவதிற் காண்க: போர்ப்பயிற்சி அளிப்பதும் இவர்தம் தொழில் என்பது பெரிய புராணத்தால் அறிகிறோம். இப்பட்டம் பிற்காலச் சோழர் ஆட்சியிலும் வழக்கில் இருந்ததைக் கல்வெட்டுகள் கொண்டு அறியலாம்.

அரசன் வேற்றுநாட்டின் மீது போருக்குப் போகையில் வெற்றிவாள், கொற்றக் குடை, வீர முரசு இவற்றை நன்முழுத்தத்திற் புறப்படச் செய்தல் வழக்கம். இங்ஙனம் செய்தல் **வாள்**

---

1. புறம் 167 2. புறம் 394.

நாட்கோள், குடைநாட்கோள், முரசுநாட்கோள் எனப்படும். அரசன் வஞ்சி சூடிப் பகைமேற் செல்லும் பொழுது தன் படை வீரர்க்குப் படைக்கலம் முதலியனவும், பரி சிலர்க்குப் பொருளும் கொடுப்பன்; போரினை மேற்கொண்ட பின்னாளில் படைகட்குப் பெருவிருந்து செய்து மகிழ்விப்பன்.[1]

பட்டங்கள்

சேனைத் தலைவர்க்கு ஏனாதி என்ற பட்டம் அளித்தல் போன்றே அமைச்சர் கணக்கர், வேளாளர் முதலாயினார்க்குக் **காவிதி** என்ற பட்டமும், வணிகர்க்கு எட்டி என்ற பட்டமும் அளித்து அதற்க அடையாளமாகப் பொன்னாற் செய்யப்பட்ட பூவினை அளிப்பர். அவை **எட்டிப்பூ, காவிதிப்பூ** எனப்படும்.[2]

வீரக்கல்

போரில் இறந்துபட்ட வீரர்க்குக் கல்நட்டு, பெயரும்பீடும் எழுதி, பீலிசூட்டிச் சிறப்புச்செய்தல் மரபு. இப்பழக்கத்தால் வீரர்க்கு உற்சாகமும் காண்போர்க்கு நாட்டுப்பற்றம் உண்டாதல் இயல்பு. இவ்வீரக் கற்கள் இருந்த இடங்கள் நாளடைவில் கோவில்களாக மாறிவிட்டன. வீரக்கல் நடுதல் பற்றித் தொல்காப் பியம் விரித்துக் கூறல் காணத்தக்கது. கல்லைக்காண்டல், தேர்ந் தெடுத்தல், நீராட்டல், உருவந் தீட்டல், நடுதல் விழாச் செய்தல் முதலிய செயல்கள் விளக்கப்பட்டுள்ளன. இதனை நன்கு விளக் கிய பெருமை சிலப்பதிகாரத்திற்கே உரியது. வஞ்சிக் காண்டத் தில் பத்தினிக்குக் கல் எடுத்துச் செங்குட்டுவன் செய்த பலவகைச் செயல்களை நோக்குக. இப்பழக்கம் இன்றும் 'கல் நாட்டல்', 'கல் எடுத்தல்' என்னும் முறைகளில் இல்லந்தோறும் நடைபெறல் காண்க. கல்லில் வீரனது அரிய செயல் குறிக்கப்பட்டிருக்கும்; இன்னபோரில் இறந்தான் என்பதும் செதுக்கப்பட்டிருக்கும். இத்தகைக் கற்கள் பல பிற்காலப் பல்லவர், சோழர் காலங்களில் எழுந்தன. அவை இப்பொழுது கிடைத்துள்ளன. இவ்வீரக்கல் வழிபாடு புறநானூறு,[3] புறப்பொருள் வெண்பாமாலை இவற்றில் நன்கு விளக்கப்பட்டுள.

போர்

பழந்தமிழ் அரசர் பெரும்பாலும் தாமே போரில் கலந்து கொள்வர்; போர்வீரர்க்குப் புறப்படுமுன் பெருஞ்சோறு வழங்குவர்;

1. N. M. V. Nattar's cholas', p 101
2. Ibid.
3. புறம். 221, 223, 232, 260, 264, 306, 314, 339, 335.

அவரவர்க்குரிய சிறப்புச் செய்வர்; போர்க்களத்தில் வீரர்க்கு ஊக்க மூட்டுவர். அரசர் போரில் புண்பட்டு வீழ்வராயின், அவர் வீரர்கள் போரை நிறுத்திவிடுவர்.[1] தோற்ற அரசன் **வடக்கிருத்தல்** வழக்கம். வடக்கிருத்தலாவது-பட்டினிகிடந்து வடக்கிருந்து உயிர் நீத்தல். போரில் இறவாது, வேறு வகையில் இறந்த அரசனது உடலைக் குசைப்புல்மீது கிடத்தி வாளாற் போழ்ந்து போரில் மடிந்ததாகக் கருதி எரித்துவிடல் மரபாம். இங்ஙனம் செய்யின், அவன் ஆவி வீரர் துறக்கம் எய்தும் என்பது அக்கால மக்கள் கருத்து.[2] தோற்ற அரசற்கு வென்ற அரசன் செய்யும் அவமானம் கொடிது. அவனுடைய முடி அழித்துக் கடகம் செய்யப்படும்.[3] வாள், வேல், வில், என்பன போர்க்கருவிகள் ஆகும். போர் முரசும் ஒன்றுண்டு. போர் செய்யும் இரு திறத்தார்க்கும் போர்முறைக்கு ஏற்ப அடையாள மலர்கள் உண்டு. மூவேந்தருள் இருவரை வென்ற ஒருவன் தன் மேம்பாடு விளங்கத் தோற்றவர் இலச்சினைகளைத் தன் இலச்சினையோடு சேர்த்து வழங்கினான். அவன் 'மும்முடி வேந்தன்' என வழங்கப்பட்டான். யானைகள் கொடிகளை ஏந்திச் செல்லும், வீரர்கள் தலையிற் பூச்சூடி மார்பில் மாலை சூடி இருப்பர். புறப்புண்படின், அவர் வீடு மீளார். வீரர் இறந்து கிடப்பின், அவ்விடத்தில் அவர் மனைவியர் வந்து ஆரத் தழுவி உவகைக் கண்ணீர் விட்டு உடன் இறப்பர்; சிலர் கைம்மை நோன்பு நோற்பர். புண்பட்டுத் திரும்பிய வீரர்க்குப் பெண்டிர் பெருஞ்சிறப்புச் செய்வர். வென்ற அரசன் தோற்ற அரசனது நாட்டைக் கொள்ளையடித்தலும் உண்டு; அந்த அரசன் செல்வத்தைக் கவர்ந்துவந்து புலவர், பாணர், வீரர், விறலியர், கூத்தர் முதலியோர்க்குக் கொடுத்து மகிழ்வன். இச்செய்திகள் அனைத்தையும் புறநானூற்றுப் பாக்களிற் கண்டு தெளியலாம்

பெருநிலக் கிழவரும் அரசமரபினரும் கரிகள் மீது இவர்ந்து சென்றனர். தானைத் தலைவர்கள் தேர்களிற் சென்றனர்.

சில வேளைகளில் அரசர் போருக்கு முன் வஞ்சினம் கூறிச் செல்லல் மரபு. **சோழன் நலங்கிள்ளி** என்பான் போருக்குப் புறப்பட்ட பொழுது கூறியதாவது:- ''பகைவர் மெல்ல என்னிடம் வந்து 'எமக்கு ஈயவேண்டும்' என்று இரப்பாராயின், பழைமையாகிய எனது அரசாட்சி தருதல் எளிது; இனிய உயிரையும் கொடுப்பேன்; அமைச்சர், படைத் தலைவர் முதலியோரது வலியுடைமை எண்ணாது என் உள்ளத்தை இகழ்ந்த அறிவற்றவன், யாவரும் அறியும்படி துயிலும் புலியை இடறின குருடன் போலப் பிழைத்துப் போதல் அரிதாகும். அப்பகைவனை யான் வெல்லா

விடின், பொதுப் பெண்டிரது பொருந்தாத சேர்க்கையில் எனது மாலை துவள்வதாகுக'![1] என்பது. இப்பாடலால், சோழன் நலங் கிள்ளியின் அறவுணர்ச்சியும் ஒழுக்க மேம்பாடும் வீரவுணர்ச்சியும் நன்கறியலாம் அன்றோ?

அரசன் பற்றிய விழாக்கள்

அரசன் **பிறந்த நாள்** விழா ஒவ்வோர் ஆண்டிலும் சிறப் பாகக் கொண்டாடப்பெறும். அப்பொழுது அரசர்கள் மங்கல வண்ணமாகிய **வெள்ளணி** அணிந்து, செருங்செய்தல், சிறை செய்தல், கொலை செய்தல் முதலிய செற்றச் செயல்கள் செய்யா தொழிந்து, சிறைவிடுதல், சிறை தவிர்தல், புலவர் முதலிய தக்காருக்கு வேண்டுவன தருதல், இரவலர்க்கீதல் முதலிய அறச் செயல்கள் செய்வர். இது **பெருமங்கலம்** எனவும், **வெள்ளணி** எனவும் கூறப்படும். இங்ஙனமே அரசன் முடிபுனைந்த நாள் தொடங்கி ஒவ்வோர் ஆண்டிலும் முடிசூட்டு நாளும் கொண் டாடப்பெறும். இது முடிபுனைந்து நீராடுதலின், **மண்ணுமங்கலம்** எனப் பெயர் பெறும்.[2] இதன் விரிவு தொல்காப்பியத்துட் காணலாம்.

முத்தமிழ் வளர்ச்சி

போர் ஒழிந்த ஏனைநேரங்களில் எல்லாம் அரசன் புலவ ருடனே இருந்து காலத்தை இன்பமாகக் கழித்தல் மரபு. புலவர் அவனுடைய சிறந்த இயல்புகளைப் புகழ்வர்: குற்றங்கண்ட இடத்துக் கடிவர். இதற்குக் **கோவூர் கிழாரே** சான்றாவர். போர் ஒரே மரபினருக்குள் நடப்பினும் புலவர் சந்து செய்ய முற்படுவர்; பெரும்பான்மை வெற்றி பெறுவர். அரசன் போரில் வெற்றி பெற்று மீளின், அவனது பெருஞ்சிறப்பைப் பாடுவர்: அவன் இறப்பின், புலவர் சிலர் உடன் இறப்பர். அரசனது நாளோலக்கம் சிறப்புடையது. அங்கு ஆடுமகளிர், பாடுமகளிர், பாணர், கூத்தர் முதலியோர் ஆடல்பாடல்களில் பங்கு எடுத்துக் கொள்வர். இப் பாணரால் **இசைத் தமிழ்** வளர்ந்தது; கூத்தரால் **நாடகத் தமிழ்** வளர்ந்தது; புலவரால் **இயற்றமிழ்** வளர்ந்தது. இங்ஙனம் ஒவ் வொரு மரபினரும்(சோழர் உட்பட) முத்தமிழைப் போற்றி வளர்த் தனர். தன்னைக் காணவரும் புலவர், பாணர், கூத்தர் முதலி யோர்க்கு அரசன் அவரவர் தகுதிக்கேற்றவாறு பரிசில் வழங் குவன்; பெரிய புலவராயின், யானையும் நல்குவன். சிறந்த புலவரைப் பல மாதங்கள் இருந்து போகும்படி அரசனே வற்புறுத்து

---

1. புறம், 73.
2. N. M. V Nattar's cholas' pp. 101-102.

வான். அரண்மனையில் எப்பொழுதும் விருந்தும் இசையும் கூத்துமே குடிகொண்டிருக்கும். அரசன் எல்லோரையும் உடன் வைத்து உண்ணுதல் வழக்கம். இரண்டாம் கரிகாற் சோழன் அரண் மனைச் செய்திகளைப் பொருநர் ஆற்றுப்படையில் பரக்கக் கண்டு தெளியலாம்.[1] குளமுற்றத்துத் துஞ்சிய கிள்ளிவளவன் அறச்செயலைப் புறப்பாட்டால் நன்கறியலாம்.[2]

பெண்பாற் புலவர்

சங்ககாலப் புலவர் ஏறத்தாழ 700 ஆவர். அவருட் பெண் பாலரும் இருந்தனர். அவருள் - ஔவையார், ஆதிமந்தியார், காக்கை பாடினியார், நச்செள்ளையார், ஒக்கூர் மாசாத்தியார், வெள்ளி வீதியார், வெண்ணிக்குயத்தியார், குறமகள் இளவெயினி, குறமகள் குறியெயினி, காவற்பெண்டு, கழாற்கீரன் எயிற்றியார், காமக்கணிப்பசலையார், நக்கண்ணையார், நன்னாகையார், பூங்கண் உத்திரையார், பொன்முடியார், மாறோக்கத்து நப்பசலை யார், போந்தைப் பசலையார், அள்ளூர் நன்முல்லையார், பாரி மகளிர், பத்தினி(கண்ணகி), பூதப்பாண்டியன் மனைவி முதலி யோர் குறிப்பிடத்தக்கவர். இவருள் காக்கை பாடினியார் **யாப்பிலக் கணம் செய்தவர்** எனின், அம்மம்ம! அக்காலப் பெண்புலவர் பெருமையை என்னென்பது!

பாடினியர் இசைத்தமிழை வளர்த்தனர்; கூத்தியர் நாடகத் தமிழை வளர்த்தனர். இவர் அனைவர்க்கும் அரசன் பரிசில் வழங்கிச் சிறப்புச் செய்வது வழக்கம். புலவர் அனைவருடைய பாக்களும் தன்மை நவிற்சியே உடையவை; அஃதாவது, உள்ளதை உள்ள வாறு உரைப்பவை; உயர்வு நவிற்சி அற்றவை; படிப்போர் உள்ளத்தைக் கொள்ளை கொள்பவை. ஆதலின், அக்கால அரசர் புலவரைப் போற்றித் தம் தாய்மொழியையும் போற்றினர். கடியலூர் உருத்திரங்கண்ணனார் பட்டினப்பாலை பாடியதற்காக 15 நூறா யிரம் பொன் பரிசில் பெற்றார் என்று சயங்கொண்டார் கலிங் கத்துப் பரணியிற் பாடியுள்ளார். பதிற்றுப்பத்தைப் பாடிய புலவர் பலர் உயர்தரப் பரிசுகளும் ஊர்களும் பெற்றனர். இக்கூற்று களில் பாதியளவேனும் உண்மை இருத்தல் கூடும். இங்ஙனம் பண்டை அரசர் புலவரைப் போற்றினமையாற்றான் பல நூல்கள் வெளிவந்தன. நமது பேறின்மை காரணமாகப் பல இக்காலத்து இல்லாதொழிந்தன. பரிசில் பெற்ற புலவன் மற்றொரு புலவனைத் தன் வள்ளலிடத்தே ஆற்றுப்படுத்தும் முறை அழகியது. கூத்தன்

---

1. வரி. 84-89, 102-121. 2. புறம். 34.

வேறொரு கூத்தனைத் தன் புரவலன்பால் ஆற்றுப்படுத்தல், பொருநன் வேறொரு பொருநனைத் தன் அரசனிடம் ஆறிறுப் படுத்தல், பாணன் மற்றொரு பாணனை இங்ஙனம் ஆற்றுப் படுத்தல் முதலியன பத்துப் பாட்டு என்னும் நூலில் கண்டு களிக்கலாம். அரசன் எல்லார்க்கும் பேருதவி புரிந்து வந்தமையின் புலவர்க்குள்ளும் கூத்தர்க்குள்ளும் பாணர்க்குள்ளும் ஒற்றுமை நிலவி இருந்தது. ஒரு புலவன் மற்றொரு புலவனை மனமாரப் புகழ்ந்து பாடியிருத்தலை அப்பாக்களில் காணலாம். இங்ஙனம் அரசர்பால் தண்ணளியும் புலவர்பால் ஒற்றுமையும் இருந்தமை யாற்றான், அக்காலத்தில் முத்தமிழும் செழித்து ஓங்கின. தமிழர் தருக்குடன் வாழ்ந்தனர். இந்தியாவின் பெரும் பகுதியைப் பிடித் தாண்ட பிந்துசாரனிடம் தமிழகம் அடிமைப்படாதிருந்தது!

இசையும் கூத்தும்

இவற்றின் விரிவைச் சிலப்பதிகாரம் அரங்கேற்று காதை யில் விளக்கமாகக் காணலாம். அக்காதைக்கு அடியார்க்கு நல்லார் எழுதிய விளக்கவுரையே ஊன்றிப் படித்தற்குரியது. ஏறக்குறையக் கி.பி. 13-ஆம் நூற்றாண்டினரான அவர் கி.பி. 2-ஆம் நூற் றாண்டு நூலாகிய சிலப்பதிகாரத்திற்கு உரை எழுதினர். அவர் காலத்தில் பலவகைக் கூத்து நூல்களும் இசை நூல்களும் இருந்திராவிடில், அவர் உரை வரைந்திருத்தல் இயலாதன்றோ? அந்நூல்கள் இருந்தமை கொண்டே, சங்க காலத்து இசை, நாடக மேம்பாட்டை நாம் நன்கு உணரலாமன்றோ? நாடக மகள் அரசர்க் குரிய நடன வகைகள், பொது மக்கட்குரிய நடன வகைகள், பாடல், தோற் கருவி-துளைக் கருவி-நரம்புக் கருவிகளைக் கொண்ட பாடல், ஓவியம் தீட்டல், பூ வேலை செய்தல் முதலிய பல கலை களில் பல்லாண்டுகள் பழகித் தேர்ச்சியுறல் வேண்டும் என்று மணிமேகலை கூறுகின்றது.[1] பலவகை யாழ் வகைகள் விளக்கப் பட்டுள்ளன. ஆடல் ஆசிரியன், இசை ஆசிரியன் முதலிய ஆசிரியன்மார் குறிக்கப்பட்டுள்ளனர். அரங்கேற்று காதையிற் குறிக்கப்பட்ட பல செய்திகள் இன்று அறியுமாறில்லை எனின், அக்கால இசைச் சிறப்பையும் நடனச் சிறப்பையும் என்னெனக் கூறி வியப்பது!

இசைக் கருவிகள்

அக்காலத்து இருந்த இசைக் கருவிகளாவன:- அகமுழவு, அகப்புறமுழவு, புறமுழவு, புறப்புற முழவு பண்ணமைமுழவு,

---

1. காதை 2. வரி 18-32.

நாள்முழவு, காலைமுழவு என ஏழு வகையாற் பகுக்கப்படும் பேரிகை, படகம், இடக்கை, உடுக்கை, மத்தளம், சல்லிகை, கரடிகை, திமிலை, குடமுழா, தக்கை, கணப்பறை, தமருகம், தண்ணுமை, தடாரி, அந்தரி, முழவு, சந்திரவளையம், மொந்தை, முரசு, கண்விடுதூம்பு, நிசாலம், துடுமை, சிறுபறை, அடக்கம், தருணிச்சம், விரலேறு, பாகம், உபாங்கம், நாழிகைப்பறை, துடி, பெரும்பறை முதலிய தோற்கருவிகளும்; வங்கியம், குழல் என்னும் துளைக் கருவிகளும்; பேரியாழ், மகரயாழ், சகோடயாழ், செங்கோட்டியாழ் என்னும் நரம்புக் கருவிகளும் பிறவும் ஆகும்.

இசை

குரல், துத்தம் கைக்கிளை, உழை, இளி, விளரி, தாரம் என்னும் ஏழிசையாலும் பிறக்கும் பண்விகற்பங்களும், பதினோராயிரத்துத் தொள்ளாயிரத்துத் தொண்ணூற்றொன்றாகிய இசைகளும் தமிழ் பாணர்களால் அறிந்து பாடப்பெற்று வந்தன.

பல்வகைக் கூத்துகள்

வேத்தியல், பொதுவியல் என்னும் இருதிறமுடைய அகக்கூத்து, புறக்கூத்துகளும்; குரைவு, கலிநடம், குடக்கூத்து, கரணம், நோக்கு, தோற்பாவை என்னும் **விநோதக் கூத்துகளும்;** அம்மனை, பந்து, கழங்காடல், உந்தி, சாழல், பல்லாங்குழி, அவலிடி, கொற்றி, பிச்சி, வாரிச்சி, சிந்துப் பிழுக்கை, குடப் பிழுக்கை, பாண்டிப் பிழுக்கை, பாம்பாட்டி, ஆலங்காட்டாண்டி* முதலிய பலவகை **வரிக் கூத்துகளும்** பிறவும் சங்க நாளில் நடிக்கப் பெற்று வந்தன.[1]

நகர வாழ்க்கை

புகார் போன்ற பெரிய நகரங்களில் செங்கல் சுண்ணாம்பால் ஆகிய மாடமாளிகைகள் மிக்கு இருந்தன. அவற்றின் சுவர்கள் மீது தெய்வங்கள், விலங்குகள் இவற்றைக் குறிக்கும் வியத்தகு **ஓவியங்கள்** தீட்டப்பெற்று இருந்தன.[2] பல மாளிகைகள் அழகிய பூஞ்சோலைகள் சூழப்பெற்றிருந்தன: அச்சோலைகளில் ஆழமற்ற கிணறு அல்லது, குளம், பளிங்கு அறை அல்லது அழகிய அறை, செய்குன்று இன்ன பிறவும் இன்ப விளையாட்டுகட்காக அமைக்கப்பட்டிருந்தன.[3]

---

* திருவாலங்காட்டில் சிவபிரான் ஆடிய நடனத்தின் பெயர் போலும்!
1. N. M. V Nattar's cholas' pp. 104-105.
2. மணிமேகலை: காதை 3.
3. மணிமேகலை: காதை 19.

மணமுறை

சங்க நூல்களில் இருவகை மணமுறைகள் கூறப்பட்டுள; ஒன்று **பழந்தமிழர் மணமுறை;** பின்னது சிலப்பதிகார காலத்தது. முன்னதில் (1) இசைக் கருவிகள் ஒலிப்பு (2) கடவுள் வணக்கம் (3) மணப்பெண்ணைப் பிள்ளை பெற்ற பெண்டிர் நால்வர் கூடி அரிசியும் மலரும் கலந்த நீரால் 'பெற்றோன் பெட்கும் பிணையை ஆகுக' என வாழ்த்தி நீராட்டல், (4) அன்றிரவே மணமக்களை இல்லறப்படுத்தல், (5) மணவிருந்து ஆகிய இவையே சிறப்பிடம் பெற்றுள்ளன.[1] "இம் மணமுறையில், (1) எரி வளர்த்தல் இல்லை; (2) தீவலம் வருதல் இல்லை; (3) தக்ஷிணை பெறப் புரோகிதன் இல்லை. இது **முற்றும் தமிழர்க்கே உரிய திருமணம்"** என்று திரு. பி.டி. சீனிவாச ஐயங்கார் அவர்கள் கூறி யுள்ளது கவனித்தற்குரியது.[2]

சிலப்பதிகாரம் கி.பி. 2-ஆம் நூற்றாண்டில் செய்யப்பட்டது. அந்நூலில் கோவலன், கண்ணகி மணம் முதற்காதையுள் விரிக்கப்பட்டுள்ளது. அதில், **பெண்கள் யானை மீது சென்று** மாநகரத்தார்க்கு அறிவித்தலே புதுமையானது.[3] அத்திருமணத்தில் (1) மாமுது பார்ப்பான் மறைவழி காட்டல், (2) தீவலம் செய்தல், (3) பாலிகையின் தோற்றம் என்பன **புதியவை.** அம்மறையவன் 'சமணப் பெரியோன்' என்பர் ஆராய்ச்சியாளர். 'கோவலனும் கண்ணகியும் சமணர் ஆதலின், வேதமுறைப்படி மணந்திரார்-சமண முறைப்படியே மணந்தனராவர்' என்பர் அவ்வறிஞர். 'மணம் முடிந்த பிறகு, மணமக்கள் வாழ்த்தப் பெற்றனர். பின்னர் அனைவரும் சோழ வேந்தனை வாழ்த்தி மணநிகழ்ச்சியை முடித்தனர்' என்பது சிலப்பதிகாரத்துள் கூறப்பட்டுள்ளது.

பூம்புகார்

இந்த நகர வருணனை சிலப்பதிகாரம் ஐந்தாம் காதையுள் தெளிவுற விளக்கப்பட்டுள்ளது. நகரம் காவிரியாற்றின் வடகரையில் அமைக்கப்பட்டது; மருவூர்ப்பாக்கம், பட்டினப்பாக்கம் என்னும் இரண்டு பிரிவுகளை உடையது. இரண்டிற்கும் இடையில் திறந்தவெளி உண்டு. அங்கு மரத்தடிகளில் கடைகள் இருந்தன. மருவூர்ப் பாக்கத்தில் கடற் கரையை அடுத்து உயர்ந்த

---

1. அகம், 86, 136.
2. Vide his 'History of the Tamils' . p. 80.
3. இப்பழக்கம் இன்னும் பூவாளூர் செட்டிமாரிடம் இருக்கிறது. அவர்கள் தம்மைக் 'காவிரிப்பூம் பட்டினத்துச் செட்டிமார்' என்று கூறுகின்றனர்.

மாடமாளிகைகள் இருந்தன. செல்வாக்கு நிறைந்த யவனர் மாளிகைகள் இருந்தன; வாணிகத்தின் பொருட்டு வந்திருந்த பல பாடை மக்கள் தம்முள் வேற்றுமை இன்றி நெருங்கி வாழ்ந்து வந்தனர். பலவகை மணப் பொருள்கள், பட்டாடை, பருத்தி யாடை, கம்பள ஆடை முதலியன, பலவகைப் பூமாலைகள், இவற்றைச் செய்யும் மக்கள், கூலவாணிகர், மீன்வாணிகர் உள் ளிட்ட பலவகை வணிகர்; பொற்கொல்லர், கன்னார், கருமான், தச்சன் முதலியோர்; ஓவியம் தீட்டுவோர், கற்றச்சர், மாலுமிகள் முதலிய பலதிறப்பட்டவரும் மருவூர்ப் பாக்கத்தில் உறைந்தனர். பட்டினப்பாக்கத்தில் அரசன் மாளிகை உடைய அகன்ற அரசர் தெருவும் தோரோடும் தெருவும் அங்காடித் தெருவும் இருந்தன. செல்வத்திற் சிறந்த வணிகர், நிலக்கிழவர், மறையவர், மருத்துவர், சோதிடர் முதலியோர் வாழ்ந்தனர். அரண்மனையைச் சுற்றிக் கரி வீரர், பரிவீரர், சேனைத் தலைவர் முதலியோர் உறையும் தெருக்கள் இருந்தன. புலவர், பாணர், இசைவாணர், மாலை தொடுப்பதில் வல்லார், முத்து வேலை செய்வோர், நாழிகை கூறுவோர், அரண்மனை அலுவலாளர் முதலிய பலதிறத்தவரும் பட்டினப்பாக்கத்தில் உறைந்தனர்.

புகார் சிறந்த துறைமுகத்தைப் பெற்றிருந்தது; அரசரது பெருஞ் செல்வ நகரம்; மாலுமிகள் நிறைந்த நகரம்; கடல் சூழ்ந்த உலகமே வறுமை உறினும் தான் மட்டும் வறுமை உறாதது; வெளிநாட்டுப் பொருள்களும் உள்நாட்டுப் பொருள்களும் வண்டி களில் போதலையும் வருதலையுங் காண, பல நாட்டுப் பண்டங் களையும் கொண்ட கண்காட்சிக் சாலையாகப் புகார் நகரம் காட்சி அளித்தது. அக்கோநகரத்தின் செழுமை இமயம் அல்லது பொதியம் போன்ற உறுதிப்பாடு உடையதாகும்.[1] இந்நகர வருணனை பட்டினப்பாலையிற் காண்க. பெரிய கப்பல்கள் புகார்த் துறைமுகத்தை அடைந்து பண்டங்களை இறக்கும்.[2] நகரக் கடைவீதியில் உயர்ந்த மாடமாளிகைகள் உண்டு. அவற்றை அடையப் படிக்கட்டுகள் உண்டு. அவற்றை அடையப் படிக்கட்டுகள் உண்டு. அம்மாளிகைகளில் பல அறைகள் சிறிய வும் பெரியவுமாக இருக்கும். அவற்றுக்கெல்லாம் கதவுகள் உண்டு. சுவர்களில் சாளரங்கள் உண்டு. மேல் மாடங்களிலிருந்து செல்வ மகளிர் கரங்களைக் குவித்து முருகனை வணங்கும் காட்சி-உயர்ந்த மலைப்பாங்கரில் செங்காந்தள் மலர்க்கொத்துகள்

---

1. சிலப்பதிகாரம், காதை 1, வரி 14-19; காதை 11, வரி 1-10.
2. புறம், S. 30.

இருத்தலைப் போல இருக்கும். **முருகக் கடவுள் ஊர்வலம்** வரும்பொழுது இசையும் நடனமும் இடம் பெறும். பலவகைக் கருவிகளின் ஓசையும் தெருக்களில் ஒன்றுபடும்; ஆடலும் பாடலும் நடைபெறும்.[1]

நகரத்தின் பல பகுதிகளிலும் பலவகைக் கொடிகள் காட்சி அளிக்கும். சில கொடிகள் வழிபாடு பெறத் தக்கவை; சில வெள்ளைக் கொடிகளுக்கு அடியில் உயர்தரப் பொருள்கள் கொண்ட பெட்டிகட்கு வழிபாடு நடைபெறும். பல கலைகளில் வல்லார் கொடி நட்டுப் பிறரை வாதுக்கழைப்பர். துறைமுகத்தில் கப்பல் மீதுள்ள கொடிகள் காற்றில் அசைந்தாடும் தோற்றம் அழகியதாக இருக்கும். வேறு பல கடைகளில் அவற்றின் தன்மையை உணர்த்தத்தக்க கொடிகள் கட்டப்பட்டு இருக்கும்.[2]

இன்றைய புகார்*

மாயூரத்திலிருந்து காவிரிப்பூம்பட்டினம் போகும் பாதையில் 12 கல் அளவில் கைகாட்டி மரம் ஒன்று இருக்கின்றது. அதில் இருந்து கடற்கரை வரை ஒரே சாலை 3கல் தொலைவிற் போகின்றது. அதன் இருபுறமும் வீடுகள் இருக்கின்றன. அங்கிருப்பவர் பழங்குடி மக்கள். இரண்டு அக்கிரகாரங்கள் இருக்கின்றன. அங்கு மறையவர் இருக்கின்றனர். சாலையிலிருந்து பிரிந்து செல்லும் கிளைப்பாதைகள் மேடு பள்ளங்கள் உடையன. சாலைக்கு இடப் புறமே சிறு குடியிருப்புகள் மிகுதியாக இருக்கின்றன. சாலைக்கு இரு புறத்திலும் பழைய **உறை கிணறுகள்** காணக் கிடக்கின்றன. 'இங்கு நாங்கள் கிணறுகள் தோண்டுவதில்லை. இவையெல்லாம் பழைய காலத்துக் கிணறுகள்' என்று அங்குள்ளார் கூறுகின்றனர். நெடுந் தெருவிற்கு இடப்புறம் சிறிது தொலைவில் பெருந்திடல்கள் இருக்கின்றன; 'அவை அக்கிரகாரம் இருந்த இடம்; வேளாளர் தெரு இருந்த இடம் என்று எங்கள் பாட்டனார் சொல்லக் கேட்டோம்' என்று 80 வயதுடைய கிழவர் ஒருவர் சொன்னார். அந்தத் திடல்களைச் சுற்றிலும் வயல்கள் இருக்கின்றன. திடல்கள் மட்டும் தோண்டப் பட்டில. எங்குத் தோண்டினும்

1. பட்டினப்பாலை, வரி. 159-183.
2. பட்டினப்பாலை, வரி. 159-183.

* இப் பண்டை நகரம் இருந்த இடத்தை யான் 12-3-'43 சென்று பார்வையிட்டேன். இதற்கு உதவி புரிந்தவர் திருவெண்காட்டுத் திருக்கோவில் பொறுப்பாளர் திருவாளர் பாலசுப்பிரமணிய முதலியார், கணக்குப்பிள்ளை சிதம்பரநாத முதலியார், புவனகிரி சிதம்பரநாத முதலியார் என்னும் பெருமக்களாவர்.

பழைய செங்கற்கள், மட்பாண்டச் சிதைவுகள் காணக் கிடக்கின்றன. அவற்றுள் சில புதுவையை அடுத்துள்ள அரிக்கமேட்டில் கிடைத்த மட்பாண்டச் சிதைவுகளை ஒத்துள்ளன. ஓரிடத்தில் பழைய செங்கற்கள் 10 அடி ஆழத்திலிருந்து அப்புறப்படுத்தப் பட்டிருந்தன. அவற்றுள் ஒன்றை அளந்தேன்; நீளம் 9 அங்குலம், அகலம் 6 அங்குலம், கனம் 1½ அங்குலமாகும். அதற்கும் புதிய கற்களுக்கும் வேறுபாடு நன்கு தெரிகிறது.

கோவில்கள்

இம்மூன்று கல் நீளமுள்ள பாதை நெடுகப் பல சிறிய பழைய கோவில்கள் இருக்கின்றன. இவை பலவகைப்பட்டவை: (1) கீற்றுக் கூரையும் சுவர்களும் உடைய கோவில்கள், (2) மண் சுவர்களும் கீற்றுக் கூரையும் உடைய கோவில்கள், (3) செங்கற் சுவர்களும் ஒட்டுக் கூரையும் கொண்ட கோவில்கள். ஒரே அறை; அதைச் சுற்றி நாற்புறமும் அகன்ற திண்ணை; அறையுள்ளே சுதையால் இயன்ற சிலைகள்; சுவர்கள்மீது கடவுளர் ஓவியங்கள்; சில உள்ளறைகளில் கற்சிலைகள் இருக்கின்றன. கூரை மீது கலசம்கொண்ட கோவில்கள் பல; சில இடங்களில் மூன்று கலசங்கள் இருக்கின்றன. இத்தகைய பழைய கோவில்கள் பிற இடங்களில் காண்டல் அருமை.

ஏறக்குறைய இவற்றைப் போலவே பழைய சங்க காலக் கோவில்கள் பல இருந்திருக்கலாம் என்றெண்ணுதல் தவறாகாது. சில கோவில்களில் சிலை இல்லை; சுவர் மீது கடவுள் உருவம் தீட்டப்பட்டுள்ளது; அதற்கு வழிபாடு நடந்து வருகிறது. இங்ஙனமே தூண்களிலும் கடவுளர் உருவங்கள் காண்கின்றன. இவற்றை நோக்கியபொழுது எனக்குக் **கந்திற்பாவை** நினைவிற்கு வந்தது.

காவிரிக்கு வலப்புறம்

காவிரிக்கு அப்பால் பெரிய மேடான இடம் பரந்து கிடக்கிறது. அதுவே பழைய பூம்புகார் நகரத்தின் சிறந்த பகுதி என்று அங்குள்ளார் கூறுகின்றனர். அம்மேட்டின் மீது பரதவர் குடில்கள் அமைத்து வாழ்கின்றனர். அவ்வழி வந்த அம்மை ஒருத்தியைக் கண்டு, 'அங்குத் **தோண்டிப்** பார்த்தீர்களா?' என்று கேட்டேன். அவ்வம்மை, 'அங்கு **அகழ்ந்தது** இல்லை' என்று விடையிறுத்தாள். நான் திடுக்கிட்டேன். ஏன்?

''அகழ்வாரைத் தாங்கும் நிலம்போலத் தம்மை
இகழ்வார்ப் பொறுத்தல் தலை''

என்ற குறள் நினைவிற்கு வந்தது. இக்காலத்தில் பண்டிதரும்

பயன்படுத்தாத **'அகழ்தல்'** என்ற தூய தமிழ்ச் சொல்லைக் கல்வி அறிவற்ற ஓர் அம்மை எளிமையாக உச்சரித்தாள் என்பது வியப்பே அன்றோ? பூம்புகார் அழிந்தாலும் பூம் புகார்க் காலத்துத் தமிழ்ச் சொல் அழியவில்லை என்பதை உணர்ந்து மகிழ்ந்தேன். சங்க முகத் துறையில் தமிழ் உணர்ச்சி யுடையார் நிற்பின், சங்கால நினைவு எழும் என்பதிலோ-மாதவி பாடிய கானல் வரிப் பாடல் நினைவு எழும் என்பதிலே ஐயம் இல்லை! இல்லை!!

சாய்க்காடு

இது பாடல் பெற்ற சிவன் கோவிலாகும். இது பெரு வழியில் ஏறக்குறைய ஒன்றரைக் கல் தொலைவில் உள்ளது. கோவிலுக்கு எதிரே பெரிய குளம் இருக்கிறது. அதைச் சுற்றி நீண்ட கூடம் கூரையுடையதாய்ச் செல்கிறது. கோவிலுக்குக் கோபுரம் இல்லை. சுற்றுச் சுவர் பழுதுபட்டிருக்கிறது. கோவில் **மாடக் கோவில்** ஆகும். சிவனார்க்கு நேர் எதிரே உள்ள சிறு வாசல் யானை புக முடியாதது. அம்மனுக்கு எதிரே உள்ள வாசலே பொது வாசலாகும். அந்த வாசல் கல்தேர் அடிப்படையை உடையது; மேலே செங்கற் சுவர்கள் தேர் உருளைகளுடனும் கற்குதிரைகளுடனும் காட்சி அளிக்கின்றன. தேருக்கு இரண்டு பக்கம் வாயிற்படிகள் இருக்கின்றன. அப் படிகள் மீது ஏறியே கோவிலுக்குள் செல்ல வேண்டும். பிராகார மட்டத்திற்கு உட்கோவில் மட்டம் ஆறடி உயரமானது. இவ்வழகிய கோவில் **'சிலந்திச் சோழன்'** கட்டியதென்று அர்ச்சகர் அருளிச் செய்தார். கோவிலைச் சுற்றி முள் நிறைந்திருக்கின்றது. கோவில் நன்னிலையில் இராததற்குத் தமிழ் மக்கள் - சிறப்பாகச் சைவ நன் மக்கள் கவனிப் இன்மையே காரணம் என்னலாம். சிவனடியார் பலர் புகழ்ந்து பாடிய சாய்க்காடு- பாடலும் ஆடலும் அறாத சாய்க்காடு' என்று கி.பி. 650-ல் வாழ்ந்த **திருஞான சம்பந்தர்** பதிகம் பெற்ற இக்கோவில் பழமை வாய்ந்தது என்பதில் ஐயமில்லை. இஃது சிலந்திச் சோழன் கட்டிய தெனின், இதன் காலம் கி.பி. 5-ஆம் நூற்றாண்டு எனக் கூறல் தவறாகாது. பூம்புகாரின் ஒரு பகுதி கடல் கொண்ட பின், எஞ்சிய பகுதிக்கும் சாய்க் காட்டிற்கும் இடையே காடு வளர்ந்துவிட்டது என்பதை **இயற்பகை நாயனார்** வரலாற்றால் இனிதுணரலாம்.

பல்லவன் ஈச்சரம்

சாய்க்காட்டுக் கோவிலுக்குக் கால் கல் தொலைவில் கடற்கரை நோக்கிப் போகும் பாதையில் இருப்பது **பல்லவன் ஈச்சரம்** என்னும் திருக்கோவில் ஆகும். இதுவும் பாடல் பெற்றது.

கி.பி. 650-லேயே இஃது இப்பெயர் பெற்றதெனின், அதற்கு முந்தியே இக்கோவில் பல்லவ அரசன் ஒருவனால் கட்டப் பெற்றதாகவோ-வழிபாடு செய்யப்பெற்றதாகவோ இருத்தல் வேண்டும் என்பது தெரிகிறது அன்றோ? எனவே, இக்கோவில் கி.பி. 7-ஆம் நூற்றாண்டிற்கு முற்பட்ட பழைய கோவிலாகும் என்பதில் ஐயமில்லை. மூல லிங்கம் பட்டை இட்டதன்று கோவில் நகரத்தாராற் புதுப்பிக்கப்பட்டதாகும். திருச்சுற்றில் உள்ள பிள்ளையார் கோவில் தூபி 'தூங்கும் சிங்கம்' வடிவில் அமைந் துள்ள அழகு பார்க்கத் தக்கது.

பூம்புகாரின் பிற்சிறப்பு

இக் கோவில் 'பல்லவன் ஈச்சரம்' எனப் பெயர் பெற்றமை யாலும், பெரிய பல்லவ வேந்தனாகிய மஹேந்திரன் காலத்தில் இஃது இருந்தமையாலும், அவனுக்கும் முற்பட்ட காலத்திலே இஃது இயன்றதாதல் வேண்டும்; அஃதாவது இடைப்பட்ட பல்லவர் காலத்திலேனும் (கி.பி. 350-600) கட்டப் பெற்றதாதல் வேண்டும். அங்ஙனமாயின், அச்சாலத்தே காவிரிப்பூம்பட்டினம் தன் பழம் பெருமையுடன் இருந்திருத்தல் வேண்டும் என்பது தானே பெறப்படுகிறதன்றோ? என்னை? கி.பி. 450-ல் வாழ்ந்த **புத்ததத்தர்** காவிரிப்பூம்பட்டினத்தைச் சிறப்பித்திருத்தலாலும், இயற்பகை நாயனார் காலத்தில் பூம்புகார் சிறப்பாக இருந்திருத் தலாலும், தேவார காலத்திலும் மாடமாளிகைகள் இருந்தன என்று சம்பந்தர் கூறலாலும் என்க. எனவே, இடைக்காலப் பல்லவர் காலத்திலும் பிற்காலப் பல்லவர் காலத்திலும் ஏறத் தாழக் கி.பி. 7-ஆம் நூற்றாண்டு முடியவேனும், பூம்புகார் சிறப் புற்ற நகரமாகவும் துறைமுகமாகவும் இருந்திருக்கலாம் என்று கோடலில் தவறில்லை.

கடல் வாணிகம்

அயல்நாட்டு வாணிகம் சிறப்புற நடந்து வந்ததால் பல நாட்டு வணிகர் தம் உற்றார் உறவினருடன் புகாரிற் கூடி வாழ்ந் தனர். பரிகள் மிகுதியாக வந்து இறங்கின; மிளகுப் பொதிகள் ஏற்றுமதி செய்யப்பட்டன; வடமலையிலிருந்து மணிகளும் பொன் னும், மேற்கு மலைகளிலிருந்து அகிலும் சந்தனமும், தென் கடலிலிருந்து முத்துக்களும், மேற் கடலிலிருந்து பவளமும், கங்கைச் சமவெளிப் பொருள்களும் வெளிநாடுகட்கு ஏற்றுமதி செய்யப்பட்டன. ஈழத்திலிருந்து உணவுப் பண்டங்களும் கடாரத் திலிருந்து (மலேயா) பலவகைப் பண்டங்களும் மூட்டை மூட்டை யாக இறக்குமதி ஆயின.[1]

---

1. பட்டினப்பாலை, வரி 184-193.

இச் செய்திகளைப் பெரிப்ளூஸ் என்னும் நூலுடனும் பிளைநி, தாலமி முதலியவர் வரைந்த நூல்களுடனும் ஒப்பிட்டுப் பார்த்தால், தமிழ் நூற் செய்திகள் அனைத்தும் உண்மை என்பதை அறியலாம். 'இந்திய நாட்டு அரசர் அந்தப்புரங்கட்கு ரோம வணிகர் ஆண்டுதோறும் அழகிய நங்கையரைக் கொண்டு செல்கின்றனர்' என்று பெரிப்ளூஸ் ஆசிரியர் கூறியிருத்தல் காண்க.[1] இஃது உண்மை என்பதைச் சில இந்திய நாடக நூல்கள் மெய்ப்பிக்கின்றன.[2] ரோமர் தயாரித்த பட்டயத்தில் இந்தியத் தொடர்பான செய்திகளில் திண்டிஸ் **(தொண்டி)**, முசிரிஸ் **(முசிரி)** என்பன காணப்படுகின்றன.[3] ஏராளமான ரோம நாணயங்கள் தமிழகத்தின் கீழ்க்கரை ஓரமாகக் கிடைத்தலைநோக்கயவனர் முதலிய மேனாட்டார் இங்குத் தங்கி வாணிகம் செய்தமை நன்கு விளங்கும். 'சீனத்திற்கும் மேற்க நாடுகட்கும் நடந்த கடல் வாணிகத்தில் தென் இந்தியா நடுவிடமாக இருந்து பல நூற்றாண்டுகள் செழித்த வாணிகத்தில் ஈடுபட்டிருந்தது' என்றும் சீனர் குறிப்புகளும் நினைவு கூர்தற்குரியன. கி.பி. முதல் இரண்டு நூற்றாண்டுகளில் நடந்த கடல் வழி வாணிகமே உயர்ந்ததாகும். பண்டை வாணிகத்தில் ரோமப் பேரரசு ஆண்டுதோறும் இந்தியா, சீனம், அரேபியா ஆகிய நாடுகட்கு ஏறத்தாழ 10,87,500 பவுன்கள் பெறத்தக்க பொன்னையும் வெள்ளியையும் கொடுத்து வந்தது[4]. பருவக் காற்று நிலையும் ரோமர் போக வாழ்க்கையும் கடலவழி வாணிகத்தைப் பெருக்கியது. இதற்கு நடுநாயகம் அலெக்ஸாண்ட்ரியாவாக இருந்தது. அகஸ்டஸ் பேரரசர்க்குப் பிறகு அரேபியத் துறைமுகங்கள் தம் செல்வாக்கை இழந்தன. எகிப்திற்கும் இந்தியாவிற்கும் நேரே வாணிகம் நடக்கலாயிற்று. பெரிப்ளூஸ் காலத்தில் இந்நேர்வழி உண்டாகிவிட்டது. பண்டமாற்றம் நடைபெற்றது.

இந்தியாவிலிருந்து பருத்தியும் பட்டும் சிறப்பாகச் சென்றன. இவ்விரண்டும் அலெக்ஸாண்ட்ரியாவில் இருந்த தொழிற்சாலைகளில் ஆடைகளாக நெய்யப் பெற்றன. பதிலுக்குக் கண்ணாடிப் பொருள்கள், உலோகத் தகடுகள், மெல்லிய ஆடைகள் இன்ன

---

1. Periplus, Sce. 49.
2. Reinaud's article in Journal AsiaticC 1863. i. pp- 301-302, K. A. N. Sastry's cholas, vol. I.
3. Ibid, p. 183.
4. Warmington's 'The Commerce letween the Roman Empire & India' pp. 274-276.

பிறவும் இந்தியாவிற்கு அனுப்பப்பட்டன.[1] இந்தியாவிற்கும் ரோமப் பெருநாட்டிற்கும் நடந்த வாணிகத்தின் சிறப்பைப் பெரிப்ளூஸ் நூலிலும் தாலமி வரைந்துள்ள நூலிலும் இருந்தே நன்கறியலாம். ரோம நாட்டிலிருந்து வரும் பொருள்களைச் சுமத்ரா, மலேயா முதலிய இடங்கட்கு மேல் கரை நாட்டிலிருந்த கொண்ட சென்றவர் தமிழரே ஆவர். அவர்கள் அக்காலத்தில் திரைகடல் ஓடி வாணிகம் செய்தனர்.[2] இத்தகைய செழுமையான வாணிகம் அலெக்சாண்டிரியப் படுகொலை நிகழ்ச்சிவரை செம்மையாக நடைபெற்ற வந்தது.

இங்ஙனம் நடைபெற்று வந்த வாணிகத்திற் கீழ்க்கரை ஓரமாக நடந்த பகுதியில் பெரும் பங்கு கொண்டவர் சோழரே யாவர். சோழ நாட்டுத் துறைமுகங்களில் கடலோரமே செல்லத் தக்க கப்பல்கள் பல இருந்தன. 'சங்கரா' என்னம் பெயர் கொண்ட பெரிய கப்பல்களும் இருந்தன. கங்கை முதலிய இடங்கட்குச் சென்ற கப்பல்கள் 'சோழந்தி' எனப் பெயர் பெற்றன.[3] இக் குறிப்பால் சோழரிடம் கடலோரமே செல்லத்தக்க சிறிய கப்பல் களும், பெரிய கப்பல்களும், கடல் கடந்து செல்லத்தக்க பெரிய கப்பல்களம் இருந்தன என்பது நன்கு விளங்குகிறதன்றோ? இக் கப்பல்கள் இருந்தமை பட்டினப்பாலையாலும் மணிமேகலை யாலும்(இலக்கிய வகையாலும்) நாம் நன்குணரலாம்.[4] இங்ஙனம் பெருத்த கடல் வாணிகம் கிழக்கிலும் தெற்கிலும் செய்து வந்த தமிழ் மக்கள் இந்து-சீனம், சுமத்ரா, ஜாவா முதலிய இடங்களில் வாணிகத்தின் பொருட்டுக் குடியேறி இருந்தனர் என்பதில் ஐய முண்டோ? இதைத்தான் அறிஞர் ஆதரித்து விளங்க வரைந்துள் ளார்.[5]

பண்டங்கள் சில

பூம்புகாரில் விற்பனைக்கு இருந்த பொருள்களுட் சில அடியார்க்கு நல்லாரால் ஊர்காண் காதை உரையிற் குறிக்கப் பெற்றுள. அவை அறிதலால் அக்கால வாணிகச் சிறப்பையும் அவ்வாணிகம் செய்த தமிழ் மக்களது ஒப்புயர்வற்ற நாகரிகத் தையும் நன்குணரலாம்.

---

1. Rostovtzeffs 'Social and Economic History of the Roman Empire,' p. 93; Sastry's 'cholas' vol. 1, p. 102
2. Warmington, pp. 128-131.
3. Periplus, Sec. 60 and Schoff's notes.
4. பட்டினப்பாலை, வரி 29-32; மணிமேகலை, காதை. வரி 29-34.
5. 'Peri plus', p. 261.

''அருமணவன், தக்கோலி, கிடாரவன், காரகில் எனப்பட்ட அகிலின் தொகுதியும்; கோசிகம், பீதகம், பச்சிலை, அரத்தம, நுண்துகில், சுண்ணம், வடகம், பஞ்சு, இரட்டு, பாடகம், கோங்கலர், கோபம், சித்திரக்கம்பி, குருதி, கரியல், பேடகம், பரியட்டக்காசு, வேதங்கம், புங்கர்க்காழகம், சில்லிகை, தூரியம், பங்கம், தத்தியம், வண்ணடை, கவற்றுமடி, நூல் யாப்பு, திருக்கு, **தேவாங்கு***, பொன் எழுத்து, குச்சரி, தேவகிரி, காத்தூலம், இறஞ்சி, வெண்பொத்தி, செம்பொத்தி, பணிப்பொத்தி எனப்பட்ட **துகிலின் தொகுதி**யும்; மலையாரம், தீமுரண் பச்சை, கிழான் பச்சை, பச்சை வெட்டை, அரிசந்தனம், வேர், சுக்கொடி எனப்பட்ட **ஆரத் தொகுதி**யும்; அம்பரேச்சம், கத்தூரி, கவ்வது, சாந்து, குங்குமம், பனிநீர், புழுகு, தக்கோலம், நாகப்பூ, இலவங்கம், சாதிக்காய், வசுகாசி, நீரியாசம், தைலம் எனப்பட்ட **வாசனைத் தொகுதி**யும்; மலைச் சரக்கு, கலை, அடைவு சரக்கு, மார்பு, இளமார்பு, ஆரூர்க்கால், கையொட்டுக்கால், மார்ப்பற்று, வாராசான், குமடெறிவான், உருக்குருக்கு, வாறோசு, சூடன், சீனச்சூடன் எனப்பட்ட **கர்ப்பூரத் தொகுதி**யும் முதலாயின.''[1]

கைத்தொழில்கள்

சோழநாட்டில் பட்டாடை, பருத்தியாடை முதலியன நெய்யப்பட்டன; நூல் நூற்றல், பெண்கள் தொழிலாக இருந்தது. பாம்பின் பட்டை போன்ற பலவகை மெல்லிய ஆடைகள், பலநிற ஆடைகள் என்பவை அழகாக நெய்யப்பட்டன. இக் கைத்தொழில் உறையூரில் சிறப்பாக நடந்ததென்று பெரிப்ளூஸ் கூறுதல் காண்க. கண்ணாலும் காண்டற்கரிய நுண்ணிய இழைகளைக் கொண்ட நெய்யப்பட்ட ஆடைகளும் உண்டென்று பொருநர் ஆற்றுப்படை அறைகின்றது. ஆடையின் உயரிய தன்மையை மணிமேகலையும் வியந்து கூறலைக் காணலாம். உயரிய ஆடைகள் வெளிநாடுகட்குச் சென்றமை நோக்க, நாட்டில் பெரும் பகுதியோர் நெய்தற்றொழிலில் ஈடுபட்டிருந்தனர் என்னல் மிகையாகாது. நகரச் சிறப்புக் கூறியவிடத்துப் பலவகைத் தொழிலாளரும் குறிப்பிடப்பெற்றனராதலின், அவர் செய்து வந்த பலவகைத் தொழில்களும் இந்நாட்டில் நடைபெற்றன என்பதை நன்கு உணரலாம். உள்நாட்டு வாணிகம் பெரிதும் பண்டமாற்றாகவே இருந்ததென்னலாம். நெல்லே பெரும்பாலும் நாயணமாக

---

* இவ்வகைத் துகிலைத் தயாரித்தவர் தேவாங்கர் எனப்பட்டனர் போலும்!

1 N. M. V Nattar's 'cholas'.

இருந்தது. நெல்லைத் தவிர, அவரவர்க்குத் தேவையான பொருள் களைத் தந்து தமக்குத் தேவையான பொருள்களைப் பெறும் பழக்கமும் இருந்து வந்தது. பிற்காலச் சோழ அரசியலிலும் நெல்லே சிறந்த பண்டமாற்று வேலையைச் செய்து வந்தது. நாணயங்கள் இரண்டாம் படியினவாகவே கருதப்பட்டன.

சமய நிலை

சோழ நாடு தொன்றுதொட்டுச் சைவ நாடாகவே இருந்து வந்தது. அதற்கு அடுத்தபடியாக வைணவம் இருந்து வந்தது. பிற்காலக் களப்பிரர் காலத்திலும் பல்லவர் காலத்திலும் சிற்றரச ராக இருந்த சோழரும் பல்லவரைப் போலவோ, பாண்டியரைப் போலவோ **சமயம் மாறினர்** என்று கூற இதுகாறும் சான்று கிடைத்திலது. சிவன், முருகன் கோவில்கள், திருமால் கோவில் இவை இருந்தன. இந்த நாட்டிற் புதியனவாகப் புகுந்த வடநாட்டுக் கொள்கைகள் பரவிய பிற்காலத்தில், இந்திரன், பலதேவன் முதலியோர்க்கம் அருகன், புத்தன் முதலிய கேவர்க்கும் கோவில் கள் தோன்றின. புகாரில் பல சமயங்கள் இருந்தன. பல சமயப் புலவர் இருந்தனர். ஆனால் அச் சமயங்கள் போரிட்டில; புலவர் போரிட்டிலர். எல்லாச் சமயத்தவரும் தத்தம் சமயக் கோட்பாடுகட் கேற்ப நேரிய வாழ்வை நடத்தி வந்தனர்.

கலப்புச் சமயம்

தொகை நூல்களில் பழைய பாக்கள் உண்டு. அவற்றில் பழந்தமிழர் தெய்வங்களே பேசப்பட்டிருக்கும்; திணைக்குரிய தெய்வங்களே பேசப்பட்டிருக்கும். பிற்காலப் பாக்களில் வடவர் வருகையால் ருத்ர வழிபாடு ஏற்பட்ட காலத்தில் பல கதைகள் புகுந்தன. அக்கதைகள் அனைத்தும் பிற்காலப் பாக்களில் ஆங்காங்கு இடம் பெற்றுள்ளன. சிவன் முப்புரம் எரித்தமை, சகரர் கடலைத் தோண்டியது, இராமாயணக் கதைகள், மாபாரதக் கதைகள், இன்னோரன்ன பிற வடநாட்டுக் கதைகள். சிலப்பதி காரம், மணிமேகலை என்னும் கடைச் சங்கத்து இறுதிக்கால நூல்களில் - பாகவத புராணச் செய்திகள், விசுவாமித்திரன் நாய் இறைச்சியை உண்டது, அகல்யை வரலாறு, வாமன அவதாரக் கதை இன்ன பிறவும் பல இடங்களில் குறிக்கப்பட்டுள்ளன.

வடமொழியாளர் சங்க காலத்தில் நன்கு நிலைத்துவிட்டனர் என்பதைப் பலவிடத்தும் குறித்தோம். அவர்கள் சிறந்த கல்வி கேள்விகளில் வல்லுநராக இருந்தனர். நான்கு வேதங்களிலும் அவை தொடர்பான பிற நூல்களிலும் புலமை பெற்றிருந்தனர். அவர்கள் பழக்கத்தால் சங்க காலத்துச் சோழ மன்னருட் சிலர்

வேத வேள்விகளைச் செய்தனர் என்பது தெரிகிறது. **பெருநற் கிள்ளி** என்பவன் **இராயசூயம்** (இராஜசூய யாகம்) செய்தவன். அதனால், இவன் வடநூற் கொள்கைப்படி பேரரசன் என்பது பெறப்படுகிறது. இத்தகைய அரசர்கள் அந் நான்மறையாளர்க்குச் சில ஊர்களை மானியமாக விட்டிருந்தனர் போலும்! அவருள் ஒருவன் சோணாட்டுப் பூஞ்சாற்றூர்ப் **பார்ப்பான் கௌணியன் விண்ணந்தாயன்** என்பவன். இவன் கொண்டின்ய கோத்திரத் தைச் சேர்ந்தவன்: ஓதல், ஓதுவித்தல் முதலிய 'அறுவகைப்பட்ட பார்ப்பனப் பக்கத்திலும் சிறந்தவன்; சிறந்த கொடையாளி தமிழ்ப் புலவர்களை நன்கு ஆதரித்தான். இவனை **ஆவூர் மூலங்கிழார்** என்னும் நல்லிசைப் புலவர் பாராட்டிப் பாடியுள்ளார். அப்பாட லில் வேள்வியைப் பற்றிய பல விவரங்கள் தெரிகின்றன. இக் குறிப்பால் வேத வேள்வி தமிழ் நாட்டில் செய்யப்பட்டது என்பதும் அறிவுடைத் தமிழர் அதனை நன்கு அறிந்திருந்தனர் என்பனவும் நன்கு விளங்குகின்றன.[5]

சிவபிரான் முழுமுதற் கடவுள் என்பதைச் சமண காவிய மான சிலப்பதிகாரமும் பௌத்த காவியமாகிய மணிமேகலை யுமே கூறுகின்றன எனின், அக்காலத் தமிழர் அங்ஙனமே கருதினர் எனக் கோடலில் தவறில்லை அன்றோ? இதனாற் பெரும்பாலான தமிழர் **சைவர்** என்பது கூறாதே அமையும் அன்றோ? வேங்கடமும் திருவரங்கமும் சிறந்த வைணவத் தளிகளாகச் சிலப்பதிகாரம் கூறலை நோக்கின்-ஆச்சியர் குரவையை அழுத்தமாக ஆராயின், சங்க காலத்தில் **வைணவமும்** போற்றத் தக்க சமயமாக இருந்தது என்பதை நன்கறியலாம். இந்த இரண்டுடன் மேற்சொன்ன வேத சமயமும் சங்காலத் தமிழரிடம் **கலக்கத் தொடங்கியது** என்பது நடுநின்ற ஆராய்வார் நன்கறிதல் கூடும்.

புகாரில் பௌத்த விகாரம், சமணப்பள்ளி முதலிய இருந்தன. இருதிறத்தப் பெரியாரும் தங்கள் சமய போதனைகளைப் பண்பட நடத்தி வந்தார்கள். பெருஞ் செல்வனாக விளங்கிய கோவலன் சமணன்; இளங்கோ அடிகள் சமணர்; மணிமேகலை செய்த கூலவாணிகன் சாத்தனார் பௌத்தர். மாதவியும், மணிமேகலையும் பௌத்த பிக்ஷுணிகளாக இருந்தனர். இவற்றை நன்கு நோக்குகை யில், சங்ககாலத் தமிழகத்தில் அவரவர் விரும்பியவாறு சமயக் கொள்கைகளைப் பின்பற்ற முழுவுரிமை பெற்றிருந்தனர் என்பது நன்கு தெரிகிறதன்றோ?

சங்க காலத்துக் கோவில்கள்

சிவன், முருகன், திருமால், பலதேவன், மாசாத்தன் இவர்க்கும்; கற்பகத்தரு, வெள்ளையானை வச்சிரப்படை, ஞாயிறு, திங்கள்,

முருகன்வேல் இவற்றுக்கும் கோவில்கள் இருந்தன; வர்த்தமானர்க்கும் புத்ததேவர்க்கும் கோவில்கள் இருந்தன. நாடு முழுவதும் கிராம தேவதைகட்கும் வீரர்க்கும் பிறர்க்கும் சிறிய கோவில்கள் இருந்தன. இவை யாவும் செங்கல், மண், மரம், உலோகம் இவற்றால் ஆன கோவில்களே ஆகும்.

இடுதல், சுடுதல் முதலியன

இறந்தவர் உடலை எரித்தல் உண்டு; புதைத்தல் உண்டு; தாழியிற் கவித்தல் உண்டு, தாழியிற் கவித்தலே மிகப் பழைய வழக்கம். இடுதல், சுடுதல் என்பன பிற்பட்டவை. இவை பிற்பட்டவை ஆயினும், பல ஆயிரக்கணக்கான ஆண்டுகளாக இருந்து வரும் பழக்கமே ஆகும். இறந்தவர் உடலை அடக்கம் செய்த இடத்தில் சிறு கோவில்கள் எழுப்புதல் மரபு. ''குறியவும் நெடியவும் குன்ற கண்டன்ன'' இறந்தார் கோவில்கள் புகாரில் இருந்தன என்று மணிமேகலை கூறுதல் காணலாம். பத்தினிப் பெண்டிர் கணவருடன் இறத்தல் மரபு. அப்பெண்டிர்க்கும் கோவில்கள் எழுப்புதல் மரபாக இருந்தது. மனைவியர் கணவருடன் இறத்தல் தொன்றுதொட்டு இருந்து வரும் தமிழ்நாட்டுப் பழக்கமாகும். 'அங்ஙனம் இறவாதவர் தீக்குளிப்பர்; அதுவும் ஆற்றாதவர் மறு பிறப்பில் அக்கணவனைக் கூடற்குரிய முறையில் கைம்மை நோன்பு நோற்பர்' என்று மணிமேகலையில் மாதவி கூற்றாக வருதல் நோக்கத்தக்கது.

சோழர் பேரறிவு

சோழ அரசர் குறிப்பிட்ட நாட்களில் பல சமயத்தவரையும் அழைத்துத் தத்தம் சமயத்தைப் பற்றி விளக்கச் சந்தர்ப்பம் அளித்து அவற்றைப் பொது மக்கள் கேட்க வசதியளித்தனர் என்பது குறிப்பிடத்தக்க செய்தியாகும். இதனை மணிமேகலை இந்திரவிழவூரெடுத்த காதையிற் காணலாம். சோழர் ஆட்சிக்கு உட்பட்டிருந்த காஞ்சியிலும் பல சமயப் பெருமக்கள் இருந்தனர். ஒவ்வொரு தலைநகரத்திலும் இக்காட்சியைக் காணலாம். இப் பெருந்தன்மை வாய்ந்த செயல்,

"எப்பொருள் யார்யார்வாய்க் கேட்பினும் அப்பொருள்
மெய்ப்பொருள் காண்ப தறிவு"

எனவும்,

'எப்பொருள் எத்தன்மைத் தாயினும் அப்பொருள்
மெய்ப்பொருள் காண்ப தறிவு''

எனவும், வகுத்த **வள்ளுவனார்** சட்டப்படி சோழப் பேரரசர் நடந்து வந்தனர் என்பதை நன்கு உணர்த்துகிறதன்றோ?

சோழர் வரலாறு

1. சோழரது இருண்ட காலம்

பல்லவர் - களப்பிரர்

சங்கத்து இறுதிக் காலத்தில் வேங்கடத்திற்கு அப்பாற்பட்ட நிலப்பகுதியைக் கங்கையாறுவரை **சாதவாஹனர்** என்னும் ஆந்திர நாட்டு மன்னர் ஆண்டு வந்தனர். அவர்கட்கடங்கித் தென் பகுதியை ஆண்ட மரபினர் **பல்லவர்** என்பவர். இப்பல்லவர் சாதவாஹனப் பேரரசு வீழ்ச்சியுற்றதும் கிருஷ்ணையாறு முதல் பெண்ணையாறு வரைப்பட்ட நாட்டிற்குத் தாமே உரிமையாளர் ஆயினர்; ஆகித் தெற்கே இருந்த அருவா வடதலைநாடு, அருவா நாடுகளைக் கைப்பற்ற முனைந்தனர். அப்பொழுது அருவா வடதலை நாட்டில் கடப்பைவரை இருந்த பெருங்காட்டுப் பகுதி களில் வாழ்ந்துவந்த களவர் என்னும் வீரமரபினர் பல்லவர் படையெடுப்பால் நெருக்குண்டனர்; நெருக்குண்டு தம் நாட்டில் இருக்க முடியாராய் அருவா நாட்டினுட் புகுந்தனர். இங்ஙனம் இக்குழப்பம் ஏற்பட்ட காலம் ஏறத்தாழக் கி. பி. 300 என்னலாம். களவரை விரட்டி அருவா வடதலை நாட்டைக் கைப்பற்றிய பல்லவர், மேலும் அவருடன் பொருது பாலாற்றுக்குத் தெற்கே அவரை விரட்டி, ஏறத்தாழக் கி. பி. நான்காம் நூற்றாண்டின் முற்பகுதியில் **காஞ்சீபுரத்தைக்** கோநகராகக் கொண்டு தொண்டை நாட்டின் வடபகுதியை ஆளலாயினர். இங்ஙனம் ஆண்ட முதற் பல்லவ வேந்தன் **சிவ ஸ்கந்தவர்மன்** என்பவன்.[1]

களப்பிரர் - சோழர் - பாண்டியர்

சிவ ஸ்கந்தவர்மனால் தோற்கடிக்கப்பட்ட களப்பிரர் வேறு வழியின்றிப் பாலாற்றின் தெற்கு முதல் காவிரியாறு வரை பரவினர்; பின்னர்ச் சோணாட்டின் உட்பகுதியிலும் புகுந்தனர்; சோழர் அரசு நிலைகுலைந்தது. களப்பிரர் சோணாட்டுடன் நின்று விடாது, பாண்டிய நாட்டிலும் புகுந்து பாண்டியனை ஓடச் செய்தனர். இங்ஙனம் சோழ பாண்டியர் தம் அரசிழந்த காலம் ஏறத்தாழக் கி. பி. 350-450 எனக் கொள்ளலாம். இங்ஙனம் முடி யிழந்த பாண்டிய நாடு, ஏறத்தாழக் கி. மு. 590-ல் பாண்டிய அரசனான **கடுங்கோனால்** நிலைபெற்றது. அதுமுதல் வன்மை மிக்க பாண்டிய மன்னர் பல்லவப் பேரரசரையே எதிர்க்கத்தக்க பேராற்றல் பெற்றனர் ஆதலின், களப்பிரர் வன்மை குன்றிப் பாண்டியரிடம் சிற்றரசராயினர்.

---

1. Vide Author's Pallavar Varalaru for more details.

சோணாட்டில் இருந்த களப்பிரர் ஏறத்தாழக் கி.பி. 575 வரை பேரரசராக இருந்தனர்; பின்னர்ச் **சிம்மவிஷ்ணு** என்ற பல்லவனால் முற்றிலும் முறியடிக்கப்பட்டனர். சோழ அரசை இழந்தனர்; தஞ்சை, வல்லம், செந்தலை, புதுக்கோட்டை முதலிய இடங்களில் சிற்றரசர் ஆயினர், வலுத்தவர் பக்கம் சேர்ந்து காலத் திற்கு ஏற்றாற் போல நடந்து வந்தனர்.

களப்பிரர் ஆட்சியினின்றும் பாண்டியர் விடுதலை பெற்றாற் போலச் சோழர் கி.பி. 6-ஆம் நூற்றாண்டில் விடுதலை பெறக் கூடவில்லை. ஏன் எனில், அக்களப்பிரரினும் வன்மை மிக்க பல்லவர் களப்பிரரை அடக்கி நாட்டைக் கவர்ந்துகொண்டமை யின் என்க. இங்ஙனம் நாட்டைக் கவர்ந்த பல்லவர் கி.பி. 875 வரை சோழநாட்டை விட்டிலர். ஆதலின், சோழர் ஏறத்தாழக் கி.பி. 350 முதல் முடிஇழந்து வாழ வேண்டியவர் ஆயினர் என்பது கவனித்தற்கு உரியது.[1] இனி, இந்த இருண்ட காலத்தில் சோழரைப் பற்றிய செய்திகள் குறிக்கும் சான்றுகளைக் காண்போம்.

புத்ததத்தர்

இவர் ஒரு பௌத்த சமயப் பெரியார். இவர் 'அபிதர்மாவதாரம்' என்னும் நூலைச் சோழநாட்டில் இருந்து எழுதியவர். இவர், ''காவிரிப்பூம் பட்டினம் செல்வ வணிகரைக் கொண்டது; மாட மாளிகைகள் நிரம்பியது; இனிய பல பூஞ்சோலைகளை உடை யது; அரண்மனைகளை உடையது; கண்டதாசன் கட்டிய புத்த விஹாரத்தில் நான் இருந்து, என் மாணவி சுமதியின் வேண்டு கோளால் இந்நூலை எழுதினேன்''[2] என்று மேற்சொன்ன தமது நூலின் ஈற்றிற் குறித்துள்ளார். அவரே தமது 'விநயவிநிச்சியம்' என்னும் நூலின் இறுதியின், 'இந்நூல் புத்த சீடர்களாக வரையப் பட்டது. நான் சோணாட்டில் உள்ள **பூதமங்கலத்தில்**[3] வேணுதாச விஹாரத்தில் தங்கி இருந்தபொழுது இதனை எழுதினேன். **அச்சுத விக்கந்தன்** என்னும் **களப்பிர மரபரசன்** உலகத்தை ஆண்ட பொழுது இந்நூலைத் தொடங்கி எழுதி முடித்தேன்.''[4] என்ற கூறியுள்ளார். இவர் காலம் ஏறத்தாழக் கி.பி. 450 ஆகும்.[5]

---

1. Vide the Author's History of the Pallavas' chap. 4.
2. K. A. N. Sastry's 'cholas' Vol. 1, pp. 120-121.
3. இப்பூதமங்கலமே பெரியபுராணம் கூறும் போதிமங்கை; சம்பந்தர் புத்தரோடு வாதிட்டு வென்ற இடம்.
4. K.A.N. Sastry's 'cholas', 1, p. 121.
5. B.C. Law's History of Pali Literature. vol. 2 pp. 384, 385 & 389. புத்ததத்தர் வரைந்த நூல்களிற் காணப்படும். குறிப்புகளைப் பற்றி J.O.R. Vol.2 பார்க்க.

களப்பிரரும் பௌத்தரும்

அச்சுதன் என்னும் களப்பிர அரசன் மூவேந்தரையும் விலங்கிட்டு வைத்ததாகத் 'தமிழ் நாவலர் சரிதை' கூறுகின்றது. கி.பி. 10-ஆம் நூற்றாண்டினரான **அமிதசாகரர்** என்னும் பௌத்தர் இந்த அச்சுதனைப் பற்றிய சில பாக்களைக் குறித்துள்ளார். இக்குறிப்பாலும், புத்ததத்தர் இவனைக் குறித்திருப்பதாலும் இவன் பௌத்தனாக இருந்திருக்கலாம் எனக் கோடலில் தவறில்லை. இவன் '**உலகத்தை** ஆண்டாள்' எனப் புத்ததத்தர் கூறலால், அச்சுதன் சோழ-பாண்டிய நாடுகளை ஆண்டனன் என்று கொள்ளலாம். இவன் காலத்தவரே பெரிய புராணம் கூறும் **மூர்த்தி நாயனார்.** இவன் பௌத்தனாக இருந்ததாற்றான் சைவத்திற்குப் பெரும் பகைவனாக இருந்தான் போலும்!

''**களப்பிரர்** இடையீடு.............. அப்பொழுது பேரரசரும் சார்வமௌமரும் ஆண்டு மறைந்தனர்...... பின்னர்க் கடுங்கோன் களப்பிரரை விரட்டிப் பாண்டிய நாட்டைக் கைப்பற்றினான்'' என்று **வேள்விக்குடிப் பட்டயம்** எடுத்து இயம்புகின்றது. இக் களப்பிரர் வழிவழியாக வந்த பிரம்மதேயத்தை அழித்தனர். அதனைக் கோச்சடையன், கி.பி. எட்டாம் நூற்றாண்டில் புதுப்பித்தான். இச்செயலைக் கொண்டும் களப்பிரர் தொடக்கத்தில் பௌத்தராகவும் சமணராகவும் இருந்தனர் எனக் கோடலில் தவறில்லை.

மணிமேகலை காலத்தில் சோழ நாட்டில் **பூதமங்கலம்** பௌத்தர்க்குரிய இடமாகக் குறிக்கப்பட்டிலது. ஆனால், களப்பிரர் காலத்தில் புத்த தத்தரால் குறிப்பிடப்பட்டுள்ளது. அந்த இடத்தில் ஏறத்தாழக் கி.பி. 660-ல் புத்தர்கள் இருந்தனர்; சம்பந்தரோடு வாதிட்டுத் தோற்றனர் என்பதை நோக்க, கி.பி. 575-ல் களப்பிரர் வலியை அடக்கிப் பல்லவர் சோழநாட்டை ஆண்டு வந்த பொழுதும் பூதமங்கலம் சம்பந்தர் காலம்வரை பௌத்த இடமாக விளங்கிவந்தது என்பதை அறியலாம். எனவே, பூதமங்கல விஹாரம் களப்பிரர் காலத்தே தோன்றியதென்னல் தவறாகாது.

களப்பிரரும் சமணரும்

கி.பி. 470-ல் மதுரையில் திகம்பர சமணர் அனைவரும் கூடிச் சங்கம் ஒன்றை நிறுவினர். அதன் தலைவர் வச்சிர நந்தி ஆவர்' என்று **திகம்பர தரிசனம்** என்னும் சமணநூல் செப்புகின்றது. இக் காலத்திற் பாண்டிய நாட்டு அரசராக இருந்தவர் களப்பிரரே ஆவர். அவர்கள் காலத்தில் 'திகம்பர சங்கம்' மதுரையிற் கூடியதெனின், அத்திகம்பர சமணரே சம்பந்தர் காலம்

(கி.பி. 670) வரை பாண்டிய நாட்டில் பாண்டிய அரசனையும் தம்வயப்படுத்தி இருந்தனர் எனின், அச்செல்வாக்குப் பிற்கால (கி.பி. 5-ஆம் நூற்றாண்டு)க் களப்பிர அரசராற்றான் உண்டாகி இருத்தல் வேண்டும் என்பது பெறப்படுகிறதன்றோ?

எனவே, இதுகாறும் கூறியவற்றால், களப்பிர அரசருள் முற்பகுதியினர் பௌத்த சமயத்தையும் பிற்பகுதியினர் சமண சமயத்தையும் வளர்த்தவர் என்பதும், அவற்றுள் சம்பந்தர் காலத்தில் சோழ நாட்டில் பௌத்தமும், பாண்டிய நாட்டில் சமணமும் இருந்தது என்பதும் அறியத்தக்கன.

களப்பிரர்

சிம்மவிஷ்ணு முதலி பிற்காலப் பல்லவர் பட்டயங்களிலும் மேலைச் சாளுக்கியர் பட்டயங்களிலும் பிறவற்றிலும் களப்பிரர் பெயர் காணப்படுகின்றது. எனவே, இப்புதிய மரபினர் தமிழ் நாட்டில் பேரரசர்களாகவும் சிற்றரசர்களாகவும் இருந்தனர் என்பது நன்கு தெரிகிறது. இது நிற்க.

சோழரைப் பற்றிய குறிப்புகள்

சோணாட்டு வரலாற்றில் இருண்ட பகுதியாகிய (கி.பி. 300 -கி.பி. 875) ஏறத்தாழ 6 நூற்றாண்டுகள் கொண்ட காலத்தில் சோழரைப்பற்றிப் பட்டயங்களும் இலக்கியங்களும் கூறுவன காண்போம்:

கி.பி. 400 முதல் 600 வரை

கோச்செங்கணான்

இவன் சங்க காலத்தவனா?

இவன் சங்க காலத்தவன் என்பதற்குக் காட்டப்படும் காரணங்கள் இரண்டு; (1) 74-ஆம் புறப்பாட்டின் அடிக்குறிப்பில் "சேரமான் கணைக்கால் இரும்பொறை சோழன் செங்கணானோடு போர்ப் புறத்துப் பொருது பற்றுக் கோட்பட்டுக் குடவாயிற் கோட்டத்துச் சிறையிற் கிடந்து 'தண்ணீர் தா' என்று, பெறாது, பெயர்த்துப் பெற்றுக் கைக் கொண்டிருந்து உண்ணான் சொல்லித் துஞ்சிய பாட்டு" எனவரும் செய்தி; (2) பொய்கையார் சோழன் மீது களவழிபாடிச் சிறைப்பட்ட அரசனை மீட்டார் என்பது களவழி ஏடுகளின் ஈற்றில் எழுதப்பட்டுள்ள செய்தி. இவ்விரு கூற்றுகளையும் ஆராய்வோம்:

(1) மேற்சொன்ன 74-ஆம் செய்யுளில் கோச்செங்கணான் என்ற பெயர் இல்லை. அடிக்குறிப்பு, பாடிய புலவன் எழுதியதும்

அன்று என்பது 'உண்ணான் சொல்லித் துஞ்சிய பாட்டு' என்ப தால் அறியப்படும். புறநானூற்றுப் பாடலின்கீழ் உள்ள (பிற்காலத் தார்) எழுதிய அடிக்குறிப்புகள் பல இடங்களில் பொருத்தமற் றவை என்பது அறிஞர் நன்கறிந்ததே. சான்றுக்காக ஓர் இடம் குறித்துக் காட்டுதும்: புறம் 389-ம் செய்யுளில் **'ஆதனுங்கனைப் போல** நீ கொடுப்பாயாக' என வரும். தொடரைக் கண்டதும், அஃது உவமையாகக் கூறப்பட்டது என்பதையும் கவனியாமல், 'இஃது **ஆதனுங்கனைப் பாடிய பாட்டு'** என்ற அடிக்குறிப்பு வரையப்பட்டுள்ளது. இங்ஙனம் பிழைபட்ட இடங்கள் பல; பொருத்தமற்ற அடிக்குறிப்புகள் பல. இத்தகைய அடிக்குறிப்பு களில் செங்கணானைக் குறிக்கும் அடிக்குறிப்பும் ஒன்றாகலாம். களவழிப் பாக்களைக் காண, கோச்செங்கணான் பேரரசன் என்பதும், வீரம் வாய்ந்த பகைவரைக் கொன்றவன்[1] என்பதும் போரில் கொங்கரையும் வஞ்சிக் கோவையும் கொன்றவன்[2] என்பதும் தெரிகின்றன. பாக்களால், இச்சோழனை எதிர்த்த வஞ்சிக்கோ(சேர அரசன்) போரில் கொல்லப்பட்டான் என்பது விளக்கமாகிறது. கணைக்கால் இரும்பொறை பற்றிய பேச்சே களவழியிற் காணப்படவில்லை.

(2) முன்சொன்ன 74-ஆம் பாடல் தமிழ் நாவலர் சரிதை யில், ''சேரமான் கணைக்கால் இரும்பொறை செங்கணானாற் குடவாயிற் கோட்டத்துத் தளைப்பட்டபோது **பொய்கையாருக்கு எழுதி விடுத்த பாட்டு''** என்ற தலைப்பின்கீழ்க் காணப்படு கிறது. புறநானூற்று அடிக்குறிப்பும் இதுவும் வேறுபடக் காரணம் என்ன?

(3) புறநானூறு 74-ஆம் செய்யுள் அடிக்குறிப்பு, கணைக் கால் **இரும்பொறை சிறைக்கண்ணே இறந்தான்** என்பதைக் குறிக்கிறது. ஆயின், தமிழ் நாவலர் சரிதையில் உள்ள செய்யுள் அடியில்,

''இது கேட்டுப் பொய்கையார் களவழி நாற்பது பாடச் செங்கணான் **சிறைவிட்டு அரசளித்தான்''** என்பது குறிக்கப்பட் டுள்ளது. இவ்விரு கூற்றுகளும் தம்முள் மாறுபடுவதைக் கண்ட நாவலர்-பண்டித ந.மு. வேங்கடசாமி நாட்டார் அவர்கள், ''துஞ்சி னான் கணைக்கால் இரும்பொறையாகச், சிறைவீடு செய்து அரசளிக்கப்பட்டான் **பிறனொரு சேரனாவன்** என்று கொள்ள வேண்டும்'' என்ற கூறி அமைந்தனர்.[3] இங்ஙனம் பேரறிஞரையும்

1. செ. 6- 16. 2. செ. 14 - 39.

3. அவர் பதிப்பு, முகவுரை, பக். 5. (கழகப் பதிப்பு).

குழப்பத்திற்கு உட்படுத்தும் பொருத்தமற்ற அடிக்குறிப்புகளைக் கொண்டு கோச்செங்கணான் போன்ற பேரரசர் காலத்தை வரை யறுத்தல் வலியுடைத்தாகாது.

2. கோச்செங்கணான் எழுபது சிவன் கோவில்கள் கட்டினான் என்று திருமங்கையாழ்வார் குறித்துள்ளார்.[1] சங்க காலத்தில் எந்த அரசனும் சிவன் கோவிலோ, திருமால் கோவிலோ கட்டிய தற்குச் சான்றில்லை. சிவன் கோவில்கள் பலவாக ஒரே அரசனால் கட்டப்பட்ட காலம் சைவ உணர்ச்சி வேகம் மிகுதிப்பட்ட கால மாதல் வேண்டும். சங்க காலத்தில் அத்தகைய உணர்ச்சி வேகம் மிக்கிருந்ததாகக் கூறச் சான்றில்லை. சங்க காலத் தமிழகத்தில் பல சமயங்களும் அமைதியாக இருந்தன என்பதே அறியக் கிடக்கிறது. அவ்வமைதியான நிலையில் ஓர் அரசன் 70 கோவில் கள் கட்டுதல் அசம்பாவிதம். ஆயின், சங்க காலத்திற்குப் பின்னும் அப்பர்க்கு முன்னும் **களப்பிரர்-பல்லவர்** போன்ற வேற்றரசர் இடையீட்டால் பௌத்தமும் சமணமும் தமிழகத்தில் மிகுதியாகப் பரவலாயின. சங்க காலப் பாண்டியன் அளித்த பிரம்மதேய வுரிமையையே அழிக்கக் கூடிய நிலையில் களப்பிரர் சமயக் கொடுமை இருந்தது என்பது வேள்விக்குடிப் பட்டயத்தால் தெரி கிறது. அக்களப்பிரர் காலத்திற்றான் மதுரையில் மூர்த்தி நாயனார் துன்புற்றார். சோழ நாட்டில் தண்டியடிகள், நமிநந்தியடிகள் போன்ற சிவனடியார்க்கும் சமணர்க்கும் வாதங்கள் நடந்தன. இத்தகைய சமயப்பூசல்கள் நடந்து, சைவசமய வுணர்ச்சி மிகுந்து தோன்றிய பிறகாலத்தேதான் கோச்செங்கணான் போன்ற அரசர் பல கோவில்கள் கட்டிச் சைவத்தை வளர்க்க முற்பட்டிருத்தல் வேண்டும்.

3. கோச்செங்கணானைப் பற்றித் திருமங்கையாழ்வார் வெளியிடும் கருத்துகள் இவையாகும்[2] :-

(1) உலகமாண்ட **தென்னாடன்**[3] **குடகொங்கன் சோழன்.**

(2) தென் தமிழன் **வடபுலக்கோன்.**

(3) **கழல் மன்னர்** மணிமுடிமேல் காகம் ஏறத் **தெய்வவாள்** வலங்கொண்ட சோழன்.

(4) **விறல் மன்னர்** திறல் அழிய வெம்மாவுய்த்த செங்க ணான் கோச்சோழன்.

(5) **படைமன்னர்** உடல் துணியப் பரிமா வுய்த்த தேராளன் கோச்சோழன்.

---

1. திருநறையூர்ப் பதிகம், 8. 2. ஷை 3, 4, 5, 6, 9.

3. 'தென்னவனாய் உலகாண்ட செங்கணான்' என்ற சுந்தரர் தொடர் இதனுடன் ஒப்புநோக்கத் தக்கது.

இக்குறிப்புகளால் இவன் (1) வலி பொருந்திய அரசர் பலரைப் போரில் கொன்றவன்-வென்றவன் என்பதும், (2) கொங்கு நாடு வென்றவன் என்பதும், (3) சோழ நாட்டிற்கு வடக்கிடந்த நிலப்பகுதியை (தொண்டை நாட்டை) வென்றவன் என்பதும், (4) சிறந்த யானைப்படை, குதிரைப் படைகளை உடையவன் என்பதும் தெரிகின்றன.

'கழல் மன்னர், **விறல்** மன்னர், **படை** மன்னர்' என்றதால் சோழனை எதிர்த்தவர் மிக்க வலிமையுடைய பகையரசர் என்பது பெறப்படும். அவர்களைச் செங்கணான் 'தெய்வ வாள்' கொண்டு வென்றான் என்பதாலும் பகைவரது பெருவலியை உய்த்துணரப் படும். சங்க காலத்தில் இத்தகைய மன்னர் பலருடன் செங்கணான் போரிட்டது உண்மையாயின், அப்போரைப் பற்றிய சில செய்யுட்களேனும் அக்கால நூல்களில் இருந்திருக்க வேண்டும். இல்லையாயின் அவர்கள் இன்னவர் என்ற குறிப்பாவது இருத்தல் வேண்டும். கோச்செங்கணான் செங்குட்டுவனுக்குப் பிற்பட்டவன் (கி.பி. 200-250) என்பது வரலாற்று ஆசிரியர் கருத்து, அங்ஙனமாயின், அக்காலத்தில் அவனுடன் போரிட்ட கழல்-விறல்-படை மன்னர்' யாவர்? சங்க காலத்தில் தொண்டை நாடும் சோழர் ஆட்சியில் இருந்தமை மணிமேகலையால் அறியலாம். அதற்கும் அப்பாற்பட்ட வடபுலத்தை இவன் வென்றான் எனக் கொள்ளின், அப்பகையரசர் யாவர் எனக் கூறுவது? சுருங்கக் கூறின், (1) இவன் அரசன் பலரை வென்றான் என்பதற்குச் சங்க நூல்களிற் சான்று இல்லை; (2) இவன் அரசர் பலரை வென்றவனாகக் காண்கிறான்; (3) சங்க இறுதிக் காலத்திலேனும் இங்ஙனம் ஓர் அரசன் இருந்தான் என்று கூறத்தக்க சான்றுகள் இல்லை; (4) இவன் சிவன் கோவில்கள் பல கட்டினவன். இந்நான்கு காரணங்களால் **கோச்செங்கணான் சங்க காலத்திற்குப் பிற்பட்டவனாக இருத்தல் கூடும்** என்ற எண்ணமே பலப்படும்.

4. கோச்செங்கணான் தில்லையில் சமயத்தொண்டு செய்தவன் என்பது சேக்கிழார் கூற்று. 'தில்லை' ஒரு சிவ ஸ்தலமாகச் சங்கச் செய்யுட்களில் கூறப்படாமை நோக்கத்தக்கது. அது கோச்செங்கணான் காலத்திற் சிறப்புப்பெற்றது. அவன் அங்கு மறையவரைக் குடியேற்றி மாளிகைகள் பல சமைத்தான்.[1] இங்ஙனம் தில்லை சிவத்தலமாகச் சிறப்புற்றமை சங்க காலத்திற்குப் பிறகே என்பது தவறாகாது.

---

1. கோச்செங்கட் சோழர் புராணம், 15, 16.

5. கோச்செங்கணானது தந்தை பெயர் **சுபதேவன்** என்பது. தாய்பெயர் **கமலவதி** என்பது.[1] இப் பெயர்களைச் சோழப் பேரரசின் முதல் அமைச்சரான சேக்கிழார் தக்க சான்று கொண்டே கூறினராதல் வேண்டும். இப்பெயர்கள் தூய வடமொழிப் பெயர் கள். இவ்வாறு சங்க காலத்து அரச குடும்பத்தினர் வடமொழிப் பெயர்களை வைத்துக்கொண்டனர் என்பதற்குப் போதிய சான்று இல்லை. சம்பந்தர் காலத்திற்கு முற்பட்ட சுமார் 6 அல்லது 5-ஆம் நூற்றாண்டினர் என்று கருதத்தக்க காரைக்கால் அம்மையார்க் குப் **புனிதவதி** என்பது பெயர். அப்பெயருடன் மேற்சொன்ன 'கமலாவதி' என்ற பெயர் ஒப்புநோக்கத்தக்கது.

இத்தகைய பல காரணங்களால் கோச்செங்கணான் சங்க காலத்தவன் ஆகான் எனக் கொள்ளலாம். ஆயின், அவன் அப்பர்-சம்பந்தராற் பாடப்பட்டவன். ஆதலின், அவன் காலம் மேற் சொன்ன சங்க காலத்திற்குப் பிறகும் அப்பர்-சம்பந்தர் காலத் திற்கு முன்னும் ஆதல் வேண்டும்; அஃதாவது, அவன் காலம் ஏறத்தாழக் கி.பி. 300-600-க்கு உட்பட்டது எனக் கூறலாம். இப்பரந்து பட்ட காலத்துள் அவன் வாழ்ந்திருக்கத் தக்க பொருத்த மான காலம் யாதெனக் காண்போம்.

கோச்செங்கணான் காலம்

வேள்விக்குடிப் பட்டயப்படி, சங்க காலத்திற்குப் பிறகு பாண்டிய நாடு களப்பிரர் ஆட்சியில் இருந்தது; அக்களப்பிரர் கையிலிருந்தே கடுங்கோன் தன் நாட்டைக் கைப்பற்றினான் என்பது தெரிகிறது. ஆயின், சோழநாடு எவ்வளவு காலம் களப்பிரர் கையில் இருந்தது. கி.பி. 5-ஆம் நூற்றாண்டின் முற்பாதியில் புத்தகத்தர். குறித்த அச்சுதனுக்குப் பிறகு சோழநாட்டை ஆண்ட களப்பிரர் இன்னவர் என்பது தெரியவில்லை. கி.பி. ஐந்தாம நூற்றாண்டின் இடையில், 'குமார விஷ்ணு' என்ற பல்லவன் காஞ்சியை **மீளவும்** கைப்பற்றினான்......... அவன் மகனான **புத்தவர்மன் கடல் போன்ற சோழர் சேனைக்கு** 'வடவைத்தீப் போன்றவன்' என்ற வேலூர்ப் பாளையப் பட்டயம் பகர்கின்றது. கி.பி. 6-ஆம் நூற்றாண்டின் தொடக்கத்தில் இருந்தவனாகக் கருதப்படும் **முதலாம் நந்திவர்மன்** விஜய-காஞ்சீபுரத்திலிருந்து பட்டயம் விடுத்துள்ளான்.[2] ஏறத்தாழக் கி.பி. 575-ல் சிம்மவிஷ்ணு

---

1. கோச்செங்கட் சோழர் புராணம், 7. 2. Ep. Indica, III. p. 142.

என்ற பல்லவன் **மீட்டும்** காஞ்சியைக் கைப்பற்றினான்; **சோழர்,** மழவர், களப்பிரர் முதலியோரை வென்ற காவிரிக்கரை வரை பல்லவ நாட்டை விரிவாக்கினான் என்பது வேள்விக்குடிப் பட்டயமும் கசாக்குடிப் பட்டயமும் குறிக்கும் செய்தியாகும்.[1] இக்குறிப்புகளால் முன்சொன்ன குமாரவிஷ்ணுவுக்குப் பிறகும் சிம்மவிஷ்ணுவுக்கு முன்பும் காஞ்சி பல்லவர் வசம் இல்லாது அடிக்கடி கைமாறியதாக நினைக்க இடமுண்டு. அச்சுதவிக்கந்தற்குப் பிறகு, சிம்மவிஷ்ணு சோணாட்டை வெல்லும் வரை களப்பிரரே சோணாட்டை ஆண்டனர் என்பதற்குரிய சான்றும் இல்லை. மேற்குறித்த பல்லவர் செய்திகளைக் காண்கையில், சிம்ம விஷ்ணுவுக்கு முற்பட்டவர் நிலையாகக் காஞ்சியில் தங்கித் தொண்டை மண்டலத்தை ஆண்டனர் என்பது கூறக்கூடவில்லை. கி.பி. 5-ஆம் நூற்றாண்டின் இடையில் புத்தவர்மன் கடல் போன்ற சோழர் சேனையோடு போரிட வேண்டியவன் ஆனான்; 6-ஆம் நூற்றாண்டின் இறுதியில் சிம்ம விஷ்ணு சோழரை வென்றான். இவற்றுடன் புத்தவர்மன் போரைக் காணின், அச்சுதக் களப்பிரனுக்குப் பிறகு (கி.பி. 5-ஆம் நூற்றாண்டில்) **சோழர் கடல் போன்ற சேனையை வைத்திருந்தனர்; அவர் பல்லவருடன் போரிட்டனர்** என்பன தெரிகின்றன. இங்ஙனம் கடல் போன்ற சேனையை வைத்துக் கொண்டிருந்த சோழன் சங்க காலத்திற்கும் பிற்பட்டவனாகக் கருதத்தக்க கோச்சோழன் ஆகலாம். அவன் அரசர் பலரை முறியடித்தவன், பெரிய யானைப்படை, குதிரைப் படைகளை உடையவடன் என்பன களவழியாலும் திருமங்கையாழ்வார் பாசுரங்களாலும் தெரிகின்றன. அச்சோழன், தன் நாட்டைக் கைப்பற்றிக்கொண்ட களப்பிரரை அடக்கிப் பின் வடபுலத்திருந்த புத்தவர்மனுடன் போரிட்டு வெற்றி கொண்டனன் போலும்! அவனை **'வடபுலக்கோன்'** என்று திருமங்கையாழ்வார் குறித்தமை இதுபற்றிப் போலும்! இங்ஙனம் கொள்ளின், **கோச்செங்கணான் காலம்** புத்தவர்மன் காலமாகிய **கி.பி. ஐந்தாம் நூற்றாண்டின் இடைப்பகுதி** என்னலாம். கோச்செங்கணான்மீது பாடப்பெற்ற களவழியின் காலம் ஏறத்தாழக் கி.பி. 450-500 என்ற இராவ்சாஹிப் திரு. கு. வையாபுரிப் பிள்ளை அவர்கள் கருத்தும்[2] இந்த முடிபிற்கு அரண் செய்தல் இங்குக் கருதத் தகும்.

---

1. Ibid. Hera's 'Students in Pallava History', p. 20.
2. பல்கலைக்கழகப் பதிப்பு - திரிகடுகமும் சிறுபஞ்சமூலமும், பக். 10-11, 75.

புகழ்ச்சோழர் காலம்

நடுவுநிலையினின்றும் மேற்சொன்ன காரணங்கள் பலவற்றையும் ஆராய்ந்து இம்முடிபு கொள்ளப்படின், இக்கோச்சோழனை அடுத்து, மேற்சொன்ன இடைக்காலத்தில் இருந்தவராகப் (பெரிய புராணம் கூறும்) **புகழ்ச்சோழரை** எடுத்துக் கொள்ளலாம். இவர் பெயர் சங்க நூல்களில் இல்லாததாலும் சிம்ம விஷ்ணுவுக்குப் பிறகு பல்லவர் காலத்தில் இத்தகைய சோழப் பேரரசர் இருக்க முடியாமையாலும், இந்த இடைக்காலமே புகழ்ச்சோழர் வாழ்ந்த காலம் எனக் கோடல் பொருத்தமே ஆகும்.[1] அச்சுதன் போன்ற களப்பிர பேரரசனும் கோச்செங்கணான் புகழ்ச்சோழர் போன்ற சோழப் பேரரசரும் கி.பி. 5, 6-ஆம் நூற்றாண்டுகளில் இருந்தமையாற் போலும் பல்லவர் சோழநாட்டைக் கைப்பற்றக் கூடவில்லை!

கோச்செங்கணான், புகழ்ச்சோழர், களப்பிர அரசர்களாகிய கூற்றுவ நாயனார்[2] (அச்சுத விக்கந்தன்?) இவர்களை இவ்விடைப்பட்ட காலத்தவராகக்(சுமார் கி.பி. 450-550) கொள்ளின், தென் இந்திய வரலாற்றில் **இருண்டபாகம்** எனப்பட்ட காலத்தின் ஒரு பகுதி வெளிச்சமாயிற்றெனக் கொள்ளலாம். 'இவ்விருண்ட காலம்-பல்லவர் காஞ்சியைத் துறந்து தெலுங்க நாட்டில் வாழ்ந்த காலம்-சோழர் இடையீட்டுக் காலமாக இருத்தல் வேண்டும்' என்று **வெங்கையா** போன்ற கல்வெட்டறிஞர் கொண்ட கருத்தில்[3] பேரளவு உண்மையுண்டு என்பதும் இதனால் உறுதிப்படும்.

கி.பி. 600 முதல் 850 வரை

(1) 'பல்லவன் சிம்மவிஷ்ணு (கி.பி. 575-615) காவிரி பாயப்பெற்ற வளமிக்க சோழ நாட்டைக் கைப்பற்றினான். அவன் இம்முயற்சியில் தன்னை எதிர்த்த களப்பிரர், **சோழர்,** பாண்டியர் முதலிய தென்னாட்டரசரை வென்றான்' என்று வேலூர் பாளையச் செப்பேடுகள் செப்புகின்றன.[4] (2) **சோழரை** வென்றதாகச் சாளுக்கியர் பட்டயம் கூறுகிறது. இவர்கள் ரேணாண்டுச் சோழராக இருத்தல் வேண்டும்.[5] (3) சிம்மவிஷ்ணு மகனான மகேந்திர வர்மன் **சோணாட்டின்** பேரழகைக் கண்டு களிக்கச் சிவனார்க்குத் திருச்சிராப்பள்ளி மலைமீது குகைக் கோவில் அமைத்ததாகக் கல்வெட்டிற் கூறியுள்ளான். அம்மலை சோணாட்டின் தலைமுடி

1. C.V.N. Aiyar's Origin and Development of Saivism in S. India, P. 183.
2. Ibid pp. 180-181
3. Ind. Ant. 1908, p. 284.
4. S.I.I. II p. 508.
5. List of S.I.I. No. 5.

என்று கூறப்பட்டுள்ளது.[1] (4) இரண்டாம் புலிகேசி பல்லவரைக் கச்சிநகர்க் கோட்டைக்குள் புகவிட்டுச் **சோழர்,** பாண்டியர், சேரர்க்கு நன்மைவரச் செய்தான் என்று அய்ஹோளே கல்வெட்டுக் கூறுகிறது. அதன் காலம் கி.பி. 634 ஆகும்.[2]

(5) மஹேந்திரன் மகனான முதலாம் நரசிம்மவர்மன் **சோழர்** உள்ளிட்ட பல தென்னாட்டு அரசரை வென்றதாகப் பட்டயம் பகர்கின்றது.

(6) முதலாம் பரமேசுவரவர்மன் சோழநாட்டை வென்றதாகக் கூறும் பட்டயம் கூறுகின்றது.[3] (7) பரமேசுவரவர்மனை முதலில் தோற்கடித்த முதலாம் விக்கிரமாதித்தன் சோணாட்டு உறை யூரில் தங்கியிருந்தான்; அப்பொழுது 'கத்வல்' பட்டயம விடுத் தான். அதன் காலம் கி.பி. 674. அவன் அதனில், தான் **சோழ நாட்டை** வென்றதாகக் குறித்துள்ளான்.[4] பல்லவரும் தமிழ் அரசரும் அவனைத் தாக்கி வென்றனர் என்று அவன் மகன் கூறியுள்ளான். (8) இரண்டாம் நந்திவர்மனை நந்திபுரத்தில் முற்றுகையிட்டவர் **தமிழ் அரசர்** என்ற உதயேந்திரப்பட்டயம் உரைக்கின்றது.[5] (9) இவன் பெயரனான மூன்றாம் நந்திவர்மன் **சோழ,** பாண்டியரைத் தெள்ளாற்றுப் போரில் முறியடித்தான்.[6] (10) பாண்டியன் கோச்சடையன் ரணதீரன் **சோழன், செம்பியன்** என்று கூறிக்கொள்கிறான் என்று **வேள்விக்குடிப்** பட்டயம் விளம்புகிறது.[7] (11) முதலாம் வரகுண பாண்டியன் (மாறன் சடையன்) - கி.பி. 765-815) தன்னைச் **சோழ** பாண்டியர் மரபில் வந்தவன் எனத் திருச்சிராப்பள்ளிக் கல்வெட்டிற் குறித்துள்ளான்.[8]

ரேனாண்டு-சோழர்

கடப்பை-கர்நூல் கோட்டங்களைக் கி.பி. 7-ஆம் நூற்றாண் டில் ஆண்டிருந்த நான்கு அரசர்கள் பெயர்களைக் கொண்ட பட்டயமும் சில கல்வெட்டுகளும் கிடைத்துள்ளன. அவர் தம்மை **'ரேனாண்டுச் சோழர்'** என்றும் **'கரிகாலன் மரபினர்'** என்றும் கூறிக்கொண்டனர். அவர்கள் ஆண்ட பகுதியில் ஏழாயிரம் சிற்றூர் கள்* இருந்தன. அவர்கள் நாட்டைக் கி.பி. 639-640-ல் பார்வை யிட்ட ஹியூன்-ஸங் தன் குறிப்புப் புத்தகத்தில், தான் சோழ

---

1. S.I.I. Vol. I. pp. 33-34.
2. Ep. Indica, Vol. 6, p.6.
3. S.I.I. Vol. I, p. 151
4. Ep. Ind. Vol. 10, p. 103.
5. S.I.I. Vol. II, p. 365.
6. Ibid, II. p.508.
7. Ep. Ind. Vol. 17, pp. 291-293.
8. A.S. of India, 1903-4, p.275.

* கிராமங்கள் என்பர் சிலர். 'மக்கள்' என்பர் சிலர்.

நாட்டைப் பார்த்ததாகக் குறித்துள்ளான்.[1] அவர்கள் எந்தக் காலத்தில் அந்த வடபகுதிக்குச் சென்றனர்-கரிகாலன் காலத்திலா? அல்லது சிம்மவிஷ்ணு சோணாட்டைக் கைப்பற்றிச் சோழமரபினரைத் தன் வடிபகுதி நாட்டைத் தனக்கடங்கி ஆள அனுப்பினானா? - என்பன விளங்கவில்லை. அவர்களை வென்றதாகப் புலிகேசி கூறுவதால், அச்சோழர் பல்லவர்க்கு அடங்கி - ஆனால் தம் உரிமையோடு ஆண்டவராவர் எனக் கோடலே பொருத்தமாகும். அந்தச் சோழர் இலச்சினை சிங்கம் ஆகும். அவர் பரம்பரை இதுவாகும்.[2]

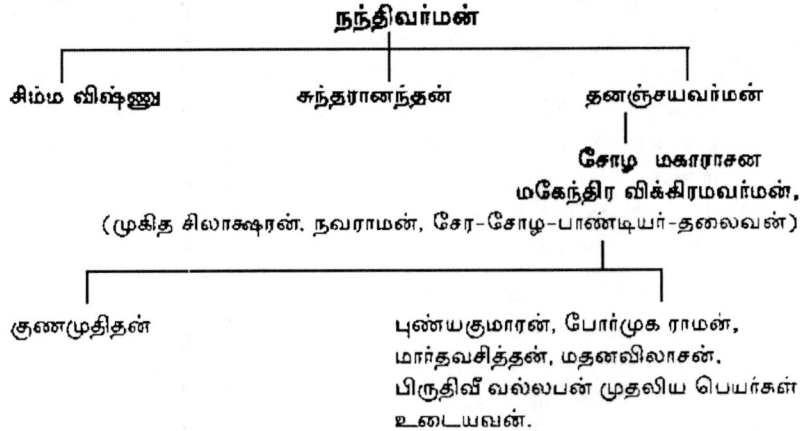

நந்திவர்மன்

சிம்ம விஷ்ணு | **சுந்தரானந்தன்** | **தனஞ்சயவர்மன்**

(தனஞ்சயவர்மன்)
சோழ மகாராசன
மகேந்திர விக்கிரமவர்மன்,
(முகித சிலாக்ஷரன், நவராமன், சேர-சோழ-பாண்டியர்-தலைவன்)

குணமுதிதன் | புண்யகுமாரன், போர்முக ராமன், மார்தவசித்தன், மதனவிலாசன், பிருதிவீ வல்லபன் முதலிய பெயர்கள் உடையவன்.

இப்பெயர்களுள் பல பல்லவ மன்னர்கள் பெயர்கள் அல்லவா? நந்திவர்மன், முதல் நந்திவர்மனைக் குறிப்பது. சிம்மவிஷ்ணு, மகேந்திரவர்மன் என்பன பல்லவர் பெயர்கள். எனவே, இச்சோழர் தம் பேரரசர் பெயர்களைத் தாமும் வைத்துக்கொண்டனர் போலும்! மகேந்திர் விக்ரமவர்மன் என்பவன் தன்னை 'முத்தமிழ் வேந்தர் தலைவன்' என்ற கூறியதை நோக்க, அவன் பல்லவர் பொருட்டு முத்தமிழ் மன்னரைப் பொருதனன் போலும் என்பது எண்ண வேண்டுவதாக இருக்கிறது. இறுதி அரசனான புண்ணிய குமரன் **பிருதிவி வல்லபன்** என்னும் பெயர் கொண்டிருத்தலால், சாளுக்கியர்பால் சார்பு கொண்டவன் போலும்! அவன் மனைவி பெயர் **'வசந்த போற்றிச்** சோழ மாதேவி' என்பது. இப்பெயரும் சாளுக்கியர் தொடர்பையே உணர்த்துகிறது.

இப்பட்டியலிற் கண்ட அரசர் அன்றி. **சோழ மகா ராசாதிராசன்**-விக்கிரமாதித்த சத்தியாதித்யன்ன என்பவன் ஒருவன்

1. Watters, 2, pp. 225 and 341 2. Ep. Ind. Vol. '1, p 345.

இருந்தான். அவன் மனைவி **இளஞ்சோழ மாதேவி** என்பவள். அவன் பேரரசன் என்பது அவனது பட்டத்தால் விளங்குகின்றது. அவன் **ரேனாண்டு** ஏழாயிரத்துடன் **சித்தவுட்**[1] ஆயிரமும் சேர்த்து ஆண்டவன். இங்ஙனமே தெலுங்கு, கன்னடப் பகுதிகளிலும் பலர் தம்மைக் **கரிகாலன் மரபினர்** என்று கூறிக்கொண்டு ஆண்டனர். இவற்றை நோக்கச் சங்ககாலச் சோழர் மரபு அழியாது தொடர்ந்து வந்தமை நன்கறியலாம்.[2]

சோழரும் பெரிய புராணமும்

இந்த இருண்டகாலச் சோழரைப்பற்றிய குறிப்புகள் கூறத் தக்க சிறப்புடைய நூல்கள் **பெரிய புராணமும் திருமுறைகளுமே** ஆகும். தேவாரக் குறிப்புகளும் வழி வழியாகச் சோணாட்டிற் பேசப்பட்ட குறிப்புகளும் அக்காலத்திருந்து இன்று கிட்டாமற் போன வரலாற்றுக் குறிப்புகளும் கொண்டே **சேக்கிழார் பெருமான்** பெரிய புராணம் பாடி இருத்தலால், நாம், தாராளமாக அந்நூற் குறிப்புகளை இவ்விருண்ட காலத்தனவே எனக் கோடலில் தவறில்லை.

(1) களப்பிர அரசருள் ஒருவரான கூற்றுவநாயனார் அப்பர்க்கு முற்பட்டவர்.[3] அவர் பல நாடுகளை வென்று, தமக்கு முடிசூட்டுமாறு தில்லைவாழ் அந்தணரை வேண்ட, அவர்கள், 'பழமையான **சோழற்கே** முடி புனைவோம் - **புதியவர்க்கு** முடி புனையோம்' எனக் கூறி மறுத்து, அவர் சீற்றத்துக்கு அஞ்சிச் சேரநாடு சென்றனர்.[4]

(2) ஏறத்தாழக் கி.பி. 6-ஆம் நூற்றாண்டில் **தண்டி அடிகள்** நாயனார் திருவாரூரில் சமணருடன் வாதிட்டபொழுது நடுவனாக இருந்தவன் **சோழ அரசன்** ஆவன். அவன் திருவாரூரில் இருந்தான். அவன், தண்டி யடிகட்குத் தோற்ற சமணரை அவர் சொற்படியே திருவாரூரை விட்டுப் போகச் செய்தான்.[5]

(3) பழையாறை என்பது கும்பகோணத்திற்கு அண்மையில் இருப்பது. அங்குச் சோழவேந்தன் அரண்மனை இராசேந்திரன் காலத்திலும் இருந்தது. திருநாவுக்கரசர் காலத்தில் அந்நகரில் **சோழன்** இருந்தான். அவனுக்கு அமைச்சர் இருந்தனர். அவன்

---

1. இதன் ஒரு பகுதியே இன்று சித்த வட்டம் என்பது.
2. K.A.N. Sastry's 'Cholas', Vol. 1, pp. 124, 125.
3. C.V.N. Iyer's 'Saivism in S. India', p. 181.
4. கூற்றுவர் புராணம், 4.
5. தண்டியடிகள் புராணம், செ. 13-14.

அப்பரது உண்ணா விரதத்தை அறிந்து, சமணரை விரட்டி, அவர்கள் மறைத்திருந்த சிவலிங்கத்தை அப்பர் கண்டு தரிசிக்குமாறு செய்தான்.[1]

(4) அப்பர் காலத்தவரான குங்கிலியக் கலய நாயனார் திருப்பனந்தாளுக்குச் சென்றார். அங்குள்ள சிவலிங்கம் ஒருபால் சாய்ந்திருந்தது. **சோழ மன்னன்** யானைகளைப் பூட்டி லிங்கத்தை நேரே நிறுத்த முயன்றும் பயன்படாமையைக் கண்டார்; தாம் முயன்று அதை நிறுத்தினார். அது கேட்ட சோழன் அப்பெரிய வரைப் பணிந்து மகிழ்ந்தான்.[2]

(5) பெரும்பாலும் இந்தச் சோழ அரசன் மகளராகவே நெடுமாறன் மனைவியாரான **மங்கையர்க்கரசியார்** இருத்தல் வேண்டும். என்னை? இந்நிகழ்ச்சி அப்பர் காலத்தே நடந்ததாக லின் என்க.

(6) ஏயர்கோன் கலிக்காம நாயனார் என்பவர் காவிரியின் வடகரையில் உள்ள திருப்பெரு மங்கலத்தவர். அவர் முன்னோரும் அவரும் தொன்று தொட்டுச் **சோழ அரசன் படைத் தலைவ ராக** இருந்தவர். அவர் சுந்தரர் காலத்தவர்.[3]

(7) சுந்தரர் காலத்திலே **கோட்புலியார்** என்னும் வேளாளர் இருந்தார். அவரும் **சோழர் சேனைத் தலைவரே** ஆவர். அவர் தம் அரசனுக்காகப் பெருஞ்சேனையுடன் சென்று போரிட்டார் என்று பெரிய புராணம் புகல்கின்றனது.[4]

(8) சுந்தரர் சேரமான் பெருமாள் நாயனாருடன் பாண்டிய னிடம் சென்றார். அங்க அவன் **மருமகனான சோழன்** இருந் தான். நால்வரும் பல தளிகளைத் தரிசித்தனர்.[5]

சோழரும் வைணவ நூல்களும்

(1) தொண்டர் அடிப்பொடி யாழ்வார் திருமங்கையார் காலத்தவர். அவர் உறையூருக்கு வந்திருந்தார். அவரைத் **தேவதேவி** என்பவர் தாம் உறையூரில் **சோழர் அரண்மனை** யிலிருந்து வெளிவந்த போதுதான் முதன் முதலிற் கண்டதாகத் திவ்விய சூரி சரிதம் கூறுகிறது.

---

1. அப்பர் புராணம், செ. 296-299.
2. குங்கிலியக்கலயர் புராணம், செ. 23-31.
3. ஏயர்கோன் புராணம், செ. 5
4. கோட்புலிநாயனார் புராணம், செ. 1-4.
5. கழறிற்றறிவார் புராணம், செ. 92-95.

(2) திருமாலை அன்றி வேறு எவரையும் மணக்க இசையாது இருந்த **உறையூர் நாச்சியார்** 'தரும வருமன்' என்னும் **சோழ அரசன்** மகளார் ஆவர்.

(3) திருமங்கை என்பது சோழநாட்டின் கண்ணதோர் ஊர். திருமங்கை ஆழ்வார் கள்ளர் மரபினர். அவர் முதலில் **சோழன் சேனைத் தலைவராகவே** இருந்தனர்.[1]

முடிபு

இதுகாறும் பட்டயங்கள், கல் வெட்டுகள், இலக்கியங்கள் என்பவற்றிலிருந்து கூறிவந்த குறிப்புகளால், சோழர் சிற்றரசராக **உறையூர், பழையாறை, திருவாரூர்** முதலிய இடங்களில் அரண்மனைகளை அமைத்துக் கொண்டிருந்தனர்; சிறந்த சமயத் தொண்டு செய்து வந்தனர்; அமைச்சர், படைத்தலைவர்களைப் பெற்றிருந்தனர்; பாண்டியர்க்குப் பெண் கொடுத்துப் பெண் பெற்று வந்தனர்; இந்த இருண்ட காலத்தில் வலியிழந்து சிற்றரசராக இருந்தும் கோவிற் பணிகளைக் குறைவின்றிச் செய்து வந்தனர் என்பன போன்ற பல செய்திகளை நன்கு அறியலாம் அன்றோ?

2. சோழர் எழுச்சி

விசயாலய சோழன் - ஆதித்த சோழன்

(கி.பி. 850-907)

திருப்புறம்பியப் போர்

விசயாலய சோழன் கி.பி. 850-ல் உறையூர் அரசு கட்டில் ஏறினான். அவன் தன் முன்னோரைப் போலப் பல்லவர்க்கு அடங்கியவனாகவே இருந்தான். அக்காலத்தில் பல்லவப் பேரரசனான மூன்றாம் நந்திவர்மன் தன் நாட்டைச் சிறிது சிறிதாகவென்று தெள்ளாறு வரை வந்துவிட்ட பாண்டியன் வரகுணனையும் சோழரையும் பிறரையும் தெள்ளாற்றுப் போரில் முற்றும் முறியடித்தான். இப்போரில் விசயாலயன் அல்லது அவனுக்கு முற்பட்ட சோழ மன்னன் பாண்டியனோடு சேர்ந்திருந்தனன். பிறகு பல்லவர்க்கும் பாண்டியர்க்கும் குடமூக்கில் போர் நடந்தது. அப்போரில் முதலாம் வரகுணன் மகனான ஸ்ரீமாறன் ஸ்ரீவல்லபன் வெற்றி பெற்றான். பிறகு அரிசிலாற்றங் கரையில் நந்திவர்மன் மகனான நிருபதுங்க பல்லவன் ஸ்ரீமாறன் படைகளை வெற்றிகொண்டான். ஸ்ரீமாறனுக்குப் பின் கி.பி. 862-ல் அவன் மகனான இரண்டாம்

---

1. K.A.N Sastry's 'Cholas', Vol. 1, pp 121.

வரகுணன் பல்லவர் மீது போர் தொடுத்தான். அப்பொழுது **அபராசிதவர்மன்** என்னும் பல்லவன், தன் பாட்டனான கங்க அரசன் பிருதிவீபதியோடு வந்து கடும்போர் செய்தான். அப் போரில் **விசயாலயன்** பல்லவன் பக்கமாக நின்று போரிட்டான். தஞ்சையை ஆண்ட **முத்தரையர்** (களப்பிரர் மரபினர்) பாண்டியன் பக்கம் நின்று போரிட்டனர். போரில் பிருதிவீபதி தோற்றான்; ஆயினும், பாண்டியன் தோற்று ஓடினான். அபராசிதன் வெற்றி பெற்றான். அதனால், அவனுடன் சேர்ந்திருந்த விசயாலய சோழன் முத்தரையருடைய தஞ்சையைக் கைப்பற்றிக் கொண்டான். திருப்புறம்பியப் போரில் பெரும்பங்கு கொண்ட விசயாலயன் மகனான **ஆதித்த சோழன்** சோழநாட்டின் ஒரு பகுதிக்கு உரியவன் ஆனான். இப்புறம்பியப் போர் ஏறக் குறையக் கி.பி. 880 -ல் நடந்ததென்னலாம்.[1]

இப்போரின் சிறப்பு

இப்போர் தமிழக வரலாற்றில் பெரிய மாறுதல்களைச் செய்து விட்டது. இப்போரில் தோற்ற பாண்டிய நாடு மீண்டும் உயிர்ச்சிபெற வழி இல்லாது போயிற்று. இதற்குமுன் தெள்ளாறு, அரிசிலாறு முதலிய இடங்களில் ஏற்பட்ட படுதோல்விகளும் இத்தோல்வியுடன் ஒன்றுபடப் பாண்டியர் பலரும் மதிப்பும் குறைந்தன. இவை ஒன்று சேர்ந்து பாண்டியர் பேரரசின் உயிர் நாடியைச் சிதறடித்துவிட்டது. பல்லவர் நிலைமை என்ன? ஓயாது மேலைச் சாளுக்கியருடனும் பின்னர் இராட்டிரகூடருடனும் வடக்கில் போர்கள் நடந்தவண்ணம் இருந்தமையாலும், தெற்கில் முதலாம் வரகுணன் கால முதல் மூன்று தலைமுறை ஓயாப் போர்கள் நடந்து வந்தமையாலும் பல்லவர் பேரரசு ஆட்டங் கொண்டது. பல்லவப் பேரரசின் வடபகுதியை இராட்டிரகூடர் கைப்பற்றிக்கொண்டனர்; தென் பகுதி புதிதாக எழுச்சி பெற்ற ஆதித்த சோழன் பையப் பையக் கவரலானான். இது நிற்க.

விசயாலய சோழன் (கி.பி. 850 -890)

இவனே, இந்தியப் பேரரசுகளில் ஒன்றாகக் கருதத்தக்க பிற்காலச் சோழர் பேரரசைத் தோற்றுவித்த முதல்வன். இவன் முத்தரையரை வென்று தஞ்சாவூரைக் கைக்கொண்டான்; அங்குத் துர்க்கைக்குக் கோவில் ஒன்றைக் கட்டினான் என்ற திருவாலங் காட்டுச் செப்பேடுகள் செப்புகின்றன.[2] (1) திருச்சிராப்பள்ளிக்

---

1. K.A.N Sastry's 'Pandyan Kingdom', pp. 71-76
2. S.I.I. Vol. 3, No 205.

கல்வெட்டொன்று, ''விசயாலயன் தன்பெயர்க் கொண்ட 'விசயாலயச் சதுர்வேதி மங்கலம்' என்னும் சிற்றுரைப் பிரம்மதேயமாக விட்டான்'' என்று கூறுகிறது. வட ஆர்க்காடு கோட்டத்தில் உள்ள கீழ்ப் புத்தூரில் இவனது நான்காம் ஆண்டுக் கல்வெட்டு ஒன்று இருந்ததென்பது பிற்கால விக்கிரம சோழன் கல்வெட்டால் தெரியவருகிறது.[1] அதனால், இவனது ஆட்சி தொண்டை நாட்டின் ஒரு பகுதிவரை பரவியிருந்தது என்னலாம். ஆயினும், இவ்வரசன் பல்லவ வேந்தனுக்கு அடங்கி இருந்தவன்; எனினும், தன் ஆட்சி யாண்டைக் குறிக்கும் உரிமை பெற்றிருந்தான்.

ஆதித்த சோழன் (கி.பி. 880-907)

இவனது 24-ஆம் ஆட்சியாண்டின் கல்வெட்டுக் கிடைத்திருப்பதால், இவன் 24 ஆண்டுகள் அரசாண்டான் என உறுதியாக உரைக்கலாம். இவன் முன்சொன்ன திருப்புறம்பியப் போரினால் மேலுக்கு வந்தவன். 'இவன் அபராசிதவர்மனைப் போரில் முறியடித்துத் தொண்டை நாட்டைக் கைப்பற்றினான்' என்று திருஆலங்காட்டுப் பட்டயம் பகர்கின்றது. ''பெரிய யானை மீது இருந்த அபராசிதவர்மன் மீது ஆதித்த சோழன் பாய்ந்து அவனைக் கொன்றான்; கோதண்டராமன் என்னும் பெயர் பெற்றான்'' என்று கன்னியாகுமரிக் கல்வெட்டுக் கூறுகின்றது.[2] இவற்றால், ஆதித்த சோழன் அபராசிதனைத் தருணம் பார்த்து வென்று தொண்டை நாட்டைக் கைப்பற்றினான் என்பது தெரிகிறது. இந்தக் காலம் ஏறக்குறையக் கி.பி. 890 எனக் கொள்ளலாம்.

ஆதித்தனும் கங்க அரசனும்

கங்க அரசனான பிருதிவீபதி திருப்புறம்பியப் போரில் ஆதித்தனுடன் இருந்து போரிட்டு இறந்தவன். அவன் மகனான பிருதிவிபதியார் என்பவன் ஆதித்த சோழனது உயர்வை ஒப்புக்கொண்டு நண்பன் ஆனான். அவன் **இராசகேசரி** ஆதித்த சோழனது 24-ஆம் ஆட்சி ஆண்டில் தக்கோலப் பெருமானுக்கு வெள்ளிக் கெண்டி ஒன்றை அளித்ததைக் குறிக்கும் கல்வெட்டில், ஆதித்த சோழன் உயர்வைக் குறித்துள்ளான்.[3]

ஆதித்தனும் பல்லவரும்

ஆதித்தன் மனைவியின் தாயார் **'காடுபட்டிகள்'** என்ற ஒரு கல்வெட்டுக் கூறுகிறது. அதனால், சோழ மாதேவி **பல்லவர் மரபினள்** என்பது நன்கு தெரிகிறது.[4] இடைக்காலப் பல்லவ

---

1. 164 of 1915. 2. 675 of 1909. 3. 5 of 1897 4. 161 of 1928.

அரசனான கந்தசிஷ்யன் திருக்கழுக்குன்றத்துக் கடவுளுக்கு அளித்த தேவதாகத்தை ஆதித்த சோழன் புதுப்பித்தான்.[1] மூன்றாம் நந்திவர்மன் மனைவியாகிய அடிகள் கண்டன் **மாறம்பாவையார்** என்பவள் நியமம் கோவிலுக்குச் சில தானங்கள் செய்துள்ளாள். அவளே அங்குள்ள பிடாரி கோவிலுக்கு ஆதித்தனது 18-ஆம் ஆட்சியாண்டில் தானம் செய்துள்ளாள்.[2]

ஆதித்தனும் கொங்குநாடும்

'ஆதித்த சோழன் தஞ்சாவூரில் முடிசூடிக் கொண்டதும், கொங்குநாடு சென்று அதனை வென்றான்; அதனைத் தன் நாட்டுடன் சேர்த்துக் கொண்டான்; 'தழைக்காடு' என்னும் நகரத்தையும் கைப்பற்றினான்' என்று 'கொங்குதேச ராசாக்கள்' என்னும் நூல் நுவல்கிறது. ஆதித்தன் மகனான **முதலாம் பராந்தகன்** காலத்துப் பட்டயங்கள் கொங்கு நாட்டில் காணப்படலாலும், தான் அந்நாட்டை வென்றதாகப் பராந்தகன் தன் பட்டயங்களிற் கூறாமையாலும், ஆதித்தனே கொங்கு நாட்டை வென்றனன் என்பது தெரிகிறது. இஃதன்றி, 'ஆதித்தன் காவிரியின் கரை முழுவதும் (சகஸ்யமலை முதல் கடல் வரை) சிவன் கோவில் களைக் கட்டினான்' என்று **அன்பில்** பட்டயம் கூறுதலும் இம் முடிவுக்கு அரண் செய்வதாகும்.

ஆதித்தனும் சேரனும்

ஆதித்தன் காலத்துச் சேரவேந்தன் **தாணுரவி** என்பவன், அவன் ஆதித்தனுக்கு நண்பன் என்பதற்குத் திருநெய்த்தானத்துக் கல்வெட்டு ஒன்று சான்று பகருகிறது. அதில், 'சேரனும் ஆதித்தனும் **கடம்ப மாதேவி** என்பாள் கணவனான **விக்கி அண்ணன்** என்பானுக்கு முடி, பல்லக்கு, அரண்மனை, யானை முதலியன கொள்ளும் உரிமை அளித்தனர்' என்பது கூறப்பட்டுள்ளது; 'செம்பியன் தமிழவேள்' என்ற பட்டமும் தரப்பட்டது.[3] இதனால் இவ்வீரன் சோழனும் சேரனும் விரும்பத்தக்க முறையில் ஏதோ வீரச்செயல்கள் செய்தனனாதல் வேண்டும். ஆதித்தன் மகனான பராந்தகன் சேரன் மகளை மணந்தவன். தாணுரவி என்பவன் **கோக்கந்தன் ரவி** என்பவன் என்று ஆராய்ச்சியாளர் கூறுவர். கொங்கநாட்டைப் பாண்டிய அரசனிடமிருந்து சேரன் படைத் தலைவனான விக்கி அண்ணன் சோழனுக்காகக் கைப்பற்றி

---

1. 167 of 1894. 2. 13 of 1889.
3. S.I.I. Vol. 3, part 3, 221; 286 of 1911.

இருத்தல் வேண்டும். அதனாற்றான் சோழனும் சேரனும் சேர்ந்து அவனுக்குச் சிறப்புச் செய்தனர் என்பது தெரிகிறது.[1]

ஆதித்தேசுவரம்

ஆதித்தன் தொண்டைநாட்டில் காளத்திக்கு அருகில் இறந்தான். அவன் மகனான பராந்தகன் அவன் இறந்த இடத்தில் ஒரு கோவிலைக் கட்டினான்; அது 'கோதண்ட ராமேச்சரம்' எனவும், 'ஆதித்தேச்சரம்' எனவும் வழங்கியது; விழாக் காலங்களில் ஆயிரம் பிராமணர்க்குக அன்னமிட ஏற்பாடு செய்தான்.[2]

சோழர் சமயநிலை

சோழர் வழிவழியாகச் சைவராகவே இருந்தவர் ஆவர். விசயாலயன் மரபினரும் அங்ஙனமே இருந்தனர். விசயாலயன் தஞ்சாவூரில் துர்க்கைக்குக் கோவில் கட்டினான். அவன் மகனான ஆதித்தன் பல சிவன் கோவில்களைக் கட்டினான். அவன் மகனான முதற் பராந்தகன் முதலில் தந்தைக்கே கோவில் கட்டிய சிறந்த மகனானான். இப் பிற்காலச் சோழராற்றான் சமயாசிரியர் போற்றி வளர்த்த சைவசமயம் தமிழ்நாடு முழுவதும் - ஏன்? கோதாவரி வரையும் பரவி இருக்கும் பெருமை பெற்றது.

3. முதற் பராந்தக சோழன்

(கி.பி. 907-953)

பராந்தகன் குடும்பம்

ஆதித்த சோழனது திருமகனான முதற்பராந்தக சோழன் ஏறத்தாழப் பன்னிரு மனைவியரைப் பெற்றிருந்தான். அவர்கள் கோக்கிழான் அடிகள், சேர அரசன் மகள் முதலியோர் ஆவர். பிள்ளைகள்-(1) இராசாதித்தன் (2) கண்டராதித்தன் (3) அரிகுல கேசரி (4) உத்தமசீலனன் (5) அரிஞ்சயன் என்பவர். வீரமாதேவி, அநுபமா என்பவர் பெண்மக்கள் ஆவர். **வீரமாதேவி** என்பவள் கோவிந்த வல்லவரையன் என்னும் சிற்றரசனை மணந்திருந் தாள்; **அநுபமா** என்பவள் கொடும்பாளூர் முத்தரையனை மணந்திருந்தாள். இராசாதித்தன் தாய் கோக்கிழான் அடிகள்; அரிஞ்சயன் தாய் சேரன் மகளாவள். அரிகுலகேசரி என்னும் இள வரசன் கொடும்பாளூர் அரசன் மகளான **பூதி ஆதிச்ச பிடாரி** என்பவளை மணந்திருந்தான். இத்தகைய கொடுக்கல்-வாங்கல் களால் சேர அரசனும் முத்தரையரும் பராந்தகனுக்கு உறுதுணை வராக இருந்தனர். இவருடன் கங்க அரசனான இரண்டாம் பிருதிவீ பதி உற்ற நண்பனாக இருந்தான். பராந்தகன் **''பரகேசரி''** என்ற பட்டம் உடையவன்.

பாண்டி நாட்டுப் போர்

முதற் பராந்தகன் பாண்டியருடனும் ஈழவருடனும் பாணருடனும் வைதும்பருடனும், இறுதியில் இராட்டிரகூடருடனும் போர் செய்ய வேண்டியவன் ஆனான். இவற்றுள் முதற்போர் பாண்டியநாட்டுப் போராகும். பராந்தகன் காலத்தில் பாண்டிய நாட்டை ஆண்டவன் **இரண்டாம் இராசசிம்மன்** ஆவன். பராந்தகன் பாண்டிய நாட்டைக் கைப்பற்ற விரும்பியே போர் தொடுத்தான். அப்போரில் பராந்தகனுடைய நண்பரான சேரன், முத்தரையர், பிற சிற்றரசர் பராந்தகற்கு உதவி புரிந்தனர். இராசசிம்மன் தஞ்சை அரசனை நெய்ப்பூரில் தோற்கடித்தான். கொடும்பாளூரில் கடும்போர் செய்தான்; வஞ்சி நகரைக் கொளுத்தினான்; 'நாவல்' என்னும் இடத்தில் தென் தஞ்சை அரசனை முறியடித்தான்'' என்று இராசசிம்மன் பட்டயம் பகர்கின்றது. பாண்டியநாட்டுப் போர் பல ஆண்டுகள் நடந்ததாகத் தெரிகிறது. ஆதலின் இருதிறத்தாரிடத்தும் வெற்றி-தோல்விகள் நடந்திருத்தல் இயல்பே ஆகும். இப்போரைப்பற்றிப் பாண்டியருடைய சின்னமனூர்ப் பட்டயம், கங்க அரசனது உதயேந்திரப் பட்டயம், இலங்கை வரலாறாகிய மகாவம்சம் முதலியன கூறுதல் ஏறத்தாழ ஒன்றாகவே இருத்தல் கவனித்தற்குரியது.

முதற்போரில் இராசசிம்மன் தோல்வியுற்று மதுரையை இழந்தான். பராந்தகன் மதுரையைக் கைக்கொண்டான்; அதனால் **'மதுரை கொண்ட கோப்பரகேசரி'** என்று தன்னை அழைத்துக் கொண்டான்.[1] மதுரையை இழந்த இராசசிம்மன். அப்பொழுது இலங்கையை ஆண்டுவந்த ஐந்தாம் கஸ்ஸபன் (கி.பி. 913-923) துணையை வேண்டினான். அவ்விலங்கை வேந்தன் பெரும் படை திரட்டிப் பாண்டிய நாட்டிற்கு அனுப்பினான். அப்படையின் துணைகொண்டு இராசசிம்மன் பராந்தகனை எதிர்த்தான். போர் **வெள்ளூர்** என்னும் இடத்திற் கடுமையாக நடந்தது. சோழன் பக்கம் **பழுவேட்டரையர் கந்தன் அமுதனார்** என்னும் சிற்றரசன் இருந்து போர் செய்தான். சோழனது ஒரு பகுதி சேனைக்குத் தலைவனாக இருந்தவன் **சென்னிப் பேரரையன்** என்பவன்.[2] சோழ மன்னன் அப்பொழுது நடந்த கடும்போரில் அப்படையையும் வெற்றி கொண்டான்; பண்டு இலங்கைப் படைகளை வென்ற இராகவன் போலத் தான் இலங்கைப் படையை வென்றமையால், தன்னைச் **சங்கிராம இராகவன்** என்று

---

1. 11 of 1931. 2. S.I.I. Vol 3, No. 99.

அழைத்துக்கொண்டான். இறுதியாக ஈழப்படையின் தலைவனான **சக்க சேனாபதி** என்பவன் எஞ்சிய தன் சேனையைத் திரட்டி இறுதிப்போர் செய்ய முனைந்தான்; அப்பொழுது உண்டான கொடிய விடநோயால் இறந்தான்; படைவீரர் மாண்டனர். எஞ்சிய வீரர் ஈழநாடு திரும்பினர். வெள்ளூரில் நடந்த போரின் காலம் ஏறத்தாழக் கி.பி. 915 என்னலாம்.[1] இப்போரில் உண்டான படுதோல்வியால், இராசசிம்மன் இலங்கைக்கு ஓடிவிட்டான்; பாண்டியநாடு முழுவதும் சோழன் ஆட்சிக்கு உட்பட்டது. களப்பிரரை முறியடித்துக் கி.பி. 575-இல் கடுங்கோனால் ஏற்படுத்தப் பட்ட பாண்டிய அரசு கி.பி. 915 -இல் பராந்தக சோழனால் அழிவுற்றது.

ஈழநாட்டுப் போர்

ஈழநாட்டு மன்னன் இராச சிம்மனுக்குத் தனி மாளிகை அளித்து மரியாதை செய்தான். ஆயினும், தான் அங்கு இருப்பது பயனற்றது என்பதை உணர்ந்த இராசசிம்மன், தன் ஆடையாபரணங்களையும் முடியையும் இலங்கையிலே வைத்துவிட்டுத் தன் தாய் வானவன்மாதேவி நாடான சேரநாட்டை அடைந்தான்.[2] இதனைத் திருவாலங்காட்டுச் செப்பேட்டுச் செய்தியும் உறுதிப் படுத்துகிறது. பராந்தக சோழன் மதுரையில் முடிசூடிக் கொள்ள விழைந்தான்; பாண்டியனுக்குரிய முடி முதலியன இலங்கையில் இருப்பதை அறிந்தான்; உடனே இலங்கை இறைவற்கு ஆட் போக்கினான். அவன் அவற்றைத்தர இசையவில்லை. அதனால் பராந்தகன் சினங்கொண்டு, பெரும் படையை இலங்கைக்கு அனுப்பினான். இலங்கைப் படையும் சோழன் படையும் கடும் போர் புரிந்தன. போரில் இலங்கைத் தளபதி இறந்தான். உடனே இலங்கை மன்னனான **நான்காம் உதயன்** (கி.பி. 945-953) 'ரோகணம்' என்னும் கடிநகரை அடைந்தான். சோழப்படை அங்குச் சென்றது; ஆனால் நகருக்குள் புகும் வழி அறியாது தத்தளித்தது; அச்ச மேற்கொண்டு திரும்பிவிட்டது.[3]

பாணருடன் போர்

பாலாற்றுக்கு வடக்கே புங்கனூரிலிருந்து காளத்தி வரையுள்ள நிலப்பகுதியை நெடுங்காலமாக ஆண்டுவந்தவர் **பாணர்** (Banas) எனப்பட்டனர். அவர் ஆண்ட நாடு **பாணப்பாடி** அல்லது **பெரும்பாணப்பாடி** எனப்படும். அவர்கள் பல்லவர் காலத்தில் அனந்தபூர்க்கு அண்மையில் இருந்தவர்கள். சாளுக்கியர்

---

1. Mahavamsa, Chap. 52. 2 Mahavamsa, Chap. 52. 3. Ibid.

பலம் மிகுதிப்பட்டதால், அவர்கள் தெற்கே வர வேண்டியவர் ஆயினர். இரண்டாம் விசயாதித்தன் பாணப்பாடியைக் கி.பி. 909 வரை ஆண்டான். இவனது பெயரன் இராட்டிர கூட அரசனான **மூன்றாம் கிருஷ்ணன்** காலத்தவன். இந்த இருவர்க்கும் இடையில் இரண்டாம் விக்கிர மாதித்தன், மூன்றாம் விசயாதித்தன் (புகழ்விப்பவர்கண்டன்) என்பவர் ஆண்டனர். கங்க அரசனான இரண்டாம் பிருதிவீபதி பராந்தகன் நண்பன். அவன் பராந்தகன் ஏவலால் இவ்விரண்டு பாண அரசரையும் எதிர்த்துப் போராடி வென்றான். பராந்தகன் அவனுக்குப் **பாணாதிராசன்** என்ற பெயரைத் தந்து பாணப்பாடியை அவனது ஆட்சியில் விட்டனன் என்று சோழசிங்கபுரக் கல்வெட்டுக் கூறுகிறது.[1] தோற்றோடிய பாண அரசர் இராட்டிரகூட அரசனிடம் சரண் புக்கனர்.

வைதும்பருடன் போர்

வைதும்பர் என்பவர் **ரேனாண்டு ஏழாயிரம்** என்னும் நிலப்பகுதியை ஆண்டவர். 'ரேனாண்டு' என்பது கடப்பை, கர்நூல், கோட்டங்களைக் கொண்ட நாடு. வைதும்பர் தெலுங்கர். அவர்கள் பாணருடன் நட்புக்கொண்டவர்; அதனால் பாணரை எதிர்த்த கங்கருடனும் துளம்பருடனும் போரிட்டவர். கி.பி. 915-இல் பராந்தகன் வைதும்பரைத் தோல்வியுறச் செய்து நாட்டைக் கைப்பற்றினான். அதனால் வைதும்ப அரசன் இராட்டிர கூட அரசரிடம் சரண் புகுந்தான்.

வேங்கி நாட்டுடன் போர்

வேங்கி நாடு என்பது கிருஷ்ணை, கோதாவரி, யாறுகட்கு இடையில் இருந்தது. அது, பல்லவர் வீழ்ச்சிக்குப் பிறகு நெல்லூர் வரை பரவிவிட்டது. பராந்தகன் தானைத்தலைவருள் ஒருவனான **மாறன் பரமேசுவரன்** என்பவன் ***சீட்புலி*** என்பவனைத் தோற்கடித்து நெல்லூரை அழித்து மீண்டான்; மீள்கையில், தன் வெற்றிக்காகத் திருவொற்றியூர் இறைவற்கு நிலதானம் செய்தான். அவன் தானம் செய்த காலம் கி.பி. 941 ஆகும்.[2] சீட்புலி என்பவன் கீழைச் சாளுக்கிய **இரண்டாம் பீமனின்** சேனைத் தலைவன் ஆவன்.

துன்பத் தொடக்கம்

கங்க அரசனான இரண்டாம் பிருதிவீபதி கி.பி.940-இல் இறந்தான். அவன் மகனான **விக்கி** அண்ணன் முன்னரே இறந்து

---

1. Ep. Ind. Vol. 4, pp. 221-225, S.I.I. Vol. 2, No. 76
2. 160, 236 of 1912.

விட்டதனால் பட்டம் ஏற்க மகன் இல்லை. அப்பொழுது இராட்டிர கூடப் பேரரசனாக வந்த **மூன்றாம் கிருஷ்ணன்** என்பவனது உடன் பிறந்தாளான 'ரேவகா' என்பாளை மணந்திருந்த **இரண்டாம் பூதுகன்** எதிர்ப்பவர் இன்றிக் கங்க அரசன் ஆனான்.[1] இங்ஙனம் புதிதாக வந்த கங்க அரசன் இராட்டிரகூடர் உறவினனானதும், பாணரும் வைதும்பரும் இராட்டிரகூடருடன் சேர்ந்து விட்டமையும் பராந்தகன் பேரரசிற்கு இடையூறாயின.

பராந்தகன் முன் ஏற்பாடு

பராந்தகன் சிறந்த அரசியல் நிபுணன் ஆதலின், தன் பேரரசைக் காக்க முன் ஏற்பாடு செய்திருந்தான். நடு நாட்டில் ஒரு நாடான திருமுனைப் பாடி நாட்டில் திருநாவலூரை அடுத்த 'கிராமம்' என்னும் இடத்தில் பராந்தகன் முதல் மகனான **இராசாதித்தன்** பெரும் படையுடன் இருந்து வந்தான். அப்படைக்கு 'வெள்ளங்குமரன்' என்னும் சேரநாட்டுத் தானைத்தலைவன் தலைமை பூண்டிருந்தான். அவன் கி.பி 943-இல் பெண்ணை யாற்றங் கரையில் சிவனுக்குக் கோவில் ஒன்றைக் கட்டினான். திரு நாவலூர் **'இராசாதித்தபுரம்'** எனப் பெயர் பெற்றது. இராசாதித்தனுக்கு உறுதுணையாக அவன் தம்பி அரிகுலசேகரியும் உடன் இருந்தான். இந்த முன் ஏற்பாட்டால் பராந்தகன், பாணர், வைதும்பர் என்பாரால் பராந்தகன், பாணர், வைதும்பர் என்பாரால் துன்பம் உண்டாகும் என்பதை எதிர் நோக்கி இருந்தான் என்பதை அறியலாம்.[2]

தக்கோலப் போர்

இராட்டிரகூட அரசனான மூன்றாம் கிருஷ்ணனுக்கும் சோழர்க்கும் கி.பி. 949-இல் தக்கோலத்திற் கடும்போர் நடந்தது. அதற்கு முன் ஒருமுறை இராசாதித்தன் கிருஷ்ணனை முறியடித் தான். ஆனால் பின்னர் நடந்த தக்கோலப்போர் கடுமையானது. தக்கோலம் அரக்கோணத்திற்குத் தென் கிழக்கில் ஆறுகல் தொலை வில் உள்ளது. இராசாதித்தன் பகைவரைக் கடுமையாகத் தாக்கிப் போர் புரிந்தான். ஆனால், புதிய கங்க அரசனான இரண்டாம் பூதுகன், யானைமீதிருந்த இராசாதித்தன் மீது திடீரெனப் பாய்ந்து கொன்றான். இதனால் சோழர் சேனை போரில் தோற்றது. மூன்றாம் கிருஷ்ணன் தன் மைத்துனற்கு வனவாசி பன்னீரா யிரமும் பெள்வோலம் முன்னூறும் தந்து பெருமைப்படுத்தினான்.

---

1. Rice's Mysore & Coorg from Inscriptions, pp. 45.
2. K.A.N Sastry's 'Cholas' Vol.I, pp. 155.

இப் போரினால் பராந்தகன் தான் வென்ற பாணப்பாடி, தொண்டை நாடு, வைதும்ப நாடு இவற்றை இழந்தான். இந்த இடங்களில் கிருஷ்ணனுடைய கல்வெட்டுகள் கிடைக்கின்றன. இரண்டாம் பூதுகன் சோணாட்டிலும் புகுந்து அல்லல் விளைத்ததாகச் சில பட்டயங்கள் செப்புகின்றன. கிருஷ்ணன் தன்னை, **'கச்சியும் தஞ்சையும் கொண்ட'** என்று கூறிக் கொண்டதாகச் சில பட்டயங்களிலிருந்து தெரிகிறது. பூதுகன் இராமேசுவரத்தில் வெற்றித் தூண் ஒன்றை நாட்டியதாகக் கூறிக்கொண்டான். ஆனால், புதுச்சேரிக்குத் தெற்கே இதுகாறும் பூதுகனுடைய அல்லது கிருஷ்ணனுடைய கல்வெட்டோ-பட்டயமோ கிடைத்திலது. இஃது எங்ஙனமாயினும், ஆதித்தனும் பராந்தகனும் அரும்போர் செய்து சேர்த்த பேரரசு துகளாயது என்பதில் ஐயமே இல்லை.[1]

விருதுப் பெயர்கள்

பராந்தகன் பல பெயர்களைக் கொண்டவன். இவன் மதுரையை அழித்தமையால் **மதுராந்தகன்** எனப்பட்டான்; சிங்கள நாட்டை வென்றமையால் **சிங்களாந்தகன்** எனப்பட்டான்; இவன் முதலில் நடந்த போரில் கிருஷ்ணனை வீரம் காட்டி வென்றமையால் **வீரசோழன்** எனப்பட்டான் என்று கன்னியாகுமரிக் கல்வெட்டுக் கூறுகிறது. இவனுக்குச் சோழகுலப் பெருமானார், **வீரநாராயணன்,** நமர கேசரி, விக்கிரம சிங்கன், குஞ்சரமல்லன், சோழசிகாமணி, சூரசிகாமணி என்னும் விருதுப் பெயர்களும் உண்டு.

சமயப் பணி

பராந்தகன் **வீரநாராயணபுரம்** போன்ற பல கிராமங்களை வேதம் வல்லார்க்கு முற்றூட்டாக அளித்தனன். இவன் சிறந்த **சிவபக்தன். புலியூர்ச் சிற்றம் பலத்தைப் பொன் வேய்ந்தவன்** என்று லீடன் பட்டயம் கூறுகிறது. இதனை விக்கிரம சோழன் உலாவும் ஆதரிக்கிறது.[2] இவன் நாட்டை 46 ஆண்டு அரசாண்டவன்; உத்தரமேரூர் அவையிற் பல சீர்திருத்தங்களைச் செய்தவன்; **ஏமகர்ப்பம், துலாபாரம்** செய்து புகழ் பெற்றவன்; இவன் சிவனது பாததாமரையில் உறையும் வண்டு' என்று திருவாலங்காட்டுச் செப்பேடு கூறுகிறது. இவன் காலத்தில் பல கோவில்கள் கட்டப்பட்டன; ஆதித்த சோழன் கட்டாதுவிட்ட பல கோவில்கள் இவன் காலத்தில் முற்றுப் பெற்றன. இவன் மகனான இராசாதித்தன் காளத்திக்கு அருகில் கோதண்ட ராமேச்சரமும் (கோதண்ட

---

1. K.A.N Sastry's 'Cholas', Vol. I, pp. 159-162. 2. Kanni 16.

ராமன் என்று இராசாதித்தன் பெயர்) அரக்கோணத்திற்கு அருகில் கீழைப் பாக்கத்தில் உள்ள ஆதித்தேச்சரமும் கட்டினான். இவன் மனைவி பெயர் **ஈராயிரவன் தேவி அம்மனார்** என்பது. இவன் தன் பெயரால் காட்டுமன்னார் குடிக்கு அடுத்த **'வீர நாராயண ஏரி'** (வீராண ஏரி-வீரா நத்தம் ஏரி) எடுப்பித்தான்; வீர நாராயண நல்லூர் (வீராண நல்லூர்), வீர நாராயன சதுர்வேதி மங்கலம் இவற்றை உண்டாக்கினான்; காட்டு மன்னார்குடியில் **அனந்தேச்சுரர் கோவிலைக்** கட்டினான்.[1]

4. பராந்தகன் மரபினர்

(கி.பி. 953-985)

பராந்தகன் மரபினர்

திருவாலங்காட்டுச் செப்பேடு, லீடன் பட்டயம் முதலியவற்றை ஆராய்கையில், பராந்தகனுக்குப் பிறகும் அவன் காலத்தும் அரசுரிமை தாங்கியவர் இவர் என்பது தெரிகிறது.

கண்டராதித்தன் (கி.பி. 949-957)

இவனுக்கு முற்பட்டவனான இராசாதித்தன் தக்கோலப் போரில் இறந்து விட்டமையால், பராந்தகற்குப் பிறகு கண்டராதித்தனே பட்டம் பெற்றான். இவன் தந்தை இருந்தபொழுதே தன் பெயரால் கல்வெட்டுகளை வெளியிட்டவன். இவன் **இராசகேசரி** யாவன். இவன் மழவரையன் மகளார் **செம்பியன் மாதேவியார்** என்பாரை மணந்து, **உத்தம சோழன்** (மதுராந்தகன்) என்பவனைப் பெற்றான். இவன் காவிரியின் வடகரையில் 'கண்டராதித்த சதுர்வேதி மங்கலம்' எனத் தன் பெயரால் ஊர் உண்டாக்கி இறந்தனன். இவன் படிமத்தைக் கோனேரிராசபுரத்துக் கோவிலுட் காணலாம். இவனுக்கு வீர நாராயணி என்றொரு மனைவியும் இருந்தனள். இச்சோழ மன்னன் இராட்டிர கூட மன்னன் வென்ற தொண்டை நாட்டைக் கைப்பற்ற முனைந்தான்; ஓரளவு வெற்றியும் பெற்றான் என்று நினைக்க இடமுண்டு.[2]

கண்டராதித்தன் சிறந்த சிவபக்தன். இவனே சிதம்பரத்தைப் புகழ்ந்து **திருவிசைப்பா** பாடியவனாதல் வேண்டும். அப்பாவில், பராந்தகன் பாண்டி நாட்டையும் ஈழத்தையும் வென்று, பேரம்பலத்தைப் பொன் வேய்ந்தான் என்பது குறிப்பிடப்பட்டுள்ளது. இவன் அப்பாவில் தன்னைக் கோழி வேந்தன்(உறையூர் வேந்தன்),

---

1. A.R.E. 1921. 11. 27.
2. K.A.N. Sastry's 'Cholas', Vol. I, pp. 182-184.

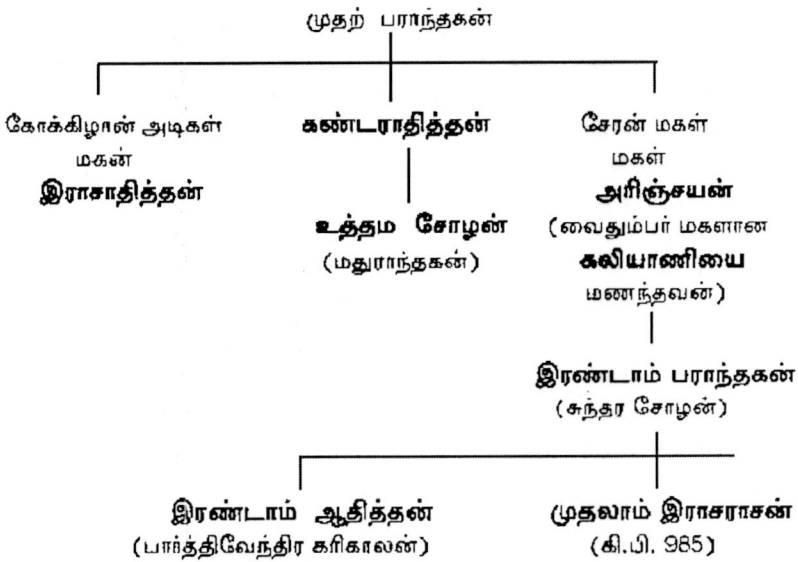

முதற் பராந்தகன்

கோக்கிழான் அடிகள் மகன் **இராசாதித்தன்** | **கண்டராதித்தன்** | சேரன் மகள் மகள் **அரிஞ்சயன்**

கண்டராதித்தன் → **உத்தம சோழன்** (மதுராந்தகன்)

அரிஞ்சயன் (வைதும்பர் மகளான **கலியாணியை** மணந்தவன்) → **இரண்டாம் பராந்தகன்** (சுந்தர சோழன்)

இரண்டாம் பராந்தகன் → **இரண்டாம் ஆதித்தன்** (பார்த்திவேந்திர கரிகாலன்) | **முதலாம் இராசராசன்** (கி.பி. 985)

தஞ்சை கோன் என்ற கூறியுள்ளான். இவனை 'மேற்கு எழுந்தருளிய தேவர்' என்று ஒரு கல்வெட்டுக் கூறுகிறது. கொள்ளிடத்தின் வடகரையில் உள்ள திருமழபாடி என்னும் தலத்திற்கு மேற்கே ஒரு கல்தொலைவில் உள்ள 'கண்டராதித்த -சதுர்வேதி மங்கலம்' என்ற நகரம் இவன் அமைத்ததே ஆகும்.

இவன் மனைவியாரான செம்பியன் மாதேவி யார் சிறந்த சைவப் பெண்மணியார். இவர் இராசராசன் ஆட்சியிலும் உயிரோடு இருந்தவர்; தம் கணவன், மகன், மருமகளார் பலர், சுந்தர சோழன் முதலிய எல்லோராலும் பாராட்டப்பட்டவர். **இவர் தேவாரப் பாடல் பெற்றுள்ள பல கோவில்களைக் கற்கோவில்கள் ஆக்கி னர்;** பல கோவில்கட்கு ஆடை அணிகள், வெள்ளிப் பாத்திரங்கள் முதலியன அளித்தனர்; பல கோவில்கட்கு நிலங்களைத் தானமாக விட்டனர். இங்ஙனம் இவர் செய்துள்ள திருப்பணிகள் மிகப் பல வாகும். அவற்றை இறுதிப் பகுதியில் 'சோழர் கோவிற் பணிகள்' என்னும் தலைப்பில் விளக்கமாகக் காணலாம்.

அரிஞ்சயன் (கி.பி. 956-957)

இவன் கண்டராதித்தன் தம்பி. கண்டராதித் தன் மகன் **மதுராந்தகன்** குழந்தையாக இருந்ததால், இவன் தன் தமையனுக் குப் பின் பட்டம் பெற்றான். ஆயின், சுருங்கிய ஆட்சி பெற்று மறைந்தவன். இவன் **'பரகேசரி'** என்னும் பட்டம் பெற்றவன். இவனுக்கு மனைவியர் பலர் உண்டு. அவருள் வீமன் குந்தவ்வையார்,

கோதைப் பிராட்டியார் என்னும் இருவரும் நீண்ட காலம் இருந்து பல திருப்பணிகள் செய்தனர். வீமன் குந்தவ்வையார் கீழைச் சாளுக்கியவீமன் மகள் என்பர் சிலர்; அவ்வம்மையார் 'அரையன் ஆதித்தன் வீமன்' என்னும் சிற்றரசன் மகள் என்பர் சிலர். அரிஞ்சயன் மேல்பாடிக்கு அருகில் உள்ள ஆற்றூர் என்னும் இடத்தில் இறந்தான்.[1] அந்த இடத்தில் முதல் இராசராசன், இறந்த தன் முன்னோற்குப் பள்ளிப்படை(கோவில்) கட்டியதாகக் கல்வெட்டொன்று கூறுகிறது.[2] அரிஞ்சயன் தொண்டை நாட்டைக் கைப்பற்றும் முயற்சியில் ஈடுபட்டுப் போர் நிகழ்த்தி, உயிர் இழந்தனன் போலும்! 'இவன் பகைவராகிய காட்டுக்குத் தீயை ஒத்தவன்' என்ற திருவாலங்காட்டுப் பட்டயம் பகர்தலால், இவன் போர்த் திறம் பெற்றவன் என்பது வெளியாகிறது. இவன் ஒரே ஆண்டு அரசனாக இருந்து இறந்தான்.

இரண்டாம் பராந்தகன் (கி.பி. 956-973)

இவன் அரிஞ்சயன் மகன்; வைதும்பராயன் மகளான கலியாணிக்குப் பிறந்தனன்; **இராசகேசரி** என்னும் பட்டம் உடையவன்; இவன் 'மதுரை கொண்ட இராசகேசரி' எனப்பட்டான். இவ்வரசன் பட்டம் பெற்றதும், பாண்டிய நாட்டைத் தனித்து ஆட்சி செய்து வந்த 'வீரபாண்டியனை எதிர்த்தான்; சேவூர் என்னும் இடத்திற் கடும் போர் நடந்தது. செந்நீர் ஆறாக ஓடியது; பல யானைகள் மடிந்தன. பராந்தகன் மகனான இரண்டாம் ஆதித்தன் சிறுவனாக இருந்தும், போரில் கலந்து கொண்டான்; வீர பாண்டியனுடன் விளையாடினான்' என்று **லீடன் பட்டயம் பகர்கின்றது.**[3] இச்செயலை மிகைப்படுத்தியே திருவாலங்காட்டுச் செப்பேடு 'வீரபாண்டியன் தலை கொண்ட ஆதித்தன்' என்று கூறியுள்ளது.

சேவூரில் நடந்த போருக்குப் பின், சோழர் பக்கல் நின்று போரிட்ட கொடும்பாளூர்ச் சிற்றரசனான 'பராந்தக சிறிய வேளார்' என்பவன் பாண்டிய நாட்டிற்குள் படையொடு சென்று பாண்டியனைக் காட்டிற்குள் புகுமாறு விரட்டினன்; வீர பாண்டியற்குத் துணையாக வந்த இலங்கைப் படைகளைத் தாக்கிக் கொண்டே இலங்கைக்கும் சென்றான்; அங்குக் கடும்போர் செய்து, போர்க்களத்தில் கி.பி. 959-இல் மடிந்தான்.[4]

வீரபாண்டியனை எதிர்த்த ஆதித்த கரிகாலனுக்கு உறு துணையாக இருந்தவர் சிலர். அவருள் முற்கூறிய 'வேளார்'

1. 557 of 1920.
2. S.I.I. Vol 3, No. 17.
3. E.I Vol 22. Leyden Grant, 25, 28.
4. 302 of 1908.

ஒருவன்; 'பூதி விக்கிரம கேசரி' என்னும் கொடும்பாளூர்ச் சிற்றரசன் மற்றொருவன். இவனுக்குக் கற்றளிப் பிராட்டியார், வரகுணப் பெருமானார் என்னும் மனைவியர் இருந்தனர். இவருள் பின்னவர் சோழ அரசன்(ஆதித்தன்?) உடன் பிறந்தவர் என்று கல்வெட்டுக் கூறுகிறது. இவனுடைய மக்கள் இருவர்க்கும் 'பராந்தகன், ஆதித்த வர்மன்' என்னும் பெயர்கள் இடப்பெற்றிருந்ததையும் நோக்க, சோழ மன்னர் கொடும்பாளூர்ச் சிற்றரசரிடம் பெண் கொடுத்தும் கொண்டும் வந்தனர் என்பது உள்ளங்கை நெல்லிக்கனி போல விளக்கமாதல் காண்க.

விக்கிரமகேசரி பல்லவனை வென்றதாகக் கல்வெட்டு ஒன்று கூறுகிறது. அச்சொல் வல்லவன் (இராட்டிரகூட அரசன்) என்றிருத்தல் வேண்டும் என்று அறிஞர் அறைவர். இரண்டாம் பராந்தகன் தன் தந்தை, பெரிய தாதை இவர்களைப் பின்பற்றித் தொண்டை நாட்டைக் கைப்படுத்த முயன்றான். அம்முயற்சியில் விக்கிரமகேசரியும் ஈடுபட்டானாதல் வேண்டும். இப்பராந்தகன், ஆதித்த கரிகாலன் இவர்தம் கல்வெட்டுகள் தொண்டை நாட்டில் மிகுதியாகக் கிடைப்பதையும், மூன்றாம் கிருஷ்ணனுடைய கல்வெட்டுகள் குறைந்து காணப்படலையும் நோக்க, முதற் பராந்தகன் இறுதிக் காலத்தில் இழந்து தொண்டை மண்டலம் அவன் மரபினரது இடைவிடா முயற்சியால் சிறிது சிறிதாகக் கைப்பற்றப்பட்டு வந்தது என்பது தெரிகிறது.

இரண்டாம் பராந்தகன் காஞ்சீபுரத்தில் தனக்கென்று இருந்த அரண்மனையில் இறந்தான்; அதனால் 'பொன்மாளிகைத் துஞ்சிய தேவர்' எனப்பட்டான்.[1] இதனால், இவன் காலத்தில் முழுத் தொண்டை நாடும் சோழர் ஆட்சிக்கு மீண்டும் உட்பட்டுவிட்டது என்பது விளங்குகிறதன்றோ?

இரண்டாம் பராந்தகன் மனைவியருள் குறிப்பிடத்தக்கவர் இருவர்: ஒருவர் மலையமான் மகளார் **வானவன் மாதேவியார்** என்பவர். இவரே தம் கணவனுடன் உடன்கட்டை ஏறினர்.[2] இவர் இறந்தபொழுது இராசராசன் குழந்தையாக இருந்தான் என்று திருக்கோவலூரில் உள்ள முதல் இராசராசன் கல்வெட்டு உணர்த்து கிறது. மற்றவர் **சேரன் மாதேவியார்**.[3] வானவன் மாதேவியார்க்கு ஆதித்த கரிகாலன், **இராசராசன்**, குந்தவ்வை என்னும் மக்கள் மூவர்

---

1. S.I.I. Vol. 3, p. 288.
2. 236 of 1902.
3. இவர் பெயரால் அமைந்த ஊரே இன்று 'சேர்மாதேவி' என வழங்குகிறது.

இருந்தனர். இப்பேரரசன் காலத்திற்றான் **வீரசோழியம்** என்னும் இலக்கண நூல் **புத்தமித்திரர்** என்பவராற் செய்யப்பட்டது.[1] குந்தவ்வையார் பெற்றோர் படிமங்களைத் தஞ்சாவூர்ப் பெரிய கோவிலில் எழுந்தருளுவித்தார்.[2]

ஆதித்த கரிகாலன் (கி.பி. 956-969)

இவன் பட்டம் பெற்று ஆண்டிலன்; ஆயினுமம், தந்தைக்கு உதவியாக இருந்தனன்; தன் பெயரால் பல கல்வெட்டுகள் வெளி வரக் காரணமாக இருந்தான். இரண்டாம் பராந்தகன் உயிருடன் இருந்த பொழுதே இவன் கொலை செய்யப்பட்டான்.[3] இதற்குக் காரணம் என்ன? கண்டராதித்தன் மகனான உத்தம சோழன் (மதுராந்தகன்) தக்க வயதடையாததால், சிற்றப்பனான அரிஞ்சயன் நாட்டை ஆண்டான்; பின்னர் அவன் மகனான இரண்டாம் பராந் தகன் அரசன் ஆனான்; அவனுக்குப் பின் பெரு வீரனான ஆதித்த கரிகாலனே பட்டம் பெற வேண்டியவன். அவன் பட்டம் பெற்றால் தான் தன் வாழ்நாளில் அரசனாதல் இயலாதென்பதை அறிந்த **மதுராந்தகன்** (ஆதித்தனது சிற்றப்பன்) ஏதோ ஒரு சூழ்ச்சி யால் ஆதித்தனைக் கொலை செய்துவிட்டான். சோணாட்டுக் குடிகள் ஆதித்தனுக்குத் தம்பியான **அருள்மொழித்தேவனை** (இராசராசனை) யே பட்டம் ஏற்குமாறு தூண்டினர். ஆயினும், இராசராசன் அதற்கு இணங்கவில்லை; தன் சிற்றப்பனான மதுராந் தகனுக்கு நாடாள விருப்பம் இருந்ததை அறிந்தான்; அவனை அரசானாக்கினான்; தான் அவனுக்கு அடங்கிய இளவரசனாக இருந்து நாட்டைக் கவனித்துவந்தான். அவனுக்குப் பின் தானே அரசனாவான் என்னும் ஒப்பந்தப்படி இச்செயலைச் செய்தான்.[4]

உத்தம சோழன்-மதுராந்தகன் (கி.பி. 969-985)

இவன் கண்டராதித்தன் மகன். இவன் அரச கட்டில் ஏறு வதற்கு முன்பே காஞ்சி வரையுள்ள தொண்டை மண்டலம் சோழர் ஆட்சிக்குட்பட்டு விட்டது. ஆதித்த கரிகாலனுடைய கல்வெட்டுகள் உத்தரமேரூர், காஞ்சீபுரம், தக்கோலம், திருவண்ணா மலை முதலிய இடங்களில் மிகுதியாகக் கிடைத்துள்ளன. இக் கல்வெட்டுகள் நிலவிற்பனை, அறச் செயல், திருப்பணி, அரசியல் தொடர்பானவையாகக் காணக்கிடத்தலின், ஆதித்தன் காலத்தி லேயே தொண்டை நாட்டில் அமைதி உண்டாகி விட்டதென்பதை அறியலாம்.

---

1. 'Cholas' Vol 190.
2. S.I.I. Vol II, Part I, pp. 69-70
3. 577 of 1920
4. Thiruvalangadu plates, S. I. I. III.

உத்தமசோழன் காலத்திய கல்வெட்டுகள் பலவும் செப்பேடு ஒரு தொகுதியும் கிடைத்துள்ளன. இவன் **பரகேசரி** என்னும் பட்டம் பெற்றவன். பெயரின்றிப் 'பரகேசரி' என்பது மட்டுமே கொண்டுள்ள கல்வெட்டுகள் எல்லாம் இவன் காலத்தனவே என்று சில சான்றுகள் கொண்ட ஆராய்ச்சியாளர் துணிகின்றனர். சோழர் நாணயங்களில் இவன் காலத்ததுவே பழமையானதாகும். இவன் காலத்த தான **பொற்காசு** ஒன்று கிடைத்தது. அதன் இருபுறங் களும் ஒருபடித்தாகவே இருக்கின்றன. நடுவில் ஒரு புலி உட் கார்ந்து கொண்டு வலப்புறமுள்ள மீனை நோக்குகிறது. நாண யத்தைச் சுற்றிலும் உத்தம சோழன் பெயர் கிரந்த எழுத்துகளிற் குறிக்கப்பட்டுள்ளது. அப்பொற்காசு 50 முதல் 60 குன்றிமணி நிறையுள்ளது. என்று நாணய ஆராய்ச்சியாளரான எலியட் கூறி யுள்ளார்.[1]

அரசியல்

உத்தமசோழன் செப்பேட்டுத் தொகுதியால் அக்கால அரசியல் முறையை நன்கு உணரலாம். இதன் விளக்கம் 'அரசியல்' என்றும் பகுதியிற் கூறப்படும். இவன் காலத்தில் **அம்பலவன் பழுவூர் நக்கன்** என்னும் உயர்தர அலுவலாளன் சோழர் அரசியலில் வேலைபார்த்துவந்தான். அவன் குவலாளம்(கோலார்) என்ற ஊரினன்; கொள்ளிடக் கரையில் அப்பராற் பாடப்பெற்ற விசைய மங்கலம் பழங்கோவிலைக் கற்கொண்டு புதுப்பித்தவன். உத்தம சோழன் அவனுக்கு 'விக்கிரம சோழமாராயர்' என்னும் பட்டத்தை அளித்துப் பெருமைப்படுத்தினான். இதனால் உத்தம சோழன் 'விக்கிரம சோழன்' என்னும் பெயரையும் பெற்றிருந்தான் என்பது வெளியாகிறது. அவ்வலுவலாளன் இராசராசன் காலத்தில் 'மும்முடிச் சோழ மாராயர்' எனவும், 'இராசராசப் பல்லவராயன்' எனவும் அழைக்கப்பட்டான்.

உத்தம சோழன் குடும்பம்

உத்தமசோழற்கு மனைவியர் பலர் இருந்தனர். அவருள்-பட்டன் தான தொங்கி, மழபாடி தென்னவன் மாதேவியார், வானவன் மாதேவியார், விழுப்பரையன் மகளார், பழுவேட் டரையன் மகளார் குறிப்பிடத்தக்கவர். இவ்வைவரும் சேர்ந்து தம் மாமியாரான செம்பியன் மாதேவியாரது பிறந்த நாள் பூசனைக் காகச் செம்பியன் மாதேவி (கிராமம்) யில் உள்ள அவையாரிடம் காசு கொடுத்தனர் என்று கல்வெட்டு ஒன்று கூறுகிறது.[2] பட்டத்து

1. Vide his 'coins of Southern India', p.132, No. 151
2. 494 of 1925.

அரசியார் 'உரத்தாயன் சொரப்பையார்' (கன்னடப் பெயர்) என்பவர். இவர் 'அக்க மாதேவியார்' என்றும் 'மூத்த நம் பிராட்டியார்' என்றும் அழைக்கப்பட்டனர். இவர். **'திரிபுவன மகாதேவியார்'**[1] என்றும் பெயர் பெற்றனர். உத்தம சோழன் மனைவியர் அனைவரும் தம் மாமியார் பெயர் கொண்ட (தஞ்சாவூர்க் கோட்டத்தில் உள்ள) 'செம்பியன்மா தேவி' என்னும் சிற்றூரில் உள்ள சிவன் கோவிலுக்கே பல தானங்களைச் செய்தனர். இதனால் இம் மரபினர் அப்பெருமாட்டியிடம் வைத்திருந்த அன்பு நன்கு விளங்குகிறதன்றோ? உத்தம சோழனுக்கு எத்துணை மக்கள் இருந்தனர் என்பது தெரியவில்லை. ஆயின், **மதுராந்தகன் கண்டராதித்தர்** என்பவன் ஒருவன் பெயர்மட்டும் கல்வெட்டுகளில் காணப்படுகிறது. அவன் இராசராசன் ஆட்சியில் கோவில்களை மேற்பார்த்து வந்தான்.

இதுகாறும் கூறப்பெற்ற அரசர் அனைவரும் மிகச் சுருங்கிய கால எல்லைக்குள் இருந்து மறைந்தோர் ஆவர். இவர்களது பெரு முயற்சியால் தொண்டை மண்டலம் மீட்கப்பட்டது. பாண்டிய நாடு சோழராட்சியிற் சேர்க்கப்படவில்லை. இவர்கட்குப் பின்வந்த இராசராச சோழனே சோழப் பேரரசை விரிவாக்கி நிலைபெறச் செய்த பேரரசன் ஆவன்.

5. முதலாம் இராசராசன்

(கி.பி. 985-1014)

இராசராசன் பிறந்த நாள்

சுந்தர சோழனாகிய இரண்டாம் பராந்தகனுக்கும் வானவன் மாதேவிக்கும் பிறந்தவன் **இராசகேசரி முதலாம் இராசராசன்.** இவன் கி.பி. 985சூன் திங்கள் 25-ஆம் நாள் அரசு கட்டில் ஏறினான்.[2] தஞ்சை இராசராசேச்சரத்தில் 'உடையார் இராசராச தேவர் **திருச்சதயத்** திருவிழா' எனவும், திருவையாற்று உலோகமாதேவீச்சரத்தில், 'உடையார் திங்கள் **சதய விழா'** எனவும், செங்கற்பட்டுத் திருவிடந்தை வராகப் பெருமான் கோவிலில், யாண்டுதோறும் ஆவணித் திங்கள் **சதயநாள்** தொட்டு, 'இராசராசன் திருவிழா' என ஏழுநாள் நடந்தது எனவும் வரும் கல்வெட்டுகளை நோக்க, இவன் **பிறந்த நாள், சதய நாள்** என்பது தெரிகிறது. சேர நாட்டுத் திருநந்திக்கரை என்னும் ஊரில் உள்ள சிவன் கோவிலுக்குத் தன்

---

1. புதுவையை அடுத்துள்ள 'திரிபுவனை' என்னும் சிற்றூர் பழங்காலத்தில் இவர் பெயரால்றான் அமைக்கப்பட்டதென்று கூறுவர்.
2. Ep. Ind. Vol. 9 p. 217.

பிறந்த நாளாகிய **ஐப்பசி மாதச் சதயநாளில்** திருவிழா நடத்தற்காக 'முட்டம்' என்னும் ஊரை அளித்தனன் என்பதை அங்குள்ள கல்வெட்டு அறிவித்தலால், இராசராசன் ஐப்பசித் திங்கள் சதய நாளிற் பிறந்தவன் என்பது தெளிவாகிறது. இப் பெருமான் பிறப்பைத் திருவாலங்காட்டுச் செப்பேடுகள் அழகாகச் சிறப்பித்துள்ளன.

இவனது சிறப்பு

விசயாலயற்குப் பின்வந்த சோழர்களிற் சோழப் பேரரசை நன்கனம் அமைத்து நிலைபெறச் செய்த பேரரசன் இராசராசனே ஆவன். இவன் உண்டாக்கிய பேரரசு ஏறக்குறைய இரண்டு நூற்றாண்டுகள் நிலையுற்றிருந்தது எனின், இவன் இட்ட அடிப்படை எவ்வளவு உறுதி வாய்ந்ததாக இருந்திருத்தல் வேண்டும்! இராசராசன் தன் தந்தையிடத்தும் பிறகு சிற்றப்பனிடத்தும் இருந்து அரசியல் அமைப்புகளை அழகுற அறிந்திருந்தான்; தான் பட்டம் ஏற்ற பிறகு இன்னின்ன வேலைகளைச் செய்து சோழப் பேரரசை உண்டாக்குதல் வேண்டும் என்று முன்னமே திட்டம் செய்திருந்தான்; பட்டம் பெற்ற பின்னர் அத்திட்டத்தைச் செவ்வனே நிறைவேற்றி வெற்றி கண்டவன். இவனது ஆட்சிக் காலத்திலேயே இவன் தன் மைந்தனான இராசேந்திரனைப் பெரு வீரனாக்கி விட்டமை பாராட்டற்பாலது. அதனாலன்றே, அப்பெருமான் கடற்படை செலுத்திக் கடாரம் கைக்கொண்டான்! இராசராசன் ஆண்ட காலமே சோழர் வரலாற்றிற் **'பொற்காலம்'** என்னலாம். இவனது ஆட்சியில் ஓவியம், சிற்பம், நாடகம், நடனம், இசை, இலக்கியம் இன்ன பிறவும் நன்கு வளரத் தலைப்பட்டன. இவன் காலத்திற்றான் தேவாரத் திருமுறைகள் நாடெங்கும் பரவின; சைவ சமய வெள்ளம் நாடெங்கும் பரந்து மக்கள் உள்ளத்தைக் கொள்ளை கொண்டது. சோழப்பேரரசை உண்டாக்கப்பெரும் படை திரட்டியவன் இராசராசனே ஆவன்; அப்படை இவன் நினைத்தன யாவும் தடையின்றிச் செய்து வந்தது பாராட்டற்பாலது. அரசியல் அமைப்பைத் திடம்பெற அமைத்தவனும் இராசராசனே ஆவன். நாகரிகம் மிகுந்த இக்கால அரசியல் அமைப்பிற்கும் இராசராசன் அரசியல் அமைப்பிற்கும் இராசராசன் அரசியல் அமைப்பிற்கும் எள்ளளவும் வேறுபாடு இல்லை. இராட்டிரகூடர் படையெடுப்பால் துன்புற்ற சோழ நாடு இராசராசன் காலத்தில் கிருஷ்ணையாறுவரை பரவியது - மேற்கே அரபிக் கடல் வரை பரவியது. தெற்கே இலங்கை வரை பரவியது எனின், இராசராசன் போர்த்திறனை என்னெனப் புகழ்வது! இப்

பெருவேலையைச் செய்ய இவனுக்கு இருந்த சாதனங்களை விடப் பெருமை பெற்றது இவனது **திருவுருவமே** என்னல் மிகை யாமோ? இவனது திருவுருவம் கண்டவர் உளத்தை ஈர்க்கத் தக்கதாக இருந்திருத்தல் வேண்டும். தஞ்சைப் பெரிய கோவில் உள்ளறைச் சுவர்மீது உள்ள கோலங்களில் உயரமாகவுள்ள அரச வுருவம் இவனாதல் வேண்டும். இவனுடைய திருவுருவமும் கோப்பெருந்தேவியின் திருவுருவமும் சிலை வடிவில் திருவிச லூர்க் கோவிலில் இருக்கின்றன. சுருங்கக் கூறின், இராசராசன் அரசியலிற் பண்பட்ட அறிவுடையவன், சிறந்த போர்த் தொழி லில் வல்லவன்; சிறந்த சமயப்பற்று உடையவன்; பேரரசை உண்டாக்கும் தகுதி முற்றும் பொருந்தப் பெற்றவன் என்னலாம். சோழர் வரலாற்றை இன்று நாம் அறிந்து இன்புற வழிவகுத்தவன் இப்பேரறிஞனே ஆவன். எப்படி?

மெய்க்கீர்த்தி

இச்சோழற்கு முற்பட்ட பல்லவர், பாண்டியர் பட்டயங்களும் கல்வெட்டுகளும் பல கிடைத்துள்ளன. அவற்றில் அரசமரபு கூறப்பட்டிருக்கும். அந்தந்த அரசன் சிறப்புச் சிறிதளவே கூறப் பட்டிருக்கும்; முற்றும் கூறப்பட்டிராது; விளக்கமாகவும் குறிக்கப் பட்டிராது. இம்முறையையே விசயாலயன் வழிவந்தவரும் பின்பற்றி வந்தனர். ஆனால், இராசராசன் இந்த முறையை அடியோடு மாற்றிவிட்டான்; தனது ஆட்சியாண்டுகளில் முறையே நடைபெற்ற போர்ச் செயல்களை **முறையே** வெளிவந்த கல் வெட்டுகளில் **முறைப்படி** குறித்துவரலானான். சான்றாக ஒன்று கூறுவோம்: இராசராசன் முதலில் காந்தளூர்ச்சாலையில் கலம் அறுத்தான். இந்த வெற்றியே இவன் கல்வெட்டுகளில் முதல் இடம் பெற்றது. இதன் பின்னர்ச் செய்த போர் இரண்டாம் இடம் பெற்றது. இப்படியே ஒன்றன்பின் ஒன்றாக முறைப்படி குறிக்கப் பட்டன. இங்ஙனம் இப்பெரியோன் ஒழுங்குபெறக் குறித்தவையே பிற்கால அரசராலும் பின்பற்றப்பட்டன. அக்குறிப்புகளே இன்று சோழர் வரலாற்றுக்கு உறுதுணை செய்கின்றன. பட்டயம் அல்லது கல்வெட்டுக்குத் தொடக்கமாக ஒரு தொடரை அழகாக அமைத்தவனும் இராசராசனே ஆவன். 'இஃது இவனது பட்டயம் அல்லது கல்வெட்டு' என்று எளிதில் கூறிவிடத் தக்கவாறு அத் தொடக்கம் இருக்கிறது. அது **'திருமகள் போல............'** என்ப தாகும். இவனது வீர மகனான இராஜேந்திரன் கல்வெட்டும் பட்டயமும் வேறு தொடக்கம் உடையவை. இங்ஙனமே பின் வந்தார் பட்டயங்களும் கல்வெட்டுகளும் வேறு வேறு தொடக்கம் கொண்டவை. இத்தகைய ஒழுங்கு முறையை அமைத்த இப் பேரரசன் அறிவாற்றல்களை என்னெனப் பாராட்டுவது!

சுற்றுப்புற நாடுகள்

இராசராசன் பட்டம் பெற்ற காலத்தில் சோழ அரசு வடக்கில் தொண்டை நாடுவரையும் தெற்கில் பாண்டிய நாட்டு வட எல்லை வரையுமே பரவி இருந்தது. எனவே, வடக்கே கீழைச் சாளுக்கியர் ஆட்சி நெல்லூர் வரை பரவி இருந்தது; தெற்கே பாண்டிய நாடு தனித்து இருந்தது; மேற்கே சேரநாடு கங்கநாடு, குடகு, நுளம்பபாடி, தடிகைபாடி, மேல் கடற்கரை நாடு முதலியன தனித்தனிச் சிற்றரசுகளாக இருந்தன. வடமேற்கே இராட்டிர கூடரை அழித்துப் புதிய பேரரசை இரட்டபாடியில் அமைத்த மேலைச்சாளுக்கியர் ஆண்டு வந்தனர். இலங்கையில் **ஐந்தாம் மகிந்தன்** ஆண்டு வந்தான்.

சேர பாண்டியருடன் போர்

இராசராசன் பட்டம் பெற்ற ஆண்டு கி.பி. 985. இவன் சேரநாட்டிற் படையெடுத்த ஆண்டு கி.பி.989. எனவே இவன் ஏறத்தாழ நான்காண்டுகள், தன் படையைப் பெருக்குவதிற் செலவழித்தான் என்னலாம். சேரநாட்டின் மீது சென்ற படைக்குத் தலைமை பூண்டவன், **பஞ்சவன் மாராயன்** என்னும் பெயர் கொண்ட **இராசேந்திர சோழனே** ஆவன். மலைநாடு, அடைதற்கு அரியதாய் மலையும் கடலும் சூழ்தரப் பரசுராமனால் அமைக்கப் பட்டதென்று திருவாலங்காட்டுச் செப்போடு செப்புகிறது. இம் மேலை நாட்டுத் துறைமுகப் பட்டினமான **காந்தளூர்ச் சாலையில்** போர் நடந்தது. அப்போரில் சேரனும் பாண்டியனும் சேர்ந்து சோழரை எதிர்த்தனர். பாண்டியன் **அமரபுசங்கன்** என்பவன்;[1] **சேரன் பாஸ்கர ரவிவர்மன் திருவடி** (கி.பி. 978-1036) என்பவன்[2] போரில் சோழர் படை வெற்றி பெற்றது. இராசராசனது 4-ஆம் ஆண்டுக் கல்வெட்டு 'காந்தளூர்ச் சாலையில் கலம் அறுத்தருளி' எனக் குறிப்பதால்,[3] இராசராசன் காந்தளூரில் இருந்த **சேரர் மரக்கலங்களை** அழித்தவன் என்பது புலனாகிறது. ஆயினும், கி.பி. 993 முதலே இராசராசன் கல்வெட்டுகள் சேர நாட்டிலும் பாண்டிய நாட்டிலும் காணக் கிடைத்தலால், இரண்டு நாடுகளையும் வென்று சோழர் ஆட்சியை அங்கு உண்டாக்கி அரசியல் அமைதியை நிறுவ நான்காண்டுகள் ஆகி இருத்தல் வேண்டும் என்பது தெரிகிறது. சேரநாட்டை வென்ற இராசராசன் அந்நாட்டில், தான் பிறந்த நாளைக் கொண்டாட ஏற்பாடு செய்தான்

---

1. Thiruvalangadu plates.
2. Travancore Archaelogical Series, Vol 2 pp. 31, 32.
3. T.A.S. II. p.4

என்பது முன்னமே கூறப்பட்டதன்றோ? பஞ்சவன் மாராயன் பாண்டியனை ஓடச் செய்தான்; **விழிஞம்** என்னும் துறைமுகத்தைக் கைக்கொண்டான். இராசராசனுக்குத் **தென்ன பராக்கிரமன்** என்னும் விருதுப் பெயர் இருத்தலாலும், பாண்டி நாட்டிற் பற்பல இடத்தும் இவன் கல்வெட்டுகள் இருத்தலாலும், பாண்டிய மண்டலம் 'இராசராச மண்டலம்' என வழங்கப்பெற்றமையாலும், இராசராசன் பாண்டிய நாட்டை முழுவதும் வென்று அடக்கி ஆண்டான் என்பது வெள்ளிடை மலைபோல் விளங்குகிறதன்றோ?

மலைநாட்டுப் போர்

குடமலை நாடு என்பது குடகு நாடாகும். அந்நாட்டில் **உதகை** என்பது அரண் மிகுந்த இடமாக இருந்தது. இராசராசன் தன் தூதனைக் குடமலை நாட்டிற்கு அனுப்பினான். அவனைக் குடமலை நாட்டரசன் சிறை செய்தனனோ, அல்லது கொன்றனனோ, புலப்படவில்லை. இராசராசன் அங்குப் படையெடுத்துச் சென்றான்; உதகையை அடைய **18 காடுகள்** தாண்டினான்; காவல் மிகுந்த உதகையை அழித்தான்; குடமலை நாட்டைக் கைப்பற்றினான். இச்செயல் கி.பி. 1008-க்குச் சிறிது முன் நடைபெற்றதாகும். இப்போரைப் பற்றிய குறிப்புகள் கலிங்கத்துப் பரணியிலும் மூவர் உலாவிலும் காணலாம். இப் படையெடுப்பில் தலைமை பூண்ட தானைத்தலைவன் **இராசேந்திரன்** போலும்![1] இப் படையெடுப்பின்போது குடமலை நாட்டை ஆண்டவன் **மீனிசா** என்பவன். போர் நடந்த இடம் 'பனசோகே' என்பது. மீனிசா, போரில் திறம்பட நடந்துகொண்டதால், அவன் வீரத்தைப் பாராட்டிய இராசராசன், அவனுக்குச் **சத்திரிய சிகாமணி கொங்காள்வான்** என்ற பட்டம் சூட்டி, மாளவி என்னும் ஊரை நன்கொடையாகக் கொடுத்தான்.[2]

கொல்லம், மேற்கரை நாடுகள்

இராசேந்திரன் பிறகு கொல்லத்தின் மீது சென்று, கொல்லம், கொல்லநாடு, கொடுங்கோளூர் முதலிய பகுதிகளில் இருந்த சிற்றரசரை வென்று, மேலைக் கடற்கரை நாட்டையும் கைப்பற்றி, எங்கும் பெருவெற்றி பின்தொடர மீண்டான். இவ்வெற்றிகட்குப் பின் இராசராசன் 'கீர்த்தி பராக்கிரம சோழன்' என்னும் விருதுப் பெயர் பெற்றான்.

கங்கபாடி

கங்கபாடி என்பது மைசூரின் பெரும்பகுதியாகும். தலைநகரம் **தலைக்காடு** என்பது. இவர்கள் சோழர் பேரரசை எதிர்த்து

1. Ep. Carnataka, Vol. 3, 125. 2. 623 of 1912 (Appendix B)

நின்றவர்; பல்லவர் காலமுதலே பல நூற்றாண்டுகளாகக் கங்க பாடியை ஆண்டு வந்தவர். **நுளம்பர்** என்பவர் இவர்கட்கு அடங்கியவர். இராசராசன் கொங்கு நாட்டிலிருந்து காவிரியைத் தாண்டிக் கங்கபாடியில் நுழைந்தான்; முதலில் தடிகைபாடியைக் கைக் கொண்டான்; கங்க பாடியையும் கைப்பற்றினான்.[1]

நுளம்பபாடி

நுளம்பபாடி என்பது மைசூரைச் சேர்ந்த தும்கூர், சித்தல் துர்க்கம் கோட்டங்களும் பெங்களூர், கோலார், பெல்லாரிக் கோட்டங்களும் சேர்ந்த நிலப்பரப்பாகும். இதனை ஆண்டவர் **நுளம்பப் பல்லவர்** என்பவர். இவராட்சியில் சேலம், வட ஆர்க்காடு கோட்டங்களின் வடபகுதியும் சேர்ந்திருந்தது.[2] இந் நிலப்பகுதி இராசராசன் பேரரசிற் கலந்துவிட்ட பிறகு, நுளம்பப் பல்லவர் சிற்றரசராகவும் சோழ அரசியல் அலுவலாளராகவும் இருக்கலாயினர். ஐயப்பன் மகனான கன்னரசன் என்பவன் தடிகை பாடியின் ஒரு பகுதியை இராசராசற்கு அடங்கிய சிற்றரசனாக இருந்து ஆண்டு வந்தான். 'நொளம்பாதி ராசன்' என்பவன் இராச ராசன் தானைத் தலைவனாக இருந்தான். 'நொளம்பாதி ராசன் சொரபையன்' என்னும் சிற்றரசன் ஒருவன் இருந்தான்.

தெலுங்க நாடு

தொண்டை நாட்டிற்கு வடக்கே கீழைச்சாளுக்கியர் ஆட்சி நெல்லூர் வரை பரவி இருந்தது. கிருஷ்ணையாறு முதல் வட பெண்ணையாறு வரை இருந்த நாடு **சீட்புலிநாடு, பாகிநாடு** என்று பெயர் பெற்றிருந்தது. இராசராசன் காருகுடியைச் சேர்ந்த **பரமன் மழபாடியார்** என்னும் மும்முடிசோழன் என்ற சேனைத் தலைவனைப் பெரும்படையோடு அங்கு அனுப்பினான். அத் தலைவன் பீமன் என்னும் அரசனை வென்று, அந்நாடுகளைச் சோழப் பேரரசில் சேர்த்தான்; மந்தை மந்தையாக ஆடுகளையும் பிறபொருள்களையும் கைக்கொண்டு மீண்டான் என்று காஞ்சீபுரக் கல்வெட்டொன்று கூறுகிறது.[3] நெல்லூர்க் கோட்டத்தைச் சேர்ந்த ரெட்டிபாளையத்துக் கல்வெட்டில், இராசராசனது 8-ஆம் ஆட்சி ஆண்டைக் குறிப்பிட்டு அவனது சிற்றரசன் அல்லது அரசியல் அலுவலாளனாகிய மும்முடி வைதும்ப மகாராசன் ஆன துரை அரசன் என்பவன் தானம் செய்த செய்தி குறிப்பிடப்பட்டுள்ளது.[4]

---

1. Ind. Ant. VII, 30, p. 109.
2. Ep. Ind. VII, 10, p. 87.
3. 79 of 1921
4. Nellore Ins. No. 239.

கீழைச் சாளுக்கிய நாடு

இராசராசன் காலத்தில் கீழைச் சாளுக்கிய நாடு பெருங் குழப்பத்தில் இருந்தது. இந்நாடு கிருஷ்ணை, கோதாவரியாறு கட்கு இடைப்பட்டது. அந்நாட்டு அரச மரபினருள் இரண்டு கிளையினர் தோன்றி ஒருவரை ஒருவர் நாட்டைவிட்டு விரட்ட முயன்றனர். நாடு கலகத்திற்கு உட்பட்டது. **சக்திவர்மன்** என்பவன் ஒரு கட்சியினன். அவனை மற்றொரு கட்சியினர் நாட்டைவிட்டு விரட்டி விட்டனர். ஏறத்தாழ 27 ஆண்டுகள் சக்திவர்மன் மரபினர் நாட்டை ஆள இடமின்றித் தவித்தனர். இப்போராட்டம் கி.பி. 925-லிருந்து நடந்து வந்ததெனினும், உச்சநிலை பெற்றது இராசராசன் காலத்திலே ஆகும். சக்திவர்மன் மரபினர் அரசுக்குரிய மூத்த குடியினர். இளங்குடியினர் நாட்டைக் கவர்ந்து ஆண்டனர். சக்திவர்மன் இராசராசனைச் சரண் அடைந் தான். ஏறத்தாழக் கி.பி. 999-இல் இராசராசன் வேங்கி நாட்டைக் கைப்பற்றிச் சக்திவர்மனை அரசனாக்கினன், சக்திவர்மன் சோழ னுக்கு அடங்கிய சிற்றரசனாக-ஆனால் தனி அரசனாக இருந்து வேங்கி நாட்டை ஆண்டுவந்தான். அவன் இளவலான விமலாதித் தனுக்கு இராசராசன் தன் மகளான **குந்தவ்வையை** மணம் செய்துகொடுத்தான்.[1] இவ்விரண்டு செயல்களாலும் கீழைச் சாளுக்கிய நாடு சோழப் பேரரசின் சிறந்த உறுப்பாக விளங்கியது. கீழைச் சாளுக்கிய மரபு சோழமரபுடன் ஒன்றுபட்டுவிட்டது; சோழப் பேரரசிற்கும் வடக்கில் அச்சம் இல்லாதொழிந்தது. இராசராசன் மருமகனான விமலாதித்தன் திருவையாற்றில் தன் மாமியார் கட்டிய கோவிலுக்குத் தானம் செய்துள்ளான்.[2]

கலிங்க நாடு

இராசராசன் தான் கலிங்கத்தை வென்றதாகக் கூறியுள் ளான். மகேந்திரமலையில் இரண்டு கல்வெட்டுகள்[3] கிடைத்தன. அவற்றில், விமலாதித்தன் என்னும் குலூத நாட்டு அரசனை இராசேந்திரன் வென்றான்; வென்று மகேந்திரமலை உச்சியில் **வெற்றித்தூண்** ஒன்றை நாட்டினான்' என்னும் செய்தி பொறிக்கப் பட்டுள்ளது. ஆயின், இச்செய்தி இராஜேந்திரன் ஆட்சியில் நடந்த தாக அவனுடைய கல்வெட்டுகள் கூறவில்லை. ஆதலின், இப் படையெடுப்பும் வெற்றியும் இராசராசன் காலத்திற்றான் நடந் திருத்தல் வேண்டும். குலூத நாடு என்பது மகேந்திரமலையைத்

---

1. Ind. Ant. Vol 14, p. 52.
2. 215 of 1894.
3. 396, 397 of 1896; Archaelogical Survey of India, 1911-12, pp. 171-172.

தன் அகத்தே கொண்ட கலிங்கநாடு போலும்! இங்குக் குறிப்பிட்ட விமலாதித்தன் சாளுக்கிய (முன் சொன்ன விமலாதித்தன் எனத் தவறாகக் கொண்டு வரலாறு எழுதினோரும் உண்டு.

ஈழ மண்டலம்

கி.பி. 993-இல் வெளிவந்த கல்வெட்டுகளிலேயே இராசராசன் ஈழ மண்டலத்தை வென்றமை குறிப்பிடப்பட்டுள்ளது. ''இராமன் குரங்குகளின் துணையைக் கொண்டு பாலம் கட்டி அரும்பாடு பட்டு இராவணனைக் கொன்றான். ஆயின், இராசராசன் பாலம் கட்டாமலே படைகளைக் கப்பல் மூலமாகக் கொண்டு சென்ற இலங்கை இறைவனை எரிக்க இரையாக்கினான். இதனால் இவன் இராமனினும் சிறந்தவனே ஆவன்'' என்று திருவாலங்காட்டுப் பட்டயம் பகர்கின்றது. இராசராசன் காலத்தில் இலங்கையில் குழப்பம் மிகுதியாக இருந்தது. இலங்கை அரசனான **ஐந்தாம் மகிந்தன்** தென்கிழக்கில் இருந்த மலை அரணையுடைய 'ரோஹணம்' என்னும் இடத்திற்குச் சென்றுவிட்டான். அச்சந்தர்ப் பத்தில் இராசராசன் வட இலங்கையைக் கைப்பற்றி, அதற்கு[1] **மும்முடி சோழ மண்டலம்** என்னும் பெயரிட்டான்.

இப்படையெடுப்பினால் அநுராதபுரம் அழிவுற்றது. போல நருவா சோழர் தலைநகரம் ஆனது; அது **'ஜனநாத மங்கலம்'** என்று பெயர் பெற்றது. இராசராசன் அத்தலைநகரில் சிவன் கோவில் ஒன்றைக் கட்டினான். இக்கோவில் சுதை, செங்கல் முதலியன கொண்டு அழுத்தமாகவும் அழகாகவும் கட்டப்பட்டது. சுற்றிலும் மதிலையுடைய கோநகரத்தில் இக்கோவில் அழகுற அமைந்துள்ளது. இஃது இன்றும் தன் எழில் குன்றாது இருத்தல் வியப்புக்குரியது.[2] 'தாழிகுமரன்' என்னும் சோழ அரசியற் பணி யாளன் ஒருவன் மாதோட்டத்தில் (இராசராசபுரத்தில்) அழகிய கோவில் ஒன்றைக் கட்டி 'இராசராசேச்சரம்' எனப் பெயரிட் டான்; அதற்குப் பல தானங்கள் செய்துள்ளான்.[3] இராசராசன் தான் தஞ்சாவூரிற் கட்டிய பெரிய கோவிலுக்கு ஈழத்திலிருந்து பணமும் இலுப்பைப் பாலும் அனுப்ப ஏற்பாடு செய்திருந்தான்.[4]

மேலைச் சாளுக்கியர்

இரட்டிபாடி என்பது இராட்டிரகூடர் அரசாண்ட நிலப்பகுதி. இதுவே பல்லவர் காலத்தில் மேலைச்சாளுக்கியர் ஆண்ட நாடு

---

1. S.I.I. Vol. 2, No. 92
2. Archaelogical Survey of Ceylon, 1906, pp. 17-27.
3. S.I.I. Vol. 4, 616 of 1912.
4. 618 of 1912.

கி.பி. 975-இல் இரட்டரை வலிதொலைத்து மீட்டும் மேலைச் சாளுக்கியர் தம் பண்டைப் பேரரசை நிலைநிறுத்தினர். அவருள் முதல்வன் **இரண்டாம் தைலபன்** எனப்பட்ட **ஆகவமல்லன்** ஆவன். இப்பேரரசன் கி.பி.992-ல் இராசராசனை வென்றதாகக் கல்வெட்டு ஒன்றில் கூறிக்கொண்டான்.[1] ஆனால், இதைப் பற்றி விளக்கம் இதுகாறும் கிடைத்திலது. கி.பி. 992-க்குப் பிறகு அரசனான **சத்யாஸ்ரயன்** இராசராசனுடன் போரிட்டான் போலும்! இராசராசன் சத்யாஸ்ரயனுடன் போரிட்டு அவனது செல்வத்தைத் தஞ்சைப் பெரிய கோவில் கட்டச் செலவழித்தான் என்று கல்வெட்டுகள் குறிக்கின்றன.[2] 'சத்ராஸ்ரயன் போர்க்களத்திலிருந்து புறங்காட்டி ஓடிவிட்டான். அவன் 'கஷ்டாஸ்ரயன்' ஆனான்'' என்று திருவாலங்காட்டுப் பட்டயம் பகர்கின்றது. சத்யாஸ்ரயனுடைய தார்வார் (ஹொட்டூர்) கல்வெட்டு. (கி.பி. 1005) ''சோழர் மரபுக்கணியான இராசராச நித்யவிநோதனிது மகனான சோழ இராசேந்திர வித்யாதரன் தோணூர் (பீசப்பூர்க் கோட்டத்தில் உள்ளது) வரை வந்தான்; அவன் 9 லக்கம் துருப்புகளுடன் வந்தான்; நாடு முழுவதையும் கொள்ளை அடித்தான்; பெண்கள் குழந்தைகள் முதலியவர்களைக் கொன்றான். தமிழரை ஒழிக்கும் சத்யாஸ்ரயன் இராசேந்திரனைப் புறங்காட்டி ஓடச் செய்தான்'' என்று கூறுகிறது.[3]

இக்குறிப்புகளால், முதலில் சத்யாஸ்ரயன் தோற்றனன் என்பதும், பிறகு சோழர் அந்நாட்டை, ஆள முடியாமல் திரும்பி விட்டனர் என்பதும் சத்யாஸ்ரயன் படைவலி மிக்கவன் என்பதும் தெரிகின்றன. இதுகாறும் கூறிவந்த செய்திகளால், இராசராசன் வடக்கே கிருஷ்ணையாறு முதல் வடமேற்கே துங்கபத்திரையாறு முதல் தெற்கே குமரிமுனை வரை கிழக்கிலும் மேற்கிலும் கடலை எல்லைகளாகக் கொண்ட தென் இந்தியா முழுவதையும் பிடித்து ஆண்டவன் என்பது நன்கு விளங்குமன்றோ? இவற்கு முன் இங்ஙனம் சோழப் பேரரசை உண்டாக்கினோர் ஒருவரும் இலர்! இலர்!! இராசராசன் கங்கபாடி, வேங்கி மண்டலம் இரண்டிற்கும் தன் மகனான பேராற்றல் படைத்த இராசேந்திரனையே மகா தண்ட நாயகனாக வைத்திருந்தான். இங்ஙனம் செய்து வைத்த பாதுகாவலால், மேலைச் சாளுக்கியர் சோழநாட்டின் மீது படையெடுக்கக் கூடவில்லை. மேலும், மேலைச் சாளுக்கியர் வடக்கே

1. Ind Ant. Vol. S. p. 17
2. S I I Vol. II, No. 1
3. Ep. Indica, Vol. 6, p. 74.

பரமாரர் என்னும் மாளுவநாட்டு அரசரால் அடிக்கடி துன்பத்திற்கு உள்ளாயினர். வடக்கே பரமாரராலும் தெற்கே சோழராலும் சாளுக்கியர் அடைந்த இன்னல்கள் பலவாகும்.

பழந்தீவு பன்னீராயிரம்

இராசராசன் அலைகடல் நடுவிற் பலகலம் செலுத்தி, முந்நீர்ப் பழந்தீவு பன்னீராயிரமும்[1] கைப்பற்றினன். இங்ஙனம் சென்ற இடம் எல்லாம் வெற்றிச் சிறப்பெய்திய இராசராசன் **சயங்கொண்ட சோழன்** எனப்பட்டான். அது முதல் தொண்டை மண்டலம் 'சயங்கொண்ட சோழ மண்டலம்' எனப்பட்டது. இராசராசன் உய்யக் கொண்டான் மலை(திருக்கற்குடி) நாயனார்க்குப் பொற்பட்டம் ஒன்றை அளித்தனன். அதன் பெயர் 'சயங்கொண்ட சோழன்' என்பது.[2] கங்கைகொண்ட சோழபுரத்திற்கு அருகில் உள்ள ஊரும் 'சயங்கொண்ட சோழபுரம்' எனப்பட்டது.

சிற்றரசர்

பழுவேட்டரையர் கந்தன் மறவன் என்பவன் ஒரு சிற்றரசன். இப் **பழுவேட்டரையர்** கீழப் பழுவூர், மேலப் பழுவூர்களை ஆண்டுவந்தவர். இவர் மரபிற்றான் முதற்பராந்தகன் பெண் எடுத்தான். அது முதல் இம்மரபினர் சோழர்க்குப் பெண் கொடுக்கும் உரிமைபெற்று இருந்தனர். இவர்கள் இராசராசனுக்குக் கீழ்த் தம்மாட்சி நடத்தினோர் ஆவர்.[3] கந்தன் மறவன் மேலப்பழுவூரில் திருத்தோட்டம் உடையார்க்குக் கோவில் கட்டினவன்; நந்திபுரத்தில் இருந்த வரிமுறையைத் தன் ஊரிலும் ஏற்படுத்தியவன்.[4] வட ஆர்க்காடு கோட்டத்தில் **இலாட.ராயர்** என்னும் சிற்றரச மரபினர் ஆண்டுவந்தனர். இவர்கள் பஞ்ச பாண்டவர் மலை என்னும் இடத்தில் ஆட்சி புரிந்தோர் ஆவர். இவருள் உடையார் இலாடராயர் புகழ்விப்பவர் கண்டன் ஒருவன். அவன் மகன் உடையார் வீரசோழர் என்பவன் ஒருவன். இவனே இராசராசன் காலத்தவன்; தன் மனைவி வேண்டுகோளுக்கு இணங்க ஒரு சமணப் பள்ளிக்குத் தானம செய்தவன்.[5] கடப்பைக் கோட்டத்தில் மகாராசப்பாடியை ஆண்டு வந்த துக்கரை என்னும் பெயருடைய வைதும்பராயன் மகன் நன்னமராயர் என்பவன் திருவல்லம் (வட ஆர்க்காடு கோவிலுக்குத் தானம் செய்துள்ளான்.[6] கி.பி.993-இல்

---

1. மால்டிவ் தீவுகளின் அரசன் தன்னைப் 'பன்னிராயிரம் தீவுகட்கு அரசன்' என்று கூறல் மரபு.
2. S.I.I. Vol. 2, p. 312.
3. 115 of 1895.
4. 365, 367, 394 of 1924.
5. 19 of 1890
6. S.I.I. Vol. 3, No. 52

மும்முடி வைதும்ப மகாராசன் என்பவன் ரெட்டிபாளையம் கோவிலுக்குத் தானம் செய்தான். சளுக்கிவீமன் என்பவன் ஒரு சிற்றரசன். அவன் மனைவி 'வீமயன் வம்பவை' திருவையாற்றுக் கோவிலில் விளக்கு வைக்கப் பொருள் உதவி செய்தாள். அச் சிற்றரசன் எந்தப் பகுதியை ஆண்டவன் என்பது விளங்கவில்லை.[1] இங்ஙனம் சிற்றரசர் பலர் சோழர் பேரரசில் இருந்தனர். மறவன் **நரசிம்மவர்மன்** என்னும் பாண அரசன் தென் ஆர்க்காடு கோட்டத்தில் 'சம்பை' என்னுமிடத்தருகில் இருந்தவன் ஆவன். இவன் அந்த இடத்தில் ஓர் ஏரியை வெட்டுவித்தான்.[2]

அரசியல் அலுவலாளர்

கல்வெட்டுகளிற் கண்ட குறிப்பிடத்தக்க அரசியல் அலுவ லாளர் இவராவர்-மகா தண்ட நாயகன் **பிஞ்சவன் மாராயன்** என்பவன் இராசராசன் மகனான இராசேந்திரன் என்பர் ஆராய்ச்சி யாளர். வேறு சிலர் அவன் இராசேந்திரன் அல்லன் என்பர். உத்தம சோழன் (மதுராந்தகன்) மகனான **கண்டராதித்தன்**[3] நாடு முழு வதும் சுற்றிக் கோவிற் பணிகளைப் பார்வையிட்டு வந்த பேரதி காரி ஆவன். இவனே திருவிசைப்பாப் பாடிய கண்டராதித்தர் என்று சிலர் தவறாகக் கொண்டனர். **பரமன் மழபாடியார்** என்னும் மும்முடி சோழன் சீட்புலிநாடு, பாகிநாடு என்பவற்றை வென்ற தானைத் தலைவன் ஆவன். **சேனாதிபதி ஸ்ரீகிருஷ்ணன் இராமன்** என்பவன் ஒருவன். இவன் 'அமண்குடியைச் சேர்ந் தவன். இவன் பெரிய கோவிலில் திருச்சுற்றாலையையும் மண்ட பத்தையும் கட்டியவன் ஆவன்.[4] **சேனாதிபதி குரவன் உலகளந் தான்** என்பவன் ஒருவன். இவன் 'இராசராச மகாராசன்' எனப்பட் டான். இவன் சோழப் பேரரசு முழுவதும் அளந்து வரிவிதிக்கப் பொறுப்பாளியாக இருந்த பெரிய அரசியல் அறிஞன் ஆவன்.[5] **உலகளவித்த திருவடிகள் சாத்தன்** என்பவன் ஒருவன். இவனும் மேற்சொன்ன பணியில் ஈடுபட்டிருந்தனன்.[6] **ஈராயிரவன் பல்ல வரையன் மும்முடி சோழன்** என்பவன் அரசியல் வருவாயைக் கவனித்த பெருந்தரக்காரன் ஆவன்.[7] கோலாரை ஆண்ட கங்கர் மரபினனான **திருவையன் சங்கரதேவன்** என்பவன் ஓர் உயர்தர அலுவலாளனாக இருந்தான். அவன் தன் தந்தை பெயரால் திரு வல்லத்தில் 'திருவைய ஈச்சரம்' என்னும் கோவிலைக் கட்டினான்.[8]

---

1. 227 of 1894
2. 84, 86 of 1906
3. S.I.I. Vol. 3, No. 49; M.E.R. 1904, Para 2.
4. S.I.I. Vol. 2, No. 31
5. S.I.I. Vol. 2, pp. 459
6. 199 of 1917.
7. S.I.I. Vol. 2, No. 55.
8. 11 of 1890

இவருள் கிருஷ்ணன் இராமன், ஈராயிரவன், பருத்திக்குடையான் வேளான் உத்தம சோழன், மதுராந்தக மூவேந்த வேளான் என்பவர் அமைச்சராக இருந்தனர் என்பர்.[1] 'அதிகாரி இராசேந்திர சிங்க மூவேந்த வேளார்', 'அதிகாரி காஞ்சி வாயிலுடையார் உதயதி வாகரன் தில்லையாளியாரான இராசராச மூவேந்த வேளார் முதலியோர் உடன் கூட்டத்து அதிகாரிகளாக இருந்தனர்.[2] அரசியல் அலுவலைக் கவனிக்க ஆரூரன் அரவணையனான பராக்கிரம சோழ மூவேந்த வேளான், தத்தன் சேந்தனான செம்பியன் மூவேந்த வேளான், அருங்குன்றம் உடையான் பொறகாரி, மீனவன் மூவேந்த வேளான் முதலியோர் இருந்தனர் என்று ஆனைமங்கலச் செப்போடு செப்புகிறது.[3] வரியைக் கணக்கில் பதிவு செய்யும் **வரியிலார்,** 'வரியை இன்னவாறு செலவிடுக' எனப் பாகுபாடு செய்யும் **வரிக்குக் கூறுசெய்வார்,** காரியக் குறிப்பெழுதும் பட்டோலைப் பெருமான், வந்த ஓலைகளைப் பார்வையிட்டு விடைவரையும் **விடை அதிகாரி,** நாட்டை வகைப்படுத்துவோர், நாட்டைக் கண்காணிப்பவர், நாட்டைச் சுற்றிப்பார்த்து நன்மை தீமைகளை ஆராய்பவர், நீதிமன்றத்தார், நாணய அதிகாரிகள் முதலிய பல திறப்பட்ட அரசியல் அலுவலாளர் இராசராசன் ஆட்சியில் இடம்பெற்று இருந்தனர் என்பது எண்ணிறந்த கல்வெட்டுகளால் அறியக்கிடத்தல் காண்க. 'சோழர் அரசியல்' என்னும் பகுதியில் விரிவு காண்க. பாண்டிய நாட்டுப் பழைய வட்டெழுத்துக் கல்வெட்டுகள் இராசராசன் காலத்தில் புதிய தமிழில் மாற்றி எழுதப்பட்டன என்பது இங்குக் குறிப்பிடத்தக்க செய்தியாகும்.[4]

இராசராசன் அரசியல் இன்றைய நாகரிக அரசியல் போன்றது. இவன் நாடு முழுதும் அளப்பித்தான்; இறையிலி நிலங்களைப் பிரித்தான்; பிற நிலங்கட்குத் தரம் வாரியாக வரி விதிக்க ஏற்பாடு செய்தான்; வரியை வசூலிக்கப் பல அதிகாரிகளை ஏற்படுத்தினான்; எல்லா வகை வரிகளும் கவனிக்க உயர்தர அலுவலாளர் குழுவை வைத்தான். தனித்தனி அலுவலாளர் ஒருபால்; எல்லா மண்டலங்களையும் சேர்ந்த பல துறைப்பட்ட அரசியற் செய்திகளைக் கவனிக்கப் பேரலுவலாளர் ஒருபால் ஆக, அரசியல் அமைப்பு வியத்தகுவண்ணம் அமைந்திருந்தது. ஊர் அவைகள் ஊராட்சியைக் குறைவற நடத்தின. ஒவ்வொரு மண்டலத்தும் திறம்பட்ட படைகள் நிறுத்தப்பட்டன; எல்லைப்புறங்களில் காவற் படைகள் இருந்தன. புகழ்பெற்ற **கப்பற்படை**

1. I Ulaganatha Pillai's Rajaraja 1, p. 59
2. Ibid, p. 59
3. Ibid, p. 69
4. 455 of 1917

இணையின்றி இலங்கியது. சுருங்கக் கூறின், தென் இந்தியாவில் பேரரசை ஏற்படுத்திய **பேரரசர்களில் இராசராசனே சிறந்தவன்** என்னல் மிகையாகாது.

சமயக் கொள்கை

இராசராசன் சிறந்த **சிவ பக்தன்.** இவன் கட்டிய பெரிய கோவிலே இதற்குப் போதிய சான்றாகும். எனினும், இவன், இந்தியப் பேரரசரைப் போலவே தன் பெருநாட்டில் இருந்த எல்லாச் சமயங்களையும் சமமாகவே மதித்து நடந்தவன். பெரிய கோவிற் சுவர்களில் உள்ள **சிற்பங்களும்,** மைசூரில் இவன் கட்டிய விஷ்ணு கோவில்களும், விஷ்ணு கோவில்கட்கு இவன் செய்துள்ள தானங்களும் இவனது சமரசப்பட்ட மனப்போக்கை விளக்குவதாகும். நாகப்பட்டினத்தில் **புத்த விகாரம்** கட்டப் பொருள் உதவி புரிந்த உத்தமன் இவன். இவனது ஆட்சியில் இருந்த சிற்றரசர் சிலர், சமணர் கோவில்கட்குத் தருமம் செய்துள்ளனர் என்பதையும் நோக்க, இப்பேரரசன், தன் சிற்றரசரையும் குடிகளையும் தத்தம் விருப்பத்துக்கு இயைந்த சமயத்தைப் பின்பற்ற உரிமை அளித்திருந்தனன் என்பது நன்கு புலனாகின்றது. இவனது ஆட்சிக் காலத்திற்றான் **பாடல்பெற்ற பல கோவில்கள் கற்றளிகளாக மாறின;** புதிய பல சிவன் கோவில்கள் கட்டப்பட்டன. பல கோவில்கள் பலரால் ஆதரிக்கப் பெற்றன. கோவிற் பணிகள் வியத்தகு முறையிற் பெருகின. அவற்றின் விவரமெல்லாம் 'சோழர் கோவிற் பணிகள்' என்னும் பகுதியிற் பரக்கக் காண்க.

பெரிய கோவில்

சோழ மன்னரது ஆட்சிக்குப் பெரிய அறிகுறியாகவும் சிறப்பாகத் தமிழகத்தின் கலை அறிவை உணர்த்தவல்லதாகவும் இருப்பது தஞ்சைப் பெரிய கோவிலே ஆகும். இத்தகைய புதிய அமைப்புடைய கோவிலை முதன் முதல் கட்டி முடித்தவன் இராசராச சோழனே ஆவன். இச்கோவில் கோபுரம் சிறியது. உள்ளறைமீது கட்டப்பட்டுள்ள தூபி பெரியது. கோவிலின் அளவு, அமைப்பு முதலியன பொருத்தமாக அமைந்துள்ளன. இக்கோவிலின் பெயர் **இராசராசேச்சரம்** என்பது. எனவே, இவன் பெயர் இராசராசன் என்பதும் பெற்றாம். இவன் கி.பி. 1004-இல் தில்லைச் சிற்றம்பலத்திற்கு நிபந்தங்கள் பல இயற்றி வழிபட்டதன் பயனாகத் தில்லைவாழ் அந்தணரால் 'இராசராசன்' என்பது வழங்கப்பட்டதாகும். இப்பெயர் இவனது 19-ஆம் ஆண்டுக் கல்வெட்டிற் காணப்படுகிறது. எனவே, இக்கோவில் கி.பி. 1005-இல் தொடங்கப்பெற்றது என்று கோடல் பொருந்தும். இராசராசனுடைய 23-ஆம் ஆண்டு முதல் 29-ஆம் ஆண்டு வரை இக்

கோவிலுக்கு வேண்டிய நிபந்தங்கள் பல கொடுக்கப்பட்டுள்ளன. ஆதலின், இப்பெரிய கோவில் இவனது 20-ஆம் ஆண்டு முதல் 23 வரை கட்டப்பட்டதாகலாம்; அஃதாவது இக்கோவில் கட்டி முடிக்க ஏறத்தாழ 4 ஆண்டுகள் ஆகியிருக்கலாம். "**யாண்டு இருபத்தைந்தாவது** நாள் 275-இல் உடையார் **ஸ்ரீ** இராசராசதேவர் ஸ்ரீ ராசேச்சரமுடையார், ஸ்ரீவிமானத்துச் செம்பின் **தூபித்** தறியில் வைக்கக் கொடுத்த செப்புக்குடம் ஒன்று. நிறை 3083 பலத்தில் சுருக்கின தகடு பலபொன் **ஆடவல்லான்** என்னும் கல்லால் நிறை 2926 கழஞ்சு" என்ற கல்வெட்டுப் பகுதியால், இராசராசன் 25-ஆம் ஆண்டிற்றான் திருப்பணி முடிவுற்றுக் கும்பாபிடேகம் முடிவுற்றதெனக் கூறலாம்.

கோவில் அமைப்பு

இக்கோவில் சிவகங்கை சிறு கோட்டைக்குள் உள்ளது. முதற்கோபுரம் கடந்ததும் இராசராசன் கட்டிய மற்றொரு அகன்ற கோபுரம் உண்டு. உள் நுழைந்ததும், கருங்கல், செங்கற்களால் பரப்பப் பெற்ற சுமார் 500 அடி நீளமும் 250 அடி அகலமும் உள்ள ஒரு பரந்த போர்வை போன்ற வெளிமுன்மேடை இருக்கின்றது. அதன்மீது ஒரே கல்லான நந்தியும் அதனைப் பாதுகாக்கக் கட்டிய நாயக்கர் மண்டபமும் உள்ளன. எதிரில் இறைவன் கோவில் விமானம் அடுத்து அம்மன் திருகோவிலும் உள. உட்கோயில் **இறையறை, அர்த்த மண்டபம், மகாமண்டபம்,** தியாகராசர் சந்நிதியுள்ள **தாபன மண்டபம், நர்த்தன மண்டபம், வாத்திய மண்டபம்** என்ற ஆறு பகுதிகளை உடையது. கோவிலிலுள்ள ஏழு வாயில்களிலும் 18 அடி உயரமும், 8அடி அகலமும் உள்ள 14 **வாயிற்காவலர் சிலைகள்** உள.

முதற் கோபுரவாயில் 'கேரளாந்தகன் திருவாயில்' என்பது; மற்றது 'இராசராசன் திருவாசல்' என்பது; கோவில் உள்வாயில் 'திரு அணுக்கன் திருவாசல்' என்பது. விமானத்தின் தெற்கிலும் வடக்கிலும் வாயில்கள் உள்ளன; அவை படிகளை உடையது. தெற்குவாசல் 'விக்கிரமன் திருவாசல்' எனப்படும். (இப்பெயர் விக்கிரமசோழன் பெயரால் பிற்காலத்தில் வழங்கப்பெற்றது போலும்!) இவ் வாயிலின் கீழ்ப்பாகத்துத் திருமகள் வடிவமும் வடக்குவாயிலின் கீழ்ப்பாகத்து நாமகள் வடிவமும் வனப்புறத் திகழ்கின்றன. திரு அணுக்கன் திருவாயில் இருபுறமும் அமைந்த படிகளாலேயே முன்னாளில் சந்நிதியை அடைவது வழக்கம். இப்படிகளே கோவில் எடுப்பித்தபோது உடன் உண்டானவை. இக்காரணம் கொண்டும் நிலப் பரப்புக்கு மேல் உயர்ந்த மேடையில்

நிறுவப்பெற்ற தன்மையினாலும் இக்கோவில் **மாடக்கோவில்** என்பதற்கேற்ற இலக்கணம் பெற்றதென்னலாம். திரு அணுக்கன் திருவாயிலுக்கு எதிரே இப்போதுள்ள நேரான படிகள் பிற்காலத்தில் **சரபோசி** மன்னன் காலத்தன் ஆகலாம். கோவிலின் நீட்டளவு 793 அடி: குறுக்களவு 397 அடி.[1]

சிவலிங்கம்

உள்ளறையில் உள்ள சிவலிங்கம் மிகப் பெரியது. அதற்கு ஆதி சைவரைக் கொண்டு மருந்து சாத்திப் பந்தனம் செய்வித்த பொழுது, ஆவுடையார் வடிவம் பெரியதாதலின், மருந்து இளகிப் பந்தனமாகவில்லை. இராசராசன் மனம் கவன்றான். அக் கவலையை நீக்கக் **கருவூர்த் தேவர்** என்னும் சைவ முனிவர் எழுந்தருளிச் சிவலிங்கத்தை ஆவுடையாருடன் சேர்த்துச் செவ்வனே நிறுத்திப் பந்தனம் செய்வித்தார் என்று **கருவூர்ப் புராணம்** கூறுகிறது. இக் கருவூரார் தஞ்சை இராசராசேச்சரத்தின் மீது பதிகம் பாடியுள்ளார். அப்பதிகம் **ஒன்பதாம் திருமுறையில்** இடம்பெற்று உள்ளது.

இப்பெரியார் இக்கோவிலிற்றானே சமாதி ஆயினர். இராசராசேச்சரத்து மேலைத் திருச்சுற்றில் கிழக்க நோக்கிய மேடை ஒன்று இருக்கிறது. அதன் அருகில் வேப்பமரமும் வில்வ மரமும் நிற்கின்றன. பிற்காலத்தார் அம்மேடையிற் சிறு கோவில் எடுத்து, யோகியாரது உருவச்சிலை ஒன்றை அமைத்தனர். இன்னும் இக் கோவில் பலர் தொழும் இடமாக இருந்து வருகிறது.

கோபுர வாயில்கள்

இப்பெரிய கோவிலில் பண்டைக்கால வழக்குப்படியே மூன்று வாயில்கள் உண்டு. பண்டைக் கோவில் வாயில்கள் மூன்றும் முறையே **தோரண வாயில், திருமாளிகை வாயில், திரு அணுக்கன் வாயில்** எனப்பட்டன என்ற பெரிய புராணம் கூறும், ஆனால், இராசராசன் அவற்றுக்கு முறையே **கேரளாந்தகன், இராசராசன், அணுக்கன்** எனப் பெயரிட்டான்.

விமானம்-தளம்-தூபிக்குடம்

கோவில் விமானம் 216 அடி உயரமுடையது; அடி பருத்து நுனி சிறுத்த அமைப்புடையது. இதன் உச்சியில் போடப்பட்டுள்ள தளம் ஒரே கருங்கல் ஆகும். இதன் நிறை 80 டன்.[2]

---

1. I.M.S. Pillai's 'Solar Koyir Panikal', pp. 20-21.
2. Tanjore Dt. Gazetteer.

விமானத்தின் மேல் தூபித்தறியில் வைக்கப்பட்டுள்ள செப்புக் குடம் நிறை 3083 பலம் ஆகும். அதன் மேல் போர்த்துள்ள பொற்றகடு 2926½ கழஞ்சு நிறையுள்ளது.

இராச ராசேச்சரத்து **விமானம் 'தக்கண மேரு'** எனப்படும். வராகமிஹிரர் இயற்றிய பிருகத் சம்ஹிதையில் கூறப்பட்டுள்ள **மேரு**, மந்தரம், கயிலாயம், குஞ்சரம், ரிஷபம், சிம்பம் முதலிய 20 வகைப்பட்ட விமானங்களுள் இது மேரு அமைப்புடையது; தென்னாட்டில் இருப்பது; ஆதலின் 'தக்கண மேரு' எனப்பட்டது. இறைவன் பெயர் **விடங்கர்** என்பது; 'உளியாற் செய்யப்படாதவர்' என்பது பொருள். விமானம் சதுரமானது; 13 கோபுர மாடிகள் கொண்டது. விமான தளக்கல் நிறை 80டன். இது தஞ்சைக்கு நான்கு கல் தொலைவிலுள்ள **சாரப்பள்ளம்** என்ற சிற்றூரிலிருந்து 'சாரம்' போட்டு இவ்வுச்சிக்கு ஏற்றப்பட்டதாம். சதுரக் கல்லின் நான்கு மூலைகளிலும் முறையே இரண்டு நந்திகள் உள்ளன. அவை தனித்தனி 6½ அடி நீளமும் 5½ அடி அகலமும் கொண்டவை.

திருச்சுற்று மாளிகை

இதன் பெரும்பகுதி எடுத்தவன் சேனாதிபதி கிருஷ்ணன் இராமனான மும்முடி சோழப் பிரமராயன் ஆவன். இவன் இராசராசன் ஆணைப்படியே இதனைச் செய்து முடித்தான்.[1] திருச்சுற்றலையில் எட்டுப் புறத்திலும் திக்குப்பாலர் எண்மர்க்கும் கோவில்கள் சமைக்கப்பட்டன. அவற்றுள் கல்லில் செதுக்கிய திசை காப்பாளர் அழகைக் கண்டு களிக்கலாம். ஒவ்வொரு கோவிலுக்கும் பொன் தகடு சுருக்கின செப்புக் குடங்கள் இராசராசனின் குருக்களான **ஈசான சிவ பண்டிதர்** கொடுத்தனர்.[2] ஆயின், இன்று இருப்பவை கற்கலசங்களே ஆகும். இன்றுள்ள பிள்ளையார் கோவில் மராட்டிய மன்னர் கட்டியதாகும். முருகர் கோவிலும் பிற்காலத்ததே ஆகும். திருச்சுற்றில் சண்டேசர் ஒருவர்க்கே கோவில் எடுத்தல் பண்டை மரபாகும். அவரே கோவில் கண்காணிப்பாளர் என்பது முன்னோர் கொள்கை. அதனால் கோவிற் செயல்கள் யாவும் அவர் பெயரால் நடைபெற்று வந்தன. இம்முறையே இராசராசேச்சரத்தும் காணப்பட்டது. இன்றும் கோவிலுக்குச் சென்று மீள்பவர் சண்டேசர் கோவிலை அடைந்து, 'சிவ சொத்துகளில் ஒன்றையும் கொண்டு

---

1. S.I.I. 2. part II. Nos. 31, 33, 45
2. Ibid. part IV. No. 90

செல்வோமில்லை; எம் கரங்களைப் பார்த்தருளும்' என்பார் போலத் தம் கையோடு கையைத் தட்டிக் காட்டிச் செல்லும் வழக்கு இருத்தல் காண்க.

அம்மன் கோவில்

அம்மன் கோவில், இன்றுள்ள பெரிய கோவிற்கு வட புறத்தில் உள்ள சிவகெங்கைத் தோட்டத்தில் இருந்திருத்தல் வேண்டும். அது நாயக்க மன்னர் காலத்தில் அழிக்கப்பட்டதாம். இன்றுள்ள அம்மன் கோவில் பிற்காலத்தது. இதனை நோக்க, இன்றுள்ள பெரிய கோவில் வடிபால் அகன்றிருத்தல் வேண்டும் என்பது தெரிகிறதன்றோ?

பெரிய நந்தி

பெரிய கோவிலில் உள்ள நந்தி ஒரே கல்லிற் செய்யப் பட்டது. இதன் உயரம் 12 அடி; நீளம் 19½ அடி; அகலம் 8½ அடி. இப்பொழுதுள்ள நந்தி மண்டபம் நாயக்க மன்னர் காலத்தது.

திருமேனிகள்

இக்கோவிலில் இராசராசனும் அவன் அரசமாதேவியரும் பிறரும் எடுப்பித்த திருமேனிகள் பல. அவற்றுள் சிலவே ஈண்டக் கூறுதும்: ஓர் இலிங்கம் - அதினின்று நான்கு கரங்களுடன் தோற்றிய சிவவடிவம் - அதனை அடுத்துப் பிரமனும் பன்றி முகமுடைய திருமாலும் நிற்கும் **இலிங்கபுராண தேவர் திருமேனி** ஒன்றாகும். பிரமன் இருந்து சடங்கு செய்யத் திருமால் நின்று நீர்வார்க்கப் பிராட்டியோடு நான்கு கைகளுடன் எழுந் தருளி நின்ற **கலியாண சுந்தரர் திருமேனி** ஒன்று; இருடிகள் நால்வர் பக்கத்தில் இருப்பப் புலியும் பாம்பும் கிடக்கும் இரண்டு சிகரங்களையுடைய ஒருமலை உச்சியில் ஒன்பது பனையும் நாற்பத்திரண்டு கிளைகளும் போக்கிப் பொக்கணம் ஒன்று தூங்க நின்ற ஓர் ஆலமரத்தடியில் முயல்களைத் திருவடியிற் கிடத்தி நான்கு கைகளுடன் வீற்றிருக்கும் **தக்கிணாமூர்த்தி திருமேனி** ஒன்றாகும். சண்டேசர்க்குப் பிராட்டியோடு எழுந்தருளித் தமது திருக்கரத்தால் மலர் மாலை நல்கும் **சண்டேசப் பிரசாததேவர் திருமேனி** ஒன்றாகும். சதா சிவத்தினின்றும் பிரமன், திருமால், உருத்திரன், மகேச்சுரன் என்பார் தோன்றிய நிலையை விளக்கும் **பஞ்சதேக மூர்த்திகள் திருமேனி** ஒன்றாகும். இனி, நாயன்மார் படிமங்களில் **மீலாடுடையார் படிமம்** (மெய்ப்பொருள் நாயனார்)

---

1. 222 of 1911.

ஒன்றாகும். இவர் காலத்தால் மிக முற்பட்டவர். காடவர்கோன் கழற்சிங்கனான (மூன்றாம் நந்திவர்ம பல்லவன் (கி.பி. 840-865) காலத்திலேயே திருநாகேசுவரத்தைச் சேர்ந்த குமார மார்த்தாண்ட புரத்தில் இவர்க்கு ஒரு கோவில் இருந்தது.[1] **அப்பர், சம்பந்தர், சுந்தரர்,** சிறுத்தொண்டர், சண்டேசுவரர் முதலியோர் படிமங்கள் வைக்கப்பட்டிருந்தன. ஆயின், **திருவாதவூரர்** (மாணிக்கவாசகர்) படிமம் வைக்கப்பட்டிலது. இதனால், இராசராசன் காலத்தில் திருவாசகம் எடுக்கப்படவில்லை. திருமுறைகளிற் சேர்க்கப்பட வில்லை என்பது உண்மையாதல் காண்க. இதற்கு மாறாகக் கூறும் திருமுறை கண்ட புராணக் கூற்றுத் தவறாகும். பெரிய கோவில் கல்வெட்டுகளை ஆராயின், அக் காலத்தில் **வாகனங்கள்** செய்யப் பட்டில என்பதை நன்கு அறியலாம்.

திருமஞ்சனமும் திருவிளக்கும்

விடங்கப் பெருமானுக்கு மூன்று கால பூசனை நடைபெற் றது. சண்பக மொட்டு, ஏல அரிசி, இலாமச்சவேர் கலந்த நன்னீரால் திருமஞ்சனம் நடைபெற்றது. நாள் தோறும் எண் ணிறந்த நெய் விளக்குகள் ஏற்றப்பட்டன. நாடோறும் ஒரு விளக்குக்கு ஓர் உழக்கு வீதம் நெய் அளக்கப் பசு, எருமை, ஆடு என்ற மூவினமும் இடையர் பெற்றிருந்தனர். ஆடாயின் 96-ம், பசுவாயின் 48-ம், எருமை எனிற் 16-ம் பெற்றனர்.

திரு அமுது

பழ அரிசியாற் சமைத்த அமுது, கறியமுது, பருப்பமுது, நெய்யமுது, தயிர் அமுது, அடைக்காய் அமுது, வெள்ளிலை அமுது என்பன நாள்தோறும் மூன்று பொழுதிலும் திருவமுது செய்விக்கப்பட்டன.

திருவிழாநாளில் திருவமுது

திங்கள் தோறும் திருவிழா எழுந்தருளும் திருமேனிகட்குப் பழ அரிசியாற் சமைத்த அமுதும், அப்பக் காய்க்கறி யமுதும் புளிங்கறி அமுதும், காய்-கறி அமுதும் பொரிக்கறி அமுதும் பிறவும் படைக்கப்பட்டன.

விழாக்கள்

இராசராசன் பிறந்த நாளான **திருச்சதயத் திருவிழா** திங்கள் தோறும் நடைபெற்றது. கார்த்திகை விழா நடைபெற்றது. இம்மாத விழாக்கள் அன்றி, ஆண்டு விழா ஒன்பது நாள் நடை பெற்றது. உடையார் உலாவிற் பின்வரும் **சிவயோகியர்** பதின்மர் உடையார் சாலையில் உணவு பெற்றனர். ஆண்டு விழா வைகாசித்

திங்களில் நடைபெற்றது. அப்பொழுது, பெரிய கோவிலில் **இராச ராசேசுவர நாடகம்** நடைபெறுதல் வழக்கம். நடிகன் ஆண்டு தோறும் 120 கல நெல் பெற்று வந்தான். இக்காலத்திற் **குறவஞ்சி நாடகம்** நடந்து வருகிறது.

சின்னங்கள்

இராசராசன் தான் வென்ற நாடுகளிலிருந்து கொணர்ந்த பொன்னால் காளங்கள் பல செய்தான்; அவற்றுக்குச் **சிவபாத சேகரன், இராசராசன்** எனப்பெயரிட்டான்; அவற்றைப் பெரிய கோவிலுக்குத் தானமாக அளித்தான்.

அணிகள்

பொன்னால் அமைந்த திருப்பள்ளித் தொங்கல் மகுடம், முத்து மகுடம், திருக்கொற்றக் குடை மகுடம் முதலியனவும்; பொன்னிற் செய்து நலமணி பதித்த அணிகலன்கள் பலவும் இராசராசன் மனமகிழ்ச்சியோடு ஆடவல்லார்க்கு அளித்தான். இவனுடைய தமக்கையாரான குந்தவ்வையார் பல அணிகளும் பாத்திரங்களும் கொடுத்தனர்; அரச மாதேவியார் செய்த அறப் பணிகள் பல. இவன் பெண்கள் இருவர் செய்த அறப்பணிகள் சில. அணிகலங்களை எவரும் மாற்றிடா வண்ணம் அரக்கு, செப்பாணி, சரடுகளை நீக்கிப் பொன்னை மட்டும் நிறுத்து விலை கண்டிருக்கிறது; அவற்றில் நவமணிகள் இருப்பின், அவை இத்துணைய, அவற்றின் நிறை இவ்வளவு, இன்னின்ன தன்மை யன என்ற குறிக்கப்பட்டு விலையும் கண்டிருத்தல் வியத்தற் குரியதே.

கோவிற் பணியாளர்

இராசராசேச்சரத்தில் கோவிற் பணியாளர் தலைவனாக இருந்தவன் பொய்கை நாட்டுக் கிழவன் ஆதித்தன் சூரியனான தென்னவன் மூவேந்தவேளான் என்பவன். கோவிற்பணியைக் கண்காணி நாயகமாக இருந்து செய்தவன் பாண்டி நாடான இராசராச மண்டலத்துத் திருக்கான பேர்க் கூற்றத்துப் பாளூர் கிழவன் **அரவணையான் மாலரிகேசன்** என்பவன். அருச்சகர் **சிவாசாரியன் பவன பிடாரன்** ஆவர். திருப்பதிகம் விண்ணப் பம் செய்பவர் 48 பேர்; இவரே பிற்காலத்தில் 'ஓதவார்' எனப்பட் டனர். உடுக்கை வாசிப்பவன் ஒருவன்; கொட்டிமத்தளம் வாசிப் பான் ஒருவன். இவரன்றிக் கானபாடி, ஆரியம் பாடுவார், தமிழிசை பாடுவார் எனச் சிலரும் இருந்தனர். கோவிற் பணிகளைக் குறை வறச் செய்யப் பல இடங்களிலிருந்து 400 **தேவரடியார்** குடியேற்றம்

பெற்றிருந்தனர். கோவிலை அடுத்து வடக்கிலும் தெற்கிலும் இவர்க்கு மனைகள் அமைத்துக் கொடுக்கப்பட்டன. ஒவ்வொரு வர்க்கும் ஒவ்வொரு வேலி நிபந்தம் கொடுக்கப்பட்டது. இப் பெண்மணிகள் பெயர்கட்கு முன்னர் **நக்கன் எடுத்தபாதம், நக்கன் ராசராசகேசரி, நக்கன் சேரழகுல சுந்தரி** என்றாற்போல 'நக்கன்' என்னும் பெயர் சேர்க்கப்பட்டிருந்தது. இசையில் வல்ல பெண்கள் **காந்தர்விகள்** எனப்பட்டனர்; இசைவல்ல ஆடவர் காந்தர்வர் எனப்பட்டனர். **காந்தர்வர்** 75 பேர் இருந்தனர். கொட்டி மத்தளக்காரர், பக்கவாத்தியர், வீணை வாசிப்பவர், வங்கியம்-பாடவியம் - மொரலியம்-உடுக்கை முதலியன முழக்குவோர் பலர் இருந்தனர். கரடிகை, சகடை, உவச்சுப்பறை முதலிய பறைகளை அடிப்பவர் பலர் இருந்தனர். கோவில் பண்டாரிகள் (பொக்கிஷத்தார்), கணக்கர், மெய்காப்பார், பரிசாரகம் செய்பவர், திருவிளக்கிடுவார், மாலைகட்டுவோர், வண்ணமிடுவோர் (கோலம் போடுவோர்), சோதிடர், தச்சர், தட்டார், கன்னார், குடியர், தய்யார் (தையற்காரர்) நாவிதர், வண்ணார் முதலியவரும் நியமனம் பெற்றிருந்தனர். இவர்க்கு வழிவழி வேலை கொடுக்கப் பட்டு வந்தது. இவரனைவரும் பெற்று வந்த சம்பளம் நெல் லாகும். பெரிய கோவில் மூலபண்டாரம் **'தஞ்சை விடங்கன்'** எனப்பெயர் பெற்றிருந்தது. கோவில் மரக்கால் **'ஆடவல்லான்'** எனப்பட்டது.

பெரிய கோவில் கல்வெட்டுகள்

இராசராசன் காலத்துக் கல்வெட்டுகளே மிகப் பல. அவை அக்காலத்துப் பலரும் எழுந்தருளுவித்த திருமேனிகள், அவற் றுக்காக அவர்கள் கொடுத்தவிளை நிலங்கள், பாத்திரங்கள், சின்னங்கள், நகைகள் முதலியவற்றுக்கு விவரமும் உப்பு முதல் கற்பூரம் வரை உள்ள எல்லாப் பண்டங்கட்கும் செய்யப்பட் டுள்ள ஏற்பாடுகளும் குறிப்பனவாகும். இராசராசன் கல்வெட்டு களும் இவன் தமக்கையார் குந்தவ்வையார் கல்வெட்டுகளும் விமான நடுவிடத்தில் பொறிக்கப்பட்டுள்ளன. இராசராசன் மனைவியர், மக்களுடைய கல்வெட்டுகள் திருச்சுற்ற மாளிகை யில் வெட்டப்பட்டுள்ளன. இக்குறிப்பால், இவன் தன் தமக்கை யாரிடம் வைத்த பெருமதிப்பு நன்கு விளங்குகிறது. இக்கோவி லில் உள்ள கல்வெட்டுகளில் இராசராசன் காலத்தவை 64; இராசேந்திரன் காலத்தவை 29; முதல் குலோத்துங்கன் காலத்தது 1; விக்கிரமசோழனது 1; கோனேரின்மை கொண்டான் காலத்தவை 3; பிற்கால நாயக்கர், மராட்டியர் கல்வெட்டுகள் சில ஆகும்.

தேவதான சிற்றூர்கள் 35

இராசராசன் பெரியகோவில் வேலைகள் குறைவின்றி நடைபெற 35 சிற்றூர்களை விட்டதாகக் கல்வெட்டுகள் குறிக்கின்றன. பெரிய சிற்றூர் 1000 ஏக்கர்க்கு மேற்பட்டது. நான்கு சிற்றூர்கள் 500 முதல் 1000 ஏக்கர் பரப்புள்ளவை; மூன்று 300 முதல் 400 ஏக்கர் பரப்புள்ளவை; ஏழு 200 முதல் 300 ஏக்கர் பரப்புள்ளவை; மூன்று 50 முதல் 100 ஏக்கர் பரப்புள்ளவை; ஆறு 25 முதல் 50 ஏக்கர் பரப்புடையவை; 25 ஏக்கர்க்கும் குறைந்த பரப்புடையவை இரண்டு.[1]

உள்ளறை ஓவியங்களும்[2] சிற்பங்களும்

பெரிய கோவில் உள்ளறைத் திருச்சுற்றுச் சுவர் மீது இருவகைப் படைகள் இருக்கின்றன. மேற்புறப் படைமீது நாயக்க மன்னர் கால ஓவியம் காணப்படுகிறது. அதன் உட்புறம் இராசராசன் காலத்து ஓவியங்கள் காண்கின்றன. அவற்றின் விரிவை இரண்டாம் பகுதியிற் காண்க.

இராசராசனது அளவுகடந்த சைவப் பற்றும் விரிந்த சமய நோக்கும் இப்பெரிய கோவில் விமானத்திலும் மற்றும் பல பகுதிகளிலும் மலிந்து கிடக்கும் சைவ வைணவ புராண சம்பந்தமான சிலைகள், சிற்பங்கள் ஆகியவற்றால் அறிவுறுத்தப் பெறுகின்றன. திருக்கோவிலின் நாற்புறமும் உயர்ந்த மதில்களின் மேலிருந்து விழுந்தும் பிறர் எடுத்துப் போனவையும் போக, எஞ்சி நிற்கும் 343 நந்தி உருவங்களும் இதனையே வலியுறுத்துவன. கோவில் விமானத்தின் தென்ற மதில் பக்கத்தில் சோழவீரர் தம் உருவங்களும், பிள்ளையார், திருமால், பிச்சாடனர், சூலதேவர், தென்முகக் கடவுள், மார்க்கண்டேயர், நடராசர் சிலைகளும்; மேல் பக்கத்தில் லிங்கோற்பவர், அர்த்தநாரீசுவரர் சிலைகளும்; வட பக்கத்தில் கங்காதரர், கலியாண சுந்தரர், மகிடாசுரமர்த்தினி படிமங்களும் வனப்புடன் உள்ளன. மற்றும், திருச்சுற்று மாளிகையின் தென் பாகம் தவிர் மற்றைப் பாகங்களில் மகாலிங்கங்கள், நாககன்னியர், சமயகுரவர் படிமங்கள் முதலியன நிலைபெறச் செய்துள்ளமை காணலாம்.

---

1. S.I.I. Vol. II, Nos. 4, 5; Altaker's 'Rashtrakutas and their times', p. 148.
2. 1939 செப்டம்பரில் நான் இவற்றை நேரே பார்வையிட்டேன். எனக்கு உடனிருந்து உதவி புரிந்தவர் அக்கோயில் அதிகாரி திரு. ஜே.எம். சோமசுந்தரம் பிள்ளை, பி.ஏ. பி.எல்., அவர்கள். இவற்றை முதன் முதல் கண்டறிந்தவர் எஸ்.கே. கோவிந்தசாமிபிள்ளை, எம்.ஏ., ஆவர்.

கோவில் எடுப்பித்த காரணம்

உலகளந்த ஈசுவரர் என்கிற சிவலிங்கசாமி, சிவகங்கைக் கோட்டை, சிவகங்கைத் திருக்குளத்துக்குள் தென்புறத்துள்ள ஒரு மேடை மீதுள்ள சிவலிங்க சொரூபமாக அமைந்துள்ளது. இதுவே அப்பர் சுவாமிகள் 'தஞ்சைத் தளிக்குளத்தார்' என்று அழைத்த சிவபெருமானாக இருக்கலாம். அல்லது அம்முற்காலத் திலிருந்தே இத்தலத்தில் ஒரு கற்கோவில் இருந்து, பின்பு அதனை இராசராசன் தன் பரந்த சைவப் பற்றிற்கு இலக்காக இப்போது இருக்கும் நிலையில் கட்டியிருக்கலாம்.*

ஆறுமுகன் கோவில் முதலியன

இது நாயக்க மன்னர் காலத்தது. இது யானை குதிரைகள் பூட்டிய இரதம்போல அமைந்திருத்தல் காணத்தக்கது. **கணபதி கோவில்** சரபோசி மன்னன் காலத்தது. நடராசர் சந்நிதியும் பிற் காலத்ததே.

வேளைக்காரப்படை

இப்படையைப் பற்றிய விவரங்கள் அறிதல் இன்றியமை யாதது. இப்படைவீரர் உற்றவிடத்து உயிர் வழங்கும் தன்மை யோர். இவர் படைகள் 14 இருந்தன. இவர், 'இன்னவாறு செய் வேன், செய்யாதொழியின் இன்ன கேடுறுவேன்' என வஞ்சினம் மொழிந்து, சொன்னவாறு நடப்பவர்: தம் சோர்வால் அரசர்க்கு ஊறு நேரின், தாமும் தம் உயிரை மாய்ப்பர். தம் அடியார்க்கும் கேடு உண்டாகாது காத்தலின் முருகனை வேளைக்காரன் என்பர் திருவகுப்பு நூலுடையார் எனின், இவர் தம் சிறப்பினை என்னென் பது![1] 'வேல' என்னும் வடசொல் 'ஒப்பந்தம்' முதலிய பொருள் களைத் தருவது. அது தமிழில் வேளை என வரும். அரசவிடத் தில் உண்டு உடுத்து அவனைக் காக்கவும் அமயம் நேரின் அவனுக் காக உயிர் விடுவதாகவும் ஒப்பந்தம் செய்து கொண்டு உடனுறை பவரே வேளைக்காரர் எனப்படுவர். இங்ஙனம் அமைந்த வேளைக் காரர் எனப்படுவர். இங்ஙனம் அமைந்த வேளைக்காரர் பல படைகளாக அமைந்து இருப்பர்.[2]

சீனர் உறவு

இராசராசன் கடல் வாணிகத்தைப் பெருக்கினான்; கி.பி.

---

* J.M.S. Pilla's 'Solar Koyil Panikal', p. 31.

1. Pandit L. Ulaganatha Pillai's Rajaraja, pp. 39, 40

2. K.A.N. Sastry's 'Cholas', Vol.II, p. 225, J.O.R. Vol. 14, Part II, pp. 97 - 11? இல் இவர்களைப் பற்றிய முழு விவரங்கள் காண்க.

1015-இல் முத்துகள் முதலிய பல உயர்ந்த பொருள்களைக் கையுறையாகத் தந்து தூதுக்குழு ஒன்றைச் சீனத்துக்கு அனுப்பினான். அக்குழுவினர் பேச்சை அரசனுக்கு நடுவர் மொழி பெயர்த்தனர். அரசன் அவர்களைத் தன் அரண்மனைக்கு அடுத்திருந்த விடுதியில் தங்கவிட்டான். அவர்கள் சென்ற காலத்தில் சீன அரசனது பிறந்தநாள் விழா நடந்தது. அரசன் அவர்கட்குப் பல பரிசுகள் அளித்துப் பெருமைப்படுத்தினான். இக்குறிப்புச் சீனர் நூல்களிற் காணப்படுகிறது.

விருதுப் பெயர்கள்

இராசராசன் கொண்ட விருதுப்பெயர்கள் மிகப் பலவாகும். இராசராசன், மும்முடி சோழன்[1] மும்முடி சோழன்[2], சயங்கொண்ட சோழன்[3] என்னும் பெயர்கள் மண்டலப் பெயர்களாகவும் வளநாடுகளின் பெயர்களாகவும் வழங்கின. இவையன்றி, இராசராசற்குச் சோழேந்திர சிம்மன், சிவபாதசேகரன், க்ஷத்திரிய சிகாமணி, ஜனநாதன், நிகரிலி சோழன், இராசேந்திர சிம்மன், சோழ மார்த்தாண்டன், இராசாச்ரயன், இராசமார்த்தாண்டன், நித்திய விநோதன், பாண்டிய குலாசனி[4], கேரளாந்தகன், சிங்களாந்தகன், இரவிகுல மாணிக்கம், தெலுங்க குல காலன் முதலியனவும் வழக்கில் இருந்தன. இப்பெயர்கள் பல சேரிகட்கு[5] இடப்பட்டிருந்தன என்பதைக் கல்வெட்டுகளால் நன்கறிவோம். சான்றாகத் தஞ்சாவூர்க் கோட்டத்தில் உள்ள திருக்களித்திட்டையில் பின்வரும் பெயர்கொண்ட சேரிகள் இருந்தன: அருமொழிதேவச் சேரி, ஜனநாதச் சேரி, நித்த விரோதச் சேரி, இராசகேசரிச் சேரி, நிகரிலி சோழச்சேரி, அழகிய சோழச் சேரி, சிங்களாந்தகச் சேரி, குந்தவ்வை சேரி, சோழகுல சுந்தரச்சேரி, இராசமார்த்தண்டச்சேரி, இராச ராசச்சேரி என்பன.[6]

குடும்பம்

இராசராசனுக்கு மனைவிமார் பலராவர். கல்வெட்டுகளில் மட்டும் 15 பேர் குறிப்பிடப்பட்டுள்ளனர். அவர் **உலகமகா தேவியார்,** திட்டைப்பிரான் மகள் சோழ மாதேவியார், அபிமான வல்லியார், திரைலோக்கிய மாதேவியார், பஞ்சவன் மாதேவியார்,

---

1. மும்மடங்கு பலமுடையவன்: அஃதாவது தன் முன்னோர் பெற்றிருந்த அரசியல் வன்மை போல மும்மடங்கு வன்மை பெற்றவன் என்பது பொருள்.
2. சேர, சோழ, பாண்டியர் முடிகளை ஒன்றாக அணிந்த பேரரசன்.
3. இப்பெயர் கொண்ட ஊர் திருச்சிக் கோட்டத்தில் இன்றும் இருக்கிறது.
4. பாண்டிய மரபிற்கு இடியேறு போன்றவன்.
5. Wards
6. 292 of 1908.

பிருதிவி மாதேவியார், இலாட மாதேவியார், மீனவன் மாதேவியார், நக்கன் தில்லை அழகியார், காடன் தொங்கியார், கூத்தன் வீராணியார், **இளங்கோன் பிச்சியார்** முதலியோர் ஆவர். இவர்களை இராசராசன் 'நம் பெண்டகள்' என்று கல்வெட்டில் குறித்தனன். இவருள் உலகமாதேவி யார் பெயரே கல்வெட்டு களில் முதலில் குறிக்கப்பட்டுள்ளது. திருவிசலூரில் இராசராசன் துலாபாரம் புக்கபோது பட்டத்தரசியான **தந்திசக்திவிடங்கியார்** இரணியகருப்பம் புக்கனர்; திருவிசநல்லூர்ப் பெருமானுக்கச் சர்க்கரைப் பொங்கல் செய்ய 458 பொற்காசுகள் தானமளித்தார்.[1] இந்த அம்மையாரே திருவையாற்றில் **கற்றளி** ஒன்று எடுத்து அதற்கு 'உலகமாதேவீச்சரம்' எனத் தம் பெயரிட்டார். இதனைக் குறிக்கும் கல்வெட்டில், 'உடையார் ஸ்ரீ இராசராச தேவர் நம்பி ராட்டியார் **தந்தி சக்தி விடங்சியாரான ஸ்ரீ உலக மகா தேவியார்**...............[2], என்பது காணப்படலால், இராணியகருப்பம் புக்கவர் உலகமகாதேவியாரே என்பது வெளிப்படை, தஞ்சைப் பெரிய கோவிலில் இராசராசன் பிரதிமமும் உலகமகாதேவியார் பிரதிமமுமே எழுந்தருளப் பெற்றன.[3] இவற்றால், இவரே இராச ராசன் முதற் பெருந்தேவியார் என்பது விளங்கும்.

வானவன் மாதேவியார் எனப்பட்ட **திரிபுவனமா தேவியார்** மகனே இராசேந்திர சோழன்.[4] இளங்கோன் பிச்சியார் என்பவர் வல்லவரையன் மகளார். வல்லவரையார் வாண்டிய தேவர் என்பவன் இராசராசன் தமக்கையாரான குந்தவ்வையார் கணவன். எனவே, பிச்சியார் என்பவர் இராசராசன் அத்தை மகளார் ஆவர். இராசராசனுக்குப் பெண்மக்கள் மூவர் இருந்தனர். ஒருத்தி சாளுக்கிய விமலாதித்தனை மணந்துகொண்ட குந்தவ்வை என்பவள், மற்றொருத்தி மாதேவடிகள் என்பவள், இவள் 'நடுவிற் பெண்' என்று திருவலஞ்சுழிக் கல்வெட்டுக் கூறுகிறது.[5] மூன்றாம் மகள் பெயர் தெரியவில்லை.

இராசராசன் தன் முன்னோர்பால் மிக்க மதிப்பு வைத்திருந் தான். அருங்குணங்கள் ஒருங்கே அமையப்பெற்ற அவ்வண்ணல் தன் முன்னோனான (பாட்டனான) அரிஞ்சயன் என்பானுக்கு மேல்பாடியில்[6] கோவில் கட்டி **'அரிஞ்சிகை ஈச்சுரம்'** எனப்

---

1. 42 of 1907. 2. 635 of 1902. 3. S.I.I. Vol. 2. part 2, p. 155
4. 448 of 1918 5. 633 of 1902
6. **மேல்பாடி** என்பது வட ஆர்க்காட்டில் உள்ள திருவல்லத்துக்கு வடக்கே 6 கல் தொலைவில் உள்ள நகரமாகும். இஃது 'இராசாச்ரயபுரம்' என இராசராசன் காலத்தில் வழங்கியது.

பெயரிட்டான்;[1] திருமுக்கூடலில் ஒரு மண்டபம் கட்டி அதற்குத் தன் பாட்டியான **செம்பியன் மாதேவியின்** பெயரிட்டு அழைத்தான்.[2]

திருமுறை வகுத்தது

நாயன்மார் வரலாறுகளும் திருப்பதிகங்களைக் கோவில்களில் ஓதலும் பல்லவர் காலத்திலேயே பரவிவிட்டன; விசயாலயன் முதலிய சோழர் பாடல்பெற்ற கோவில்களைக் கற்கோவில்களாக மாற்றினர். அவர் காலக் குடிகள் அக்கோவில் கட்குப் பலவகை நிபந்தங்கள் விடுத்தனர்; திருப்பதிகங்கள் கோவில்களில் விண்ணப்பம் செய்யப்பெற்றன.[3] இங்ஙனம் நாயன்மார் வரலாறுகளும் தேவாரம் ஓதுதலும் பரவியுள்ளதை அறிந்த இராசராசன் தேவாரப் பாக்களைத் திரட்டி முறைப்படுத்த உளங்கொண்டான். அதற்கு உதவி செய்யத் தக்கவர் திருநாரையூரில் வாழ்ந்த சைவ அந்தணப் பெரியாரான **நம்பியாண்டார் நம்பி** என்பவரே ஆவர் என்பதை வல்லார் கூறக்கேட்ட அரசன் திருநாரையூர் சென்றான்; அவரிடம் தன் கருத்தை அறிவித்தான். அவர் பொல்லாப் பிள்ளையார் பக்தர் ஆதலின், ஏடுகள் சிதம்பரத்தில் பொன்னம்பலத்தின் மேற்றிசையில் மூவர் கையிலச்சினை பெற்ற காப்பினையுடைய அறையில் இருத்தலை உணர்த்தினார். உடனே அரசன் அவருடன் பொன்னம்பலம் சென்று, தில்லை வாழ் அந்தணர் கூறியபடி அப்பர், சம்பந்தர் சுந்தரர் படிமங்களை ஊர்வலமாக வரச்செய்து, அரண்மிக்க அறையில் இருந்த தேவார ஏடுகளை எடுத்தான். சில ஏடுகள் புற்றினால் அழிந்து கிடந்தன. எஞ்சியவற்றை நம்பியார் முறைப்படுத்தினார்; திருஞான சம்பந்தர் பாடிய பதிகங்களை முதல் மூன்று திருமுறைகளாகவும், திருநாவுக்கரசர் பதிகங்களை 4, 5, 6,-ஆம் திருமுறைகளாகவும், சுந்தரர் பதிகங்களை 7-ஆம் திருமுறையாகவும் வகுத்தனர்.[4] இத்திரு

1. S.I.I. Vol. 3, Part I, p. 23
2. 178 of 1915
3. 373 of 1903, 349 of 1918, 129 of 1914, 99 of 1929 and 139 of 1925.
4. திருநாவுக்கரசர் பதிகம் பாடியதில் காலத்தால் சில ஆண்டுகளேனும் முற்பட்டவர். அங்ஙனம் இருந்தும் சம்பந்தர் பாடல்கள் முன் வைக்கப் பட்டமைக்குத் தக்க காரணம் புலப்படவில்லை. இராசராசன் காலத்தில் மூவர்க்கும் படிமங்கள் செய்யப்பட்டன - மணிவாசகர்க்குச் செய்யப்படவில்லை என்பதை நோக்கத் **திருவாசகம்** இராசராசற்குப் பிறக்க கண்டு பிடிக்கப்பட்டது எனத் தெரிகிறது. அதற்குப் பிறருள்ள நூல்களும் பின் முறையில் சேர்க்கப்பட்டிருத்தலால் அவையாவும் பிற்காலத்தாற் சேர்க்கப் பட்டிருத்தல் வேண்டும் எனக்கோடல் அறிவிற்கும் ஆராய்ச்சிக்கும் பொருத்தமாக இருத்தல் காண்க.

முறைகளைக் கோவில் தோறும் ஓத ஓதுவார்கள் நியமனம் பெற்றனர். தஞ்சைப் பெரிய கோவிலில் திருப்பதிகம் ஓத 48 பேர் அமர்த்தப்பட்டனர் என்பது கொண்டு, தேவாரப் பாடல்கள் நாடெங்கும் பரவச் சிவபாத சேகரனான இராசராசன் பெருமுயற்சி எடுத்துக்கொண்டான் என்பது நன்கு விளங்குகிறதன்றோ? தேவாரம் ஓத 48 பேரை நியமித்த இவன் காலத்திற்குள் திருமுறைகள் முறைப்படுத்தப்பட்டன என்பது ஐயமற விளங்குதல் காண்க. 'இம்முறை வைப்பு இவன் காலத்தில் ஏற்பட்டிலது-பிற்காலத்தே தான் ஏற்பட்டதாதல் வேண்டும்' எனக் கூறும் அறிஞரும் உளர். அவர் கூற்று மறுக்கற்பால தென்பதை அறிஞர் **உலகநாத பிள்ளை** அவர்கள் ஆய்வுரை கொண்டு தெளிக.[1]

இராசராசன் சைவ உலகில் அழியாப் புகழினைப் பெற்றான். தேவார திருமுறைகள் இவ்வுலகில் உள்ளளவும் இவன் பெயர் அழியாது நிற்கும் என்பதில் ஐயமில்லை. தமிழ் அரசர் ஆற்றலை தக்ஷிண அரசர்க்கும் பிறர்க்கும் உணர்த்திச் சமயப் பற்றோடு சிறந்த அரசியல் அறிவும் பெற்று வாழ்ந்த இப்பெருமான் பெயர் என்றும் வரலாற்றுலகிலும் சைவவுலகிலும் சிறப்பிடம் பெற்றுள்ள தென்பதை அறியாதார் யாவர்!

6. இராசேந்திர சோழன்

(கி.பி. 1012-1044)

பிறப்பு

இராசராசனது ஒரே மகனான **பரகேசரி இராசேந்திரன்** 'உடைய பிராட்டியார் தம்பிரான் அடிகள் வானவன் மாதேவியாரான திரிபுவன மாதேவியார்க்கு,[2] மார்கழித் திங்கள் திரு **ஆதிரை** நாளிற்[3] பிறந்தவன். வேறு இவனது இளமைப் பருவத்தைப் பற்றிக் கல்வெட்டுகளைக் கொண்டு ஒன்றுமே அறியக் கூடவில்லை. இவன் கல்வெட்டுகள் **'திருமன்னி வளர'** என்னும் தொடர்புடையன.

---

1. Vide "Rajarajan I" pp. 100-105 **திருமுறைகண்ட புராணம்** முதலியன சந்தான குரவராகிய **உமாபதி சிவனார்** செய்ததன்று. யாரோ ஒருவர் செய்து அப்பெரியார் பெயரை வைத்து விட்டனர் என்பது அவற்றை நன்கு வாசித்தார் உணர்ந்திருப்பர். **'திருத்தொண்டர் புராண வரலாறு'** பாடியவர் பெரிய புராணத்தை நன்கு படி யாதவர் என்பது ஐயமற விளங்குகிறது. ஆதலின் இத்தகையோர் பாடல்களைக் கொண்டு வரலாறு கூறல் பெருந்தவறாகும் - உண்மை வரலாறாகிய பாலமிழ்தில் நஞ்சு கலப்பதொப்பாகும்.
2. S.I.I. Vol. 5, No. 982. 3. 271 of 1927.

பெயர்

இராசராசனது இயற்பெயர் 'அருள் மொழி' என்று திருவாலங் காட்டுச் செப்பேடுகள் செப்புகின்றன. அங்ஙனமே இவன் இயற் பெயர் **மதுராந்தகன்** என்று அச்செப்பேடுகள் குறிக்கின்றன.[1]

வளர்ப்பு

விசயாலயன் வழிவந்த மன்னர்க்குப் பழையாறையில் அரண்மனை ஒன்று உண்டு. அங்கு இராசராசன் தமக்கையாரான **குந்தவ்வையார்** இருந்தார். இராசராசன் பாட்டியாரான (கண்டரா தித்தன் மனைவியாரான) **செம்பியன் மாதேவியார்** இருந்தார். இவ்விருவரும் சிவபக்தி நிறைந்தவர். இராசேந்திரன் இம்மூதாட்டி யரிடம் வளர்ச்சி பெற்றவனாதல் வேண்டும்.[2]

இளவரசன்

இராசராசன் தன் தந்தையான இரண்டாம் பராந்தகன், தமையனான ஆதித்தன், சிற்றப்பனான மதுராந்தகன் ஆகிய மூவரும் ஆண்டு இறந்த பிறகு பட்டம் பெற்றவன் ஆதலின், அவன், தான் பட்டம் பெற்ற கி.பி. 985-லேயே முதியவனாக இருந்திருத்தல் வேண்டும். அதனால், அவன் பட்டம் பெற்ற காலத்திற்றானே அவன் மகனான இராசேந்திரன் வயது வந்த இளைஞனாக இருத்தல் கூடியதே ஆம். அதனாற்றான் இராசராசன் நான்காம் ஆண்டுக் கல்வெட்டில்(கி.பி. 988) 'இராசேந்திர சோழதேவன்' குறிப்பிடப்பட்டுள்ளான்.[3] இராசராசன் ஏறத்தாழ 30 ஆண்டுகள் அரசாட்சி செய்துள்ளான். இராசேந்திரன் அந்தக் காலம் முழுவதும் தந்தையுடன் இருந்து பல போர்களில் ஈடுபட் டிருந்தான். எனவே, இராசேந்திரன் பட்டம் பெற்ற காலத்தில் ஏறத்தாழ 50 வயது உடையவனாக இருந்தானாதல் வேண்டும்.

சென்ற பகுதியிற் கூறப்பட்ட இராசராசன் ஆட்சியில் நடந்த போர்களில் எல்லாம் இளவரசனாக இருந்த இராசேந்திரற்குப் பங்குண்டு என்பது முன்னரே கூறப்பட்டதன்றோ? இராசேந்திரன் ஏறத்தாழ முப்பது ஆண்டுகள் போர்த்திறத்திலும் அரசியலிலும் நன்கு பண்பட்டிருந்தான். இராசராசன் தன் ஒப்பற்ற மகனான இராசேந்திரனிடமே தனது முதுமைப் பருவத்தில் அரசியலை ஒப்புவித்தான். அவன் உயிருடன் இருந்தபோதே கி.பி. 1012-இல்

---

1. S.I.I. III. p. 422
2. 639 of 1909; 463 of 1908.
3. விக்டோரியா அம்மையார்க்குப் பின் வந்த ஏழாம் எட்வர்ட் மன்னர் வயது இங்கு நினைவுகூர்தற்குரியது.

இராசேந்திரற்கு முடிசூட்டினான் என்பது ஐயமற விளங்குகிறது. என்னை? இராசராசன், தன் மகனான இராசேந்திரனது மூன்றாம் ஆட்சி ஆண்டில் ஒரு தேவதானம் கொடுத்தான் என்று திருமுக் கூடல் கல்வெட்டுகள்[1] கூறுதலால் என்க.

நாட்டு நிலை

இராசேந்திரன் பட்டம் பெற்ற காலத்தில் (கி.பி. 1012இல்)[2] சோழப் பேரரசு வடக்கே கிருஷ்ணை-துங்கபத்திரை வரை பரவி இருந்தது. சோழநாடு போகப் புதிதாக வென்ற நாடுகளைத் திறமுற ஆள நம்பிக்கையுடைய அதிகாரிகள் இருந்தனர். சில நாடுகளில் பழைய அரசர்களே ஆட்சிபுரிய விடப்பட்டிருந்தனர். நன்றாகப் பயிற்சி பெற்ற **'தெரிந்த'** படையினர் ஆங்காங்கு நிறுத்தப்பட்டிருந்தனர். இங்ஙனம் புதிய நாடுகளைப் படைப் பலமும் அரசியல் அறிவும் பெற்ற அதிகாரிகள் ஆண்டு வந்தமை யின், பேரரசன் கவலை இன்றிப் பிற நாடுகளை வெல்ல வசதி பெற்றிருந்தான்; பேரரசிலும் அமைதி நிலவி இருந்தது.

இளவரசன்-இராசாதிராசன்

இராசராசன் தன் ஆட்சியின் இறுதியிற்றான் இராசேந்திரற்கு முடிசூட்டினான். ஆனால், இராசேந்திரன் தன் ஆட்சியின் ஏழாம் ஆண்டிலேயே (கி.பி. 1018-ல்) தன் மகனான இராசகேசரி என்பாற்கு முடிசூட்டி வைத்தான்.[3] அது முதல் தந்தையும் மைந்த னும் ஏறத்தாழ 25 ஆண்டுகள் சேர்ந்தே அரசுபுரிந்து வந்தனர் என்பது, இராசாதிராசன் மெய்ப்புகழால் நன்குணரலாம்.[4] இப் பழக்கம் போற்றத்தக்கதும் **புதியதும்** ஆகுமன்றோ? நாட்டின் பெரும்பகுதியை இராசாதிராசனே ஆண்டு வந்தான்.[5] திருமழபாடி யில் கிடைத்த இராசாதிராசனது 26-ஆம் ஆண்டு கல்வெட்டு, 'தன் தந்தையின் வெண்கொற்றக் குடைநிழலைப் போல இராசாதி ராசன் குடை இருந்தது. வடக்கே கங்கையையும் தெற்கே ஈழத் தையும் மேற்கே மகோதையையும் கிழக்கே கடாரத்தையும் கொண்ட இராசேந்திரன் பேரரசை இராசாதிராசனே ஆண்டு வந்தான்', என்று கூறுகிறது.[6] மகன் தன் தந்தையின் ஆட்சியி லேயே முடிசூடப் பெற்றது சிறப்பு; அத்துடன் தந்தையுடனே

---

1. 196 of 1917.
2. Ep. Indica, Vol. 8, p. 260.
3. Ep. Ind. Vol. 9, p. 218.
4. 75 of 1895.
5. இராசராதிராசன் கல்வெட்டுகள், **'திங்களேர் தரு'** என்னும் தொடக் கத்தை யுடையன.
6. 75 of 1895.

இருந்து ஏறத்தாழ 26 ஆண்டுகள் பேரரசை ஆண்டு ஆட்சி அறிவு சிறக்கப் பெற்றமை மிக்க சிறப்பு. இவ்வரிய செயல், 'இராசேந்திரன் இந்திய அரசர் எவரும் செய்யாத பெரியதொரு அரசியல் நுட்பம் வாய்ந்த வேலை செய்தான்-சிறந்த அரசியல் அறிஞன்' என்பதை மெய்ப்பித்துவிட்டது. இராசாதிராசன் முதல் மகன் அல்லன். இராசேந்திரன் அவனை இளவரசன் ஆக்கிப் பேரரசை ஆளும் பொறுப்பை ஒப்படைத்தான் எனின், இந்த இளவல் ஏனை மக்களினும் பல்லாற்றானும் சிறப்புப் பெற்றவனாக இருந்திருத்தல் வேண்டும் அன்றோ? இங்ஙனம் அவரவர் ஆற்றல் அறிந்து, அவரவர்க்கேற்ற அரசப் பதவியை அளித்த பெருமை இராசேந்திரன் ஒருவர்க்கே உரியதாகும் என்னல் மிகையாகாது. தென் இந்திய வரலாற்றிலே இது குறிப்பிடத்தக்க செய்தியாகும்.

இளவல்-சுந்தரசோழன்

இராசேந்திரன் தன் மற்றொரு மகனான சுந்தர சோழன் என்பானைப் பாண்டிய நாட்டிற்குத் தலைவன் ஆக்கினான். இவ்விளவல் கல்வெட்டுகளில் **சடாவர்மன் சுந்தர சோழ பாண்டியன்** எனப்படுகிறான். பாண்டிய நாட்டை ஆண்டதால் 'பாண்டியன்' எனப்பட்டான்; அப்பாண்டியர் சடாவர்மன், 'மாறவர்மன்' என்பவற்றில் ஒன்றை வைத்திருந்ததைப் போலச் 'சடாவர்மன்' எனப்பெயர் தாங்கினான்; தனது இயற் பெயரான 'சுந்தர சோழன்' என்பதையும் கொண்டு விளங்கினான். இவ்விளவல், பின்னர்ச் சேர நாட்டையும் சேர்த்து ஆளும் உரிமை பெற்றான்; அதனால், **'சோழ கேரளன்'** எனப்பட்டான். இங்ஙனம் இவ்விளவரசன் தன் தந்தை காலம் முழுவதும் சேர பாண்டிய நாடுகளை ஆண்டு வந்தான்.

இங்ஙனம் மண்டலங்களை ஆண்டவர் தம் பேரரசன் மெய்ப்புகழைக் கூறியே தம் பெயரில் கல்வெட்டுகள் விடுதல் மரபு. ஆயின் ஆட்சி ஆண்டு அவரதாகவே இருக்கும். இராசேந்திரன் தன் மக்களிடமும் தன் நம்பிக்கைக்குரிய பிற அரசியல் தலைவர்களிடமுமே மண்டலம் ஆளும் பொறுப்பை விட்டிருந்தான். பேரரசன் தன் மக்களையே மண்டலத் தலைவர்கள் ஆக்கி வைத்தமையால், பேரரச குழப்பம் இன்றிச் செவ்வனே நடைபெற்று வந்தது.

போர்ச் செயல்கள்

இராசேந்திரன் காலத்துப் போர்ச் செயல்கள் மூன்று வகையின. அவை (1) இவன் இளவரசனாக இருந்து நடத்தியவை,

(2) அரசனாக இருந்து நடத்தியவை, (3) இவன் காலத்தில் இளவரசனான இராசாதிராசன் நடத்தியவை எனப்படும். முதற் பிரிவு இராசராசன் வரலாறு கூறும் பகுதியிற் காணலாம். இரண் டாம் பகுதியை இங்கு விளக்குவோம்.

இடைதுறை நாடு

இது கிருஷ்ணைக்கும் துங்க பத்திரைக்கும் இடைப்பட்ட சமவெளி. அஃதாவது இப்போது 'ரெய்ச்சூர்' எனப்படும் கோட்டம் என்னலாம்.[1] இஃது 'எடதொரே **இரண்டாயிரம்**' என்று கன்னடர் கல்வெட்டுகளில் கூறப்பட்டுள்ளது.

கொள்ளிப் பாக்கை

இஃது ஐதராபாத்துக்கு நாற்பத்தைந்து கல்வட கிழக்கே உள்ளது. இதன் இன்றைய பெயர் **'கூல்பாக்'** என்பது. இது 'கொள்ளிப் பாக்கை ஏழாயிரம்' எனப்படும். இந்நாடு 13-ஆம் நூற்றாண்டு வரை சிறப்புற்றிருந்தது.[2] இதன் மதில் சுள்ளி மரங்கள் நிறைந்தது. இஃது ஆறாம் விக்கிரமாதித்தன் காலத்தில் அவன் மகனான மூன்றாம் சேரமேசுவரனால் ஆளப்பட்டு வந்தது.

மண்ணைக் கடக்கம்

இஃது இராட்டிரகூடர்க்குக் கோநகராக இருந்த இடம். இது. பிறகு வந்த மேலைச் சாளுக்கியர்க்கும் சிறிது காலம் தலைநகர மாக இருந்தது. வடக்கே 'பரமார' அரசரும் தெற்கே சோழரும் இதனைத் தாக்கத் தாக்க, சாளுக்கியர் தமது தலைநகரைக் கலியாணபுரத்துக்க மாற்றிக் கொண்டனர். மண்ணைக் கடக்கம் இப்பொழுது **மான்யகேடம்** எனப்படும். இதன் மதில் கடக்க முடியாத வன்மை உடையது.

இந்நாடுகளை இராசேந்திரன் வென்றான் என்று இவனது மூன்றாம் ஆண்டுக் கல்வெட்டுகள் குறிக்கின்றன.[3] திருவொற் றியூர் மண்டபம் ஒன்றுக்கு **'மண்ணை** கொண்ட சோழன்' என்னும் பெயர் இடப்பட்டது.[4]

---

1. Ep. Ind. Vol. 12, pp. 295-296. 2. J.A.S., 1916, pp. 17.
3. நெடிதியல் ஊழியுள் இடைதுறை நாடும்
தொடர்வரை வேலிப்படர்வென வாசியும்
சுள்ளிச் சூழ்மதில் கொள்ளிப் பாக்கையும்
கண்ணரு முரண மண்ணைக் கடக்கமும்' என்பது மெய்ப்புகழ்.
4. 103 of 1912.

ஈழப்போர்

இராசராசன் காலத்தில் நடந்த ஈழப் போரில் தோற்று ஓடி ஒளித்த **ஐந்தாம் மஹிந்தன்** என்னும் ஈழ அரசன், சில ஆண்டுகள் கழித்துப் பெரும்படை திரட்டிச் சோழர் ஆட்சிக்கு உட்பட்ட ஈழப் பகுதியை மீட்க முயன்றான். அதைக் கேள்வியுற்ற இராசேந்திரன் பெரும்படையுடன் சென்றான்; போரில் வெற்றி கொண்டான். ஈழத்து அரசனுக்கும் அவன் மனைவியர்க்கும் உரிய முடிகளையும் அணிகலன்களையும் பொன்மணிகளையும் பிற சின்னங்களையும் கைப்பற்றி மீண்டான்; இவற்றுடன் ஒரு நூற்றாண்டுக்கு முன் இராசசிம்ம பாண்டியன் விட்டிருந்த மணிமுடி முதலியவற்றையும் கைப்பற்றினான்.[1] இப்போர் நிகழ்ச்சி கி.பி. 1017-18-இல் நடைபெற்றதாதல் வேண்டும். 'சோழ சேனைகள் இலங்கையைச் சூறையாடின; தோல்வியுற்ற மஹிந்தன் மீட்டும் காட்டிற்கு ஓடிவிட்டான்' என்று மகாவம்சம் கூறுகிறது. ஆயினும், அவன் எவ்வாறே சோணாட்டிற்குப் பிடித்துச் செல்லப்பட்டான். அங்கு அவன் சோழர்க்கு முற்றும் பணிந்துவிட்டான்,[2] அவன் சோழநாட்டிலே கி.பி. 1029-இல் இறந்தான். இப்போரினால் ஈழநாடு முற்றிலும் சோழர் ஆட்சிக்கு உட்பட்டுவிட்டது. இராசேந்திரன் கல்வெட்டுகள் இலங்கையிற் கிடைத்துள்ளன.[3]

சோழ நாட்டில் இறந்த மஹிந்தனது மகன் மறைவாக ஈழத்தவரால் வளர்க்கப்பட்டான். அவன், தன் தந்தை சோணாட்டில் மடிந்ததைக் கேட்டு, ரோகணப் பகுதிக்குத் தானே அரசனாகி, முதலாம் விக்கிரமபாகு என்னும் பெயருடன் கி.பி. 1029 முதல் 1041 வரை ஆண்டு வரலானான்.[4]

தென்னாட்டுப் போர்

பாண்டியநாடு இராசராசன் காலத்திற்றானே அடிமைப் பட்டுவிட்டது. அப்படி இருந்தும், 'இராசேந்திரன் அங்குச் சென்று பாண்டியனைத் தோற்கடித்து விரட்டி, அந்நாட்டை ஆளத் தன் மகனான சுந்தர சோழனை நிலைநிறுத்தி மீண்டான். பிறகு பரசுராமனது சேரநாட்டைக் கைக்கொள்ளப் பெரும்படையுடன் மலையைத் தாண்டிச் சென்றான்; அங்கு இருந்த அரசருடன் பெரும்போர் செய்து வென்றான்; கிடைத்த நிதிக் குவியல்களுடன் தன் நாடு திரும்பினான்' என்று திருவாலங்காட்டுச் செப்பேடுகள் செப்புகின்றன. இதனுடன் இராசேந்திரனது மூன்றாம் ஆட்சி

---

1. 4 of 1890; 247 of 1903.
2. 642 of 1909.
3. 595, 618 of 1912.
4. Chula Vamsam, Chap. 55.

ஆண்டில், ஸ்ரீ வள்ளுவர் என்னும் பெயர்கொண்ட ஸ்ரீவல்லப பாண்டியன் மனைவி திருவிசலூர்க் கோவிலுக்கு நிபந்தம் கொடுத்தாள்[1] என்பதையும் இராசேந்திரன் மதுரையில் பெரிய அரண்மனை ஒன்றைக் கட்டினான்[2] என்பதையும் நோக்க, சோழர் ஆட்சியில் இருந்தபோதிலும், பாண்டியர் தலைமறைவாகப் பாண்டிய நாட்டில் இருந்து கொண்டே கலகம் விளைத்தனரோ என்று எண்ண வேண்டுவதாக இருக்கிறது. இராசேந்திரன், இராசராசனைப் போலக் காந்தளூர்ச் சாலையிற் கலம் அறுத்தான்.[3] இக்குறிப்புகளால் சேர பாண்டிய நாடுகளில் அமைதியை நிலைநாட்டவே இராசேந்திரன் முனைந்திருத்தல் வேண்டும் என்பதே பெறப்படுகிறது.

சாளுக்கியப் போர்

இராசேந்திரனது 9-ஆம் ஆண்டுக் கல்வெட்டில், இராசேந்திரன் காஞ்சியினின்றும் புறப்பட்டுச் சென்று, சயசிங்கனது **இரட்டைப்பாடி ஏழரை லக்கம்** வென்று நவநிதிகளைக் கைப்பற்றிய செய்தி காணப்படுகிறது. இப்போர் திருவாலங்காட்டுச் செப்பேடுகளில் காப்பிய நடையில் பத்துச் சுலோகங்களால் சிறப்பிக்கப்பட்டுள்ளது.[4] கி.பி. 1016-இல் ஐந்தாம் விக்கிரமாதித்தனது தம்பியான ஜயசிம்மன் சாளுக்கிய நாட்டை ஆளத் தொடங்கினான். அவன் பல்லாரி, மைசூர் என்னும் பகுதிகளைக் கைப்பற்றினான்.[5] சேர சோழரை வெற்றி கொண்டதாகக் கூறிக்கொண்டான். இராசேந்திரன் ஜயசிம்மனை **முயங்கி** (முசங்கி) என்னும் இடத்தில் பொருது வென்றான். 'முயங்கி' என்பது பல்லாரிக் கோட்டத்தில் உள்ள 'உச்சங்கி துர்க்கம்' என்பர் சிலர்.[6] ஐதராபாத் சமஸ்தானத்தில் உள்ள **'மாஸ்கி'** என்பதாகும் என்பர் சிலர்.

கங்கை கொண்டான்

இராசேந்திரனது 11-ஆம் ஆண்டில் இவனது வடநாட்டுப் படையெடுப்புக் கூறப்பட்டுள்ளது. எனவே, இவன் கி.பி. 1023-இல் வடநாடு நோக்கிச் சென்று மீண்டிருத்தல் வேண்டும். இப்படையெடுப்பில் இராசேந்திரனது சேனைத்தலைவன் பல நாடுகளை வென்றான்:[7] இராசேந்திரன் அத்தலைவனைக்

---

1. 46 of 1907.   2. 363 of 1917   3. 363 of 1917
4. V. 99 108   5. Ep. Car Vol. 7. sk. 202, 307
6. S.I.I. Vol. 2, pp. 94-95
7. Dr. S.K. Aiyangar - Sir Asutosh Mookerjee Commemoration, Vol 9, pp. 178-79.

கோதாவரிக் கரையில் சந்தித்தான். சேனைத்தலைவன் முதலில் (1) சக்கரக் கோட்டத்தை வென்றான். அந்த இடம் மத்திய மாகாணங்களில் உள்ள பஸ்தர் சமஸ்தானத்தின் தலைநகரமான இராசபுரத்திற்கு 8 கல் தொலைவில் உள்ள 'சித்திரகோடா' என்னும் ஊராகும்.[1] இந்தப் பகுதியிற்றான் மதுர மண்டலம் (ஒரிஸ்ஸாவில் உள்ள 'மதுபன்' என்பது), நாமணைக்கோலம், பஞ்சப்பள்ளி ஆகிய இடங்களும் இருந்திருத்தல் வேண்டும். (2) ஆதி நகரில் **இந்திரரதனை வென்று** கோசல நாட்டையும் காடுகள் செறிந்த ஓட்டர தேசத்தையும் கைக்கொண்டான். திருவாலங்காட்டுச் செப்பேடுகள், இராசேந்திரன் ஓட்டர தேசத்து அரசனைக் கொன்று, அவன் தம்பியிடம் பன்மணிக்குவியலைத் திறைகொண்டான் என்று குறிக்கின்றன. (3) பிறகு, இவன், தன்ம பாலனது **தண்டபுத்தி** இரணசூரன் ஆண்ட தென்லாடம், கோவிந்தசந்திரன் ஆண்ட கிழக்கு வங்காளம் இவற்றை முறையே அடைந்தான். **தண்டபுத்தி** என்பது ஓட்டர தேசத்துக்கும் வங்காளத்துக்கும் நடுவில், சுவர்ணரேகையாற்றுக்கு இரு கரையிலும் உள்ள நாடு.[2] இது 'படைகாப்பாக ஒரு தலைவனுக்குக் கொடுக்கப்பட்டு அவனால் நுகரப்பட்ட நிலம்' எனக் கொள்ளலாம். வங்காளத்தில் ஒரு பகுதிராடா எனப்பட்டது. அதுவே கல்வெட்டுக் குறிக்கும் லாட தேசம் ஆகும். இம்மூன்று நாடுகளையும் ஆண்ட அரசர்கள் ஏறத்தாழ வரலாற்றில் இடம் பெற்றவரே ஆவர். ஆதலின், இவர்கள் பெயர்கள் பொய்ப்பெயர்கள் அல்ல. மகிபாலன் வங்க நாட்டை ஆண்டு வந்தான். அவன் சோழர் தானைத் தலைவனது சங்கொலிக்கு அஞ்சிப் போர்க்களம் விட்டு ஓடிவிட்டான். உடனே சோழர் சேனைத் தலைவன் அவ்வரசனுடைய யானைகளையும் பெண்டிர் பண்டாரங்களையும் பற்றிக் கொண்டு கங்கைக் கரையை அடைந்தான்.

தோல்வியுற்ற வேந்தர் தலைகளில் **கங்கைநீர்** கொண்டு வரப்பட்டது.[3] இது மிகைபடக் கூறலோ, உண்மையோ, தெரியவில்லை. பெருமகிழச்சியோடு திரும்பிவந்த சேனைத் தலைவனை இராசேந்திரன் கோதாவரி யாற்றங்கரையிற் சந்தித்து மகிழ்ந்தான்.[4] இந்த வடநாட்டுப் படையெடுப்பில் ஏறத்தாழ இரண்டு ஆண்டுகள் கழிந்திருக்கலாம். இராசேந்திரன் தான் வென்ற வடநாடுகளை ஆள விரும்பவில்லை. அதற்காக அவன்

---

1. Ep. Ind. Vol. 9, pp. 178-79. 2. R.D. Banerji's 'Palas of Bengal', p. 71.
3. Kanyakumari Inscription. 4. Thiruvalangadu Plates

படையெடுத்திலன்: தான் புதிதாக அமைத்த கங்கைகொண்ட சோழபுரத்தையும் 'சோழகங்கம்' என்னுமத் ஏரியையும் கங்கை நீரால் தூய்மை ஆக்க விரும்பியே படைகளை வடக்கே அனுப்பிக் கங்கை நீரைக் கொண்டு வர முயன்றான். வேற்றரசன் படை தன் நாட்டு வழியே செல்லப் புதிய நாட்டினர் இடந்தரார் ஆதலாலும், வடவரை வென்ற புகழ் தனக்கு இருக்கட்டுமே என இராசேந்திரன் எண்ணியதாலுமே இப்போர்கள் நிகழ்ந்தனவாதல் வேண்டும்.

வங்கத் தமிழ் அரசர்

இப் படையெடுப்பில் ஈடுபட்ட படைத்தலைவனோ அரசியல் தந்திரியோ ஒருவன் (கருநாடதன்) மேற்கு வங்காளத்தில் தங்கி விட்டான். அவன் வழி வந்தவன் சாமந்த சேனன் என்பவன். அவனே பிற்காலத்தில் வங்காளத்தை ஆண்டு வந்த சேன மரபின் முதல் அரசன் ஆவன்.[1] மிதிலையை ஆண்ட கருநாடர் இங்ஙனம் சென்ற தென்னாட்டவரே ஆவர். கங்கைக் கரை நாடுகளில் இருந்த சிவபிராமணர் பலரை இராசேந்திரன் காஞ்சியிலும் சோழ நாட்டிலும் குடியேற்றினான்.[2] அறிவும் ஆற்றலும் உடையவர் எந்நாட்டாராலும் போற்றற்குரியரே அல்லரோ?

கடாரம் முதலியன

இராசேந்திரன் கடல்கடந்து கடாரம் முதலியன கொண்ட செய்தி இவனது 13-ஆம் ஆட்சி ஆண்டுக் கல்வெட்டிற்றான் காண்கிறது.[3] எனவே, இவன் கி.பி. 1024-25-இல் அவற்றை வென்றிருத்தல் வேண்டும். கடல்கடந்து சென்ற இம்முயற்சியில் இராசராசன், முதலில் கடாரத்து அரசனை வென்று அவனுடைய யானை, செல்வம், வித்யாதரத்தோரணம் முதலியன கவர்ந்தான்; பின்னர்ப் பல நாடுகளையும் ஊர்களையும் பிடித்தான்; இறுதியிற் கடாரத்தையும் கைக்கொண்டான். இனி இவன் கொண்ட நாடுகளும் ஊர்களும் எவை என்பதைக் காண்போம்.

ஸ்ரீ விஷயம்

இது சுமத்ரா தீவில் உள்ள 'பாலம்பாங்' என்னும் மாகாணம் ஆகும். இது மலேயாத் தீவுகளில் வாணிகத் தொடர்பால் கி.பி. 8 முதல் 13-ஆம் நூற்றாண்டு வரை சிறப்புற்று விளங்கியது. இதனைச் சீனர் 'ஸ்ரீவிஜயம்' என்று குறிப்பிட்டுள்ளார். இந்தப்

1. R.D. Banerji's 'Palas of Bengal', pp 73, 99.
2. K.A.N Sastry's 'Cholas', Vol. I, P. 254.
3. S.I.I. Vol. 2, p. 109.

பகுதி கிழக்கு - மேற்கு வாணிக வழிகட்கு நடு இடமாக இருந்து, செழிப்புற்றது. ஸ்ரீ -திரு, விஷயம்-நாடு; 'திருநாடு' என்பது பொருள்.

கடாரம்

இது, 'தென்திரைக் கடாரம்' எனப்படலால், கடற்கரையைச் சேர்ந்த பகுதி என்பது விளங்கும். இது வடமொழியில் 'கடாஹம்' என்றும் தமிழில் **'காழகம்,** கடாரம்' எனவும் பட்டது. காழகம் என்பது பத்துப்பாட்டிற் காணப்படலால், சங்கத் தமிழர் நெடுங் காலமாகக் கடாரத்துடன் கடல்வழி வாணிகம் செய்து வந்தமை அறியலாம். சீனரும் நெடுங்காலமாக வாணிகம் செய்துவந்தனர். அவர்கள் எழுதி வைத்த குறிப்புகளால் மரேயாத் தீபகற்பத்தின் தென்பகுதியில் உள்ள **'கெடா'** என்னும் இடமே 'கடாரம்' ஆதல் வேண்டும் என்பது தெரிகிறது. இதனை ஆண்டவன் 'சங்கிராம விசயோத்துங்க வர்மன்' என்பவன்.[1] **மாயிருடிங்கம், இலங்கா சோகம், மலையூர்** என்பன மலேயாத் தீபகற்பத்துப் பகுதிகள் ஆகும். **மாப்பப் பாலம், தலைத்தக்கோலம்** என்பன **'க்ரா'** பூசந் திக்குப் பக்கத்துப் பகுதிகள் ஆகும். **மாதமர்லிங்கம்** என்பது மலேயாவின் கீழ்ப்புறத்தில், குவாண்டன் ஆறு கடலொடு கடக் கும் இடத்தில் உள்ள 'தெமிலிங்' அல்லது 'தெம்பெலிங்' எனப் படுவதாகும். **வளைப்பந்தூறு** என்பது இன்ன இடம் என்பது தெரியவில்லை. **பண்ணை** என்பது சுமத்ராத் தீவின் கீழ்க் கரை யில் உள்ள 'பனி' அல்லது 'பனெய்' என்றும் ஊராகும்.

இலாமுரி தேசம்-இது சுமத்ரா தீவின் வடபகுதியில் உள்ள நாடாகும். அரேபியர் இதனை 'லாமுரி' என்று குறித்துளர்.

மாநாக்கவாரம் - இது நிக்கோபர் தீவுகளின் பழம் பெயர் ஆகும்.

இக்காடுகளும் ஊர்களும் அக்காலத்தில் ஸ்ரீ விஷயப் பேரர சிற்கு உட்பட்டு இருந்தன என்று சீன நூல்கள் கூறுகின்றன. இந்தப் பகுதிகளில் நல்ல துறைமுகங்கள் இருந்தன. சீன நாட்டுக் கப்பல் களும் தமிழ் நாட்டுக் கப்பல்களும் சந்திக்கவும், பண்டங்களை மாற்றிக்கொள்ளவும் மலேயா நாடுகளுடன் வாணிகம் செய்ய வும் இந்த இடங்கள் பேருதவியாக இருந்தன. இங்ஙனம் தமிழக வாணிகத்திற்கு உதவியாக இருந்த இடங்களை இராசேந்திர சோழன்

---

1. பர்மாவில் உள்ள 'பெரு' தான் 'கடாரம்' என்று பலர் கூறியது தவறு. அங்குக் கிடைத்த இரண்டு தூண்கள் இராசேந்திரன் வெற்றித் தூண்கள் அல்ல.

Vide, A.R.B. 1919 & 1922.

வலிந்து வென்றதன் காரணம் இன்னது என்பது விளங்கவில்லை. அங்குத் தங்கி வாணிகம் செய்த தமிழர்[1] உரிமைகளைக் காக்கவோ அல்லது ஸ்ரீவிஷய அரசன் செருக்கை அடக்கவோ தெரிய வில்லை. வென்ற அந்நாடுகளைச் சோழன் ஆண்டதாகவும் தெரியவில்லை. ஆதலின், மேற்கூறப்பெற்ற காரணங்கள் பொருத்தமாக இருக்கலாம்.

இராசாதிராசன் செய்த போர்கள்

இராசேந்திர சோழன் காலத்திற்றானே இராசாதிராசன் செய்த போர்களும் தந்தையையே சாருமாதலின், அவையும் இவன் செய்த போர்கள் என்றே கொள்ளற்பாலன. இனி, அவற்றின் விவரம் காண்போம்.

ஈழப் போர்

இராசேந்திரன் ஆட்சியின் தொடக்கத்தில் உண்டான ஈழப்போருக்குப் பிறகு கி.பி. 1042-இல் மீட்டும் இராசாதிராசன் இலங்கையில் போர் நிகழ்த்த வேண்டியிருந்தது. விக்கிரபாகு 12 ஆண்டுகள் அரசாண்டு இறந்தான். அவன் சோழருடன் போர் செய்து இறந்தான் என்று சோழர் கல்வெட்டுகள் செப்புகின்றன. அவனுக்குப் பின் **கித்தி** என்பவன் எட்டே நாட்கள் ஆண்டான்; பிறகு **மஹாலான கித்தி** என்பவன் மூன்றாண்டுகள் ரோஹண நாட்டை ஆண்டான். அவன் சோழருடன் போரிட்டுத் தோற்றுத் தற்கொலை செய்து கொண்டான். துளுவ நாட்டிற்கு ஓடிவிட்ட அவன் மகன் விக்கிரம பாண்டியன் (சிங்கள அரசனுக்கும் பாண்டி யன் மகளுக்கும் பிறந்தவன்) ரோஹணத்தை அடைந்து அரசன் ஆனான். அவன் **'ஜகதீபாலன்'** என்பவனுடன் செய்த போரில் இறந்தான். இந்த ஜகதீபாலன் அயோத்தியை ஆண்ட அரச குமரன் என்று மகாவம்சம் கூறுகிறது. 'அவன் கன்யா குப்ஜம் என்னும் நாட்டிலிருந்து ஓடிவந்தவன்; அவன் பெயர் **'வீரசலா மேகன்'** என்று சோழர் கல்வெட்டுகள் கூறுகின்றன. இலங்கை வேந்தரை வென்ற அவனையும் சோழர் கொன்றனர்; அவன் தமக்கை, மனைவியரைச் சிறை கொண்டு, தாயை மூக்கரிந்து அவமானப்படுத்தினர். விக்கிரம பாண்டியன் மகன் **பராக்கிரமன்.** சோழர் அவனையும் வென்று முடிகொண்டனர்.[2]

பாண்டியருடன் போர்

பாண்டிய நாட்டில் சுந்தர பாண்டியன் சிற்றரசனாக இருந்து ஒரு பகுதியை ஆண்டு வந்தான். அவன் ஒரு படை திரட்டிக் கலகம் விளைத்தான். இராசாதிராசன் அவனைப் போரில்

---

1. A.R.E. 1892, p. 12.   2. S.I.I. Vol. 3, pp. 26, 56; 172 of 1894 92 of 1892.

முறியடித்து காட்டை விட்டு விரட்டி விட்டான். இஃது எந்த ஆண்டு நடந்தது என்பது கூறக்கூடவில்லை.[1]

மலைநாட்டுப் போர்

இராசாதிராசன் மலைநாட்டை ஆண்ட அரசர் பலரைப் பொருது வெற்றிகொண்டான் என்று அவனது மெய்ப்புகழ் கூறுகிறது. இராசாதிராசன் பாண்டி மண்டலத்தினின்றும் காந்தளூர்ச் சாலையில் கலம் அறுக்கச் சென்றான்; வழியில் வேள்நாட்டு அரசனைத் தாக்கிக் கொன்று, கூபக நாட்டு (தென்திருவாங்கூர்) அரசனை விடுவித்தான்.[2] எலிமலைக்குப் பக்கத்தில் இருந்த நாடு 'இராமகுடம்' என்பது; 'எலிநாடு' எனவும் படும். அதன் அரசன் **மூவர் திருவடி** எனப்பட்டான்.[3] இராசாதிராசன் அவனை வென்று, சேரனைத் துரத்தி அடித்தான், இச் செய்திகளை இவனது **'திங்களேர்தரு'** என்று தொடங்கும் கல்வெட்டிற் காண லாம்.

மேலைச் சாளுக்கியப் போர்

இராசேந்திரனது இறுதிக் காலத்தில் மேலைச் சாளுக்கியர் சோழருடன் மீட்டும் போர் தொடுத்தனர். கி.பி. 1042-இல் சாளுக்கிய இரண்டாம் ஜயசிம்மன் இறந்தான். அவன் மகனான **முதலாம் சோமேசுவரன்** அரசன் ஆனான். அவனுக்கு **ஆகவமல்லன்,** திரைலோக்கிய மல்லன் என்னும் வேறுபெயர்களும் உண்டு. சோழர் கல்வெட்டுகளில் அவன் 'ஆகவமல்லன்' என்றே குறிக்கப் பட்டான். அவன் பட்டம் பெற்ற பிறகு துங்கபத்திரைக்குத் தெற்கே சோழப் பேரரசிற்குள் புகத் தலைப்பட்டான். இதனாற் போர் மூண்டது. இராசாதிராசன் சாளுக்கிய சேனையைப் புறங் கண்டான்; சேனைத் தலைவர்களான தண்டப்பையன், கங்கா தரன் என்போரைக் கொன்றான். சோமேசுவரன் மக்களான விக்கிரமாதித்தனும் விசயாதித்தனும் சங்கமையன் என்ற தானைத் தலைவனும் போர்க் களத்தினின்றும் ஓடி மறைந்தனர். இராசாதித்தன் பகைவர் பொருள்களைக் கைக்கொண்டு கொள்ளிப் பாக்கையை எரியூட்டினான்.[4] சிறுதுறை, பெருந்துறை, தைவபீமகசி என்னும் முத்துறைகளிலும்* யானைகளைக் குளிப்பாட்டிச் சாளுக்கியரது பன்றிக்குறி பொறிக்கப்பட்ட குன்றுகளில் புலிக்குறி பொறித்தான்.[5]

---

1. S.I.I. Vol. 3, p. 56   2. 75 of 1895, M.E.R. 1913. ii 26.
3. M.E.R. 1930 p. 86; 523 of 1930.
4. S.I.I. Vol. 4, No 539; Vol. 5, No. 465.
* இவை துங்கபத்திரை, கிருஷ்ணை, பீமா என்னும் ஆறுகள் - K.A.N. Sastry's 'Cholas', I, p. 277
5. 172 of 1894, 92 of 1892.

சோழரை வெல்ல முடியாதென்பதை உணர்ந்த ஆகவமல்லன் தூதுவர் சிலரை இராசாதிராசனிடம் அனுப்பினான். சோழன் அவருள் இருவரைப் பற்றி ஒருவற்கு 'ஐங்குடுமி' வைத்தும், மற்றவர்க்குப் பெண் உடை தரித்தும் அலங்கரித்தான்; அவர்க்கு முறையே 'ஆகவமல்லன், ஆகவமல்லி' என்ற பெயரிட்டுத் திருப்பி அனுப்பினன். இதனாற் சிறந்த ஆகவமல்லன் 'பூண்டி' என்னுமிடத்திற் போர் செய்து படுதோல்வி அடைந்தான். இராசாதிராசன் கலியாணபுரத்தைக் கைக்கொண்டு, அங்கு வீராபிடேகம் செய்து 'விசய ராசேந்திரன்' என்ற பட்டம் சூடிக் கொண்டான்.[1] இவன் அப்பெரு நகரத்தையும் சூறையாடிப் பல பொருள்களைக் கைப்பற்றினான். அவற்றுள் குறிப்பிடத்தக்கது **வாயிற்காவலர் சிலை** ஒன்று. அதன் பீடத்தில், ''ஸ்வஸ்தி ஸ்ரீ உடையார் ஸ்ரீ விசயராசேந்திர தேவர் கலியாணபுரம் எறிந்து கொடுவந்த துவார பாலகர்'' என்பது பொறிக்கப்பட்டுள்ளது. அச்சிலை தாராசுரம் ஐராவதேச்சுரர் கோவிலில் இருந்தது; இப்பொழுது தஞ்சைப் பெரிய கோவிலில் இருக்கிறது.[2]

கங்கை கொண்ட சோழபுரம்★

இஃது இராசேந்திர சோழனால் புதிதாக அமைக்கப்பட்ட பெரிய நகரம் ஆகும். இது திருச்சிராப்பள்ளிக் கோட்டத்தில் உடையார்பாளையம் தாலுக்காவில் இப்பொழுது ஒரு சிற்றூராக இருக்கின்றது. இராசேந்திரன் வடநாடு வென்ற பெருமைக்கு அறிகுறியாக-கங்கை வரை இருந்த நாடுகளை வெற்றி கொண்ட தற்கடையாளமாகவே இக் **'கங்கை கொண்ட சோழபுரம்'** கட்டினான்;[3] இதிற்கிடைத்த பழைய கல்வெட்டு வீர ராசேந்திர சோழ தேவனதே ஆகும்.[4] இவன் தஞ்சைப் பெரிய கோவிலைப் போலக் **'கங்கைகொண்ட சோழேச்சரம்'** என்னும் அழகு மிக்க கோவிலைக் கட்டினான்; **'சோழ கங்கம்'** என்னும் வியத்தகு ஏரி ஒன்றை எடுத்தான்.

---

1. 172 of 1894, 244 of 1925.
2. இதனை என் நண்பர் திரு. ஜே.எம். சோமசுந்தரம் பிள்ளை அவர்கள் (பெரிய கோவில் நடைமுறை அலுவலாளர்) எனக்குக் காட்டினார்கள்.

★ இதனை யான் 25-4-42-இல் சென்று பார்வையிட்டேன் எனக்கு அங்கு வேண்டிய உதவி செய்த பெருமக்கள் திருவாளர் க. முத்து வேலாயுதம் பிள்ளை, கோவில் நடைமுறை அலுவலாளர் (Executive Officer) ஞானப்பிரகாசம் பிள்ளை என்போர் ஆவர்.

3. Ep. Ind. Vol. 15, p. 49.
4. 82 of 1892.

இராசேந்திரன் கங்கை நீர் கொணர்ந்து பெருவெற்றியுடன் மீண்டவந்த தன் தானைத் தலைவனையும் படைகளையும் கோதாவரிக் கரையில் சந்தித்தான்; திரும்பி வருகையில் தளி தோறும் தங்கித்தரிசித்து இறுதியில் தன் நகரம் அடைந்தான். கங்கை நீரைக்கொண்டு தான் புதிதாகக் கட்டிய மாநகரையும் கோவிலையும் ஏரியையும் தூய்மைப்படுத்தினான். இக்கங்கைப் படையெடுப்பு மக்களால் வரவேற்கப்பட்டது.[1]

நகர அமைப்பை அறியத் தக்க சான்றுகள் இல்லை. அங்கச் **'சோழ, கேரளன்'** என்னும் அரண்மனை ஒன்று இருந்தது.[2] அரண்மனை ஏவலாளர் தொகுதி ஒன்று இருந்தது. அதன் பெயர் 'திருமஞ்சனத்தார் வேளம்' என்பது. பெரிய கடைத்தெருவும் இருந்தது.[3] கோவிலுக்கு அரைக்கல் தொலைவில் **'மாளிகை மேடு'** எனப்படும் திடர் ஒன்று இருக்கிறது. அங்குத்தான் சோழரது அரண்மனை இருந்ததாம். அத்திடரின் அடியில் கட்டடத் தின் பகுதிகளும் அவற்றின் சின்னங்களும் காணப்படுகின்றன. அந்த இடம் அகழப் பெறுமாயின், பல குறிப்புகள் கிடைக்கலாம். ஏரியின் தென்கரை ஓரத்தில் சிற்றூர் இருக்கிறது. அதன் பெயர் கங்கைகொண்ட (சோழ) புரம் என்பது. அதைச் சுற்றிக் காடு இருக்கிறது. அதற்க அண்மையில் அழகிய பாழடைந்த கட்டடச் சிதைவுகள் பல காட்டிற்குள் இருக்கின்றன. இவை பழைய பாபிலோன் நகர அடையாளங்களாக இருந்த மேடுகளைப் போல இருக்கின்றன. இந்நகரம் செழிப்பாக இருந்த காலத்தில் சோழ கங்கம் உதவிய நன்னீர் செய்த தொண்டு அளப்பரிதாக இருத்தல் வேண்டும்; இப்பொழுது காடாகக் கிடக்கும் பெரிய நிலப்பரப்பு அக்காலத்தில் பசுமைக் காட்சியைப் பரப்பி இருக்குமன்றோ?[4]

கங்கை கொண்ட சோழேச்சரம்

இது கங்கைகொண்ட சோழன் கட்டியதால் இப்பெயர் பெற்றது. இதன் அமைப்பு முழுவதும் இராசராசன் கடடிய பெரிய கோவிலைப் போன்றதாகும். இஃது ஆறு கோபுரங்களைக் கொண்டிருந்தது. இக்கோவில் பெரிய கோவிலை விடச் சிறிய தாக இருப்பினும், சிற்பவேலையில் அதைவிட மிகச் சிறந்தது. இச்சிறந்த கோவில் இப்பொழுது அழிந்து கிடக்கிறது. இதன்

---

1. M.F.R. 1932, p. 50; Kalaimagal, Vol. 11, p. 326.
2. S.I.I. Vol. 2, No. 20
3. 102 of 1926
4. Ind. Ant. Vol. iv, p. 274.

திருச்சுற்றுகள் காணப்படவில்லை. கோபுரங்களில் கீழைக் கோபுரம் ஒன்றே இப்பொழுது இடிந்த நிலையில் இருக்கின்றது. உள்ளறையும் அதைச் சுற்றியுள்ள திருச்சுவருமே இப்பொழுது ஓரளவு காணத்தக்க நிலையில் இருக்கின்றன.

விமானம்:- இது தஞ்சைப் பெரிய கோவில் விமானத்தைப் போன்றது. இதன் உயரம் 170 அடி. இது 100 அடிச் சதுரமாக அமைந்துள்ளது; ஒன்பது அடுக்குகளை உடையது. இவற்றள் முதல் இரண்டு அடுக்குகள் ஒன்றன்மேல் ஒன்றாக நிமிர்ந்து நிற்கின்றன. மற்றவை மேலே செல்லச் செல்லச் சிறுத்துச் சரிவாக அமைந்துள்ளன; விமானத்தின் நாற்புறங்களிலும் வாயில்களும் மாடங்களும் இருக்கின்றன. விமானம் முழுவதும் அழகிய பதுமைகள் காட்சி அளிக்கின்றன. விமான உச்சியில், பெரிய கோவில் விமானத்தில் உள்ளதைப் போலவே ஒரே கல்லாலான சிகரம் ஒன்று இருக்கிறது. அதன் கலசம் இப்பொழுது இல்லை.

சிவலிங்கம்:- தஞ்சைப் பெரிய கோவிலில் உள்ள சிவ லிங்கத்தைப் போலவே இது பெரியது. இஃது ஒரே கல்லால் ஆனது. இஃது இடி விழுந்து இப்பொழுது இரண்டாகப் பிளந் துள்ளது என்பது கூறப்படுகிறது. இச் சிவலிங்கப் பெருமானைப் பெரிய கோவிற்பெருமானைப் பாடிய **கருவூர்த் தேவர்** ஒரு பதிகத்தாற் சிறப்பித்துள்ளார். அஃது ஒன்பதாம் திருமுறையிற் சேர்க்கப்பட்டுள்ளது.

கொள்ளிடத்தில் கீழ் அணைக்கட்டுக் கட்டிய பொழுது இக்கோவிற் பகுதிகளம் திருச்சுற்றுகளும் தகர்த்துக் கொண்ட போகப்பட்டனவாம். எளிய சிற்றூரார் தடுத்தனர். பயன் என்ன? தடுத்தவர் தண்டிக்கப்பட்டனர். இடித்த கற்சுவருக்குப் பதிலாகச் செங்கற் சுவர் வைப்பதாக வாக்குறுதி அளிக்கப்பட்டதாம். ஆனால் அது நிறைவேற்றப்படவில்லை.[1]

இன்றைய காட்சி

திருமதில்: நீளம் ஏறத்தாழ 600 அடி; அகலம் 450 அடி; கனம் 4 அடி. முழுவதும் கற்களால் இயன்றதே ஆகும். அத் திருமதிலை அடுத்து இரண்டு அடுக்குத் திருச்சுற்று மாளிகை இருந்தது. இன்று ஒரு பகுதி மட்டுமே காணக்கிடக்கிறது.

திருச்சுற்று: (திருச்சுற்றில் இன்று பல கோவில்கள் காண கின்றன; சந்திரசேகரர் கோவில் அழிந்து கிடக்கிறது. இவை

---

1. Ind. Ant. Vol. iv, p. 274; K.A.N. 'Sastry's Cholas', p. 289.

யனைத்தும் (சண்டீசர் சிறு கோவில் தவிர) பிற்பட்டவையே ஆகும். அம்மன் கோவில் பிற்காலத்தே உள்ளே கொணர்ந்து கட்டப்பெற்றதாகும்.) திருமதிலின் முன்புற மூலைகள் இரண்டிலும் பின்புறமதிலின் நடுப்பகுதியிலும் அரைவட்டமான 'காவற் கூடம்' போன்ற கட்டட அமைப்பு இருந்திருத்தல் வேண்டும் என்பதற்குரிய குறிகள் காண்கின்றன.

உடகோவிலுக்கு எதிரே முற்றும் செங்கற்களாலான **பெரிய நந்தி** ஒன்று படுத்துள்ளது. அதன் தலைவரை உயரம் 20 அடி; முதுகு வரை உயரம் 12 அடி. அதற்கு வலப்புறம் நேர் எதிரே சிங்கமுகக்கிணறு ஒன்று அற்புதமாக அமைந்துள்ளது. அருகில் உள்ள கிணற்றக்குச் செல்லும் படிக்கட்டுகள் டகர வரிசையில் அமைந்துள்ளன. அப்படிக்கட்டுக்கு மேல் செங்கற்களாலான சிங்கம் காட்சி அளிக்கிறது. அதன் வயிற்றில் உள்ள வாசல் வழியே படிக்கட்டுகளில் இறங்கிச் சென்றால், பக்கத்தில் உள்ள கிணற்று நீரைக் காணலாம். ஏறத்தாழ 30 படிக்கட்டுகள் நீருள் இருக்கின்றனவாம்; நீருக்கு மேல் 20 படிகள் உள. படிகள் அனைத்தும் கருங்கற்களேயாகும்.

உட்கோவில்: இதன் நீளம் 340 அடி; அகலம் 100 அடி. இதனுள் மகா மண்டபம் 175 அடி நீளமும் 95 அடி அகலமும் உடையது. இறை அறைக்கும் இம்மண்டபத்திற்கும் இடையே உள்ள அர்த்த மண்டபத்தின் இரு பக்கங்களிலும் தெற்கிலும் வடக்கிலும் அழகிய திருவாயில்கள் படிகளுடன் உள்ளன. கோவிலே அணுகும் திருவாயில் கிழக்கே உள்ளது. மகா மண்டபத்தின் இருபக்கங்களிலும் தெற்கிலும் வடக்கிலும் அழகிய திருவாயில்கள் படிகளுடன் உள்ளன. கோவிலை அணுகும் திருவாயில் கிழக்கே உள்ளது. மகா மண்டபத்தில், எட்டுப் பந்திகளாய் 140 கற்றூண்கள் அணி அணியாக உள்ளன. நடுப்பகுதி 18 அடி உயரமுடையதாய், இருபக்கங்களும் 16 அடி உயரம் கொண்டனவாய் மேலே கல் கொண்டு மூடிய மண்டபமாகும். அர்த்த மண்டபம் இருவரிசைகளாலான பெரிய சதுரக் கற்றூண்களாலானது. விமானம் 186 அடி உயரமுடையது. கோவிலின் அடிப்பாகம் 100 அடி சதுரமானது. இதன் உயரம் 35 அடி; இரண்டு மேல் மாடிகளை உடையது. இதற்குமேல் உள்ள பகுதி எட்டு மாடிகள் உள்ளதாய் விளங்கும்.

லிங்கம்: லிங்கம் 13 முழச் சுற்றுடையது; பீடம் 30 முழச் சுற்றுடையது; லிங்கத்தின் உயரம் 13அடி. பீடத்தைத் தாங்கச் சிறிய கற்றூண்கள் உள்ளன. பீடம் இரண்டாக வெடித்துள்ளது.

மூல அறையைச் சுற்றியுள்ள திருச்சுற்றின் அகலத் 10 அடியாகும். இது கோவில் தரை மட்டத்திற்கு மேல் 20 அடி உயரத்தில் அமைந் துள்ளது.

அர்த்த மண்டபம்: அர்த்த மண்டபத்துத் தூண்கட்கு மேல் நடனச் சிலைகள் பல செதுக்கப்பட்டுள்ளன. அவை பலவகை நடன நிலைகளைக் குறிக்கின்றன. இலிங்கத்தை நோக்கிய எதிர்ச் சுவர்மீது (காஞ்சி-வைகுந்தப் பெருமாள் கோவில் சுவரில் உள்ள சிற்பங்கள் போல) 6 வரிசைச் சிற்பங்கள் இருக்கின்றன. அவை, (1) சண்டீசர் வரலாறு (2) தடாதகை திருமணம் (3) பார்த்தனும் பரமனும் போரிடல் (4) மார்க்கண்டன் வரலாறு முதலியன உணர்த்துகின்றன. அவை அனைத்தும் உயிர் ஓவியங்களாகக் காட்சி அளிக்கின்றன.

மகா மண்டபம்: இத்தகைய மண்டபமே பிற்கால ஆயிரக் கால் மண்டபத்திற்கு அடிகோலிய தென்னலாம். இங்கச் சம்பந்தர் கற்சிலை மிக்க அழகோடு காணப்படுகிறது. துர்க்கையம்மன் சிலை அற்புத வேலைப்பாடு கொண்டது. நவக்கிரக அமைப்பு வேறெங்கும் காணப்பாடாத புதுமை வாய்ந்தது. சூரியன் தேர் - அட்டதிசைப் பாலகர் - அவர்க்கு மேல் **நவக்கிரக அமைப்பு** - நடுவண் பதும பீடம்; இவை அனைத்தும் ஒரே வட்டக்கல்லில் அமைந்துள்ள காட்சி கண்டு வியத்தற்குரியது. மகா மண்டபத் தில் உள்ள இரண்டு அறைகளில் விமானத்தின் கலசமும் பல சிலா விக்கிரகங்களும் திருமேனிகளும் இருக்கின்றன.

வாயிற் காவலர்: ஏறத்தாழ 12 அடி உயரம் கொண்ட கம்பீரத் தோற்றமுள்ள வாயிற் காவலர் சிலைகள் உள. அவருள் முதல் இருவர் சிலைகள் கோபுரச் சிதைவில் உள. எஞ்சிய பத்தும் கோவில் வாயில், அர்த்த மண்டப வாயில், உள்ளறை வாயில், வடக்கு-தெற்கு வாயில்கள் இவற்றண்டை இருக்கின்றன.

சிற்பங்கள்: விமானத்தில் நிறைந்துள்ள சிற்பங்களும் கோவிலின் வெளிப்பாகத்தில் உள்ள சிற்பந்திகழ் உருவங்களும் மிக்க வனப்புற்றவை. தென் இந்தியாவிலுள்ள சிற்பங்களிலும், அவற்றைப் பின்பற்றிச் சாவகத்திலுள்ள உயர்ந்த சிற்பங்களி லும் இவை மேம்பட்டன என்று அறிஞர் கூறுகின்றனர். தென் மேற்கில் சபாபதியும், மேற்கில் இலிங்கோற்பவ அருணாசல ஈசுவரரும், தெற்கில் விநாயகரும், வடக்கில் திருவாயிலுக்கு அணித்தாய், சண்டேசுவரர்க்கு இறைவன் அருள் புரிகின்ற அருட் கோலமாய்ச் சண்டேசுவர அருள்புரி மூர்த்தியும் அருமையான

வேலைப்பாடு உடையன. மற்றும் கணங்களும், அப்சர மாதரும், இராக்கதக் கூட்டங்களுமாக எவ்விடத்தும் அமைந்துள்ளதை நோக்குங்கால், இக்கோவிலின் கம்பீரமான தோற்றத்திற்கு வனப்பை அவை தருவன என்னலாம். இவற்றுட் பெரும்பாலான வற்றிற்கு நரசிம்மவர்மனுடைய மாமல்ல புரத்துச் சிற்பங்களே அடிப்படையானவை; எனினும், இவை அவற்றினும் மேம்பட்டுச் சிற்பக்கலை வளர்ச்சியை நன்கு விளக்குவனவாகும். மற்றும், இக்கோவில் சோழர் காலத்துக் கோவில்களுள், அழகிலும் சிற்பத் திறனிலும், ஒரு தனி நிலை எய்தியுள்ளது என்பதைக் கூற லாம்.[1] இச்சிற்பங்களின் விரிவு, 'சோழர் சிற்பங்கள்' என்னும் பிரிவில் விளக்கப்பெறும்.

மாளிகை மேடுர்: இந்த இடம் அரண்மனை இருந்த இட மாகும். இது மிகப்பரந்த இடத்தில் அமைந்துள்ளது. இப்போது இவ்விடம் திருத்திய வயலாக விளங்குகிறது. வயல்களில் ஆங்காங்கு மேடுகள் இருக்கின்றன. அவற்றிலும் வயல்களிலும் உடைந்த மட்பாண்டச் சிதைவுகள் நிரம்பிக் கிடக்கின்றன; செங்கல் 15 அங்குல நீளம், 8 அங்குல அகலம், 4 அங்குல கனம் உடையதாக இருக்கிறது. பெரிய மாளிகை மேட்டைத் தோண்டிக் கற்றூண்கள் எடுக்கப்பட்டுப் புதுச்சாவடிக் குளத்தின் படிக்கட்டுகள் கட்டப்பட்டனவாம். காறைக் கலப்புண்ட செங்கற் சிதைவுகள் நிரம்பக் கிடைக்கின்றன. இம்மேட்டின் கிழக்கில் **செங்கற்சுவர்** நீளமாகப் போவதை இன்றும் காணலாம், வழி நெடுகச் செங்கற்சுவர் தளம் காணப்படுகிறது. பழைய அரண் மனைக் கழிவு நீர்-மழை நீர் செல்ல வாய்க்கால் இருந்தது- ஒருவகைக் கல்லால் ஆகிய மதகின் சிதைவுகள் இன்றும் காணக் கிடைக்கின்றன. கோவிலுக்குப் பின்னே இன்றுள்ள ஓடை புதியது. அதன் இருபுறமும் செங்கற் சுவர்களின் சிதைவுகள் காண்கின் றன. மாளிகை மேடு தெற்க வடக்கில் ஒன்றரை மைல் நீளமுடை யது; கிழக்கு மேற்கில் ஒரு மைல் நீளமுடையது.

பண்டை நகரம்: இராசேந்திரன் அமைத்த புதிய நகரத்தின் நான்கு புறங்களிலும் நான்கு காளிகளை **எல்லைத் தெய்வங்** களாக நிறுத்தினான் போலும்: **மேற்கு வாசல்** காளி கோவில் மூன்று கல் தொலைவில் இருக்கிறது: **வடக்கு வாசல்** காளி

---

* J.M.S. Pillai's 'Solar Koyir Panigal', pp. 44-45.

கோவில் வேலை பார்க்கும் சுப்பிராயப்பிள்ளை (72 வயதுடன் நான் ஒரு மணி நேரம் இம்மேட்டைப் பார்வையிட்டேன்.)

கோவில் இரண்டு கல் தொலைவில் (சலுப்பை என்னும் சிற்றூரில்) உள்ளது; செங்கம் மேடு என்ற கிராமத்தில் இருக்கிறது; **கிழக்கு வாசல்** காளி கோவில் இரண்டு கல் தொலைவில் இருக்கிறது. **தெற்கு வாசல்** காளி கோவில் 2 கல் தொலைவில் (வீரா ரெட்டிதெரு என்னும் கிராமத்தண்டை) இருக்கிறது. அங்குத் **தீர்த்தக் குளம்** (தீர்த்தம் கொடுக்கப் பிரகதீச்சுரர் அங்குப் போதல் வழக்கமாக இருந்ததாம்) இருக்கிறது. இக்குறிப்புகளால், பண்டை நகரம் ஏறத்தாழ நான்கு மைல் சதுர அமைப்புடையதாக இருந்த தென்னலாம்.

சுற்றிலும் சிற்றூர்கள்: கோவிலைச் சுற்றிலும் இரண்டு கல் தொலைவு வரை உள்ள சிற்றூர்களாவன: சுண்ணாம்புக் குழி (கோவில் பணிக்குச் சுண்ணாம்பு தயாரித்த இடம்), கணக்கு விநாயகர் கோவில், பொன்னேரி (சோழகங்க ஏரியைச் சார்ந்த சிற்றூர்), பள்ளி ஓடை, பாகல்மேடு, சலுப்பை, செங்கம்மேடு, முத்து சில்பா மடம், சப் போடை, மண்மலை (இது முக்கால் கல் தொலைவில் உள்ளது; **கோவில் தேர்** இங்குத்தான் இருந்ததாம். அங்கு ஒருமேடு 'தேர்மேடு' என்னும் பெயருடன் இருக்கின்றது.), மெய்க்காவல் புத்தூர், வீரசோழபுரம், வாண தரையன் குப்பம் (இஃது இன்று 'வானடுப்பு' எனப்படுகிறது), குயவன் பேட்டை, தொட்டி குளம், கழனி குளம், உட்கோட்டை (இது 2 கல் தொலைவில் உள்ளது) என்பன. **பரணை மேடு** என்னும் சிற்றூர் கோவிலுக்கு 7 கல் தொலைவில் உள்ளது. அங்கிருந்து பருத்தி மூட்டைகளை அடுக்கிப் பரணை கட்டு விமானக் கல் கொண்டு செல்லப்பட்டதாம்.

சுரங்கம்:- அரண்மனையையும் கோவிலையும் இணைக்கும் **சுரங்கம்** ஒன்று இருந்தது. அதன் உண்மையை இன்று கோவிற்கும் மாளிகை மேட்டிற்கும் இடையில் உள்ள ஓடையிற் காணலாம். செங்கற் சுவர்களுடைய நிலவறைப் பகுதி ஓடையிற் காணப்படுகிறது.

உறை கிணறுகள் முதலியன:- கோவிலுக்கு ஒரு கல் தொலைவு வரை நாற்புறங்களிலும் உறை கிணறுகள் அகப்படு

கோவிற்கு 365 காணி நிலம் இருக்கின்றது. ஒரு காணிக்கு ரூ. 5-10-0 ஆண்டு வருவாய். இங்ஙனம் இருந்தும் தக்க கண்காணிப்பு இன்மையால், வரலாற்றுப் புகழ் பெற்ற இக்கோவில் இழிநிலையில் இருக்கின்றது. இந்நிலை நீடிக்குமாயின், இதன் சிறப்பே அழிந்துபடும் என்பதில் ஐயமில்லை. நல்லறிவும் பக்தியுமுள்ள பெருமக்களிடம் கோவிற் பணியை ஒப்படைத்துக் கோவிலை நன்னிலையில் வைக்கச் செய்தல் அறநிலையப் பாதுகாப்பாளர் கடமையாகும்.

கின்றன. பழைய செங்கற்கள் நிரம்பக் கிடைக்கின்றன; கருங்கற்கள் எடுக்கப்படுகின்றன.

கோவில் கோபுரம்:- இன்று. இடிந்துகிடக்கும் கோபுரம் ஏறத்தாழ 80 அடி உயரமாக இருந்ததாம். அது முழுவதும் கருங்கல் வேலைப்பாடு கொண்டது; மேலே சாந்தாலான கலசங்கள் ஏழு இருந்தனவாம். அக்கோபுரம். அணைக்கட்டிற்குக் கல் வேண்டி 35 ஆண்டுகட்கு முன் வெடி வைத்தபோது இடிந்து விழுந்து விட்டதாம். அச்சிதைவுகள் அப்புறப்படுத்தப்பட்டில: கோவில் திருச்சுற்று முழுவதும் முட்செடிகள் நிறைந்துள்ளன; செருப்பின்றி நடத்தல் இயலாத கேவல நிலையில் உள்ளது.

சோழ கங்கம்

இஃது இராசேந்திரனால் வெட்டப்பட்ட ஏரி. இஃது இப்போது **'பொன்னேரி'** எனப் பெயர் பெற்றுள்ளது. இஃது இப்பொழுது மேடாக இருக்கிறது. ஊருக்கு வடக்கே உள்ள இந்த ஏரி, தெற்கு வடக்காக 16 மைல் நீளமுடையது; உயர்ந்த கரைகளை உடையது. இந்த ஏரிக்கும் கொள்ளிடத்திற்கும் இடையில் அறுபது கல் தொலைவு. அங்கிருந்து பெரிய கால்வாய் ஒன்று வெட்டப்பட்டது. அதன் வழிவந்த நீரே இந்த ஏரியை ஓரளவு நிரப்பியது. மற்றொரு கால்வாய் வெள்ளாற்றிலிருந்து வந்தது. தெற்கும் வடக்கும் இருந்த இக்கால்வாய்கள் இரண்டு ஆறுகளிலிருந்தும் நீரைப் பெய்து வந்தமையால் ஏரி எப்பொழுதும் கடல் போலக் காட்சி அளித்தது. இக்கால்வாய்களின் கரைகள் இன்றும் காணக்கூடிய நிலையில் உள்ளன. இந்த ஏரி நீர் திருச்சிராப்பள்ளி, தென் ஆர்க்காடு கோட்டங்களுக்கு நீரை உதவியதாகும். இதன் பாய்ச்சலால் பயன் பெற்ற விளைநிலங்கள் பலவாகும். ஆனால், இன்று இந்தப் பெரிய ஏரிதன் பழமையை மட்டுமே உணர்த்திக் கிடப்பது வருந்தற்குரியதே. இந்த ஏரி இப்பொழுது காடடர்ந்த இடமாகிவிட்டது. பிற்காலத்தில் படை எடுத்தவர் இதனைப் பாழாக்கினர் என்று ஒரு மரபு கூறப்படுகிறது.[1]

இந்த ஏரி இப்பொழுது புதுப்பிக்கப்படுகிறது: வேலை நடைபெற்று வருகிறது. இது தன் பண்டைய நிலை எய்துமாயின், நாடு செழிப்புறும்.

மலையோ, குன்றோ இல்லாத சமவெளியில் பதினாறு மைல் நீளம் பலமான கரை போடுதல், நீரைத் தேக்குதல், 60 மைல்

---

1. Ind. Ant. IV. p. 274.

நீளமுள்ள கால்வாய் வெட்டி நீரைக் கொணர்தல், என்பன எளிதான செயல்கள் ஆகா. இவ்வரிய செயல்களைச் செய்து முடித்த இராசேந்திரன் நோக்கம், தன் குடிகள் நல்வாழ்வு வாழக் கண்டு தான் இன்புறல் வேண்டும் என்பதொன்றே அன்றோ? இத்தகைய பேரரசனைப் பெற்ற தமிழ்நாடு பேறு பெற்றதே அன்றோ?

அரசன் விருதுகள்

இராசேந்திரன் விருதுப் பெயர்கள் பலவாகும். அவற்றுள் மதுராந்தகன், உத்தம சோழன், விக்கிரமசோழன், வீரராசேந்திரன்[1] என்பன இவன் முன்னோர்க்கும் பின்னோர்க்கும் இருந்த பெயர்கள், இவனுக்கே உரியவை முடிகொண்ட சோழன்.[2] கங்கை கொண்ட சோழன், கடாரம் கொண்டான், **பண்டித சோழன்**[3] என்பன.

அரச குடும்பம்

அரச குடும்பம் பெரும்பாலும் பழையாறையில் இருந்தது போலும்! பழையாறை அக்காலத்தில் 'முடி கொண்ட சோழபுரம்' எனப் பெயர் பெற்று இருந்தது. இராசேந்திரன் முதல் மனைவியான **பஞ்சவன் மாதேவிக்கு** அங்குப் பள்ளிப்படை அமைக்கப் பட்டது.[4] இராசேந்திரனுக்கு மனைவியர் பலர் இருந்தனர். அவருள் பஞ்சவன் மாதேவியார், திரிபுவன மாதேவியார் எனப் பட்ட வானவன் மாதேவியார்[5], முக்கோக்கிழான் அடிகள்[6], வீர மாதேவியார் என்போர் குறிப்பிடத்தக்கவராவர். வீரமாதேவியார் இராசேந்திரனுடன் உடன் கட்டை ஏறினவர் ஆவர்[7]. இப்பேரரசற்குப் பிள்ளைகள் பலர் இருந்தனர். அவர் நமக்குத் தெரிந்த வரை **இராசாதிராசன், இராசேந்திரதேவன், வீர ராசேந்திரன்** என்போர் ஆவர். இம்மூவருள் சடாவர்மன் சுந்தர சோழன் ஒருவனா அல்லது வேறானவனா என்பது விளங்கவில்லை. **பிரானார் எனப்படும் அருமொழி நங்கை** ஒரு பெண்; **அம்மங்கா தேவி** ஒரு பெண், அருமொழிநங்கை இராசாதிராசன் ஆட்சி முற்பகுதியில் திருமழபாடிக் கோவிலுக்கு விலை உயர்ந்த முத்துக்குடை அளித்திருக்கிறாள்.[8] இராசராசன் மகளான குந்தவ்

---

1. 61 of 1914.
2. காவிரியின் கிளையாறு 'முடிகொண்டான்' என்னும் பெயரை உடையது. அஃது இவனால் வெட்டப்பட்டது போலும்!
3. S.I.I. Vol. 3, No. 127.
4. 271 of 1927
5. 624 of 1920
6. 73 of 1921.
7. 260 of 1915
8. 71 of 1920.

வைக்கும் சாளுக்கிய விமலாதித்தற்கும் பிறந்த **இராசராச நரேந்திரன்** என்பவன் இராசேந்திரன் மகளான அம்மங்கா தேவியை மணந்துகொண்டான். இவ்விருவர்க்கும் பிறந்தவனே பிற்காலப் பேரரசனான **முதற் குலோத்துங்கன்.**

இராசேந்திரன் தாய் வானவன் மாதேவி என்பவள். இராசேந்திரன் தன் தாய்க்கு ஒரு படிவம் செய்தான்; அதை நாகப்பட்டினத்தைச் சேர்ந்த ''செம்பியன் மாதேவி'' என்னும் ஊரில் உள்ள கோவிலில் நிறுவினான்; அதை வழிபடற்குரிய தானங்கள் அளித்தான்.[1] இறந்தவரைக் கோவிலில் வழிபட ஏற்பாடு செய்தல் பெரிதும் வழக்கமில்லை. இந்த அம்மை சிறந்த சிவபக்தி உடையவளாய் இருந்தமையால், இவள் வடிவம் வழிபடப்பட்டது போலும்!

இராசராச விசயம்

இந்நூல் இராசராசனைப் பற்றியதுபோலும்; இந்நூல் விசேட காலங்களில் படிக்கப்பட்டது. இதனை அரசற்குப் படித்துக் காட்டியவன் நாராயணன் பட்டாதித்தன் என்பவன். அரசன் அவனுக்கு நிலம் அளித்துள்ளான்.[2] இந்நூல் இப்பொழுது கிடைக்கவில்லை. இஃது இருந்திருக்குமாயின், இராசராசன் வரலாற்றை விரிவாக அறிந்து இன்புறக் கூடுமன்றோ?

அரசன் ஆசிரியர்

இராசராசன் காலத்தில் பெரிய கோவிலில் இருந்த சர்வசிவ பண்டிதர் இராசேந்திரன் பெருமதிப்புக்கு உரியவராக இருந்தார். அவரும் அவருடைய சீடர்களும் எந்த நாட்டில் இருந்தபோதிலும் கொடுக்கும்படி ஆசாரிய போகமாக ஆண்டுதோறும் நெல் அளப்பதற்கு ஆணை பிறப்பிக்கப்பட்டது.[3] லகுலீச பண்டிதல் என்பவர் மற்றோர் ஆசிரியர்.[4] அவர் சைவத்தின் ஒரு பிரிவாகிய காலாமுக சமயத்தைச் சேர்ந்தவர். இச்சமயத்தவர் பலர் பண்பட்ட பண்டிதராக அக்காலத்தில் விளங்கினர். அவர்களே சில அறநிலையங்களைப் பாதுகாத்து வந்தார்கள்.

பௌத்த விஹாரம்

இராசராசன் காலத்தில் நாகப்பட்டினத்தில் கட்டத் தொடங்கிய பௌத்த விஹாரம் இராசேந்திரன் காலத்தில் சிறப்புற்று இருந்தது. அது முன் சொன்ன ஸ்ரீ விசய நாட்டு அரசனான சைலேந்திர மரபைச் சேர்ந்த மாரவிசயோத்துங்கவர்மன் கட்டிய

---

1. 481 of 1925
2. 120 of 1931.
3. S.I.I. Vol. 2, No. 20.
4. 271 of 1927.

தாகும். அவன் நாட்டுப் பௌத்தர் நாகையில் தொழுவதற் கென்றே அது கட்டப்பட்டது. அவன் வேண்டகோட்க இசைந்து இராசராசன் இடம் தலைவன். இவனும் இராசராசன் காலத்தவன். **இவன் மகனான மாராயன் அருள்மொழி ஒருவன். இவன். இராசேந்திரன் கி.பி. 1033-இல் கோலாரில் பிடாரி கோவில்** ஒன்றை எடுப்பித்தபொழுது உடன் இருந்து ஆவன செய்தவன்.⁵ இவன் உத்தம சோழப் பிரம்மராயன்' என்னும் பட்டம் பெற்றவன். அரசன் அவரவர் தகுதிக்கேற்பப் பட்டங்களை அளித்து வந்தான்; அமைச்சர், தானைத்தலைவர் முதலிய உயர் அலுவலாளர்க்குத் தனது பட்டத்துடன் அல்லது விருதுடன் 'மூவேந்த வேளான்' என்பதைச் சேர்த்து அளித்துவந்தான்; வேறு துறையிற் சிறந் தார்க்கு 'மாராயன், பேரரையன்' என்பனவற்றை அளித்தான். 'வாச்சிய மாராயன், ' 'நிருத்தப் பேரரையன்' போன்றன கல்வெட்டு களிற் பயில்வனவாகும்.

இராசராசன் தமக்கையான குந்தவ்வையார் கணவனான 'வல்லவரையர் வாண்டிய தேவர்' என்பவன் வட ஆர்க்காடு கோட்டத்தில் பிரமதேசத்தைச் சுற்றியுள்ள பகுதிக்குத் தலைவ னாக இருந்தான். இவனுடைய வேறொரு மனைவி குந்தள தேவி என்பவள்; மற்றொருத்தி குந்தா தேவியார் என்பவள். குந்தவ்வைப் பிராட்டியார் பழையாறையில் இருந்த அரண்மனை யிலேயே இருந்தவர்². இவ்வல்லவரையன் சாமந்தர் தலைவன் (பெரிய சேனாதிபதி) போலும்! இவன் பெயர்கொண்ட நாடு சேலம் வரை பரவி இருந்தது.³

தென் ஆர்க்காடு கோட்டத்தில் திருக்கோவலூரைச் சார்ந்த மலைநாட்டுப் பகுதிக்கு **யாதவ பீமன்** என்ற உத்தமசோழ மிலா டுடையார் கி.பி. 1016-இல் சிற்றரசனாக இருந்தான்.⁴ கி.பி. 1023-4-இல் கங்கை கொண்ட சோழ மிலாடுடையார் என்பவன் காளத்தியில் உள்ள கோவிலுக்கு விளக்கிட்டதைக் கல்வெட்டு ஒன்று குறிக்கிறது.⁵ சங்காள்வார் என்பவர் மைசூரை ஆண்ட சிற்றரசர். **கொங்காள்வார்** என்பவர் சிற்றரசர் ஆவர்.⁶ ஆண்டுகள் செல்லச் செல்லக் கொங்காள்வார் தம்மைச் சோழர் மரபினர் என்றே கூறலாயினர்; அங்ஙனமே சில தெலுங்கு – கன்னட மரபினரும் கூறிக்கொண்டனர்.

---

1. 480 of 19¹⁷   2. 350 of 1907; 639 of 1909.   3. 157 of 1915.
4. 20 of 1903.   5. 291 of 1904.
6. Ep. Carnataka, Vol. I, Int. 12-13; Vol V, Int. 7

படைகள்

அரசனிடம் யானைப் படை, குதிரைப் படை, காலாட் படைகள் இருந்தன; தேர்ப்படை இல்லை. தேர் இருந்ததாக ஒரு கல்வெட்டிலும் குறிப்பில்லை. எந்த வீரனும் போர்க்களத்தில் தேரைச் செலுத்தி வந்தான் என்னும் குறிப்பே இல்லை. அரசராயினார் யானை அல்லது குதிரைமீது இருந்து போர் செய்தனர் என்பதே காணப்படுவது. காலாட்படை 'கைக்கோளப் பெரும் படை' எனப்பட்டது. ஒவ்வொரு படையும் பல பிரிவுகளாகப் பிரிக்கப்பட்டிருந்தது. 'வில்லிகள், வாள்பெற்ற கைக்கோளர்' என்னும் பெயர்கள் கல்வெட்டுகளிற் காண்கின்றன. இவற்றால், போரில் வில், அம்பு, வேல், வாள் முதலியனவே பயன்பட்டன என்பது அறியக் கிடக்கிறது. படைகள், வென்று அடக்கிய நாடுகளில் எல்லாம் நிறுத்தப்பட்டு இருந்தன. **சோழர் கடற்படை** குறிப்பிடத்தக்க சிறப்புடையது; கடல் கடந்து சுமத்ரா, மலேயா முதலிய நாடுகட்கும் படைவீரரைக் கொண்டு சென்றது; கடல் வாணிகத்தைப் பெருக்கி வளர்த்த பெருமை பெற்றது.

காசுகள்

இராசேந்திரன் காலத்து அரசியற் செய்திகள் 'சோழர் அரசியல்' என்னும் பகுதியிற் காண்க. இவன் தன் பெயரால் காசுகளை அச்சிட்டு வழங்கினான். அவை 'இராசேந்திரன் **மாடை'** எனவும், 'இராசேந்திர சோழக் **காசு'** எனவும் கல்வெட்டுகளிற் கூறப்பட்டுள்ளன.

கல்வித்துறை-தமிழ்

இராசேந்திரன் **'பண்டித சோழன்'** எனப் பெயர் பெற்றவன். அதனால் இவன் தமிழில் சிறந்த புலமை எய்தியவனாதல் வேண்டும். இவனுடைய 'மெய்ப்புகழ்' பல கல் வெட்டுகளில் சிறந்த புலமை உணர்ச்சியுடன் வரையப்பட்டுள்ளது. அதனால் இவனது அவையில் தமிழ்ப்புலவர் சிலரேனும் இருந்திருத்தல் வேண்டும் என்பது தெரிகிறது. யாப்பருங்கலம், காரிகை என்பன செய்த **அமிதசாகரரும்** இவற்றுக்கு உரை வகுத்த **குணசாகரரும்** இக்காலத்தவர் எனக் கூறலாம். சிறந்த சிவனடியாரான **கருவூர்த் தேவர்** இக்காலத்தவரே ஆவர். இராசேந்திரன் மகனான வீரராசேந்திரன் தமிழ்ப் புலமை பெற்றவன். அவன் பெயரைக் கொண்ட 'வீரசோழியம்' செய்த **புத்தமித்திரர்** இக்காலத்தவரே. திருமுறை வகுத்த நம்பியாண்டார் நம்பியையும் இராசேந்திரன் பார்த்திருத்தல் கூடியதே.

வடமொழி

இராசேந்திரனைப் பற்றிய வடமொழிப் பட்டயங்களும் கல்வெட்டுகளும் காவிய நடையில் அமைந்தவை. சிறப்பாகத் திருவாலங்காட்டுச் செப்பேடுகளை வரைந்த **நாராயண கவி** சிறந்த வடமொழிப் புலவர் ஆவர். தென் ஆர்க்காட்டுக் கோட்டத்தில் **எண்ணாயிரம்** என்பது ஓர் ஊர் - அஃது 'இராசராசச் சதுர்வேதி மங்கலம்' எனப்பட்டது. அங்கொரு பெரிய **வடமொழிக் கல்லூரி** நடந்துவந்தது. அதைப்பற்றிய விவரங்களும்[1] பிறவும் சோழர் காலத்துக் கல்வி நிலை' என்னும் பகுதியிற் பார்க்க இங்ஙனமே **'திரிபுவனை'** என்னும் இடத்திலும் வடமொழிக் கல்லூரி நடந்து வந்தது.[2] அதன் விவரங்களும் ஆண்டுக் காண்க.

அரசன் சிறப்பு

இராசராசன் சோழப் பேரரசை நிலைநிறுத்தினான்; இராசேந்திரன் அதனை மேலும் வளப்படுத்தினான். கடல் கடந்து வெற்றி பெற்றான்; சோழர் புகழை நெடுந்தூரம் பரப்பினான். இராசராசன் கோவில் கட்டித் தன் பக்திப் பெருமையை நிலைநாட்டினான்; இராசேந்திரனும் அதனைச் செய்ததோடு, புதிய நகரையும் வியத்தகு பெரிய ஏரியையும் அமைத்தான். இராசராசன் சிவபக்தனாக இருந்தது போலவே இவனும் இருந்துவந்தான்; தந்தையைப் போலவே பிற சமயங்களையும் மதித்து நடந்தான்; கடல் வாணிகம் பெருக்கினான். இவனது செப்புச் சிலை ஒன்று தஞ்சைப் பெரிய கோவிலில் இருக்கின்றது. இராசேந்திரன் எல்லாச் சமயங்களிடத்தும் பொதுவாக நடந்துகொண்டான். இவன் தனது 24-ஆம் ஆட்சி ஆண்டில், சேர அரசனான இராசசிம்மன் திருநெல்வேலி கோட்டத்தில் மன்னார் கோவிலில் கட்டிய **இராசேந்திர சோழ விண்ணகர்க்கு** நிலதானம் செய்துள்ளான்.[3] இப்பேரரசன் ஒப்புயர்வற்ற நிலையில் அரசாண்டு கி.பி. 1044-இல் விண்ணக வாழ்வை விழைந்தான்.

7. இராசேந்திரன் மக்கள்

(கி.பி. 1044-1070)

முன்னுரை

பேரரசனான இராசேந்திர சோழற்குப்பின் அவன் மக்கள் மூவரும் அடுத்தடுத்து அரசராயினர்; தங்கள் ஆட்சிக் காலத்தில்

---

1. 333 of 1917, M.E.R. 1918, p. 147; 343 of 1917   2 176 of 1919.
3. 112 of 1905.

தந்தை விட்ட பேரரசை நிலைநிறுத்தி ஆண்டனர்; அதனை நிலைநிறுத்தப் பல போர்கள் செய்தனர். அவற்றுள் குறிப்பிடத் தக்கவை மேலைச் சாளுக்கியருடன் நடத்திய போர்களே ஆகும். கொடிய போர் ஒன்றின் இடையில் இராசாதிராசன் கொல்லப் பட்டான்; உடனே சோழர் படை தளர்ந்தது. அவ்வமயம் பின் இருந்த இராசேந்திரசோழ தேவன் (இராசாதிராசன் தம்பி) அப் போர்க்களத்திற்றானே முடிசூடி வீராவேசத்துடன் போராடிப் போரை வென்றான். இங்ஙனம் நடைபெற்ற வடநாட்டுப் போர்கள் ஒரு பாலாகத் தெற்கே இலங்கை அரசன், பாண்டியன், சேரன் ஆகிய மூவரும் ஒன்று சேர்ந்து தத்தம் சுயாட்சியை நிலைநிறுத்தக் கலாம் விளைத்தனர். இத்தகைய குழப்ப நிலைகளை இம்மக்கள் மூவரும் அவ்வப்போது அடக்கிப் பேரரசு நிலை தளராதவாறு பாதுகாத்தனர்; இறுதியில் கீழைச் சாளுக்கியர் உதவியையும் பேரரசின் பலத்துடன் கலந்து பின்னும் ஒரு நூற்றாண்டு சோழப் பேரரசு நிலைத்திருக்க வழி தேடினர்; அஃதாவது **சாளுக்கிய சோழ இராசேந்திரன்** எனப்பட்ட **முதற் குலோத்துங்கன்** சோழப் பேரரசைப் பெறச் செய்தனர்.

ஆட்சி முறை

இராசேந்திரன் முதலியோர் ஆண்ட ஆண்டுகளை வரையறை செய்து பேராசிரியர் நீலகண்ட சாஸ்திரியார் அவர்கள் இங்ஙனம் கூறியுள்ளனர்.[1]

1. இராசகேசரி – **இராசாதிராசன்** கி.பி. 1018-1054.

2. பரகேசரி - இராசேந்திர சோழ தேவன் கி.பி. 1052-1064. (இவன் மகன் **இராசகேசரி - இராசமகேந்திரன்** தந்தை காலத்தில் (கி.பி. 1060-1063) இளவரசனாக இருந்து இறந்தான்.

3. இராசகேசரி – **வீர ராசேந்திரன்** கி.பி. 1063-1069. (இவனுக்கு 'வீரசோழன் கரிகாலசோழன்' என்னும் பெயர்கள் உண்டு.)

4. பரகேசரி-**அதிராசேந்திரன்** கி.பி. 1069-1070 (இவன் வீரராசேந்திரன் மகன்).

இராசாதிராசன்
(கி.பி. 1018-1054)

இராசாதிராசன் தன் தந்தையுடன் 26 ஆண்டுகள் சோழப் பேரரசை ஆட்சி புரிந்தான். தந்தை காலத்தில் நடைபெற்ற

---

1. Vide his 'Cholas', Vol 1, p 293.

எல்லாப் போர்களிலும் கலந்து கொண்டான்; தந்தைக்குப் பெரும் புகழ் தேடி வைத்தான்; தந்தை இறந்தவுடன் தான் அரசனானான். உடனே தன் தம்பியான இராசேந்திரசோழ தேவனை இளவரசனாக முடிசூட்டினான்.

சாளுக்கியப் போர்

(1) இராசேந்திரன் இறக்குந் தறுவாயில் அல்லது இறந்தவுடன் கி.பி. 1044-5-இல் சோழர்க்கும் சாளுக்கியர்க்கும் போர் நடந்தது. இராசாதிராசன், அப்போரில், சாளுக்கியர்க்கு உதவியாக வந்த சிற்றரசர் பலரையும் சாளுக்கியர் சேனையையும் முற்றிலும் முறியடித்தான்; **காம்பிலி,** நகரத்தில் இருந்த சாளுககியர் அரண்மனையையும் அழித்தான்.[1]

(2) கிருஷ்ணையாற்றின் இடக்கரையில் 'பூண்டூர்' என்னும் இடத்தில் கடும்போர் நடந்தது. அப்போரில் சோமேசுவரனுடைய சிற்றரசர் பலரும் பெண்டுகளும் சிறைப்பட்டனர். பூண்டூர் அழிக்கப்பட்டது; கழுதைகளைக் கொண்டு உழப்பட்டது; 'மண்ணந்திப்பை' என்ற இடத்திருந்த அரண்மனைக்குத் தீ வைக்கப்பட்டது; புலிக்கொடி பொறித்த வெற்றித்தூண் நடப்பட்டது.[2]

கொப்பத்துப் போர் (கி.பி. 1054)

இராசாதிராசனுக்கும் ஆகவமல்லனான சோமேசுவரனுக்கும் கிருஷ்ணையாற்றின் வலக்கரையில் **'கொப்பம்'** என்னும் இடத்தில் கொடிய போர் நடந்தது. **'கொப்பம்'** இப்பொழுதுள்ள **'கித்ராபூர்'** என்பர். இருதிறத்தாரும் வன்மையுடன் போர் புரிந்தனர். இராசாதிராசன் முன்னணியில் நின்று போர் புரிந்தான். பகைவர் அவனையே குறிபார்த்து அம்புகளை ஏவினர். அதிகம் அறைவதேன்? அவன் ஏறியிருந்த பட்டத்து யானை இறந்தது; பெருவீரனான இராசாதிராசன் பகைவர் அம்புகட்கு இலக்காகி இறந்தான். உடனே பகைவர் வெற்றி முழக்கத்துடன் முன் பாய்ந்தனர்; நிலை கலங்கிய சோழ வீரர் பின் பாய்ந்தனர். அந்த அலங்கோல நிலையைக் கண்டு பின் நின்ற **இராசேந்திரசோழ தேவன்** ''அஞ்சேல், அஞ்சேல்'' என்று கூவிக் கொண்டு முன் பாய்ந்தான்; சோழ வீரர் ஒன்றுபட்டனர்; வீராவேசம் கொண்டனர்; பழிக்குப் பழி வாங்கும் எண்ணத்துடன் போர் புரிந்தனர். முன் போலவே சாளுக்கியர் இராசேந்திர சோழ தேவனை வீழ்த்தப் பல அம்புகளை எய்தனர். எனினும், பயனில்லை. சோழவேந்தன், சாளுக்கிய அரசன் உடன்பிறந்தானான ஜயசிம்மனையும், புலிகேசி,

1. S.I.I. Vol. 3, No. 28. 2. 6 of 1890, 221 of 1894, 81 of 1895.

தசபன்மன், நன்னி நுளம்பன் முதலியோரையும் கொன்றான். பகைவனைச் சேர்ந்த சிற்றரசர் வன்னிரேவன், பெரும்படை யுடைய துத்தன், குண்டமையன், இளவரசர் சிலர், சாளுக்கிய ஆகவமல்லன் முதலியோர் போர்க்களம் விட்டு ஓடினர். பகை வருடைய யானைகள், குதிரைகள், ஒட்டகங்கள், பன்னிக்கொடி, விலைமதிப்பற்ற சத்தியவ்வை, சாங்கப்பை முதலிய அரச மாதேவியர், உயர்குலப் பெண்மணிகள்,[1] பிற பொருள்கள் எல்லாம் இராசேந்திர சோழன் கைக்கொண்டான். உடனே இராசேந்திரன் அதுகாறும் எவரும் செய்யாத ஒன்றைச் செய்தான். அஃதாவது, பகைவர் அம்புகளால் உண்டான புண்கள் உடம்பில் இருந்த அப்பொழுதே போர்க்களத்தில் சோழப் பேரரசனாக முடிசூடிக் கொண்டான்.[2] பின்னர் இராசேந்திரன் கோல்ஹாப்பூர் சென்று, அங்கே **வெற்றித்தூண் ஒன்றை** நாட்டிக் கங்கை கொண்ட சோழபுரம் மீண்டான்.[3]

இராசாதிராசன் யானைமேல் இருந்தபொழுது இறந்ததால், **'யானைமேல் துஞ்சிய தேவர்'** எனப் பெயர் பெற்றான்; இங்ஙனமே தன் பின்னோர் கல்வெட்டுகளிற் குறிப்பிடப்பட்டான்.

குடும்பம்

இராசாதிராசன் பூர்வ பங்குனியிற் பிறந்தவன்.[4] இவன் கங்கை கொண்ட சோழ புரத்திலிருந்து அரசாண்டான். இவன் மனைவியருள் பிராட்டியார் எனப்பட்ட திரைலோக்கியமுடை யார் ஒருவர். மற்றவர் பெயர்கள் தெரியவில்லை. இவன் தன் சிற்றப்பன், தம்பியர், **மக்கள்** இவர்களை அரசியல் அலுவலாள ராக வைத்திருந்தான் என்ற இவனது மெய்ப்புகழ் கூறுகிறது. இஃது உண்மையாயின், இவனுக்கு மக்கள் இருந்தனர் என்பது தெரிகிறது.[5] அவர்கள் யாவர்-என்ன ஆயினர் என்பன விளங்க வில்லை.

விருதுப் பெயர்கள்

இராசாதி ராசன்-விசயராசேந்திரன் (கலியாணபுரத்திற் கொண்ட பெயர்), வீர ராசேந்திரவர்மன், ஆகவமல்ல குலாந்தகன், கலியாணபுரம் கொண்ட சோழன் முதலிய பெயர்களைப் பெற்றிருந்தான்.[6]

---

1. போர்க்களத்திற்கு அரசமாதேவியரும் உயர்குலப் பெண்டிரும் போதல் மரபு என்பது இதனாற் தெரிகிறதன்றோ?
2. 87 of 1895
3. S.I.I. Vol. 3, No. 55; Vol. 2, p. 304; 87 of 1895.
4. 258 of 1910.
5. S.I.I. Vol. 3, No. 28
6. 78 of 1920, 188 of 1919, 258 of 1910.

சிற்றரசரும் அரசியலாரும்

இராசாதிராசன் காலத்தில் சிற்றரசராகவும் பேரரசின் உயர் அலுவளாளராகவும் பலர் இருந்தனர். **'தண்டநாயகன்** சோழன் குமரன் பராந்தகமாராயன்' எனப்பட்ட 'இராசாதிராச நீலகங்க ராயர்' என்பவன் ஒருவன்.[1] 'பஞ்சவன் மாதேவி யார்' என்பவள் கணவனான 'பிள்ளையார் சோழ வல்லப தேவன்' ஒருவன். கடப்பைக்கோட்டத்தில் 'மகாராசப்பாடி ஏழாயிரம்' ஆண்டதண்ட நாயகன் அப்பிமையன் என்பவன் ஒருவன்.[2] 'பிள்ளையார் வாசு வர்த்தன தேவர்' எனப்பட்ட சாளுக்கிய இராசராசன் ஒருவன்.[3] அவன் மனைவியே இராசேந்திரன் மகளும் இராசாதிராசன் தங்கையுமான அம்மங்கா தேவி என்பவள். அவள் கி.பி. 1050-இல் திருவையாற்றுக் கோவிற்கு வேங்கிநாட்டுப் பொற்காசுகளான 'இராசராச மாடைகள்' 300 தானம் செய்தாள்.[4] **சேனாபதி** இராசேந்திர சோழ மாவலி வாணராயர் என்பவன் ஒருவன். 'உல களந்த சோழப் பிரம்ம மாராயன்' ஒருவன். இவன் 'அதிகாரிகள் பாராச்ரயன் வாசுதேவ நாராயணன்' எனவும் பெயர் பெற்றவன். இவன் இராசாதி ராசன் 'குருதேவன்' எனப்பட்டான்.[5] 'உலகளந் தான்' என்பதால், இராசாதிராசன் காலத்திலும் நிலம் அளக்கப்பட் டிருக்கலாம் என்பது பெறப்படுகிறது. திருக்கழுக்குன்றம், இராசாதி ராசன் 26-ஆம் ஆட்சி ஆண்டில் 'உலகளந்த சோழ புரம்' எனப் பட்டது.[6]

குணச்சிறப்பு

இராசாதிராசன் தனது வாழ்க்கையைப் போர்களிலேயே கழித்தான் என்னல் மிகையாகாது; தந்தையோடு கழித்த ஆண்டுகள் 26; தனியே அரசனாகக் கழித்த ஆண்டகள் 10; ஆக 36 ஆண்டுகள் போர்களிலே கழிந்தன. இவன் பிறவியிலேயே போர் வீரனாகத் தோன்றியவன் போலும்! இப்பெரு வீரனது போர்த் திறனாற்றான் சோழப் பேரரசு நிலைத்து நின்றதென்னல் மிகையாகாது. இவனது பேராற்றலை இளமையில் உணர்ந்தே இராஜேந்திர சோழன், மூத்தவனை விட்டு இவனைத் தன் இளவர சாகக் கொண்டான். இவன் தன் தந்தையின் காலத்திலேயே நிகரற்ற பெரு வீரனாக விளங்கினவன். இவனுடைய கல்வெட் டுகள் **'திங்களேர் பெறவளர்' 'திங்களேர் தரு'** என்ற தொடக்கம் உடையவை.

---

1. 102 of 1912.
2. 85 of 1920.
3. 279 of 1895
4. 221 of 1894
5. 413 of 1902
6. 172 of 1894.

இராசேந்திர சோழ தேவன்

(கி.பி. 1052-1064)

இளவரசன்

இராசேந்திர சோழ தேவன் கி.பி. 1044லேயே இளவரசன் ஆனான்; அன்றுமுதல் தன் தமையனான இராசாதிராசனுடன் அரசியலைக் கவனித்து வந்தான். இவன் 'பரகேசரி' என்னும் பட்டமுடையவன்.

முடி அரசன்

கி.பி. 1054-இல் நடந்த கொப்பத்துப் போரில் இராசாதிராசன் இறந்தான்; உடனே இராசேந்திரன் அங்கு வீராவேசத்துடன் போர் செய்து, பகைவர் சேனையை அழித்து ஆட்களையும் பொருள்களையும் கவர்ந்து, அவ்விடத்திற்றானே முடிசூடிக்கொண்டான் என்பது முன்னரே கூறப்பட்டதன்றோ?

ஈழப்போர்

கி.பி. 1055-இல் வெளியான இராசேந்திரன் கல்வெட்டுகள்[1] 'இராசேந்திரன் ஈழத்திற்குப் பெரும்படை ஒன்றை அனுப்பினான். அப்படை வீரசலாமேகனை வென்று, ஈழத்தரசனான மானா பரணனுடைய புதல்வர் இருவரைச் சிறைப்படுத்தியது' என்று கூறுகின்றன. ஈழநாடு இவனது ஆட்சிக்கு உட்பட்டிருந்தது என்பதற்குச் 'சங்கிலி கனதராவ' என்னும் இடத்திற் கிடைத்த இராசேந்திரன் கல்வெட்டே சான்று பகரும்.[2] இலங்கையிற் கிடைத்த சோழர் காசுகளில் இராசாதிராசன். இராசேந்திரதேவன் இவர்தம் காசுகள் கிடைத்துள்ளன.[3] இவற்றால் ஈழநாட்டின் பெரும் பகுதி சோழப் பேரரசிற்கு உட்பட்டிருந்த தென்பது வெள்ளிடை மலை. ரோஹணம் என்னும் தென் கோடி மாகாணமே தனித் திருந்தது.

'கித்தி' என்பவன் கி.பி. 1058-இல் 'விசயபாகு' என்னும் பெயருடன் ரோகண மாகாணத்தரசனாகிச் சோழருடன் போரைத் துவக்கினான். இராசேந்திர தேவன் காலத்தில் அவன் முயற்சி பயன் பெறாது போயிற்று.[4]

---

1. S II Vol. 3, No. 29 2. 612 of 1912
3. Codrington's 'Ceylon coins', pp. 84-85.
4. Maha Vamsa, Chapter 57, S. 65-70.

1. முதற் குலோத்துங்கன்
(கி.பி. 1070 - 1122)
குலோத்துங்கன் பட்டம் பெற்ற வரலாறு
(கி.பி. 1070)

பிறப்பும் இளமையும்

இராசேந்திர சோழன் மகளான அம்மங்காதேவி இராசராச நரேந்திரனை மணந்து, கி.பி. 1043-ஆம் ஆண்டில் பூச நாளில் ஒரு மகனைப் பெற்றாள்.[1] அவனுக்குத் தாய்-பாட்டன் பெயரான **'இராசேந்திரன்'** என்பது இடப்பட்டது. அவன் சாளுக்கிய மரபுக்கு ஏற்ப 'ஏழாம் விஷ்ணுவர்த்தனன்' என்று பெயர் பெற்றான்.[2]

குடும்ப நிலை

இராசராச நரேந்திரனது சிறிய தாய் மகனான (தந்தையான விமலாதித்தற்குப் பிறந்த) **ஏழாம் விசயாதித்தன்** என்பவன் இருந்தான். இராசராச நரேந்திரன் கி.பி. 1018 முதல் 1059 வரை (11 ஆண்டுகள்) வேங்கி நாட்டை அரசாண்டான். அப்பொழுது விசயாதித்தன் அவனுக்கு உதவியாக இருந்து நாட்டை ஆண்டு வந்தான். அவனுக்குச் 'சக்திவர்மன்' என்னும் மகன் இருந்தான். குலோத்துங்கன் இளவரசுப் பட்டம் பெற்றுத் தந்தையுடன் இருந்தான்.

குழப்பம்

கி.பி. 1060-இல் இராசராசன் இறந்தான். ஆனால் இளவரசுப் பட்டம் பெற்ற குலோத்துங்கன் நாடாளக் கூடவில்லை. அவன் தன் சிறிய தந்தையிடம் நாட்டை ஒப்புவித்து வடக்கு நோக்கிச் சென்றான்; வயிராகரம், சக்கரக்கோட்டம் முதலிய இடங்களைக் கைப்பற்ற முனைந்தான். மேலும், அவனது எண்ணம் முழுவதும் சோழப் பேரரசின் மீதே இருந்தது. இதற்கிடையில் ஆறாம் விக்கிர மாதித்தன் வேங்கியைக் கைப்பற்றச் சாமுண்டராயனைப் பெரும் படையுடன் அனுப்பினான். இதனை உணர்ந்த வீரராசேந்திரன் கூடல் சங்கமத்திலிருந்து நேரே சென்று பகைவரை வென்று வேங்கியை மீட்டு விசயாதித்தனிடம் கொடுத்தான். இது சென்ற பகுதியிலே கூறப்பட்டதன்றோ?

---

1. S.I.I. Vol. 6, No. 167.
2. Ibid, No. 201.

அதிராசேந்திரன்

வீரராசேந்திரன் கி.பி. 1069-1070-இல் இறந்தான். அவன் மகனான அதிராசேந்திரன் **பரகேசரி** என்னும் பட்டத்துடன் அரசன் ஆனான். அவனை அரசனாக்கிய பெருமை சாளுக்கிய விக்கிரமாதித்தற்கே உரியது. அவன் வீரராசேந்திரன் இறந்தவுடன் காஞ்சிக்கு வந்தான்; பின் கங்கைகொண்ட சோழபுரம் சென்றான்; தன் மைத்துனனான அதிராசேந்திரற்கு முடிசூட்டி ஒரு திங்கள் தங்கி இருந்தான்; பிறகு தன் மைத்துனன் அச்சமின்றி நாடாள் வான் என்று எண்ணித் தன் நாடு மீண்டான்.

முடிசூடல்

அவன் சென்ற பிறகு சோணாட்டில் குழப்பம் உண்டா யிற்று. அக்குழப்பத்தில் அதிராசேந்திரன் கொல்லப்பட்டான். நாடு அல்லலுற்றது. இதனை அறிந்த குலோத்துங்கன்-வேங்கிக் கும் வடக்கே சக்கரக் கோட்டத்தில் போரிட்டிருந்த குலோத் துங்கன் சோழநாட்டை அடைந்தான்; கி.பி. 1070-இல் கங்கை கொண்ட சோழபுரத்தில் **சோழப் பேரரசனாக** முடிசூடிக் கொண் டான்;* வேங்கி நாட்டைத் தன் சிறிய தந்தையான ஏழாம் விசயா தித்தன் ஆட்சியில் விட்டான்.

போர்கள்

சக்கரக் கோட்டம்

வீரராசேந்திரனது இறுதிக் காலத்தில் முதற் குலோத்துங்கன் பெரும் படையுடன் வேங்கிக்கு வடக்கே சென்றான்; நடு மாகாணத்திலுள்ள 'வயிராகரம்' என்ற ஊரில் எண்ணிறந்த யானை களைக் கைப்பற்றிக்கொண்டு அவ்வூரை எரியூட்டினான்[1]; தாரா வர்ஷனைப் போரில் வென்று தனக்குத் திறை செலுத்தும்படி செய்தான். 'சக்கரக் கோட்டம்' என்பது இப்பொழுது 'சித்திரகூடம்' என்பது. இது நடு மாகாணத்தில் ஜகதல்பூருக்கு மேற்கே 25 கல் தொலைவில் உள்ளது. குருஸ்பால் என்ற இடத்துக் கல்வெட்டு,

---

* முதற் குலோத்துங்கன் சோழ அரசன் ஆதற்கு முன் வரை அவனைப் பற்றிய வரலாற்றை வேங்கிக் கல்வெட்டுகள் ஒருவாறு கூறும்; விக்ரமாங்க தேவசரிதம் ஒருவாறு கூறும்; கலிங்கத்துப் பரணி ஒருவாறு கூறும். இவை அனைத்தையும் விளக்கித் தடை விடைகளை விரித்து வரைந்தார் சிலராவர். அவருள் பேராசிரியர் **கே.ஏ. நீலகண்ட சாஸ்திரியார்** வரைந்துள்ள முடிபே பாராட்டத்தக்கது.

Vide his 'Cholas' Part I, pp 335-358.

1. S.I.I. Vol. 3, No. 68, K. Parani, K. 239.

'சக்கரகூடா தீசுவரனும்..... .... தாராவர்ஷ நாமோ நரேசுவரா'[1] என்று குறிப்பதால், தாராவர்ஷன் சக்கரக் கோட்டத்தரசனே என்றல் மெய்யாதல் காண்க.

சாளுக்கியருடன் போர்

இஃது ஆறாம் விக்கிரமாதித்தற்கும் முதற் குலோத்துங் கற்கும் நடந்த போராகும். இது கி.பி. 1076-இல் நடந்தது. தன் மைத்துனனான அதிராதசேந்திரன் கொல்லப்பட்டான்; குலோத் துங்கன் சோழப் பேரரசன் ஆனான் என்பதைக் கேள்வியுற்ற விக்கிரமாதித்தன் கலங்கினான்; சோழப்பேரரசும் வேங்கி நாடும் ஒரே அரசன் ஆட்சிக்கு மாறியது தனக்கு நன்மை யன்று என்பதை எண்ணிப் புழுங்கினான். அவ்வமயம் விக்கிரமாதித்தற்கும் அவன் தமையனான இரண்டாம் சோமேசுவரற்கும் மனத்தாங்கல் மிகுதிப் பட்டது. அதனால், விக்கிரமாதித்தன் கலியாணபுரத்தை விட்டுத் தம்பியான ஜயசிம்மனுடன் வெளியேறினான்.[2] அதனால் இரட்ட பாடி இரு பகுதிகள் ஆயின. ஒன்று சோமேசுவரனாலும் மற்றொன்று விக்கிரமாதித்தனாலும் ஆளப்பட இருந்தன. இப்பிரிவினை உணர்ந்த குலோத்துங்கன் சோமேசுவரனைத் தன் பக்கம் சேர்த்துக் கொண்டான். உடனே போர் மூண்டது. திரிபுவனமல்ல பாண்டியன், கதம்பகுல ஜயகேசி, தேவகிரியை ஆண்ட யாதவ அரசன் ஹொய்சளனான எறியங்கன் முதலிய அரசர் விக்கிர மாதித்தன் பக்கம் நின்றனர். விக்கிரமாதித்தன் முதலிற் படை யெடுத்துக் கோலார்வரை சென்றான். குலோத்துங்கன் அவனைத் தடுத்துத் துங்கபத்திரைவரை துரத்திச் சென்றான்; வழியில் அளத்தி, மணலூர் என்னும் இடங்களிற் போர் நடந்தது. முடிவில் போர் துங்கபத்திரை ஆற்றங்கரையில் கடுமையாக நடந்தது. போரில் சோமேசுவரன் தோற்று, விக்கிரமாதித்தனிடம் சிறைப் பட்டு நாட்டை இழந்தான்.[3] குலோத்துங்கனை வெல்ல முயன்ற விக்கிரமாதித்தன் இறுதியில் தன் தமையனை வென்று, இரட்ட பாடி முழுவதும் தன் ஆட்சிக்கு உட்படுத்திக் கொண்டான். ஜயசிம்மன் வனவாசியைத் தலைநகராகக் கொண்டு இரட்டபாடி யின் தென்பகுதியை ஆண்டான். இப்போரில், மைசூர் நாட்டின் பெரும் பகுதி குலோத்துங்கன் கைப்பட்டது. இஃது உண்மை என்பதை அங்குக் கிடைத்த அவனுடைய கல்வெட்டுகள் மெய்ப் பிக்கின்றன. குலோத்துங்கன் நவிலையில் யானைகளைப் பிடித்தான்

---

1. Ibid, No. 68 and Ep. Ind. Vol. 9, pp. 161 and 179.
2. Vikramaditya Charita, p. 30.
3. Ibid, p. 34.

என்று பரணி பகர்கின்றது. இவன் மேற்கடலை அடைந்து, வனவாசியையும் வென்றான் என்று விக்கிரம சோழன் உலா உரைக்கிறது.

இலங்கை பிரிந்தது

இலங்கையின் தென் பகுதியை ஆண்ட விசயபாகு கி.பி. 1070-இல் வடபகுதியைத் தனதாக்க முற்பட்டான். அந்த ஆண்டில் சோழ நாட்டில் குழப்பம் மிகுந்திருந்தது. அது, குலோத்துங்கன் பட்டம் பெற்றுப் பேரரசில் அமைதி உண்டாக்க முயன்ற காலம். ஆதலின், அவன் இலங்கைமீது கவனம் செலுத்த முடியவில்லை. அச்சமயம் விசயபாகு படையெடுத்துச் சென்று போலநருவாவைத் தாக்கிச் சோழர் படையை முறியடித்தான்; சோழர் சேனைத் தலைவனைப் பிடித்துக் கொன்றான். ஆனால், விரைவில் சோழநாட்டிலிருந்து பெருஞ் சோழர் சேனை ஒன்று ஈழநாட்டை அடைந்தது. அநுராத புரத்தண்டைப் பெரும்போர் நிகழ்ந்தது. விசயபாகு தெற்கு நோக்கி ஓடினான். அவ்வமயம் சோழர், விசயபாகுவைச் சேர்ந்தாருக்குள் கலகம் உண்டாக்கினர். ஆயின் திறம் படைத்த விசய பாகு கலகத்தை அடக்கிவிட்டான்; பிறகு தம்பலகிராமம் சென்று அரண் ஒன்றைக் கட்டினான்; புதிய படைகளைத் தயாரித்தான்; இரண்டு பெரிய படைகளை இரண்டு பக்கங்களில் அனுப்பிச் சோழர் படைகளைத் தாக்கச் செய்தான். ஒரு படை அநுராதபுரத்தைத் தாக்கியது; மற்றொன்று போலநருவாவைத் தாக்கியது; கடும்போருக்குப் பிறகு போலநருவா வீழ்ச்சியுற்றது. அநுராதபுரமும் வீழ்ந்தது. இங்ஙனம், இராசராச சோழனால் ஏற்படுத்தப்பட்ட சோழ அரச இலங்கையில் கி.பி. 1076 இல் வீழ்ச்சியுற்றது. விசயபாகு அநுராதபுரத்தில் முடிசூடிக் கொண்டான்; உடனே தன் முன்னோர் முறையைப் பின்பற்றிப் பௌத்த சமயத்தைப் போற்றி வளர்க்கலானான்.[1]

பாண்டி மண்டலம்

பாண்டியர் காலமெல்லாம் சோழர்க்குத் துன்பம் கொடுத்துக் கொண்டே வந்தவர். கி.பி. 1070 இல் பேரரசு நிலைகெட்ட பொழுது பாண்டிய நாட்டில் குழப்பம் மிகுதிப்பட்டது. முற்பட்ட சோழர் ஏற்படுத்தி இருந்த சட்டதிட்டங்கள் அனைத்தும் அரசியல் அமைப்பும் பாண்டிய நாட்டில் புறக்கணிக்கப்பட்டன. சேர நாடும் பாண்டிய நாட்டைப் பின்பற்றியது. இந்நிலையில், குலோத்துங்கன் மேலைச் சாளுக்கிய முதற் போரை முடித்துக் கொண்டு நாடு திரும்பினான்; தெற்கே இருந்த குழப்ப நிலையை உணர்ந்தான்;

1. Mahavamsa, chap. 58.

அவன் இலங்கையைப் பற்றிக் கவலை கொள்ளவே இல்லை. என்னை? அது கடலுக்கு அப்பாற்பட்டதாதலின் என்க. பாண்டிய நாடோ சோழ நாட்டை அடுத்தது. அது தனிப்படுவது சோழப் பேரரசுக்கே தீமை விளைப்பதாகும். விடுதலை பெற்ற பாண்டியர் பழிக்குப் பழி வாங்கத் தவறார் என்பதை அவன் அறிந்தவன். ஆதலின், அவன் முதலில் பாண்டிய நாட்டை அடக்கப் புறப் பட்டான்.

பாண்டிய நாட்டுப் போர்

கடல் அலைபோன்ற குதிரைகளையும் கப்பல்களை ஒத்த கரிகளையும் தண்ணீரை ஒத்த காலாம்படைகளையும் குலோத் துங்கன் அனுப்பினான்; அப்படை சென்றது வடகடல் தென் கடலை உண்ணச் சென்றது போல் இருந்தது; பாண்டியர் ஐவர் (கலகக்காரர்) சோழர் படைக் கஞ்சிக் காட்டிற்குள் புகுந்து கொண் டனர். சோழர் படை அக்காட்டை அழித்தது; பாண்டிய மண்ட லத்தை வென்றது; நாற்புறமும் வெற்றித் தூண்களை நட்டது; பாண்டியர் ஐவரைக் கொடிய மலைக்காடுகளிற் புகுந்து ஒளியச் செய்தது; முத்துக் குளிக்கும் இடங்களும் முத்தமிழ்ப் பொதிய மலையும் கைப்பற்றியது. இவ்வளப்பரிய வெற்றிக்கு மகிழ்ந்த குலோத்துங்கன் தன் படை வீரர்க்குப் பாண்டிய மண்டலத்தில் அங்கங்கு ஊர்களை நல்கிச் சிறப்புச் செய்தான்; கோட்டாற்றில் நிலைப்படை ஒன்றை நிறுத்திவிட்டான்.[1]

குலோத்துங்கன் பாண்டியனை அழித்துச் சேரர் செருக்கை அடக்கி இருமுறை காந்தளூர்ச்சாலையில் கலமறுத்தான் என்று விக்கிரம சோழன் **உலா** உரைக்கின்றது. 'குலோத்துங்கன் படை பாண்டியரை முறியடித்துச் சோழரை ஓடச் செய்தது; கடற்றுறைப் பட்டினமான சாலையும் விழிஞமும் கைப்பற்றியது' என்று கலிங்கத்துப் **பரணி** கூறுகிறது.

எனவே, குலோத்துங்கன் பாண்டி மண்டலத்தையும் சேர மண்டலத்தையும் வென்று அமைதியை நிறுத்தினான். அவன் அதனை அமைதியாக ஆளுமாறு சிற்றரசரை ஏற்படுத்தினான்; தன் சொந்த நிலைப்படைகளைப் பல இடங்களில் நிறுத்தினான்; எனினும், அவன் சிற்றரசர் ஆட்சியில் தலையிட்டிலன்; அவர்கள் பெரும்பாலும் சுயாட்சி பெற்றே இருந்தனர் என்னலாம். அவர்கள் தனக்கு அடங்கி இருத்தல் என்ற ஒன்றையே-கப்பம் கட்டல்

1. S.I.I. Vol. 3, p. 147.

என்ற ஒன்றையே குலோத்துங்கன் எதிர்பார்த்தான். இஃது, இம் மண்டலங்களில் குலோத்துங்கன் கல்வெட்டுகள் குறைந்திருத்தல் கொண்டும் துணியப்படும்.[1]

தென்னாட்டில் குழப்பம்

மேற்சொன்ன நிகழ்ச்சிகளுக்குப் பதினைந்து ஆண்டுகட்கு அப்பால், தெற்கே மீண்டும் குழப்பம் உண்டானது. அக்குழப்பத் தில் வேள்நாடு (தென் திருவாங்கூர்) சிறந்து நின்றது. குலோத் துங்கன் அக்குழப்பத்தை அடக்க **நரலோக வீரன்** என்னும் தானைத் தலைவனை அனுப்பினான். அவனுக்குக் காலிங்க ராயன் என்னும் வேறு பெயரும் இருந்தது. அவனைப் பற்றிப் பல கல்வெட்டுகளில் குறிப்பும் காணப்படுகிறது. அப்பெருவீரன் குழப்பத்தை அடக்கிப், பகைவரை ஒடுக்கித் தென்னாட்டில் அமைதியை நிறுவினான்.[2]

ஈழத்து உறவு

குலோத்துங்கன், சுயாட்சி நடத்திவந்த விசயபாகுவுடன் நட்புப் பெற விழைந்து தூதுக்குழுவை அனுப்பினான். அதே அமயம் விக்கிரமாதித்தனும் தூதுக்குழு ஒன்றைத் தக்க பரிசு களுடன் அனுப்பினான். விசயபாகு இருவரையும் வரவேற்றுச் சிறப்புச் செய்தான்: முதலில் சாளுக்கிய நாட்டுத் தூதுவரைத் தன் நாட்டுத் தூதருடன் அனுப்பினான். அவர்கள் சோழ நாட் டிற்குள் நுழைந்ததும், சோழ நாட்டார் ஈழநாட்டுத் தூதர் மூக்கு களையும் காதுகளையும் அறுத்து அனுப்பினர். இதனை அறிந்த விசயபாகு வெகுண்டெழுந்தான்: சோழர் தூதுக் குழுவை அழைத்து, 'உம்மரசனை என்னோடு தனித்துப் போரிட வரச் செய்க: இன்றேல், இருதிறத்துப் படைகளேனும் போரிட்டுப் பலத்தைக் காணச் செய்க', என்று கூறி, அவர்கட்குப் பெண் உடை தரித்துச் சோணாடு செல்ல விடுத்தான்; சேனை வீரரைக் கப்பல்களில் சென்று சோணாட்டைத் தாக்கும்படி ஏவினான். கப்பல்களில் சேனைத் தலைவர் இருவர் செல்ல இருந்தனர். அவ்வேளை, ஈழப்படைகளில் இருந்த **வேளைக்காரப் படையினர்** (தமிழர்) தாம் சோணாடு செல்ல முடியாதெனக் கூறிக் கலாம் விளைத்தனர்: சேனைத் தலைவர் இருவரையும் கொன்றனர். போலநருவாவைக் கொள்ளையிட்டனர்; அரசனது தங்கையையும் அவளுடைய மக்கள் மூவரையும் சிறைப் பிடித்தனர்; அரண் மனையைத் தீக்கிரை ஆக்கினர்.

---

1. A.R.E. 1927, II 18
2. K.A.N. Sastry's 'Studies in Chola History', pp. 178-180

விசயபாகு தென் மாகாணம் நோக்கி ஓடினான்; தன் செல்வத்தை ஒளித்து வைத்து, தக்க படையுடன் பொலநருவாவை அடைந்தான்; கடும்போர் செய்து பகைவரை ஓடச் செய்தான்; பிறகு அவர்களில் தலைவராயினாரைப் பிடித்துக் கைகளைக் கட்டி நிற்கவைத்துச் சுற்றிலும் தீ மூட்டிப் பழிக்குப் பழிவாங்கினான். எனினும், இதனுடன் விசயபாகு நின்றானில்லை; தனது 45-ஆம் ஆட்சி ஆண்டில் தக்க படையுடன் கீழக் கடற்கரையில் சோழுனை எதிர்பார்த்து நின்றிருந்தான். சோழ அரசன் வாராததைக் கண்டு சலிப்புற்று மீண்டான்; இந்நிகழ்ச்சி ஏறத்தாழக் கி.பி. 1088-இல் நடந்ததாகும்.[1]

இந்நிகழ்ச்சிகட்குப் பிறகு குலோத்துங்கன் விசயபாகுவுடன் நண்பன் ஆனான்; ஈழத்தில் பாண்டியன் கட்சியைச் சேர்ந்த சிங்கள இளவரசனான **வீரப்பெருமாள்** என்பவனுக்குச் **சூரிய வல்லியார்** என்ற தன் மகளை மணம் செய்து கொடுத்தான்.[2]

சீனத்துடன் உறவு

இராசராசன், இராசேந்திரன் இவர்கள் *சீனத்துக்குத்* தூதுவரை அனுப்பிக் கடல் வாணிகத்தைப் பெருக்கினாற் போலவே கி.பி. 1077-இல் குலோத்துங்கன் 72 பேர்கொண்ட தூதுக்குழு ஒன்றைச் சீன நாட்டிற்கு அனுப்பினான். அவர்கள் கண்ணாடிப் பொருள்கள், கற்பூரம், காண்டாமிருகத்தின் கொம்புகள், தந்தம், வாசனைப் பொருள்கள், கிராம்பு, ஏலக்காய் முதலிய பல பண்டங்களைச் சீன அரசற்குப் பரிசிற் பொருள்களாகக் கொண்டு சென்றனர். சீன அரசன் அவர்களை வரவேற்றான்; அப்பொருள்களைப் பெருமகிழ்ச்சியோடு பெற்றுக் கொண்டான்; அவற்றுக்குப் பதிலாக 81,800 செம்புக் காசுகள் கொடுத்துப் பெருமைப்படுத்தினான்.[3]

கடாரத்துடன் உறவு

குலோத்துங்கன் கடாரத்தை அழித்தான் என்று **பரணி** பகர்கிறது. கடல் கடந்த நாடுகளிலிருந்து உயர்ந்த பொருள்கள் பரிசிலாக அனுப்பப்பட்டன என்று குலோத்துங்கன் கல்வெட்டுகள் கூறுகின்றன. காம்போச நாட்டு அரசன் குலோத்துங்கற்கு விலை உயர்ந்த கல் ஒன்றைக் காட்சியாகக் காட்டினான் என்று ஒரு கல்வெட்டுக் குறிக்கிறது.[4] கி.பி. 1090-இல் ஸ்ரீ விசயன் என்னும்

---

1. Cula Vamsa, (Geiger) Vol. I, pp. 216-218.
2. K.A.N. Sastry's 'Chola's II. p. 25
3. K.A.N. Sastry's 'Cholas', Vol. II, pp. 25, 26.
4. Ep. Ind. Vop. 5. p. 105.

கடாரத்தரசன், நாகப்பட்டினத்திற் கட்டப்பட்டிருந்த இரண்டு பௌத்த விஹாரங்கட்குப் பள்ளிச் சந்தமாக விட்ட சிற்றூர்களைக் குறித்துத் தானக் கட்டளை பிறப்பிக்குமாறு குலோத்துங்கனை வேண்டினான். அப்பள்ளிகள் **இராசராசப் பெரும்பள்ளி, இராசேந்திர சோழப் பெரும்பள்ளி** என்ற பெயர் கொண்டவை. இப்பட்டயம் பெறக் கடாரத்திலிருந்து வந்தவர் இராச வித்தியாதர ஸ்ரீசாமந்தன், அபிமனோத்துங்க சாமந்தன் என்பவராவர். இப் பட்டயம் பழையாறை (ஆயிரத்தளி)[1] அரண்மனையில் 'காலிங்க ராயன்' என்னும் அரியணை மீது இருந்து அரசனால் விடுக்கப் பட்டது. வந்த பரிசுகள் அரண்மனை வாயிலில் நின்ற யானைகள் மீது அழகு செய்தன.[2] சுமத்ராவில் கிடைத்த கல்வெட்டு, 'திசை ஆயிரத்து ஐந்நூற்றுவர்' என்னும் பெயர் கொண்ட சோணாட்டு வாணிகக் குழுவினர் இருந்தனர் என்பதை உணர்த்துகிறது. இக்குழுவின் பெயர் 'நாற்றிசையும் உள்ள ஆயிரம் ஊர்களிலிருந்து சென்ற நூறு வணிகர்' என்னும் பொருளைக் கொண்டது.[3] இக்குறிப்புகளால், குலோத்துங்கன் ஸ்ரீ விசயநாட்டுடன் நெருங் கிய நட்புக் கொண்டிருந்தான் என்பதும், நன்முறையில் கடல் வாணிகம் நடந்து வந்தது என்பதும் அறியக் கிடக்கின்றன அல்லவா?

வேங்கி நாடு

குலோத்துங்கன் சோணாட்டைச் சீர்படுத்திக் கொண்டு இருந்தபொழுது கி.பி. 1072-3-இல் திரிபுரியை ஆண்ட ஹெய்ஹய அரசனான யசகர்ண தேவன் என்பவன் வேங்கி மீது படையெடுத்து வந்தான். அவன் தன் கல்வெட்டில், 'வன்மை மிக்க ஆந்திர அரசனை வென்று திராக்ஷாராமத்தில்[4] உள்ள பீமேச்சுர தேவர்க்குப் பல அணிகலன்களைப் பரிசாகத் தந்தேன்' என்று கூறியுள்ளான்;[5] இவன் குறித்த ஆந்திர அரசன் குலோத் துங்கன் சிற்றப்பனான ஏழாம் விசயாதித்தனே ஆவன். குலோத் துங்கன் ஆகான். யசகர்ணதேவன் வந்து சென்றனனே தவிர, வேங்கி நாட்டை வென்றதாகவோ, ஆண்டதாகவோ கூறச் சான்று இல்லை.

வேங்கியை ஆண்ட இளவரசர்

வேங்கியை ஆண்ட சயசிம்மன் குலோத்துங்கனிடம் நல்லெண்ணம் கொண்டவனாக இருந்ததில்லை. அவனுக்கும்

1. 'ஆகவமல்ல குலகாலபுரம்' என்ற பெயரும் உண்டு.
2. S.I.I. Vol. 3, p. 146.
3. K.A.S. Sasty's 'cholas', Vol. II, p. 30.
4. இது 'தாக்ஷாராமம்' என்று இருத்தலே பொருத்தமுடையது.
5. R.D. Banerji's, Haihayas of Tiripuri, p. 57.

குலோத்துங்கனுக்கும் இடையே கீழைக்கங்க அரசனான இராச ராசன் நின்று சந்து செய்தான்போலும்! அவன் விசயாதித்தற்காகக் குலோத்துங்கனிடம் போரிட்டான் என்று அவனுடைய கல்வெட்டுகள் குறிக்கின்றன. விவரம் விளங்கவில்லை. அக் கங்க அரசன் குலோத்துங்கன் மகளான **இராச சுந்தரி** என்பவளை மணந்து கொண்டான்.

சயசிம்மன் கி.பி. 1076-இல் இறந்தான். உடனே குலோத்துங்கன் தன் மக்களுள் ஒருவனான **இராசராச மும்முடி சோழன்** என்பவனை வேங்கி நாட்டை ஆளும்படி அனுப்பினான். இவன் ஓராண்டு அந்நாட்டை ஆண்டு, விட்டுவிட்டான்.' கி.பி. 1077-இல் மற்றோர் இளவரசனான **வீர சோழன்** ஆளத் தொடங்கினான். அவன் ஆறு ஆண்டுகள் வேங்கியை ஆண்டான். கி.பி. 1084 முதல் 1089 வரை மற்றொரு மகனான **இராசராச சோழ கங்கன்** என்பவன் வேங்கி நாட்டை ஆண்டான். இவனே குலோத்துங்கனது மூத்த மைந்தன். கி.பி.1089-இல் மீண்டும் வீர சோழனே வேங்கி நாட்டை ஆண்டு வர அனுப்பப்பட்டான். அவன் கி.பி. 1092-93 வரை அந்நாட்டை ஆண்டு வந்தான். கி.பி. 1093 முதல் 1118 வரை **விக்கிரம சோழன்** என்ற மற்றோர் இளவரசன் வேங்கி நாட்டை ஆண்டான். இம்மைந்தனே குலோத்துங்கற்குப் பிறகு சோழப் பேரரசன் ஆனவன்.

முதற் கலிங்கப் போர்

இது குலோத்துங்கனது ஆட்சி ஆண்டு 26-இல் (கி.பி. 1806-இல்) நடந்தது. இப்போர் வேங்கியை ஆண்ட இளவரசனான விக்கிரம சோழனுக்கும் தென் கலிங்க நாட்டு அரசனுக்கும் நிகழ்ந்ததாகும். இப்போரில் கொலநு (எல்லூர்) வை ஆண்ட **தெலுங்க வீமன்** (சிற்றரசன்) என்பவன் கலிங்க அரசற்கு உடந்தையாக இருந்தான்; ஆதலின், இருவரையும் விக்கிரம சோழன் ஒரே காலத்தில் எதிர்த்துப் போரிட வேண்டியவன் ஆனான். சோழப் பேரரசற்கு அடங்கிய பராக்கிரம பாண்டியன் வடக்கு நோக்கிச் சென்று விக்கிரம சோழற்கு உதவி புரிந்தான்.[1] இவ்விருவரும் நிகழ்த்திய போரில் தென் கலிங்கம் என்பது கோதாவரிக்கும் மகேந்திர மலைக்கும் இடைப்பட்ட நிலப்பகுதியாகும்.[2] இப்பகுதி வேங்கிநாட்டைச் சேர்ந்திருந்ததேயாகும்.[3] இங்கிருந்த அரசன் சிறைப்பட்டு ஒடுங்கியதால் தென் கலிங்கம்

1. Travancore Archaeological Series, Vol. 1, p. 22.
2. Cunningham's 'Ancient Geography', p. 591.
3. Ep. Ind. Vol. 6, p. 335.

அமைதியுற்ற நாடானது. கி.பி. 1098-9 இல் வெளிப்பட்ட குலோத் துங்கனுடைய கல்வெட்டுகள் இப்பகுதியைச் சேர்ந்த சிம்மாசலத் திலும் திராக்ஷாராமத்திலும் கிடைத்துள்ளன.

இரண்டாம் கலிங்கப் போர்

இஃது ஏறக்குறையக் கி.பி. 1111-இல் நடந்தது. இதைப் பற்றிக் குலோத்துங்கன் கல்வெட்டுகள் கூறுகின்றன; **கலிங் கத்துப் பரணி** மிக்க விரிவாக விளக்கியுள்ளது. முதலில் கல்வெட் டுகள் கூறுவதைக் காண்போம்: 'சோழர் படை வேங்கி நாட்டைக் கடந்தது; பகைவன் சோழர் படையைத் தடுக்க யானைப் படையை ஏவினான். அந்த யானைகள் அனைத்தும் கொல்லப்பட்டன. சோழர் படை கலிங்கநாட்டில் எரி பரப்பியது; கலிங்கப் படை யில் சிறப்புற்றிருந்த வீரர் அனைவரையும் கொன்றது. அவர் தலைகள் போர்க்களத்தில் உருண்டன; கழுகுகள் அவற்றைக் கொத்தித் தின்றன; முடிவில் வடகலிங்கம் பணிந்தது.'[1]

கலிங்க அரசன் அனந்தவர்மன் என்பவன். அவன் சோழனை மதியாது திறை கட்டாதிருந்தான். அதனால் சோழன் தன் படைத் தலைவனான **கருணாகரத் தொண்டைமான்** என்பவனைப் பெரும் படையுடன் அனுப்பினான். அத்தலைவனுடன் சென்ற படை பாலாறு, பொன்முகரி, பழவாறு, கொல்லியாறு, வட பெண்ணை, வயலாறு, மண்ணாறு, குன்றியாறு இவற்றைக் கடந்து கிருஷ்ணையையும் தாண்டியது; பிறகு கோதாவரி, பம்பையாறு, கோதமை ஆறுகளைக் கடந்து கலிங்க நாட்டை அடைந்தது; அங்குச் சில நகரங்களில் எரி கொளுவிச் சில ஊர்களைச் சூறை ஆடியது. படையெடுப்பைக் கேட்ட கலிங்க அரசன் சினந்து, தன் படைகளைத் திரட்டினான். அப்பொழுது **எங்கராயன்** என்னும் அமைச்சன், சோழன் படை வலிமையைப் பல சான்றுகளால் விளக்கிச் சந்து செய்துகொள்ளும்படி அறிவுறுத் தினான். அரசன் கேட்டானில்லை இறுதியில் போர் நடந்தது. கலிங்க அரசன் தோற்றோடினான் அவனைக் கருணாகரத் தொண்டைமான் தேடிப் பிடிக்க முடியாது, பெரும் பொருளோடு சோணாடு மீண்டான்.

சயங்கொண்டார் புலவர் முறையில் சில இடங்களில் செய்தி களை மிகுத்துக் கூறி இருப்பினும், படையெடுப்பு, வெற்றி என்பவை உண்மைச் செய்திகளே என்பது கல்வெட்டுகளால் உறுதிப்படுகிறது. கலிங்க அரசனான அனந்தவர்மன் யாவன்?

1. 44 of 1891.

இராசராச கங்கனுக்கும் குலோத்துங்கன் 'மகளான இராச சுந்தரிக்கும் பிறந்தவனே ஆவன். எனினும் என்ன? அரசன் என்னும் ஆணவம் உறவை மதியாதன்றோ? இப்போருக்குப் பரணி கூறும் காரணம் பொருத்தம் அன்று. வடகலிங்கம் சோழனுக்கு உட்பட்டதன்று. சோழன் வடகலிங்கத்தைப் பிடித்து ஆண்டதாகவும் சான்றில்லை.[1] 'வட கலிங்கத்தரசன் நாடு வேட்கையால் தென் கலிங்கத்தைக் கைப்பற்ற முனைந்திருக்கலாம். இச்செய்தி **காஞ்சி அரண்மனை**[2] யிலிருந்த குலோமத்துங்கற்க எட்டியது. அவன் உடனே தொண்டைமானை வேங்கி இளவரசற்கு உதவியாக அனுப்பினான்' எனக் கோடலே பொருத்தம் உடையது; அல்லது, முதற் கலிங்கப்போரும் இந்த இரண்டாம் கலிங்கப் போரும் சாளுக்கிய விக்கிரமாதித்தன் சூழ்ச்சியால் நடந்தன என்றும் கூறலாம். வேங்கியைச் சோழர் ஆட்சியிலிருந்து ஒழிப்பதையே நோக்கமாகக் கொண்ட அவன், பலமுறை சிற்றரசர் பலரை வேங்கியை ஆண்ட இளவரசர்க்கு மாறாகத் தூண்டினனாதல் வேண்டும். இத்தூண்டல் முயற்சி ஏறத்தாழக் கி.பி. 1118-இல் பயனளித்த தென்னலாம்.

வேங்கி அரசு

குலோத்துங்கன் தன் இறுதி நெருங்குவதை அறிந்து, கி.பி. 1118-இல் விக்கிரம சோழனை வேங்கியிலிருந்து அழைத்துக் கொண்டான். உடனே வேங்கி நாட்டிற் குழப்பம் உண்டானது.[3] இஃது உண்மை என்பதைக் குலோத்துங்கன் 48-ஆம் ஆண்டுக் கல்வெட்டுகளும் விக்கிரமசோழன் கல்வெட்டுகளுமே உணர்த்துகின்றன. திராக்ஷாராமத்தில் குலோத்துங்கனுடைய 48-ஆம் ஆண்டுக் கல்வெட்டுகள் வரை தாம் கிடைத்துள்ளன. வேங்கியில் விக்கிரம சோழன் பட்டம் பெற்ற பிறகு உண்டான கல்வெட்டுகள் இல்லை. அவை குண்டூரையே வட எல்லையாகக் கொண்டு விட்டன. இதனால், வேங்கிநாடு வேறாகிவிட்டதை நன்குணரலாம் அன்றோ? ஆனால், வேங்கியிலும் திராக்ஷாராமம் முதலிய இடங்கிலும் விக்கிரமாதித்தனுடைய 45 முதல் 48 வரை உள்ள ஆட்சி ஆண்டுகளில் பொறிக்கப்பட்ட கல்வெட்டுகள் பல கிடைத்துள்ளன. இக் கல்வெட்டுகள் வேங்கி நாட்டில் இருந்த சிற்றரசர் பலருடையன. இவற்றுள் விக்கிரம ஆண்டும், விக்கிரமன் போரா

1. K.A.N. Sastry's 'cholas', Vol II, pp. 37-38.
2. இவ்வரண்மனை பற்றிய குறிப்பு உத்தமசோழன் கல்வெட்டுக்களிற் காணலாம் - S.I.I. Vol. 3, p. 269.
3. Ep. Ind. Vol. 4, No. 33.

சிற்குத் தாங்கள் பணிந்தவர்கள் என்றும் அச்சிற்றரசர் குறிப்பிட்டுள்ளனர். கி.பி. 1118-இல் விக்கிரமாதித்தனின் தண்ட நாயகனான **அனந்தபாலையன்** என்பவன் வேங்கியை ஆண்டான் என்று கல்வெட்டொன்று குறிக்கிறது.[1] கி.பி. 1120-இல் இவன் மனைவி பீமேசுவரர் கோவிலுக்களித்த தானத்தைக் குறிக்கும் கல்வெட்டில் விக்கிரம ஆண்டே குறிக்கப்பட்டுள்ளது.[2] திராக்ஷாராமத்துக் கல்வெட்டுகள் கி.பி. 1132-3 வரை சாளுக்கிய-விக்கிரம ஆண்டுகளைக் குறிக்கின்றன. அனந்தபாலையன் உறவினன் ஒருவன் கிருஷ்ணைக் கோட்டத்தில் உள்ள 'கொண்ட பல்லி' யைக் கி.பி. 1127-இல் ஆண்டு வந்தான்.[3] கிருஷ்ணையாற்றுக்குத் தென்பாற்பட்ட நாட்டைக் 'கொள்ளிப் பாக்கை' யின் அரசன் என்னும் பட்டத்துடன் **நம்பிராசன்** என்பவன் கி.பி. 1131-இல் ஆண்டுவந்தான்.[4] இதுகாறும் கூறிய சான்றுகளால், குலோத்துங்கன் பேரரசிற்கு உட்பட்டிருந்த அவனுக்கு உரிமையான வேங்கிநாடு, அவனது ஆட்சி இறுதியில் கி.பி. 1118-இல் விக்கிரமாதித்தனால் கைப்பற்றப்பட்டு விட்டது என்பது நன்கு விளங்குகிறதன்றோ? இம்முடிபினால், விக்கிரமாதித்தன் முதலிற் கொண்ட கொண்ட(சோழ நாட்டையும் வேங்கியையும் வேறு பிரிக்க வேண்டும் என்ற) எண்ணமும் நிறைவேற்றிக் கொண்டான் என்பதும் தெளிவாகின்றது.

கங்கபாடி பிரிந்தது

மைசூரில் அஸ்ஸன், கடூர்க் கோட்டங்களையும் நாகமங்கல தாலூகாவையும் கொண்ட நிலப்பரப்பை முதலில் ஆண்டவர் **ஹொய்சளர்** என்னும் மரபினர். இவர்கள் மேலைச் சாளுக்கியர்களுக்கு அடங்கி ஆண்டு வந்த சிற்றரசர். இவருள் ஒருவனான எறியங்கன் என்பவனே குலோத்துங்கற்கும் விக்கிரமாதித்தற்கும் நடந்த போரிற் பின்னவன் பக்கம் நின்று போரிட்டவன் ஹொய்சளர் இராசராசன் காலம் முதலே இருந்து வந்தனர்.

அவருள் முதல் அரசன் **நிருமகாமன்** (கி.பி. 1022-1040) என்பவன். அவன் மகன் விநயாதித்தன். அவன் மகனே எறியங்கன். விநயாதித்தன் கி.பி. 1040 முதல் 1100 வரை ஆண்டான். கி.பி. 1100-இல் **பிட்டிக விஷ்ணுவர்த்தனன்** அரசன் ஆனான். இவன் கி.பி. 1100 முதல் 1152 வரை அரசாண்டான். இவன் கி.பி. 1116 -இல் சோழரிடமிருந்து தலைக்காட்டை மீட்டான்; அதனால் 'தலைக் காடு*

---

1. 819 of 1922 2. 330 of 1893 3. 258 of 1903 4. 266 of 1893

* இஃது '**இராசராசபுரம்**' என்று சோழர் ஆட்சியில் பெயரிடப்பட்டது.

கொண்ட' என்னும் தொடரைத் தன் பெயர்க்குமுன் பூண்டான். அந்த ஆண்டிலே இவன் சங்கபாடி முழுவதும் தனதாக்கி ஆண்டான் என்பது இவன் கல்வெட்டால் தெரிகிறது.[1]

கங்கபாடி நீண்ட காலமாகச் சோழர் ஆட்சியில் இருந்து வந்த நாடாகும். அது கொங்கு நாட்டை அடுத்தது; ஆதலால், கொங்கு நாட்டை ஆண்டுவந்த **அதியமான்** மேற்பார்வையில் இருந்து வந்தது. அதியமான்கள் சோழர் படைத்தலைவராகவும் சிற்றரசராகவும் இருந்தார்கள். விஷ்ணுவர்த்தனனின் தானைத் தலைவனான 'கங்கராசன்' அதியமானைச் சரண்புக அழைத்தான். அதியமான் மறுக்கவே, போர் மூண்டது. அதியமான், தாமோதரன், நரசிம்மவர்மன் முதலிய சோழர் படைத்தலைவர்கள் போரிட்டனர்; இறுதியில் தோற்றனர். அதன் விளைவாகக் கங்கபாடி ஹொய்சளர் ஆட்சிக்குச் சென்று விட்டது.[2] குலோத்துங்கன் கல்வெட்டுகள் 1115 வரையே கங்கபாடியிற் கிடைத்துள்ளன. ஆதலின், கி.பி. 1116-இல் கங்கபாடி கைமாறியது உண்மையாகும்.

வெளிநாடுகளின் தொடர்பு

குலோத்துங்கன் ஆட்சிக்குட்பட்ட சோழப் பெருநாடு வெளிநாடுகளுடன் நெருங்கிய தொடர்பு கொண்டிருந்தது. கடாரத்துடனும் சீனத்துடனும் கொண்டிருந்தது. கடாரத்துடனும் சீனத்துடனும் கொண்டிருந்த தொடர்பு முன்னரே விளக்கப்பட்டது. கங்கை கொண்ட சோழபுரத்துக் கோவிலில் உள்ள கல்வெட்டு ஒன்றில் வடநாடுகளுடன் சோழப் பெருநாடு கொண்டிருந்த தொடர்பு குறிக்கப்பட்டுள்ளது. கன்னோசி அரசனான மதனபாலன் அல்லது அவன் மகனான கோவிந்த சந்திரனது மெய்ப்புகழ் அக்கல்வெட்டில் பொறிக்கப்பட்டுள்ளது. அதன் முதலில் குலோத்துங்கனது 41-ஆம் ஆட்சி ஆண்டு குறிக்கப்பட்டுள்ளது; பிறகு கன்னோசி அரசன் புகழ் பொறிக்கப்பட்டுள்ளது; பின்னர்க் கல்வெட்டின் காரணம் வரையப்பட்டுள்ளது. கன்னோசிக்கும் சோழ நாட்டிற்கும் என்ன தொடர்பு இருந்தது என்பது தெரியவில்லை. கன்னோசி நாட்டார் கதிரவன் வணக்கத்திற் கைதேர்ந்தவர். சோழ நாட்டில் குலோத்துங்கன் ஆட்சியில் அவ்வணக்கம் சிறப்பிடம் பெற்றிருந்தது.[3] சோழ நாட்டு **வாகீசுவரரக்ஷிதர்** என்பவர் ஒரிஸ்ஸா நாட்டுச் **சாக்கியரக்ஷிதர்** மாணவராவர்

1. Rice's 'Mysore and Coorg from Ins.', p. 93.
2. Ep. Carnataka, Vol II, No 240
3. A.R.E. 1927, Vol. II, 19-21

என்பதைக் கோவிந்த சந்திரன் செப்புப் பட்டயம் கூறுகிறது. கோவிந்த சந்திரன்(கன்னோசி அரசன்) விட்ட கல்வெட்டின் காலம் கி.பி. 1129 ஆகும்.[1] காம்போச நாட்டு அரசன் குலோத் துங்கனுக்கு விலை உயர்ந்த கல் ஒன்றைக் காட்டினான்; பிறகு அதனை அவனுக்குப் பரிசாக அளித்தான். குலோத்துங்கன் அதனைச் சிதம்பரம் உட்கோவிற்கு எதிரேயுள்ள சுவரிற் பதித்தான் என்று சிதம்பரம் கோவில் கல்வெட்டு ஒன்று குறிக்கிறது. அதன் காலம் கி.பி. 1114.[2]

சோழப் பேரரசு

குலோத்துங்கன் ஆட்சியில் 45 ஆண்டுகள் வரை (கி.பி. 1115 வரை) சோழப் பேரரசு முன்னோர் வைத்த அளவிலேயே இருந்தது. தெற்கே ஈழ மண்டலம் ஒன்றே ஆட்சியிலிருந்து பிரிந்து விட்டது. கி.பி. 1116-இல் கங்கபாடி பிரிந்தது. கி.பி. 1118-இல் வேங்கி நாட்டின் பெரும் பகுதியும் சாளுக்கியர் ஆட்சிக்கு மாறி விட்டது. குலோத்துங்கன் இறக்குந் தறுவாயில் கடம்பை, கர்நூல் கோட்டங்களே வட எல்லையாக இருந்தன என்னலாம். கடப்பைக் கோட்டத்தில் உள்ள நந்தலூர் 'குலோத்துங்க சோழச் சதுர்வேதி மங்கலம்' எனப் பெயர் பெற்றது.[3]

தலைநகரங்கள்

(1) குலோத்துங்கனுடைய சிறப்புடைக் கோநகரம் **கங்கை கொண்ட சோழபுரமே** ஆகும். (2) அடுத்தது காஞ்சீபுரமாகும். அதில் இருந்த அபிடேக மண்டபத்தில் இருந்தே அரசன் சிறப் படைய பல பட்டயங்களை வெளியிட்டுள்ளான்.[4] (3) கங்கை கொண்ட சோழன் வளர்ந்த சிறப்படை அரண்மனையான **ஆயிரத் தளி** (பழையாறை) யில் இருந்த அரண்மனை ஒன்று.[5] (4) **திருமழ பாடி** அரசற்கு உகந்த சிறந்து நகரமாக இருந்தது.[6]

சிற்றரசர்

குலோத்துங்கன் ஆட்சியில் வெளிப்பட்ட கல்வெட்டுகளில் சிற்றரசர் பலர் குறிக்கப்பட்டுளர். (1) தென் ஆர்க்காடு கோட்டத் தின் வடமேற்கு மலைப்பகுதியைச் **சேதிராயர்** என்னும் பெயர் கொண்ட சிற்றரசர் ஆண்டுவந்தனர். அவர் தலைநகர் **கிளியூர்** என்பது. (2) பெரிய உடையான் இராசராசன், சந்திரன் மலைய னான இராசேந்திர சோழன் என்பவர் திருமுனைப்பாடி நாட்டில்

1. Ep. Ind. Vol. II, No. 3
2. 29 of 1908; A.R.E. 1908, Vol. II, 58-60
3. 600 of 1907
4. S.I.I. Vol. 3, No. 73; M.E.R. 1917, pp.41-44.
5. A.S. of S.I. Vol. 4, 224
6. 231 of 1916.

பேரரசர். அவருக்கு அடங்கிய தலைவர் சிலர் இருந்தனர். அவர்கள் மலையகுலராசன் முதலியோர். (3) வட ஆர்க்காட்டின் மேற்குப் பகுதியும் மைசூரின் கிழக்குப் பகுதியும் சேர்ந்த நாடு 'முள்வாய் நாடு' எனப்பட்டது. அதனைக் **கங்க நுளம்பன்** ஒருவன் ஆண்டு வந்தான்.[1] (4) வேங்கி நாட்டில் வெலனாண்டித் தலைவனான 'கொங்கன்' வடபகுதிச் சிற்றரசருட் சிறந்தவன். அவன் மரபினர் நீண்டகாலம் தம் நாட்டை அமைதியாக ஆண்டு வந்தனர்.[2] குலோத்துங்கன் இக்கொங்கன் மகளைத் தன் மைந்தன் போலக் கருதிச் சிறப்புச் செய்தான் என்று கல்வெட்டுக் கூறுகிறது. (5) கடப்பையை ஆண்ட சிற்றரசன் பொத்தப்பி-காமசோட மகாராசன் என்பவன். அவனுடைய சேனைத் தலைவர்கள் இராமண்ணன், பெக்கடபீமய்யன் என்பவர்.[3] (10) மற்றொரு தெலுங்கச் சிற்றரசன் பல்லவ மரபினன் ஆவன். அவன் தன்னை 'மகா மண்டலேசுரன்' என்றும் 'காஞ்சீபுரேசுவரன்' என்றும் கூறியுள்ளான்.[4]

அமைச்சரும் தானைத் தலைவரும்

இவர் பலராவர். இவருட் சிறந்தவர் சிலரே. இவருள் 'ஞான மூர்த்தி பண்டிதன் ஆன மதுராந்தகப் பிரமாதிராசன்' என்பவன் ஒருவன். இவன் நாலூரைச் சேர்ந்தவன்; வத்ச கோத்திரத்தான். இவன் சோழன் தானைத் தலைவருள் ஒருவன்.[5] 'பாரத்வாசன் மன்ற நாராயணன்' என்பவன் ஒருவன். இவனுக்கு 'வீர சந்தோஷ பிரம சக்கரவர்த்தி' என்ற பெயரும் இருந்தது. இவன் திருப்பத் தூரை ஆண்ட சிற்றரசன் போலும்! இவன் குலோத்துங்கன் அமைச்சருள் ஒருவன்.[6] **கருணாகரத் தொண்டைமான்** புகழ் பெற்ற சேனைத் தலைவனும் அமைச்சனும் ஆவன். இவன் பல்லவர் குலத்தோன்றல்; வண்டையர் அரசன்-அவசர்கள் நாதன்-மந்திரி-உலகு புகழ் கருணாகரன்' என்று சயங்கொண்டாரால் கலிங்கத்துப் பரணியிற் புகழப் பெற்றவன். இவன் விக்கிரம சோழனது ஆட்சியிலும் இருந்தான் என்பதை விக்கிரம சோழன் உலா குறித்துள்ளது. இவனது ஊர் **வண்டை** என்பது. அது, சோழ மண்டலத்தில் குலோத்துங்க சோழ வளநாட்டைச் சார்ந்த திருநறையூர் நாட்டில் உள்ள **வண்டாழஞ் சேரி** என்பதைக் கல்வெட்டு ஒன்ற உணர்த்துகிறது.[7] அஃது இப்பொழுது 'வண்டு வாஞ்சேரி' என்னும் பெயருடன் இருக்கிறது. இத்தொண்டைமான் மனைவி பெயர் 'அழகிய மணவாளனி மண்டையாழ்வார்' என்பது.

1. 568 of 1906 2. A.R.E. 1917, Vol. II, 27
3. 262, 263 of 1905 4. 405 of 1893 5. 119 of 1912.
6. 519 of 1922; A.R.E. 1923, II. 33 7. S.I.I. Vol. 4, No. 862.

அவள் சில கோவில்கட்கு நிபந்தங்கள் விடுத்துள்ளாள். கருணாகரத் தொண்டைமான் தமையன் 'சேனாபதி-பல்லவராசர்' என்பவன். அவன் கொடி, பழைய பல்லவர் கொடியாகிய நந்திக் கொடியாகும்.[1] அவனும் கலிங்கப் போரிற் கலந்துகொண்டவன் என்பதைப் பரணி பகர்கிறது. 'கருணாகரன் திருவாரூர்ச் சிவபிரானிடம் நீங்காத பேரன்பு உடையவன்; அக்கோவிலில் பல திருப்பணிகள் செய்தவன்; அக்கோவிற் பெருமான் திருவடிகளிற் கலந்தவன்; தியாகேசர் பெயர்களுள் கருணாகரத் தொண்டைமான் என்பதும் ஒன்றாகும். அப்பெயர் இவனாற்றான் உண்டானது' என்று **திருவாரூர் உலா** குறிக்கின்றது. இக்குறிப்பால், இவன் சிறந்த சிவபக்தன் என்பது விளக்கமாகின்றது.

அரையன் மதுராந்தகன் ஆன குலோத்துங்க சோழ கேரளராசன் என்பவன் ஒருவன். இவன் சிறந்த சேனைத் தலைவன்; சோழ மண்டலத்து மண்ணி நாட்டில் உள்ள முழையூருக்குத் தலைவன்; 'குலோத்துங்க சோழக் கேரளராசன்' என்ற பட்டம் பெற்றவன். இவன் சேரநாட்டுப் போரில் சேனையை நடத்திச் சென்று வெற்றி பெற்றதால் இப்பெயர் பெற்றவன். இவன், குலோத்துங்கன் கோட்டாற்றில் நிறுவிய நிலைப்படைக்குத் தலைவனாக இருந்தவன். இத்தலைவன் கோட்டாற்றில் **'இராசேந்திர சோழேச்சரம்'** என்ற கோவிலைக் கட்டினான்.[2] அக்கோவிற்குக் குலோத்துங்கன் நிலதானம் செய்துள்ளான். இத்தலைவனும் சிறந்த சிவபக்தன் என்பது தெரிகிறது.

மணவிற் கூத்தனான காலிங்கராயன் என்பவன் பெருஞ் சிறப்புற்ற சேனைத் தலைவன் ஆவன். இவன் தொண்டை மண்டலத்து இருபத்து நான்கு கோட்டங்களுள் ஒன்றான 'மணவில்' என்ற ஊரின் தலைவன். இவன் குலோத்துங்கன் படைத்தலைவனாக அமர்ந்து, பாண்டிநாடு, வேணாடு, மலைநாடு முதலிய நாடுகளோடு போர் நடத்திப் புகழ் பெற்றவன்.[3] இவனால் சோழனுக்கு நிலைத்த புகழ் உண்டானது. இவனது திறமையைக் கண்டு பாராட்டி குலோத்துங்கன் இவற்குக் **'காலிங்க ராயன்'** என்னும் பட்டம் அளித்துச் சிறப்புச் செய்தான். இவன் விக்கிரம சோழன் ஆட்சியிலும் உயர் நிலையில் இருந்தான்.[4]

இவன் சிறந்த சிவபக்தன். இவன் சிதம்பரம் கூத்தப்பிரானிடம் பேரன்பு பூண்டவன்; அங்குப் பல திருப்பணிகள் செய்தான்;

---

1. 46 of 1914
2. S.I.I. Vol 3, No. 73
3. S.I.I. Vol. 4, No. 225
4. Vuala, K. 78, 79

தில்லை அம்பலத்தைப் பொன் வேய்ந்தான்; நூற்றுக்கால் மண்டபம், பெரிய திருச்சுற்று மாளிகை, தேவாரம் ஓதுவதற்குரிய மண்டபம், சிவகாம கோட்டம் முதலியன கட்டுவித்தான்; 'தியாக வல்லி' முதலிய சிற்றூர்களை இச் சிதம்பரம் கோவிலுக்குத் தேவ தானமாக அளித்தான்; **மூவர் தேவாரப் பதிகங்களைச் செப்பேடு களில் எழுதுவித்துத்** தில்லையம் பதியிற் சேமித்து வைத்தான்.[1] இவ்வீரன் திருவதிகைக் கோவிலில் காமகோட்டம் எடுப்பித்துப் பொன் வேய்ந்தான்; ஆடரங்கு அமைத்தான்; வேள்விச்சாலை ஒன்றை அமைத்தான்; தேவ தானமாக நிலங்களை விட்டான். இங்ஙனம் இப்பெரியோன் செய்த திருப்பணிகள் பல ஆகும். இவற்றை விளக்கக் கூடிய வெண்பாக்கள் சிதம்பரம் கோவிலி லும் திருவதிகைக் கோவிலிலும் வரையப்பட்டுள்ளன.[2]

அரசன் விருதுப் பெயர்கள்

இராசகேசரி முதற்குலோத்துங்க சோழதேவன் திரிபுவன சக்கரவர்த்தி, இராசேந்திரன், விஷ்ணு வர்த்தனன், சர்வலோகாச் ரயன், பராந்தகன், பெருமான் அடிகள், விக்கிரம சோழன், குலசேகர பாண்டிய குலாந்தகன், **அபயன்**, சயதரன், முதலிய பட்டங் களைக் கொண்டிருந்தான். **திருநீற்றுச் சோழன்** என்ற பெயரும் இவனுக்குண்டு. இப்பெயரால் சிற்றூர் இருந்தது. **'சுங்கம் தவிர்த்த சோழன்'** என்றும் குலோத்துங்கன் பெயர் பெற்றான். 'உலகுய்ய வந்தான், விருதராச பயங்கரன்' என்பனவும் குலோத்துங்கன் சிறப்புப் பெயர்களே என்பது பரணியால் தெரிகிறது.

நாட்டுப் பிரிவுகள்

குலோத்துங்கன் ஆட்சியில் இருந்த சோழப் பெருநாடு பல மண்டலங்களாகப் பிரிக்கப்பட்டிருந்தது. அவை (1) சோழ மண்டலம் (2) சயங்கொண்ட சோழ மண்டலம் (3) இராசராசப் பாண்டிமண்டலம் (4) மும்முடி சோழ மண்டலம் (5) வேங்கை மண்டலம் (6) மலை மண்டலம் (7) அதிராசராச மண்டலம் என்பன. இவற்றுள் சோழமண்டலம் என்பது தஞ்சாவூர் திருச்சி ராப்பள்ளிக் கோட்டங்களும் தென் ஆர்க்காடு கோட்டத்தின் ஒரு பகுதியும் தன்னகத்தே கொண்டதாகும்; சயங்கொண்ட சோழ மண்டலம்-தென் ஆற்காடு கோட்டத்தின் பெரும் பகுதியும் செங்கற்பட்டு, வடஆர்க்காடு, சித்தூர் ஆகிய கோட்டங்களையும் தன்னகத்துக் கொண்டதாகும். இராசராசப் பாண்டி மண்டலம்

---

1. S.I.I. Vol. 4, No. 225
2. 369 of 1921; M.E.R. 1921, Vide 'Sentamil', Vol 23.

என்பது மதுரை, இராமநாதபுரம், திருநெல்வேலி ஆகிய கோட்டங் களைப் பெற்ற நிலப்பரப்பாகும். மும்முடி சோழ மண்டலம் என்பது கீழைச் சாளுக்கிய நாடாகும். மலைமண்டலம் என்பது திருவாங்கூர், கொச்சி, சேலம் கோட்டத்தின் ஒரு பகுதி, மலை யாளக் கோட்டம் இவை அடங்கிய நிலப்பரப்பாகும். அதிராசராச மண்டலம் என்பது கோயமுத்தூர்க் கோட்டத்தையும் சேலம் கோட்டத்தின் பெரும் பகுதியையும் கொண்ட கொங்கு நாடு ஆகும்.

இவன் காலத்தும் மண்டலம் பல வள நாடுகளாகவும், வளநாடு-பல நாடுகளாகவும் பிரிக்கப்பட்டன. குலோத்துங்கன் தன் ஆட்சிக்காலத்தில் இவ் வளநாடுகட்குரிய பெயர்களை நீக்கித் தன் பெயர்களை அவற்றுக்கு இட்டனன்: க்ஷத்திரிய சிகாமணி வளநாடு' என்பதைக் 'குலோத்துங்க சோழ வளநாடு' என மாற்றி னன்; இராசேந்திர சிங்கவளநாட்டை இரண்டாகப் பிரித்தான்; மேற்குப் பகுதிக்கு 'உலகுய்யவந்த சோழ வளநாடு' என்றும் கிழக்குப் பகுதிக்கு 'விருதராச பயங்கர வளநாடு' என்றும் பெய ரிட்டான். இவ் வளநாடுகள் பெரும்பாலும் இரண்டு ஆறுகளையே எல்லையாகக் கொண்டிருந்தன என்பது கல்வெட்டுகளால் நன்கறியலாம். சயங்கொண்ட சோழ மண்டலமாகிய தொண்டை நாடு மட்டும் பல்லவர் காலத்தில் இருந்தாற் போலவே 24 கோட்டங்களைப் பெற்றே இருந்து வந்தது.[1]

அரசியல்

குலோத்துங்கன் சிறந்த அரசியல் நிபுணன்; குடிகள் உள்ளத்தைத் தன்பால் ஈர்த்தலே தன் கடமை என்பதை நன்கு உணர்ந்தவன்; ஆதலின் முதலில் ஒவ்வொருவரும் அரசர்க்கு ஆண்டுதோறும் செலுத்தி வந்த **சுங்கம்** நீக்கினான். இச்சுங்கம் ஏற்றுமதிப் பொருள்கட்கு இடப்படும் தீர்வையாகும். இச்செய லால் மக்கள் இவனைச் 'சுங்கம் தவிர்த்த சோழன்' எனப் பாராட் டினர்; 'தவிராத சுங்கம் தவிர்த்தோன்' எனப் பரணி பாடிய சயங் கொண்டார் இவனை வாயாரப் புகழ்ந்தனர். இச்சுங்கம் தவிர்த் தமை சோழநாட்டளவே இருந்தது போலும்! கி.பி. 1194-இல் வெளிப்பட்ட கல்வெட்டு ஒன்று, 'சோழ நாட்டில் சுங்கம் வசூலிப் பதில்லை' என்பதைச் சுட்டுகிறது.[2] தஞ்சாவூரைச் சேர்ந்த கருந்திட்டைக்குடி 'சுங்கம் தவிர்த்த சோழநல்லூர்' எனப் பெயர் பெற்றது.[3]

---

1. S.I.I. Vol. II, No. 4   2. 288 of 1907   3. 374 of 1908

குலோத்துங்கன் தன் 17-ஆம் ஆட்சி ஆண்டிலும் 40-ஆம் ஆட்சி ஆண்டிலும் நிலத்தை அளக்குமாறு கட்டளையிட்டான்; அளந்து முடிந்த பிறகு குடிகளிடம் ஆறில் ஒரு கடமை வாங்கினான். குலோத்துங்கன் ஆட்சியில் வரி விதிக்கப்படாமல் ஒதுக்கப் பட்ட நிலங்களும் உண்டு. இவையே இவனது ஆட்சியின் சிறந்த செயல்கள். ஏனையவை **'சோழர் அரசியல்'** என்னும் பிற்பகுதியில் விளக்கம் பெறும்; ஆண்டுக் காண்க.

அரசன்

குலோத்துங்கன் சிறந்த கல்விமான். இவன் வேங்கி நாட்டிற் பிறந்தவன்; நன்னைப் பட்டனைக் கொண்டு தெலுங்கில் பாரதம் பாடச்செய்த **இராசராச நரேந்திரன்** செல்வ மகன் ஆதலின் இவன் தெலுங்கு மொழியில் வல்லவனாக இருந்தான்; வடமொழி அறிவும் பெற்றிருந்தான் என்பது கூறப்படுகிறது. தமிழில் சிறந்த அறிவுடையவன் என்று பரணி ஆசிரியர் குறித்துள்ளார். இவன் 'கலையினொடும் **கவிவாணர்** கவியினொடும் இசையினொடும்' பொழுது போக்கியவன்.[1] 'கவிவாணர்' என்றமையால், இவனது அவைக்களத்தில் இருந்த **சயங்கொண்டார்** தவிர வேறு புலவர் பலரும் இவனை அடிக்கடி சென்று கண்டனர் போலும்! இவன் புலவர் பலரை ஆதரித்தான் போலும்! இவன் சிறந்த வீரன்! கலக்க முற்றுக் குழம்பிய நிலையில் இருந்த பெருநாட்டைத் தான் பட்டம் ஏற்றவுடன் அமைதிக்குக் கொணர்ந்த அரசியல் நிபுணன்; சுங்கம் தவிர்த்துக் குடிகளின் உள்ளத்தைக் கொள்ளை கொண்டவன்; கடாரம், சீனம், கன்னோசி முதலிய வெளிநாடு களுடன் அரசியல் உறவு கொண்டு, வாணிகத்தைப் பெருக்கிய அறிஞன்; இழந்த ஈழநாட்டை மீட்கும் முயற்சியில் உயிர்களைப் பலியிடாத உத்தமன். சுருங்கக் கூறினால், இராசராசன், இராசேந் திரன் போன்ற பேரரசருள் இவனும் ஒருவன் ஆவன் என்னல் மிகையாகாது.

சமய நிலை

இப்பேரரசன் சிறந்த சிவபக்தன். சோழர் வழிவழியாகவே சிவபக்தராவர். இவன் தில்லைப் பெருமானைப் பேரன்பு பொங்க வழிபட்டதூயோன்; ஆயின், பிற சமயங்களையும் மதித்துவந்த பெரியோன். இவன் கல்வெட்டுகள் எல்லாச் சமயத்தார் கோவில் களிலும் இருக்கின்றன. மன்னார் குடியில் உள்ள பெருமாள் கோவில் இவன் பெயரால் எடுப்பித்ததே ஆகும். அதன் பழைய

---

1. க. பரணி, 263

பெயர் 'குலோத்துங்க சோழ விண்ணகரம்' என்பது. அஃதன்றி இப்பெரியோன் காலத்தில் இருந்த சிற்றரசர் பலர் வைணவக் கோவில்கள் பல எடுத்துள்ளனர்; நிபந்தங்கள் விடுத்துள்ளனர். குலோத்துங்கன் கி.பி. 1090-இல் நாகப்பட்டினத்தில் இருந்த இராசராசப் பெரும் பள்ளிக்கு (புத்த விஹாரத்திற்கு) நிலங் களைத் தானம் செய்துள்ளான். அதனைக் குறிக்கும் செப்பேடு கள் ஹாலண்டு நாட்டு 'லீடன்' நகரப் பொருட்காட்சிச் சாலையில் உள்ளன. அவையே 'லீடன் செப்பேடுகள்' எனப்படும். இவன் காலத்துச் சிற்றரசர் சிலரும் தனிப்பட்டார் சிலரும் சமணப் பள்ளி கட்கு நிபந்தங்கள் விடுத்துள்ளனர். எனவே குலோத்துங்கன் ஆட்சியில் எல்லாச் சமயங்களும் தத்தமக்குரிய சிறப்பைப் பெற்று வந்தன என்பது தெரியலாம். ஆயினும், அரசன் தன்னள வில் சிறந்த சிவபக்தனாகவே இருந்து வந்தான். தன்னைத் திருநீற்றுச் சோழன் என்று இவன் அழைத்துக் கொண்டமையே இவனது சிவநெறிப் பற்றை விளக்கப் போதிய தன்றோ?

அரச குடும்பம்

மனைவியர்:- குலோத்துங்கனுடைய செப்புப்பட்டயங்கள், இவன் இராசேந்திரதேவன் மகளான **மதுராந்தகியை** மணந்தான் எனக் கூறுகின்றன. இவளுக்கு எழுவர் மக்கள் பிறந்தனர். இவர்கள் கி.பி. 1077 முதல் வேங்கி இளவரசர் ஆயினர் என்பதைக் காணின், குலோத்துங்கன் கி.பி. 1070-இல் பட்டம் பெற்றதை எண்ணின், குலோத்துங்கன் ஏறத்தாழக் கி.பி. 1060-இல் மதுராந்தகியை மணந்தான் என்னலாம். மதுராந்தகியே கோப்பெருந்தேவியாக இருந்தாள். அவள் 'புவன முழுதுடையாள், அவனி முழுதுடையாள்' எனப்பட்டாள். அவள் **தீனசிந்தாமணி** என்னும் பெயரையும் உடையவள்.[1] அவள் குலோத்துங்கனது 30-ஆம் ஆட்சி ஆண்டிற்கு முன்பு இறந்தனள். அதனால், தியாகவல்லி என்பவள் பட்டத்தரசி ஆனாள். மற்றொரு மனைவி **ஏழிசை வல்லபி.** இவள் 'ஏழ் உல குடையாள்' எனவும் பட்டாள். இவளது மற்றொரு பெயர் **அருமொழி நங்கை** என்பது. இதுவே இவளது இயற்பெயர். இவள் எழிசைகளிற் பயிற்சியுடையாள் பற்றி 'ஏழிசை வல்லபி' எனப்பட்டாள் போலும்! பிற அரச மாதேவியருள் **திரைலோக்கிய மாதேவி** ஒருத்தியாவள். இவள் தன் தாயான உமைநங்கையின் நலம் கருதி ஆர்ப்பாக்கம் கோவிலில் கி.பி. 1072-இல் விளக்கு ஒன்று எரிய ஏற்பாடுசெய்தாள்.[2] சோழன்-சோறுடையான் ஆன

1. S.I.I. Vol. 3, No. 72.
2. 138 of 1923

காடவன் மாதேவி என்பவள் ஒரு மனைவி. இவள் பல்லவர் குலப்பாவை.[1] திரிபுவன மாதேவி என்ற **கம்பமாதேவி** ஒரு மனைவி. இவள் விஷ்ணுபக்தி உடையவள்.[2] 'ஆதித்தன் ஆண்ட குட்டியார்' என்ற சோழகுல வல்லியார் ஒரு மனைவி.[3] இதுகாறும் கூறியவற்றால், இவனுக்கு (1) மதுராந்தகி (2) தியாகவல்லி (3) ஏழிசைவல்லபி (4) திரைலோக்கியமாதேவி (5) காடவன் மாதேவி (6) கம்பமாதேவி (7) சோழகுலவல்லி என மனைவியர் எழுவர் இருந்தமை அறியக்கிடக்கிறது.

உடன்பிறந்தார்:- இவனுக்குக் குந்தவ்வை. மதுராந்தகி என்ற உடன் பிறந்த பெண்மணிகள் இருவர் இருந்தனர் என்பது சிதம்பரம் கல்வெட்டுகளால் தெரிகிறது.[4]

மக்கள்:- குலோத்துங்கற்கும் மதுராந்தகிக்கும் பிறந்த ஆண்மக்கள் எழுவர். பெண்மக்கள் இருவர். ஆடவருள் இராச ராசன், வீரசோழன், சோழ கங்கன், விக்கிரம சோழன் ஆகியவரே கல்வெட்டுகளில் இடம் பெற்றுள்ளனர். இவருள் மூத்தவன் சோழ கங்கன்; அவற்கு இளையவன் இராசராசன்; அவற்கு இளையவன் வீரசோழன்; நான்காம் மகன் விக்கிரம சோழன்.[5] இவருள் குலோத் துங்கன் உள்ளங்கவர்ந்த மகன் விக்கிரம சோழனே ஆவன். இவனே தந்தைக்குப் பின் அரசுகட்டில் ஏறியவன். குலோத்துங்கன் வீரசோழனையும் மிக்க அன்புடன் நேசித்து வந்தான்; அவனை இருமுறை வேங்கியை ஆளுமாறு அனுப்பினான்.[6]

குலோத்துங்கன் பெண்மக்களில் மூவர் பெயர்களே கல்வெட்டுகளில் அறியக் கிடக்கின்றன. அவை இராசசுந்தரி, சூரியவல்லி, அம்மங்கை என்பன. இப் பெண்மணிகளுள் **இராச சுந்தரி** கலிங்கஅரசனான இராசராசனை மணந்தவள். **சூரியவல்லி** இலங்கை இளவரசன் ஒருவனை மணந்தவள். **பிள்ளையார் அம்மங்கை ஆழ்வார்** என்பவளைப் பற்றிய குறிப்புத் தெரிய வில்லை; பெயர் மட்டுமே தெரிகிறது.[7]

இராசகேசரி முதற் குலோத்துங்கன் கி.பி. 1022 வரை சோழப் பேரரசை (52 ஆண்டுகள்) அரசாண்டான் என்பது அறிந்து இன்புறத்தக்கது.[1] இவனுக்குப் பின் **விக்கிரம சோழன்** சோழப்

---

1. 39 of 1921 2. 45 of 1921 3. 39, 45 of 1921
4. 117, 119 of 1888
5. Ep. Ind. Vol. 6, p. 335; S.I.I. Vol. 3, p. 179, K.A.N. Sastry's 'cholas', Vol. 2, p. 52.
6. Ep. Ind. Vol. 5, No. 10 7. S.I.I. Vol. 4, No. 226
8. K.A.N. Sastry's 'cholas', Vol. 2, p. 49.

பேரரசன் ஆனான். இக்குலோத்துங்கன் கல்வெட்டுகள், 'திருமன்னி வளர', 'திருமன்னி விளங்க', 'பூமேல் அரிவையும்', 'பூமருவிய திருமடந்தையும்', 'புகழ் மாது விளங்க', புகழ் சூழ்ந்த புணரி', 'பூமேவி வளர்', 'பூமாது வளர' முதலிய தொடக்கங்களை உடையன.

---

2. விக்கிரம சோழன்
(கி.பி. 1122-1135)

முன்னுரை

விக்கிரம சோழன் கி.பி. 1118-இல் முடிசூடிக் கொண்ட கி.பி. 1122 வரை தன் தந்தையுடன் இருந்து அரசு செலுத்தினான். இவன் ஆனித்திங்கள் உத்திராடத்திற் பிறந்தவன். இவன் தன் தந்தையின் இறுதிக் காலத்தில் இருந்த சோழப் பெருநாட்டிற்கு உரியவன் ஆயினான். இவனது ஆட்சியின் பெரும் பகுதி போரின்றி அமைதியே நிலவி இருந்தது என்னலாம். இழந்த கங்கபாடியிலும் வேங்கியிலும் இவனுடைய கல்வெட்டுகள் இருப்பதை நோக்க, அவ்விரண்டு நாடுகளிற் பெரும்பகுதி இவன் காலத்திற் சோழப் பெரு நாட்டில் மீண்டும் சேர்க்கப்பட்டது என்பது தெரிகிறது.

கல்வெட்டுகள்

இருவகைத் தொடக்கம் கொண்ட மெய்க்கீர்த்திகள் இவனுக்குண்டு. ஒன்று ''பூமாது'' அல்லது ''பூமகள் புணர'' என்னும் தொடக்கத்தை உடையது; மற்றது **'பூமாது மிடைந்து'** என்று தொடங்குவது. இத் தொடக்கம் உடைய கல்வெட்டுகள் விக்கிரம சோழன் செய்த சிதம்பரம் கோவில் திருப்பணிகளை விளக்குகின்றன. முன்னவை இவனுடைய இளவரசுப் பருவத்தில் செய்த தென் கலிங்கப் போரைக் குறிக்கின்றன. இவை இரண்டும் வேறு போர்களையோ பிற நிகழ்ச்சிகளையோ கூறவில்லை.

இலக்கியம்

'விக்கிரம சோழன் உலா' என்பது இவனது அவைப் புலவராகிய ஒட்டக்கூத்தர் பாடியது. அவரே இவனது தென்கலிங்க போரைச் சிறப்பித்துப் **பரணி** ஒன்று பாடியதாக இராசராசன் உலாவும் மூன்றாம் குலோத்துங்க சோழன் உலாவும் தக்கயாகப் பரணியில் உள்ள தாழிசையும்[1] குறிக்கின்றன. இப்பரணி இப்பொழுது கிடைத்திலது. ஆதலின், கல்வெட்டுகளையும் உலாவையும் கொண்டே இவன் வரலாறு துணியப்படும்.

---

1. V. 776

வேங்கி நாடு

விக்கிரம சோழன் வேங்கி நாட்டை விட்டுத் தந்தையிடம் சென்ற கி.பி. 1118 முதல் அந்நாடு ஆறாம் விக்கிரமாதித்தன் பேரரசில் கலந்துவிட்டது. சோழர்க்கு அடங்கி வேங்கி நாட்டை ஆண்ட வெலனாண்டு அரசர்கள் விதியின்றிச் சாளுக்கியர் ஆட்சியை ஒப்புக்கொண்டு சிற்றரசராக இருந்தனர். ஆனால் கி.பி. 1126-இல் பேரரசனான விக்கிரமாதித்தன் இறந்தான். உடனே வேங்கியின் தென்பகுதி விக்கிரம சோழன் பேரரசிற் கலந்து விட்டது. முன்னர் விக்கிரமாதித்தன் ஆட்சியை ஒப்புக்கொண்ட குண்டூர், கொங்கிலிப்பாக்கை முதலிய இடங்களில் இருந்த சிற்றரசர் விக்கிர சோழனைப் பேரரசனாகத் தங்கள் கல்வெட்டு களிற் குறித்திருத்தலே இதற்குத் தக்க சான்றாகும்.¹ வெல னாண்டுச் சிற்றரசரும் விக்கிரமனைப் பேரரசனாக ஏற்றுக்கொண் டனர்.²

கங்கபாடி

கங்கபாடியின் கிழக்குப் பகுதி மட்டும் விக்கிரமன் நாட் டுடன் கலப்புண்டது. அஃது எப்பொழுது கலந்தது, எவ்வாறு கலந்தது என்பன கூறக்கூடவில்லை. இவனது இரண்டாம் ஆட்சி ஆண்டுக் கல்வெட்டு ஒன்று மைசூரில் உள்ள சுகட்டூரில் கிடைத் தது. அதனில். இவனது தானைத்தலைவன் ஒருவன் அங்கு ஒரு கோவில் கட்டியது குறிக்கப்பட்டுள்ளது.³ கோலார்க் கோட்டத் தில் இவனது 10-ஆம் ஆண்டுக் கல்வெட்டு ஒன்று கிடைத்தது. அங்கு ஒரு விமானம் கட்டப்பட்ட செய்தி அதனில் குறிக்கப் பட்டுள்ளது.⁴ இவ்விரண்டு கல்வெட்டுகளாலும் கங்கபாடியின் கிழக்குப் பகுதியேனும் சோழப் பெருநாட்டில் சேர்ந்திருந்தது என்பது அறியக்கிடத்தல் காண்க.

வெள்ளக் கொடுமை

விக்கிரமசோழன் காலத்தில் (ஆறாம் ஆட்சி ஆண்டில்) வடஆர்க்காடு, தென் ஆர்க்காடு கோட்டங்களிற் பெரும்பகுதி ஆற்று வெள்ளத்திற்கு இரையானது. இதனாற் சில இடங்களில் ஊர்ப் பொது நிலங்களை விற்று அரசாங்கவரி இறுக்கப்பட்டது. திருவொற்றியூர். திருவதிகை முதலிய ஊர்களில் இருந்த சபை கள் இவ்விற்பனையில் ஈடுபட்டன.⁵ வெள்ளக்கொடுமையால் தஞ்சாவூர்க்கோட்டத்தைச் சேர்ந்த கோவிலடி துறக்கப்பட்டது;

---

1. 153 of 1897   2. 163 of 1897   3. 175 of 19¹¹
4. 467 of 19¹¹   5. 87 of 1900, 30 of 1903

'காலம் பொல்லாதாய், நம்மூர் அழிந்து குடி ஓடிப்போய்க் கிடந் தமையால்' என்பது கல்வெட்டு[1]. இக்குறிப்புகளால் சோணாட்டில் விக்கிரமனது 6, 7-ஆம் ஆட்சி ஆண்டுகளில் வெள்ளக் கொடுமை நிகழ்ந்தது என்பதை அறியலாம்.

அரசியல்

விக்கிரமசோழன் ஆட்சி சிறப்பாக அமைதியுடையதே ஆகும். அரசன், தன் முன்னோரைப் போலத் தன் பெருநாட்டைச் சுற்றிப் பார்ப்பதில் ஊக்கமுடையவனாக இருந்தான். கங்கை கொண்ட சோழபுரமே அரசனது கோநகரம் ஆயினும், பழையாறை முதலிய இடங்களில் இருந்த அரண்மனைகளிலும் அரசன் இருந்து கட்டளைகளைப் பிறப்பித்தல் உண்டு. கி.பி. 1122-இல் விக்கிரமன் முடிகொண்ட சோழபுரத்து (பழையாறை) அரண் மனையில் காணப்பட்டான்[2]; அடுத்த ஆண்டு செங்கற்பட்டுக் கோட்டத்துக் குனிவளநல்லூரில் இருந்த குளக்கரை மண்ட பத்தில் காணப்பட்டான்.[3] இம்மண்டபம், இக்காலப் 'பிரயாணி கள் விடுதி' (Travellers' Bangalow) போன்றது போலும்! அரசன் கி.பி. 1124-இல் தென்னார்க்காடு கோட்டத்து வீரநாராயணர் சதுர்வேதி மங்கலத்தில்(காட்டு மன்னார் கோவில்) இருந்த அரண்மனையில் காணப்பட்டான்;[4] கி.பி. 1120-இல் தில்லை நகரில் இருந்த அரண்மனையில் தங்கி இருந்தான்.[5] இக்குறிப்பு களால், இப்பேரரசன், தன் பெரு நாட்டின் பல பகுதிகட்கும் சென்று தன் ஆட்சி முறையை நன்கு கவனித்து வந்தான் என்பது புலனாகிறது அன்றோ?

சிற்றரசர்

கல்வெட்டுகளில் சிற்றரசர் சிலர் குறிப்பிடப்பட்டுளர். விக்கிரம சோழன் உலாவிலும் சிலர் குறிக்கப்பட்டுளர். முதல் கல்வெட்டில் குறிக்கப்பட்டாரைக் காண்போம். குலோத்துங்கன் பால் பெருஞ்சிறப்புப் பெற்ற நரலோக வீரனின் மகன் ஆன சூரைநாயகன் ஒருவன்[6]. வட ஆர்க்காடு கோட்டத்தின் பெரும் பகுதியை ஆண்ட சாம்புவராயன் ஒருவன். அவன் பெயர் 'செங்கேணி **நாலாயிரவன் அம்மையப்பன்** ஆன இராசேந்திர சோழ சாம்புவராயன்' என்பது. அவன் மனைவி கி.பி. 1123-இல் திருவல்லம் மடத்திற்குச் சில தானங்கள் செய்துள்ளாள்,[7] வழக்கம்

---

1. 275 of 1901 (S.I.I Vol. 7, Nos. 496) 2. 168 of 1906
3. 229 of 1910 4. 63 of 1918 5. 163 of 1902
6. 128 of 1930 7. 232 of 1921

போலக் கோவலூரை ஆண்ட **சேதிராயர்** சிற்றரசராகவே இருந்தனர். தொண்டைநாட்டில் 'ஆனைவாரி'யைத் தலைநகராகக் கொண்டு 'சாளுக்கியர்' என்பவர் ஆண்டு வந்தனர்.[1] தெற்கே இருந்த சிற்றரசருள் 'பாண்டி நாடு கொண்டான்' என்பவன் ஒருவன்.[2] இராமநாதபுரம் கோட்டத்துச் சிவபுரியை ஆண்ட 'சுண்டன் கங்கை கொண்டான்' ஒருவன். இவனுக்குத் **துவராபதி** வேளான் என்ற பெயரும் இருந்தது. இவனிடம் சிறந்த வாள்வீரர் இருந்தனர்.[3] தெலுங்கு நாட்டில் சிற்றரசர் பலராவர். அவருள் குறிப்பிடத்தக்கவர் சிலராவர். கி.பி. 1121-இல் பொத்தப்பி நாட்டை ஆண்டவன் மதுராந்தகன்-பொத்தப்பிச் சோழன் என்பவன். இவன் மகாமண்டலேசுவரன்-விமலாதித்த தேவன் என்னும் பெயர் பெற்றவன். இவன் தன்னைக் கரிகாலன் வழி வந்தவன் என்று குறித்துள்ளான்.[4] இப்பொத்தப்பிச் சோழ மன்னர்கள் காளத்தியில் உள்ள கோவிற்குப் பல திருப்பணிகள் செய்துள்ளனர்.[5] வெலனாண்டி 'இரண்டாம் கொங்கன் ஆன கொங்கயன்' ஒருவன். இவன் முன்னோர் சோழப் பேரரசனிடம் உள்ளன்பு கொண்டவர்; விக்கிரமசோழனுடன் தென் கலிங்கப் போரில் ஈடுபட்டவர். கொள்ளிப்பாக்கைக்குத் தலைவனான 'நம்பையன்' ஒரு சிற்றரசன். காளத்தி நாட்டுப் பகுதியை ஆண்டவன் மகா மண்டலேசுவரன் கட்டி தேவமகாராசன் என்பவன்.[6] இவன் முன்னோர் வீர ராசேந்திரன் காலத்தும் உண்மை உடையவராகவே இருந்தனர்.

இனி, விக்கிரம சோழன் உலாவிற் கூறப்பட்டுள்ள **சிற்றரசர்** யாவர் என்பதைக் காண்போம்; 1. கருணாகரத் தொண்டைமான் முதல்வன். 2. முனைப்பாடி நாட்டை ஆண்டுவந்த முனையதரையன் ஒருவன். இவன் தானைத்தலைவன்; சிற்றரசன்; அமைச்சனுமாவன். 3. கொங்கர், கங்கர், மஹாரதர் என்பவரை வெற்றி கொண்ட 'சோழர்கோன்' ஒருவன். 4. போரில் விற்றொழில் பூண்ட சுத்த மல்லன் வாணகோவரையன் ஒருவன். 5. நரலோக வீரனான காலிங்கராயன் ஒருவன். 6.செஞ்சியை ஆண்ட காடவராயன் ஒருவன்; இவன் மதங்கொண்ட யானையை அடக்கிச் செலுத்துவதில் வல்லவன். 7. வேள் நாட்டை ஆண்ட சிற்றரசன் ஒருவன்; அவன் துன்பமின்றி நாட்டை அமைதியாக ஆண்டனனாம். 8.கங்கை முதல் குமரிவரை பல அறங்களைச் செய்துள்ள அனந்த பாலன் ஒருவன். இவன் திருவாவடுதுறையில் உள்ள

1. 378 of 1913 2. 521 of 1905 3. 47 of 1929
4. 579 of 1907 5. 102 of 1922 6. 155 of 1922

சிவன் கோவிலுக்குப் பல தானங்கள் செய்துள்ளான்.[1] 9. கருநாடர் கோட்டை அரண்களை அழித்த சேதியராயன் ஒருவன். 10. தகடூரை ஆண்ட அதிகன் ஒருவன். இவன் கலிங்கப் போரில் பகைவரை முறியடித்தவன். 11.வடமண்ணையில் யானை கொண்டு அழிவு செய்த 'வத்தவன்' ஒருவன். 12. கோட்டாற்றிலும் கொல்லத்திலும் வெற்றி பெற்ற **நுளம்ப-பல்லவன் ஒருவன்.** 13. கொங்கு. குடகு நாடுகளையும் சேரபாண்டியரையும் வென்ற 'திரிகர்த்தன்' ஒருவன்.

அரசன் விருதுகள்

விக்கிரம சோழனுக்குப் பிரியமான பெயர் **'தியாக சமுத்திரன்'** என்பது. இஃது இவன் உலாவிலும் கல்வெட்டு களிலும் காண்கிறது.[2] **'அகளங்கன்'** என்பது மற்றொரு பெயர்.[3] 'குற்றம் அற்றவன்' என்பது இதற்குப் பொருளாகும். இவன் இவற் றுடன், தன் தந்தையின் விருதுகளில் பலவற்றைக் கொண்டிருந்தான்.

அரச குடும்பம்

பரகேசரி விக்கிரம சோழனுக்கு மனைவியர் எத்துணையர் என்பது தெரியவில்லை. கல்வெட்டுகளில் நால்வர் குறிப்பிடப் பட்டுள்ளனர். ஒருத்தி **முக்கோக்கிழான்** என்பவள்; மற்றவள் **தியாகபதாகை** என்பவள். முன்னவள் கி. பி.1127 வரை கோப்பெருந்தேவியாக இருந்து இறந்தாள்; பிறகு தியாகபதாகை கோப்பெருந்தேவி ஆயினள். 'இவள் பெண்கட்கு அணி போன் றவள்; சுருண்ட கூந்தலை உடையவள்; மடப்பிடி போன்றவள்; தூய குணங்களை உடையவள்; திரிபுவனம் முழுதுடையாள் எனப் பட்டவள்; அரசன் திருவுளத்து அருள் முழுதும் உடையாள்; அரசனுடன் வீற்றிருந்து சிறப்புற்றவள்' என்று திருமழபாடிக் கல்வெட்டுக் கூறுகிறது. **தரணி முழுதுடையாள்** என்பவள் ஒரு மனைவி. அவள் பெண்களில் மயில்போன்றவள்; நிலவுலகத்து அருந்ததி; 'இலக்குமி திருமாலின் மார்பில் இருப்பது போல இவள் அரசன் திரு திருவுள்ளத்தில் தங்கியுள்ளாள்' என்று அதே கல் வெட்டுக் குறிக்கின்றது.[4] மூன்றாம் மனைவி **நம்பிராட்டியார் நேரியன் மாதேவியார்** என்பவள். இவளுக்கு **அகப்பரிவாரம்** இருந்ததென்று கல்வெட்டுக் குறிக்கிறது.[5] 'அகப்பரிவாரம்' என்பது ஒவ்வோர் அரச மாதேவிக்கும் இருந்த பணிப் பெண்கள் படை

---

1. 71 of 1926   2. Ula, 431, 662 etc. Ins. 272, 273 of 1907; 49 of 1931
3. Ep. Ind. Vol. 6, pp. 227-230.
4. S.I.I. Vol. 3, p. 184   5. 136 of 1895

யாகும். விக்கிரம சோழனுக்குக் குலோத்துங்கன் என்னும் மைந்தன் ஒருவன் இருந்தான். அவனே இவனுக்குப் பின் சோழப் பேரரசன் ஆனான்.

சமயப் பணி

கங்கைகொண்ட சோழபுரம் சோழர் கோநகரம் ஆனது முதல், அதற்கு அண்மையில் உள்ள தில்லை நகரம் சிறப்புப் பெறலாயிற்று. விசயாலயன் முதல் இராசராசன்வரை இருந்த அரசர்கள் திருவாரூரையே மிக்க சிறப்பாகக் கருதினர். இவருள் முதற் பராந்தகன் ஒருவனே சிதம்பரத்தைச் சிறப்பித்தவன். இராசேந்திரன் காலம் முதல் தில்லை பெருஞ்சிறப்பு எய்தியது. முதற் குலோத்துங்கன் காலத்தில் சிதம்பரம் மிக்க உயர்நிலை அடைந்தது. தில்லைப் பெருமானே சோழர் குலதெய்வமாக விளங்கினார். விக்கிரம சோழன் காலத்தில் தில்லைப் பெருமான் கோவில் பெருஞ் சிறப்புற்று விளங்கியது. இவன் கி.பி. 1128-இல் தனக்கு வந்த சிற்றரசர் திறைப் பொருளின் பெரும் பகுதியைத் தில்லைப் பெருமான் கோவிலைப் புதுப்பிக்கவும் பெரிதாக்கவும் பிற திருப்பணிகள் செய்யவும் தாராளமாகச் செலவிட்டான். இதைப் பற்றிக் கூறும் **திருமழபாடிக் கல்வெட்டுச்**[1] செய்தியைக் காண்க:-

''பத்தாம் ஆட்சி ஆண்டில் சிற்றரசர் தந்த தூய பொற் குவியல் பேரரசன் முன் வைக்கப்பட்டது. அப்பொழுது மணிகள் பதித்த பொற்றட்டில் கீழ் வருவன வரையப்பட்டன: 'மன்னன் நீண்ட நாள் வாழ்ந்து உலகைக் காப்பானாக!' செம்பொன் அம்பலம் சூழ் திருமாளிகையும் கோபுரவாசல்களும் கூட சாலைகளும் பெருமாள்கோவிலைச் சூழவுள்ள கட்டடங்களும் பொன் ஆக்கப் பட்டன. பலி பீடமும் பொன்னாற் செய்யப்பட்டது; முத்துமாலை களால் அணி செய்யப்பட்ட தேர்க்கோவில் பொன்னால் இயன்றது. இத்தேரில் கூத்தப்பிரான் பூரட்டாதியிலும் உத்திரட்டாதியிலும் உலாப் போவானாக. அப்பொழுது நடைபெறும் விழா '**பெரும் பெயர் விழா**' எனப்படும். நிறைமணி மாளிகை நெடுந்தெரு ஒன்றும் அமைக்கப்பட்டது. இத்தெரு அரசன் பெயர் பெற்ற தாகும். பைம்பொன் குழித்த பரிகலம் முதலாகச் செம்பொற் கற்பகத்தோடு பரிச்சின்னமும் அரசனால் கோவிற்குத் தரப் பட்டன. இத்திருப்பணி அரசனது 10-ஆம் ஆண்டில் சித்திரைத் திங்களில் அத்த நக்ஷத்திரம் வடிய ஞாயிறன்று செய்யப்பட்டது.''

---

1. S.I.I. Vol. 3, pp 183-184.

இக் கல்வெட்டுச் செய்தியால், விக்கிரம சோழன் **சிறந்த சிவபக்தன்** என்பதும், தில்லைக் கூத்தன் கோவிலில் பல திருப் பணிகள் செய்தனன் என்பதும் நன்கு விளங்குகின்றன அல்லவா? பொன்னம்பலவன் திருக்கோவிலின் முதல் திருச் சுற்றுமதில் **'விக்கிரம சோழன் திருமாளிகை'**[1] எனவும் கோவிலைச் சுற்றி யுள்ள தெருக்களில் ஒன்று 'விக்கிரம சோழன் திருவீதி'[2] எனவும் வழங்கின என்பது பிற்காலக் கல்வெட்டுகளால் அறியக் கிடக்கும் செய்தியாகும்.

விக்கிரம சோழன் சிறந்த சிவபக்தன் ஆயினும், திருவரங்கம் பெரிய கோவிலிலும் திருப்பணி செய்ததாகத் தெரிகிறது. அக்கோவிலின் ஐந்தாம் திருச்சுற்று மதில் இவனால் கட்டப் பட்டது; இராமன் கோவில் முதலியன இவனால் அமைப்புண் டவை எனத் 'திருவரங்கம் கோவில் ஒழுகு' தெரிவிக்கின்றது. சமயத்துறையில் இவன் முன்னோரைப் போலவே சமரச நோக் குடன் இருந்தமை பாராட்டற்பாலதே அன்றோ?

---

3. இரண்டாம் குலோத்துங்கன்
(கி.பி. 1133- 1150)

அரசுரிமை

இரண்டாம் குலோத்துங்கன் விக்கிரம சோழன் மகன். இவன் கி.பி. 1133-இல் பட்டம் பெற்றுத் தந்தையுடன் இரண்டு ஆண்டு கள் அரசாண்டான். விக்கிரம சோழன் கி.பி. 1135 இல் இறக்க, இவனே சோழப் பேரரசன் ஆனான். இவனுடைய கல்வெட்டு கள் குறிக்கும் மெய்க்கீர்த்தியில் வரலாற்றுக் குறிப்புக் கிடைப்பது அருமை. எனவே, இவன் காலத்தில் போர்ச் செய்திகள் இல்லை என்பது தெளிவு. இவனது ஆட்சி அமைதியும் செழுமையும் உடையதாக இருந்தது. விக்கிரம சோழன் ஆட்சியில் இருந்த சோழப் பெருநாடு இவனது ஆட்சியிலும் அங்ஙனமே இருந்தது.

கல்வெட்டுத் தொடக்கம்

இரண்டாம் குலோத்துங்கனுடைய கல்வெட்டுகள் பின்வரும் முதற் குறிப்பை உடையன:- பூமன்னு பாவை '. பூமருவிய புவி யேழும் 3. பூ மேவி வளர் 4. பூ மன்னு பதுமம் 5. பூ மேவு திருமகள் 6. பூ மன்னு யாணர்.

---

1. 282, 284, 287 of 1913 2. 312 of 1913

சிற்றரசர்

இரண்டாம் குலோத்துங்கன் ஆட்சிக் காலத்து இருந்த சிற்றரசருள் குறிப்பிடத்தக்கார் சிலராவர்:

1. விக்கிரம சோழன் காலத்தில் இருந்த செங்கேணி அம்மையப்பன் சாம்புவராயன் மகன் அம்மையப்பன் கண்ணுடைப் பெருமாள் ஆகிய விக்கிரம சோழச் சாம்புவராயன் ஒருவன்.[1] இம்மரவரசர், ஆளும் அரசன் பெயரை வைத்துக் கொள்ளல் மரபு என்பது தெரிகிறது.

2. தென் ஆர்க்காடு கோட்டத்தில் திருமாணிக்குழி என்னும் இடத்தில் இருந்த **மோகன் ஆட்கொல்லி** என்ற குலோத்துங்க சோழக் காடவராயன் ஒருவன். இவன் படிப்படியாக உயர்நிலையை அடைந்தான் என்பது இவன் கல்வெட்டுகளால் விளக்கமாகிறது. இவன் திருநாவலூர், திருவதிகை, திருமுதுகுன்றம் (விருத்தாசலம்) முதலிய இடங்களிலுள்ள சிவன் கோவில்கட்குத் தானங்கள் செய்துள்ளான். இவன் 'ஆளப்பிறந்தான் கச்சியராயன், பைந்நாக முத்தரையன், அரசநாராயணன், ஏழிசை மோகன், என்ற சிறப்புப் பெயர்களைப் படிப்படியாகக் கொண்டான்.[2] இவன் திருமுதுகுன்றத்தில் **மண்டபம்** ஒன்று கட்டித் தன் பெயரிட்டு **'ஏழிசை மோகன்'** என்றழைத்தான்: அப்பொழுது 'காடவர் ஆதித்தன்' என்று தன்னை அழைத்துக் கொண்டான். கி.பி. 300 முதல் கி.பி. 900 வரை தமிழகத்தின் பெரும் பகுதியை ஆண்ட பல்லவர் வழிவந்த இவன், படிப்படியாகத் தன் அலுவல் முயற்சியால் உயர்நிலை அடைந்தமை இவனுடைய பட்டங்களால் நன்கு உணரலாம்.[3] இப்பெரியவன் வழிவந்தவனே பிற்காலத்தில் சோழப் பேரரசையே ஆட்டங் கொள்ளச் செய்த **கோப்பெருஞ் சிங்கன்** ஆவன்.[4]

3. **நடு நாடு** அல்லது **மகதை நாடு** என்பதைப் பார்வையிட்டுவந்த தலைவன் பாணர் மரபினன். அவன் பெயர் 'இராசராச மகதை நாடாள்வான்' என்பது.[5] 4. திருக்கோவலூரைச் சேர்ந்த மலைநாட்டை ஆண்டவன் 'விக்கிரம சோழச் சேதியராயன்' என்பவன். அவன் மகன் 'விக்கிரம சோழக் கோவல (கோவலூர்) ராயன்' என்பவன். மற்றொருவன் 'கிளியூர் மலையமான் குலோத்துங்க சோழச் சேதியராயன்' என்பவன்.[6] 5. தகடூர் அதியமான்

---

1. 302 of 1897 2. 157 of 1902
3. 374 of 1902, 391 of 1921; 45, 46 of 1903
4. 137 of 1900 5. 14 of 1903 6. 284, 285 of 1902

ஒருவன்; 6. **நுளம்ப பல்லவர்** சிலராவர். 7. கி.பி. 1147-இல் கங்கமரபினனான **சீயகங்கன்** காளத்தியில் உள்ள சிவன் கோவிலுக்கு நிபந்தங்கள் விடுத்தனன்.[1] 8. காளத்தியைச் சுற்றியுள்ள பகுதியில் 'யாதவராயர்' என்ற மரபரசர் சிற்றரசராக ஆண்டவந்தனர்.[2] இம்மரபினர் வீர ராசேந்திரன்ங காலமுதலே சிற்றரசராக இருந்து வந்தவர் ஆவர். 9. வேங்கி நாட்டுச் சிற்றரசருள் 'மகா மண்டலேசுவரன் பல்லவ தேவ சோடன்' ஒருவன்.[3] 10. வெலனாண்டுச் சோடர் மற்றொரு கிளையினர். இம்மரபைச் சேர்ந்த அரசரும் அரச மாதேவியரும் பாபட்லா, திராக்ஷாராமம், காளத்தி இவற்றிலுள்ள சிவன் கோவில்கட்குத் திருப்பணிகள் பல செய்துள்ளனர்.[4] 11.'கொலுநு' வை ஆண்ட 'காடம நாயகன்' ஒருவன். இவன் கி.பி. 1142-இல் ஒரு சிற்றூரை வேதியர்க்குப் பிரமதேயமாக விட்டனன்.[5] இவன் 'மகாமண்டலிக பீம நாயகன், வேங்கி தேசச் சாளுக்கிய **அங்ககாரன்** என்ற பட்டங்களையும் பெற்றவன்.[6] 12. பொத்தப்பி நாட்டை ஆண்ட 'மதுராந்தகன் பொத்தப்பிச் சோழ சித்தரசன்' என்பவன் ஒருவன்.[7]

பட்டப் பெயர்கள்

இரண்டாம் குலோத்துங்கன் விருதுப் பெயர்கள் பலவாகும். அவற்றுள் **'திருநீற்றுச் சோழன்'** என்பது ஒன்று. இப்பெயர் முதற் குலோத்துங்கனும் கொண்டிருந்தான். அதனால் இக்காலத்துச் சேக்கிழாரை முதற் குலோத்துங்கன் காலத்தவர் என மயங்கக் கொண்டாரும் உளர். எதிரிலி சோழன், கலிகடிந்த சோழன் என்பன வும் முன்னோர் கொண்ட விருதுப் பெயர்களே ஆகும். இவன் பேரம்பலம் பொன் வேய்ந்தமையால் **பேரம்பலம் பொன் வேய்ந்த சோழன்** எனப்பட்டான்.[8] இவனுக்கே சிறப்பாக உரிய விருதுப் பெயர் **'அநபாயன்** என்பதே ஆகும்.[9] இப்பெயர் இவ னுடைய கல்வெட்டுகளிலும் உலாவிலும் இருப்பதோடு இவனது அரசியற் செயலாளன் பெயரிலும் காணப்படல் நோக்கத்தக்கது. அச்செயலாளன் **அநபாய** மூவேந்த வேளான்' எனப்பட்டான்.[10] பல சிற்றூர்கள் **அநபாய நல்லூர்** என்று பெயரிடப்பட்டன.[11]

அரச குடும்பம்

திருமழபாடிக் கல்வெட்டில் அரச மாதேவியர் இருவர் குறிக்கப்பெற்றுள்ளர், அவருள் பட்டத்தரதி **தியாகவல்லி** என்பவள்,

1. 93 of 1922 2. 83 of 1922 3. 210 of 1897
4. 210 of 1897, 227 of 1893, 123 of 1922
5. Ind. Ant. Vol. 14, pp. 56-60 6. 172 of 1897 7. 572 of 1907
8. 350 of 1927 9. 269 of 1901 10. 531 of 1912
11. 271 of 1915, 533 of 1921, 346 of 1911

அவளுக்கே 'புவன முழுதுடையாள்' என்ற பெயரும் உண்டு. மற்றவள் 'முக்கோக்கிழான்' என்பவள். இவள் மலாடுடைய சிற்றரசர் மகளாவள்.[1] இவனுடைய பிற மனைவியரைப் பற்றியோ பிள்ளைகளைப் பற்றியோ ஒன்றும் அறியக் கூடவில்லை. இவனுக்கு **இராசராசன்** என்ற மகன் ஒருவன் இருந்தான். அவன் கி.பி. 1146-இல் முடி சூடிக்கொண்டு தந்தையுடனே நாட்டை ஆண்டு வந்தான். இரண்டாம் குலோத்துங்கன் காலத்திலும் சோழர் கோநகரம் கங்கை கொண்ட சோழபுரமே ஆகும். எனினும், இவன் காலத்தில் சிதம்பரம் பெருஞ் சிறப்படைந்தது; அரசன் அடிக்கடி தங்கும் பெருநகரமாக விளங்கியது.

அவைப் புலவர்

இரண்டாம் குலோத்துங்கன் அவையில் **ஒட்டக் கூத்தர்** பெரும் புலவராக இருந்தார். அவர் விக்கிரம சோழன் காலத்திலும் இவன் காலத்திலும் இவன் மகன் இரண்டாம் இராசராசன் காலத்திலும் இருந்தவர் ஆவர்; மூவர்மீதும் உலாப் பாடினவர். இரண்டாம் குலோத்துங்கன் இவரிடம் தமிழறிவு பெற்றிருத்தல் கூடும். ஆனால் இவர் பெயர் ஒரு கல்வெட்டிலும் காணப்படவில்லை. அதனால், இவர் இருந்திலர் எனக் கூறல் இயலாது. என்னை? இவர் பாடிய உலாப் பிரபந்தங்களும் பிறவும் இருத்தலின் என்க. இங்ஙனமே, குன்றத்தூர்-**சேக்கிழார்** இப்பேரரசன் காலத்தில் இருந்தவர்; அரசன் வேண்டத் **திருத்தொண்டர் புராணத்தைப்** பாடியருளியவர். இவரைப் பற்றி வேறிடத்து விரிவாகக் கூறப் படும். ஈடும் எடுப்பும அற்ற திருத்தொண்டர் புராணமும், கூத்தர் செய்த உலாக்களும் பரணியும் இக்காலத்துச் சிறந்த இலக்கிய நூல்கள் ஆகும். இவற்றால் இவ்வரசனைப் பற்றிய செய்திகள் ஓரளவு அறிய வசதி உண்டு. இப்புலவர்களையும் இவ்விலக் கியங்களையும் பற்றிப் பிற்பகுதியிலல் விரிவான வரலாறு தரப் படும்; ஆண்டுக் காண்க.

சமயநிலை

இரண்டாம் குலோத்துங்கன் சிதம்பரத்தில் முடி கவித்துக் கொண்டான் என்பது தெரிகிறது. இவன் காலத்தில் தில்லை நகரம் சொல்லொணாச் சிறப்புற்றுப் பொலிந்திருந்தது. நகரம் சீர்திருத்தப்பட்டது; கோவில் சிறப்புற அமைக்கப்பட்டது. இதனை முதன்முதல் அறிவிப்பது அரசனது 7-ஆம் ஆண்டுக் கல்வெட்டே ஆகும். அது திருப்புறம்பியக் கல்வெட்டாகும்.[2] இவன் தனது

1. 85 of 1895. 2. 350 of 1927

மூன்றாம் ஆண்டுக் கல்வெட்டிலேயே 'பேரம்பலம் பொன் வேய்ந்த சோழன்' எனப்பட்டான். ஆதலின், இவன் பட்டம் பெற்ற இரண்டாம் ஆண்டு முதல் ஆறாம் ஆண்டு வரை தில்லைத் திருப்பணியிற் பெரிதும் ஈடுபட்டிருந்தான் என்னலாம். இப்பணி இவனது தந்தையான விக்கிரம சோழன் காலத்து முடிவடையாது இவன் காலத்து முடிவுற்றதோ-அன்றி இவன் தானாகவே இதனை மேற்கொண்டு செய்தனனோ தெரியவில்லை.[1] இவன் செய்த கோவில் திருப்பணிகள் **குலோத்துங்கன் உலாவிற்** சிறப்புற விளக்கப்பட்டுள்ளன: "குலோத்துங்கன் ஈடும் எடுப்பும் அற்ற தன் அரச மாதேவியுடன் தில்லை சென்று கூத்தப் பெருமான் திருக்கூத்தைத் தரிசித்து, தில்லை மண்டபத்தில் இருந்த வைணவக் கடவுளாகிய கோவிந்தராசரை அப்புறப்படுத்தினான்; பல திருத்தங்களைச் செய்தான்: **எழுநிலைக் கோபுரங்களை அமைத்தான்;** தான் பிறந்த கயிலையை நினையாதிருக்க அதனினும் மேம்பட்ட முறையில் அம்மனுக்குத் திருமாளிகை அமைத்தான்: கோவிலின் பல பகுதிகளும் நகரத்தில் குறிப்பிடத் தக்க சில இடங்களும் பொன் வேய்ந்தான்."[2] இச்செய்திகளே சுருக்கமாக இராசராச சோழன் உலா[3]விலும் தக்கயாகப் பரணி[4] யிலும் குறிக்கப்பட்டுள்ளன. இவன், சிதம்பரத்துப் பொன்னம்பல நாதர் திருவடிகளாகிய தாமரைமலர்களில் உள்ள வண்டு போன்றவன்; இவன் திருவாரூரில் உள்ள அப்பர், சுந்தரர், சம்பந்தர் படிமங்கட்குப் பூசை முதலியன நடக்கத் தானம் செய்துள்ளான்[5] என்று ஒரு கல்வெட்டுக் கூறலைக் கொண்டு. இவனது சிவபக்தியையும் மூவர் முதலிகளிடம் இவன் கொண்டிருந்த பெருமதிப்பும் உணரலாம்.

இக்குலோத்துங்கன் தில்லை-கோவிந்தராசப் பெருமானை அப்புறப்படுத்திய செய்தியை ஒரு கல்வெட்டுக் குறிக்கிறது.[6] அக்குறிப்புடைய பகுதி வேண்டுமென்றே அழிக்கப்பட்டுள்ளது. மற்றப் பகுதி செம்மையாகவே இருக்கிறது. ஒரு காலத்தில் சிவனையும் திருமாலையும் ஒன்றுபடுத்திச் 'சங்கர நாராயண' வடிவத்தில் வழிபாடு ஏற்படுத்திச் சைவத்தையும் வைணவத்தையும் ஒன்றுபடுத்த முயற்சி செய்யப்பட்டது. பிற்கால நிகழ்ச்சிகள் இம்முன்னேற்பாட்டிற்கு இடம் தரவில்லை. சைவத்திற்கும்

---

1. A.R.E. 1913, Part II, No. 34, 1927, Part II, No. 24.
2. Ula lines 69-116.   3. R. Ula, lines 58-66
4. T. Parani, KK. 777, 800 - 810.   5. S.I.I iv 397
6. 363 of 1907

வைணவத்திற்கும் வேறுபாடு அதிகமாக நிகழ்ந்த நிகழ்ச்சிகளுள் இரண்டாம் குலோத்துங்கன் செய்தது ஒன்றாகும்.[1] இந்நிகழ்ச்சி தவிர, இவனது அரசாட்சி பல வழிகளிலும் செம்மையானதென்றே கூறி முடிக்கலாம்.

4. இரண்டாம் இராசராசன்
(கி.பி. 1146-1173)

அரசியல்

இரண்டாம் குலோத்துங்கன் ஆட்சி கி.பி. 1150-இல் முடிவுற்றது. ஆயினும், அவன் தன் மகனான இரண்டாம் இராசராசனைக் கி.பி. 1146-ஆம் ஆண்டிலேயே அரசனாக்கித் தன்னுடன் கொண்டு நாட்டை ஆண்டு வந்தான் என்பது முன்பே கூறப்பட்டது. ஆதலின், இராசராசன் ஆட்சி கி.பி. 1146-லிருந்தே கணக்கிடப்பட்டது. இவனுடைய கல்வெட்டுகளில் போரைப் பற்றிய குறிப்பே இல்லை. ஆதலின், இவனது ஆட்சி இரண்டாம் குலோத்துங்கன் ஆட்சியைப் போல அமைதி நிலவிய ஆட்சியாகும் என்பது தெரிகிறது. இவனுடைய கல்வெட்டுகளில் பெரும்பாலன '**பூ மருவிய தருமாதும்**' என்ற தொடக்கத்தைக் கொண்டவை. அவற்றில் அவனது அரசியல் நேர்மையாக நடந்தது என்பதே குறிக்கப்பட்டுள்ளது.

இவனது பெருநாட்டின் பரப்பென்னை? இவனது 7-ஆம் ஆட்சியாண்டில் குவலால நாட்டில் (கோலார் கோட்டம்) காடு வெட்டி என்ற சிற்றரசன் மலை மீது ஒரு கோவில் கட்டினான்.[2] நிகரிலி சோழமண்டலம் எனப்பட்ட கங்கநாட்டில் தகடூர் நாட்டைச் சேர்ந்த 'பெரும்பேர்' என்ற இடத்தில் தானம் செய்த கல்வெட்டு ஒன்று கிடைத்துள்ளது. அதனைச் செய்தவன் 'தகடூர் கிழவன்' என்பவன். அது கி.பி. 1164-இல் செய்யப்பட்டது.[3] இதனால் கொங்குநாடும், கங்கபாடியின் ஒரு பகுதியும் இராசராசன் பெருநாட்டின் பகுதிகள் என்பதே அறியக்கிடக்கிறது. வேங்கி நாட்டில் இராசராசன் காலத்துக் கல்வெட்டுகள் பல கிடைத் துள்ளன. அவை திராக்ஷாராமம் வரை பரவிக் கிடக்கின்றன.[4] இக்குறிப்பால் வேங்கிநாட்டிலும் சோழ அரசு பரவி இருந்தமை நன்குணரலாம். சுருங்கக் கூறின், விக்கிரம சோழன் காலத்துப் பெரு நாடு அப்படியே இரண்டாம் குலோத்துங்கன் காலத்திலும் இரண்டாம் இராசராசன் காலத்திலும் நிலைத்திருந்தது எனக் கூறலாம்.

---

1. Cholas, Vol II, p 74 (Foot note)
2. 486 of 19**
3. 18 of 1900, 267 of 190*
4. 216 of 1893

அரசு நிலை

1. முதற் குலோத்துங்கன் ஆட்சிக்குப் பிறகு சோழ நாட்டு நடு அரசியல் அமைப்பு வலியற்று விட்டது. சிற்றரசர் பலராயினர். அவரவர் பேரரசிற்கு ஒருவாறு அடங்கினாற் போலக் காட்டிக் கொண்டனரேனும், தமது நாட்டளவில் முற்றும் சுயேச்சையே கையாண்டனர். அவர்கள் தங்களுக்குள் ஒற்றுமை நிலவவும் போரிடவும் தொடங்கினர். நடு அரசியல் இவற்றைத் தடை செய்ய முடியவில்லை. பேரரசன் படைவன்மை மேலைச் சாளுக்கியர் படை யெடுப்பையும் ஹொய்சளர் படையெடுப்பையும் பாண்டிய சேர நாட்டுக் குழப்பங்களையும் தடுப்பதிலேயே ஈடுபட வேண்டியதாயிற்று. வெளிநாடுகளின் படையெடுப்புகட்குச் சிறப்புக் கவனம் செலுத்த நேர்ந்ததால், பெருநாட்டுச் சிற்றரசர் நிலையைக் கவனித்து அவ்வப்போது ஒழுங்குபடுத்தப் போதிய சமயம் வாய்த்திலது. பேரரசனது இத் துன்ப நிலையை நன்கு உணர்ந்த சிற்றரசர் தத்தம் படை வலியைப் பெருக்கிக் கொண்டே வந்தனர். ஆனால் பெருநாட்டில் இருந்த சிற்றூர் அவைகளும் நகர அவைகளும் தத்தம் கடமைகளைச் செவ்வனே செய்து வந்தன. எனினும், முதல் இராசராசன் ஏற்படுத்திய வலிமையுற்ற நடு அரசாங்க அமைப்புத் தளர்ச்சியுற்று விட்டதென்பதில் ஐய மில்லை.

சிற்றரசர்

இரண்டாம் இராசராசன் காலத்துச் சிற்றரசர் யாவர்? 1. 'மலாடு 2000' என்பதை ஆண்டவன், திருக்கோவலூரில் பெருமாள் கோவிலைக் கட்டிய நநரசிம்மவர்மன் என்பானுக்குப் பெயரன் ஆவன்.[1] 2. அதே மலைநாட்டின் ஒரு பகுதியை 'மலையமான்கள்' ஆண்டுவந்தனர். அவருள் 'மலையமான் பெரிய உடையான்' ஒருவன்; 'அத்திமல்லன் சொக்கப்பெருமான்' ஒருவன்; இவன் கிளியூரை ஆண்டவன்.[2] 3. கூடலூரை ஆண்ட 'காடவராயர்' மரபினன் ஒருவன். அவன் 'கூடலூர் ஆளப் பிறந்தான் மோகன்' என்பவன். அவனுக்கு இராசராசக் காடவராயன்' என்ற பெயரும் உண்டு.[3] 4. சோழ நாட்டில் காரிகை-குளத்தூரை ஆண்ட **பல்லவராயன்** ஒருவன். அவன் பல்லவராயன் பேட்டையில் இராஜராஜேசுவரம் உடையார் கோவில் ஒன்றைக் கட்டினான். அவனே இராசராசன் இறுதிக் காலத்திலும் இராசராசன் இறந்த பிறகும் சோணாட்டை நிலைகுலையாமற் காத்த **பெருவீரன்.**[4]

---

1. 119 of 1900
2. 163 of 1906, 411 of 1909
3. 166 of 1906.
4. 434, 435 of 1924.

5. நித்த விநோத சாம்புவராயன் என்பவன் 'செங்கேணித்' தலைவருள் ஒருவன்; இவன் மனைவி **சீருடையாள்** என்பவள். முன்னூர், அச்சரப்பாக்கம் கோவில்களில் திருப்பணி செய்த 'இராசநாராயண சாம்புவராயன்' ஒருவன். இவன் 'அம்மையப்பன் சீயன் பல்லவாண்டான்' என்றும் வழங்கப்பட்டான்.[1] இச்செங்கேணித் தலைவர்க்குமக் காடவராயர்க்கும் நெருங்கிய உறவுண்டு. 6. புதுக்கோட்டைச் சீமையில் குலோத்துங்க சோழக் கடம்பராயன் என்பவன் ஒருவன்.[2] 7. 'சேந்தன் கூத்தாடுவான்' என்ற இராசராச வங்கார முத்தரையன் என்பவன் **பாடி காவல்** தலைவன்; இவன் தென் ஆர்க்காடு கோட்டத்தில் 'திட்டகுடி'யில் இருந்தவன்.[3] 8. தெலுங்கு நாட்டுச் சிற்றரசருள் கரிகாலன் மரபினர் எனக் கூறிக்கொண்ட 'திரிபுவன மல்ல தேவன் சோழ மகாராசன் ஒருவன்; 'ஜிக்கிதேவ சோழ மகாராசன்' மற்றொருவன். இவரன்றிக் 'கோணராசேந்திர லோகராசன், கொண்ட பருமட்டி புத்தராசன், குலோத்துங்க இராசேந்திர சோடையன், கொட்டாரி எர்ரம நாயகன், சனகவர்மன்' முதலியோர் நெல்லூர் முதல் வேங்கி வரை பரவி இருந்த சிற்றரசர் ஆவர்.

அரசன் விருதுப் பெயர்கள்

இவன், இராசராசன் உலாவில் கண்டன், விரோதயன் என்ற பெயர்களை உடையவனாகக் காணப்படுகிறான். உலாவிலும் கல்வெட்டுக்களிலும் இவன் **'சோழந்திர சிம்மன்'** என்பதைச் சிறப்பாகப் பெற்றவன். இவன், கல்வெட்டுகளில் **இராச கம்பீரன் எதிரிலி சோழன், நெறியுடைச் சோழன்** என்ற விருதுகளையும் பெற்றுள்ளான்.

அரச குடும்பம்

இராசராசனது பட்டத்தரசி **அவனி முழுதுடையாள்** என்பவள். மற்ற மனைவியர் **'புவன முழுதுடையாள், தரணி முழுதுடையாள்** என்பவர்.[4] இரண்டாம் இராசராசனுக்கு மகப்பேறு இல்லை என்பர்.

இளவரசன்

இராசராசற்கு மகப்பேறு இன்மையால், தன் பாட்டானான விக்கிரம சோழனது மகன் வயிற்றுப் பெயரனான (இரண்டாம்)

---

1. 168 of 1918, 52 of 1919, 244 of 1901
2. 355 of 1904
3. 16 of 1903
4. 16 of 1903, 369 of 1911; Vide 219 of 1901, 538 of 1104.

உலகுடை **'முக்கோக்கிழான்'** என்பது பட்டத்தரசியைக் குறிப்பதென்பர்.

இராசாதிராசன் என்பானை இளவரசனாக ஏற்றுக் கொண்டான். இளவரசனது ஆட்சி ஆண்டு கி.பி. 1163-இல் தொடக்கமானதைக் கல்வெட்டு உணர்த்துகிறது.¹ எனவே, இராசாதிராசன் பத்தாண்டு வரை இராசராசனுடன் இருந்து அரசியல் முறையை நன்கறிந்தான் என்னலாம். கி. பி. 1163-க்குப் பிறகு இராசராசன் இறப்பதற்குள் பாண்டிய நாட்டில் பெருங்குழப்பம் பாண்டிய சிற்றரசர்க்குள்ளே உண்டானது. ஒரு பாண்டியற்கு ஈழத்தரசன் உதவி செய்தான். மற்றொருவனக்குச் சோழர் உதவி புரிந்தனர். இப்போராட்டச் செய்திகளைப் பற்றிய விவரம் இராசாதிராசன் ஆட்சியில் விளக்கப் படும்.

5. இராசாதிராசன்
(கி.பி. 1163-1179)

பட்டம் பெற்ற வரலாறு

இராசாதிராசன் விக்கிரம சோழனது மகள் வயிற்றுப் பெயரன். இவனது இயற்பெயர் **எதிரிலிப் பெருமான்** என்பது. இவனுக்கு இளையவன் ஒருவன் இருந்தான். இந்த இருவரும் கங்கை கொண்ட சோழபுரத்திலிருந்து ஆயிரத்தளி அரண்மனைக்குக் கொண்டு வரப் பெற்றனர். அங்கு இரண்டு பிள்ளைகளும் வளர்ந்து வந்தனர். இராசராசன் இறக்கும் அன்று எதிரிலிப் பெருமாளுக்கு முடிசூட்டி இறந்தான். அப்பொழுது அவன் வயது இரண்டு. அதனால் அரசன் இறந்தவுடன் சோணாட்டில் கலவரம் மிகுந்தது. உடனே **பல்லவராயன்** என்னும் முதல் அமைச்சன் இப்பிள்ளை களையும் இராச மாதேவியரையும் இராசராசபுரத்திற்குக் கொண்டு சென்று தக்கார் பாதுகாவலில் விட்டுச் சோழப் பெருநாட்டு அரசியலை இரண்டு வருட காலம் தானே கவனித்து வந்தான்; எதிரிலிப் பெருமாள் நான்கு வயதினன் ஆனதும், அவனுக்கு 'இராசாதிராசன் என்ற பெயருடன் முடி சூட்டிச் சிறப்புச் செய்தான்; இக்குறிப்புகள் அனைத்தும் 'பல்லவராயன் பேட்டைச் சாசனத்' தால் நன்கறியக் கிடக்கின்றன.² ஆனால் இதே பல்லவராயன் பேட்டைச் சாசனத்தையும் இராசராசன் ஆட்சி ஆண்டுகளையும் சோதித்த பிறர், 'இராசராசன் கி.பி 1163-இல் இளவரசன் ஆனான்; இராசராசன் கி.பி. 1173-இல் இறந்தான். எனவே 8 முதல் 10 ஆண்டுகள் பேரரசனுடன் சிற்றரசன் பயிற்சி பெற்றான்' எனக் கூறுகின்றனர்.³ இஃது எங்ஙனமாயினும், இரண்டாம் இராசராச

---

1. Ep. Ind. Vol. 9, p. 211.
2. 433 of 1924, V.R. Dikshitar's 'Kulothunga chola III' pp. 21-23, 152-163.
3. K.A.N. Sastry's 'Cholas' Vol. II, pp. 87, 96.

னுக்குப் பிறகு பட்டம் பெற்றவன் இரண்டாம் இராசாதிராசன் என்பது மட்டும் அனைவரும் ஒப்புக்கொண்ட உண்மை ஆகும். இவனுக்குக் **கரிகாலன்** என்ற பெயரும் உண்டு.[1]

பாண்டி நாட்டுக் குழப்பம்

இராசாதிராசன் பட்டம் பெற்ற நான்கு-ஐந்து ஆண்டு களில், பாண்டிய நாட்டில் அரச மரபினர் இருவர்க்குள் பூசல் உண்டானது. ஒருவன் பராக்கிரம பாண்டியன் என்பவன்; மற்றவன் குலசேகர பாண்டியன் என்பவன். பராக்கிரம பாண்டியன், அப்பொழுது இலங்கையை ஆண்டு வந்த **பராக்கிரமபாகு** (கி.பி. 1153-1186) என்பவனைத் துணை வேண்டினான். உடனே இலங்கைப் படைவீரர் **இலங்காபுரி** என்பவன் தலைமையிற் சென்றனர். அவன் பாண்டிய நாட்டை அடைவதற்குள், குல சேகரன் பராக்கிரமனை ஒரு நகரத்தில் அகப்படுத்தி, அதனை முற்றுகை இட்டான்; அப்பொழுது நடந்த போரில் பராக்கிரமன் கொல்லப் பட்டான். அவன் மகனான **வீரபாண்டியன்** மலை நாட்டுக்கு ஓடி ஒளிந்தான். குலசேகரன் பாண்டிய மன்னன் ஆனான்.

இலங்காபுரி

இதனை உணர்ந்த இலங்காபுரி குலசேகரனை வென்று பாண்டிய நாட்டை இறந்தவன் உறவினர்க்கு உரிமையாக்கத் துணிந்து, நாட்டினுள் நுழைந்தான்! இராமேசுவரத்தைக் கைப்பற்றி அங்கிருந்த கோவிலை அழித்தான்; 'குந்துகாலம்' என்ற இடத்தைக் கைப்பற்றிக் கோட்டை ஒன்று கட்டி, அதற்குப் 'பராக்கிரம புரம்' என்று தன் அரசன் பெயரிட்டான்; இச்செயல்களை அறிந்த குலசேகரன் இரண்டு படைத்தலைவரைப் பெரும் படையுடன் ஏவினன். அப்படைகள் தோல்வியுற்றன. அடுத்துப் பல இடங் களில் போர் நடந்தது. இலங்காபுரியே வெற்றி பெற்றான். இறுதியிற் குலசேகரன் கொங்கு நாட்டுப் படைகளையும் இறந்த பராக்கிரம பாண்டியனுடைய சிதைந்த படையையும் தன் படை களையும் ஒருங்கு திரட்டிக் கொண்ட தானே போரிட முந்தினன்; ஆயினும், பாவம்! அவன் படுதோல்வி அடைந்தான். இலங்காபுரி தென்பாண்டிநாட்டைக் கைப்பற்றிப் பலப்படுத்தினான்; மலை நாடு புக்க வீரபாண்டியனை வரவழைத்து, இலங்கை அரசன் தந்த பரிசுகளை அளித்துப் பாண்டிய அரசனாக்கி வைத்தான். வீர பாண்டியன் இலங்காபுரியின் உதவி பெற்றே நாட்டை ஆண்டு

1. 129 of 1927, 263 of 1913.

வந்தான். இலங்காபுரி பிற இடங்களை வென்று 'கண்டதேவன் மழவராயன்' என்பவனையும், 'மானவ சக்கரவர்த்தி' என்பவனையும் ஆளுமாறு விடுத்தான்.

தன் நாடு பாழாவதைக் கண்ட வெகுண்ட குலசேகரன் மீட்டும் தன் படைகளைத் திரட்டிப் போருக்குப் புறப்பட்டான். இலங்காபுரியால் நாடாள விடப்பட்ட சிற்றரசரும் அவனுடன் சேர்ந்து கொண்டனர். உடனே வீரபாண்டியன் அரசு கட்டில் விட்டு ஓடிவிட்டான். இலங்காபுரி தன் அரசனுக்குச் செய்தி அனுப்பிப் புதிய படைகளை வருவித்தான். அப்புதிய படை களைச் சகத் விசயன் என்பான் தலைமை தாங்கி நடத்தி வந்தான். இரண்டு வீரரும் தம் படைகளை அணிவகுத்துக் குலசேகரனை முற்றிலும் முறியடித்தனர். வீரபாண்டியன் மீண்டும் அரசன் ஆக்கப்பட்டான். பின்னர் இலங்காபுரி குறும்பராயன் என்பவனைத் தோற்கடித்துத் திருப்புத்தூரைக் கைப்பற்றினான். பொன் அமரா வதி புகுந்து அங்கிருந்த மூன்று மாளிகை கொண்ட அரண்மனை முதலிய கட்டடங்களை இடித்து மதுரைக்குத் திரும்பினான்.

குலசேகரன் மீட்டும் இலங்காபுரியைச் சீவில்லிபுத்தூரில் தாக்கினான். போர் கடுமையாகவே நடந்தது. ஆயினும், குலசேக ரனே தோல்வியுற்றான்; 'சாத்தனேரி' என்னும் இடத்திற்கு ஓடி விட்டான். இலங்காபுரி அதனை அறிந்து அங்குச் சென்றான். அவன் வருவதை அறிந்த குலசேகரன் ஏரிக்கரையை உடைத்து அவன் வரவைத் தடுக்க முயன்றான்; பயனில்லை. உடனே அவன் பாளையங்கோட்டைக்குப் போய்த் தங்கினான்; சோழ அரசனுக்கு 'உதவி வேண்டும்' என்னும் வேண்டுகோளை விடுத்தான்.

ஈழத்துடன் செய்த முதற்போர்

சோழநாட்டை ஆண்டுவந்தவன் இராசாதிராசன் ஆவன். அவனுக்குப் பேருதவியாக இருந்தவன் திருச்சிற்றம்பலம் உடை யானான **பெருமான் நம்பிப் பல்லவராயன்** என்பவன். அப் பெருந்தகை திரண்ட படைகளுடன் பாண்டியன் நாட்டை அடைந் தான். அவனுக்கு உதவியாகச் சென்ற மற்றொரு தலைவன் **நரசிங்கவர்ம ராயன்** என்பவன். பாண்டியன் படை, கொங்கப் படை, சோழர் படை யாவும் ஒன்று கூடின; அதுகாறும் பாண்டிய நாட்டுக் கோவில்களை இடித்துக் கொள்ளை-கொலைகளால் குடிகளைத் துன்புறுத்தி வந்த ஈழப்படைகளைத் தாக்கின. திருக் கானப்பேர், தொண்டி, பாசி, பொன் அமராவதி, மணமேற்குடி, மஞ்சக்குடி என்னும் இடங்களில் போர் நடந்தது. இறுதியில்

ஈழப்படை தோற்று ஒழிந்தது. குலசேகரன் அரியணை ஏறி அரசாளத் தொடங்கினான்.[1]

இலங்காபுரி செய்த கொடுமைகளை அறிந்த **எதிரிலி சோழச் சாம்புவராயன்** என்னும் சிற்றரசன் ஒருவன் உமாபதி தேவர் என்ற ஞானசிவ தேவர் என்னும் பெரியார் ஒருவரிடம் முறை இட்டான். அவர் 'ஈழப்படை விரைவில் அழிந்து ஒழியும்: கவலற்க' என்று அருளி 28 நாள் **அகோர பூசை** செய்தனர். முடிவில் ஈழப்படை தோற்ற செய்தி எட்டியது. உடனே அத்தலைவன் அச்சுவாமி தேவர்க்குக் காஞ்சியை அடுத்த **ஆர்ப்பாக்கம்** என்னும் சிற்றூரைத் திருப்பாத பூசையாக அளித்தான். இச்செய்தி இராசராசனது 5-ஆம் ஆட்சி ஆண்டில் நடைபெற்றதாகும்.[2] எனவே, இலங்காபுரியின் தோல்வி கி.பி. 1167 அல்லது 1168-இல் நிகழ்ந்ததாதல் வேண்டும்.

ஈழத்துடன் செய்த இரண்டாம் போர்

இராசராசன் குடும்பத்திற்கு நெருங்கிய நண்பனும் முதல் அமைச்சனும் சிறந்த வீரனும் ஆகிய பல்லவராயன் மேற்சொன்ன போருக்குப் பின் நோய்வாய்ப்பட்டுக் காலமானான். உடனே அந்தப் பதவிக்கு 'வேதவனம் உடையான் அம்மையப்பன்' ஆன **அண்ணன் பல்லவராயன்** என்பவன் வந்தான். இவன் ஆற்றலும் போர்ப் பயிற்சியும் மிக்கவன். இவன் அரசனது நன்மதிப்புப் பெற்றவன். இவன், முதலில் பல்லவராயனிடம் தோற்றதற்கு வருந்திய ஈழத்தரசன் சோணாட்டைத் தாக்கப் படைகளைப் பலப்படுத்துவதையும், ஊரத்துறை, புலைச்சேரி, மாதோட்டம், வல்லிகாமம், மட்டிவால் என்னும் இடங்களிற் கப்பல்களைக் கட்டுவதையும் கேள்வியுற்றான்; உடனே பராக்கிரமபாகுவுடன் பூசலிட்டுத் திரிந்து கொண்டிருந்த அவன் மருமகனான **சீவல்லபன்** என்பவனைப் படையுடன் அனுப்பி ஈழத்தைத் தாக்கத் தூண்டினான். சீவல்லபன் சோழர் படையுடன் சென்று மேற்சொன்ன இடங்களிற் பலவற்றை அழித்தான்; போரில் யானைகளைக் கைப்பற்றினான்; கிழக்கு மேற்கில் இருபதுகாத வழியும் தெற்கு வடக்கில் எழுபது காத வழியும் தீமூட்டி ஊர்களை அழித்தான்; பல தலைவரைக் கொன்றான்; பலரைச் சிறைப் பிடித்தான்.

---

1. இவ்வரலாறு மகாவம்சம், சோழர் கல்வெட்டுகள், பல்லவராயன் பேட்டைச் சாசனம் இவற்றைக் கொண்டு வரையப்பட்டது. 20 of 1899, 433 of 1924. 464 of 1905.
2. S.I.I. Vol. 6, No. 456.

இந்நிலையில், பராக்கிரமபாகு ஒரு சூழ்ச்சி செய்தான். அவன் உடனே குலசேகரனுக்குத் தூது விடுத்தான்; நீண்ட காலமாகப் பாண்டியர்க்ஊகும் ஈழ அரசர்க்கும் சோழர்க்கு எதிராக இருந்து வந்த ஒற்றுமையை உணர்த்தித் தன்பால் நட்புக் கொள்ளுமாறும் சோழர்பால் பகைமை கொள்ளுமாறும் செய்தான். சோழர் தயவால் பட்டம் பெற்ற குலசேகரன் நன்றி கெட்டவனாய்ச் சோழர் மீது பகைமை கொண்டான்; ஈழத்தரசன் பேச்சைக் கேட்டுச் சோணாட்டின்மீது படையெடுத்தான்; சோழர்பால் என்றும் அன்பு கொண்டிருந்த **ஏழகத்தார்**[1] (ஏடகத்தார்-மதுரை தாலூக்காவில் உள்ள ஊர்) என்பவரையும் சோழருடைய மறவசாமந்தரும் குலசேகரன் ஆட்சியில் இருந்தவருமான 'இராசராச கற்குடி மாராயன்' இராச கம்பீர ஐந்து கோட்டை நாடாள்வான்' என்பாரை நாட்டை விட்டு விலக்கினான்; சோழ அரசன் ஆணைப்படி மதுரை வாயிலில் அறையப்பட்டிருந்த ஈழத்துத் தானைத்தலைவர் தலைகளை அப்புறப்படுத்தினான். பராக்கிரமவாகு குலசேகரன் தானைத் தலைவர்கட்கு அனுப்பிய கடிதங்களும் பரிசுகளும் சோழ சேனைத் தலைவர்களிடம் அகப்பட்டன. இவை அனைத்தையும் கேள்வியுற்ற இராசாதிராசன் அண்ணன் பல்லவராயனுக்கு ஆணை விடுத்தான். அஃதாவது, குலசேகரனை விரட்டிப் பராக்கிரம பாண்டியன் மகனான வீரபாண்டியனை அரசனாக்க வேண்டும் என்பது. உடனே அண்ணன் பல்லவராயன் பெரும்படை அனுப்பிக் குலசேகரனை ஒழித்து, வீரபாண்டியனை அரியணை ஏற்றினான். இச்செயற்காக இப்பெருவீரன் பழையனூரில் பத்து வேலி நிலம் இரையிலியாகப் பெற்றான்.[2]

இங்ஙனம் இராசாதிராசன் ஆட்சியல் சோழர்க்கும் ஈழ அரசர்க்கும் இரண்டு முறை போர் நடந்தது. இருமுறையும் பாண்டி நாடு சம்பந்தமாகவே நடந்தது. முதற்போரில் வெற்றி பெற்ற சோழர் படைத் தலைவன் பல்லவராயன்; இரண்டாம் போரில் வெற்றிபெற்ற பெருவீரன் அண்ணன் பல்லவராயன். இந்த இரு போர்களிலும் ஈழத்தரசன் காலாட் படையையும் கப்பற் படையையும் இழந்தான். இரு போர்கட்கும் பிறகு இராசாதிராசன், 'மதுரையும் ஈழமும் கொண்டருளிய தேவர்'[3], என்னும் விருதுப் பெயர் பூண்டான். இங்கு 'ஈழம் கொண்டது' என்பது, '(சீவல்லபனை ஏவி) ஈழத்தரசன் வலி தொலைத்தது' என்னும் பொருள் கொண்டதே ஆகும். இந்த இரண்டு போர்களும் நடைபெற்ற காலம் கி.பி. 1169 முதல் 1177 வரை என்னலாம்.

---

1. S.I.I. Vol. 3, p. 212. 2. 465 of 1905.
3. 36 of 1906, 731 of 1909, 474 of 1995, etc.

அரசு

நெல்லூர், காளத்தி, நந்தலூர்,[1] கங்கபாடி[2] முதலிய இடங்களிற் கிடைத்த சிற்றரசர் கல்வெட்டுகளில் இராசாதிராசன் பேரரசனாகக் குறிக்கப்படலாம், இராசாதிராசன் காலத்திற் சோழப் பெரு நாடு இராசராசன் காலத்தில் இருந்த நிலையிலே இருந்த தென்று கூறலாம்.

சிற்றரசர்

1. சிற்றரசர் பலருள் முதலிற் குறிப்பிடத்தக்கவன் 'காரிகைக் குளத்தூர் திருச்சிற்றம் பலம் உடையான் பெருமான் நம்பி **பல்லவ ராயன்'** ஆவன். இவன் இராசராசன் உள்ளங் கவர்ந்தவன்; அவனது பேரன்பிற்குப் பாத்திரன் ஆனவன்; அங்ஙனமே இராசாதிராசன் அன்பிற்கும் நம்பிக்கைக்கும் உரியவனாக இருந்தான். (2) இவனுக்கு அடுத்து அப்பதவியில் இருந்து அருந்தொண்டாற்றிய சிற்றரசன் 'வேதவனம் உடையான் அம்மையப்பன் என்ற அண்ணன் **பல்லவராயன்'** என்பவன். ஈழ வெற்றிகட்கு இவ் விருவரே பொறுப்பாளிகள். இவர்கள் இன்றேல் சோழப் பேரரசு பல துண்டுகளாகப் பிரிந்து ஒழிந்திருக்கும் என்பதில் ஐயமில்லை, அண்ணன் பல்லவராயன் திருவாரூர், திருவாலங்காடு முதலிய இடங்களில் உள்ள சிவன் கோவில்களில் நிபந்தங்கள் விடுத் துள்ளான். இவனது சொந்த ஊர் பழையனூர். (3) தென் ஆர்க்காடு கோட்டத்திலும் வட ஆர்க்காடு கோட்டத்திலும் சாம்புவராயரு காடவராயரும் வன்மையுற்று இருந்தனர். செங்கேணி அம்மை யப்பன் **சாம்புவராயன்** என்பவன் சில இடங்களில் வந்த வருவாயைத் திருப்புலிவனம் சிவன் கோவில் திருப்பணிகட்குச் செலவிட்டதாகக் கல்வெட்டுக் கூறுகிறது. (4) கண்டர் சூரியன் என்வன் ஒருவன். இவன் 'பாண்டி நாடு கொண்டான்' எனப் பட்டான். இவன் திருவக்கரையில் கோவில் **கோபுரம்** ஒன்றைக் கட்டித் தன் பெயரிட்டான்; சிற்றாமூரில் நிலங்களைப் **பள்ளிச் சந்தமாக விட்டான்.**[3] (5) 'செங்கேணி அம்மையப்பன் சீயன் பல்லவாண்டான்' என்பவன் ஒருவன். இவன் நிலவரியும் பிற வரியும் முன்னூரில் உள்ள கோவிலைப் புதுக்கவோ அல்லது கட்டவோ செலவழித்தவன்[4] (6) சாம்புவராயர் பலராதல் போலவே மலையமான் சிற்றரசரும் பலராவர்; இவருள் அருளாளப் பெருமாள்

1. Nellore Ins. edited by Butterworth and Venugopala Chetty, Nos. 105, 108 of 1922; 571 of 1907.
2. 48 of 1893.
3. 195 of 1904, 202 of 1902.
4. 71 of 1919

என்ற இராசராச மலையமான் ஒருவன். இவன் **'கண்ணனப்பன் மலையமான்'** என்பவன் புதல்வன். இவன் திரிசூலம் கோவிலில் விளக்கிட்டான்.[1] (7) சேதிம ராயர் என்பவர் சிலர்; கோவலராயர் சிலராவர். இவர்கள் கீழூர், அத்தி (கேரளாந்தக நல்லூர்) முதலிய இடங்களில் உள்ள கோவில்கட்கு நிபந்தங்கள் விடுத்தனர். (8) திருவரங்கம் உடையான் என்ற இராசாதிராச மலையராயன் திருப்பாசூர்க் கோவிலுக்குப் பல தானங்கள் செய்துள்ளான். (9) கேரள திருக்கொடுங்குன்றம் உடையான் ஆன பொன்னமராவதி நிஷதராசன் என்பவன் ஒருவன். (10) குணமாலைப் பாடி உடையான் **ஆட்கொண்டான்** கங்கை கொண்டான் என்ற பொத்தப்பிச் சோழன் ஒருவன். (11) நெல்லூரை ஆண்ட சித்தரசன் ஒருவன். (12) திட்டகுடியில் உள்ள கோவிலுக்கு ஐந்து வேலி நிலதானம் செய்த இராசராச வங்கார முத்தரையன் ஒருவன். இவருள் பலர் இராசராசன் ஆட்சிக் காலத்திலும் இருந்தவராவர்.[2]

இச்சிற்றரசருள் அண்மையில் இருப்பவர் இருவரோ பலரோ தமக்குள் உடன்படிக்கை செய்து கொண்ட உறவாடல் மரபு. இருவர் ஒருவர்க்கொருவர் உற்றுழி உதவி புரிவதென்று வாக்களித்துக் கொண்டனர். பலர் ஒன்று கூடி உறவாடுவதாக ஒப்பந்தம் செய்து கொண்டனர். இவ்வொப்பந்தங்கள் பேரரசின் சம்மதம் பெறாமலே செய்து கொள்ளப்பட்டவை. அதனால், தேவை உண்டாயின், இச்சிற்றரசர் பேரரசரையே ஆட்டிப் படைக்கலாம் அன்றோ?

இளவரசன்

இராசாதிராசன், விக்கிரம சோழ தேவன் பெயரனான 'நெறியுடைப் பெருமாள்' மகன். சங்கர சோழன் உலாவிற் குறிக்கப்பட்ட 'சங்கமராசன் என்பவனே நெறியுடைப்பெருமாள்; உலாவிற் குறிக்கப்பெற்ற **'நல்லமன்'** என்பவனே எதிரிலிப் பெருமாள் என்ற இராசாதிராசன்; இரண்டாம் மகனான **குமாரமகிதரன்** என்பவனே குமார குலோத்துங்கன் என்ற மூன்றாம் குலோத்துங்கன்; மூன்றாம் மகனான **சங்கர ராசன்.** இவனே **சங்கர சோழன்** என்பவன். இம்மூவரும் ஒரே தந்தையின் மக்களாவர்.[3] ஆதலின், மூன்றாம் குலோத்துங்கனே இளவரசனாக இருந்தான்.

---

1. 321 of 1901 2. 150 of 1930
3. Vide V.R. Dikshitar's 'Kulothunga III - pp. 160 -163. லால்குடிக்கு நேர் கிழக்கே 5 கல் தொலைவில் 'சங்கம ராசபுரம்' என்னும் பெயர் கொண்ட சிற்றூர் இருக்கிறது. இவ்வூரில் உள்ள கோவில் கல்வெட்டுகள் சோதித்தற்குரியவை.
   V.R. Dikshitar's K-III

6. மூன்றாம் குலோத்துங்கன்
(கி.பி. 1178-1218)

இளமைப் பருவம்

இராசாதிராசனுக்கு இவன் தம்பியாவன் என்பது உண்மை ஆயின், அவனுக்கு ஓராண்டு இளையவனே ஆவன்; எனவே, இராசாதிராசன் பட்டம் ஏற்றபொழுது இவன் மூன்று வயதுச் சிறுவனாக இருந்தான்; தமையனுடனே இருந்து அரசியல் பழக்கம் சிறுவயதிலே கைவரப் பெற்றான். தமையின் 17 ஆண்டுகள் அரசாண்டு 20-ஆம் வயதில் இறந்தானாதல் வேண்டும். இவன் கி.பி. 1178-இல் தன் 18-ஆம் வயதில் பட்டத்தைப் பெற்றான்; நல்ல இளமைப் பருவத்தில் பட்டம் பெற்றமையாலும் அதற்குள் தமையனுடன் இருந்து அரசியல் அமைதியை நன்கு அறிந்திருந் தவன் ஆதலாலும், சிறுவயதில் அரச மாதேவியார் பக்கலில் இருந்து வளர்ந்தமையாலும் பெருநாட்டின் நிலையையும் அரச மரபின் வரலாற்றையும் பிறவற்றையும் நன்கறிந்தவன். இளமைப் பருவத்தில் ஒட்டக்கூத்தர் போன்ற பெரும்புலவர் பழக்கம் இவனுக்கு இருந்திருத்தல் இயல்பே அன்றோ?

பிறந்த நாள்

இப்பேரரசன் **பிறந்த நாள்** தைத்திங்கள் **அத்த நக்ஷத் திரம்** ஆகும். இவன் தன் பெயரால், திருநறுங்கொண்டைப் பெரும்பள்ளி அருக தேவற்கு ''ஆறாவது முதல் நம்பேராலே **'இராசாக்கள் நாயன் திருநாள்'** என்று தைத்திங்களில் அத்தத் திலே தீர்த்தமாகத் திருநாள் எழுந்தருளுவிப்பதாகச் சொன்னோம்'' என்று கட்டளையிட்டுள்ளதனால் இது தெரிகின்றது. இங்ஙனம் முதல் இராசராசன் தான் வென்ற சேரநாட்டில் தன் பிறந்தநாள் விழாக் கொண்டாட ஏற்பாடு செய்தகை முன்னர்ப் படித்தோம் அன்றோ?

உடல் அமைப்பு

இவன் 'கருவீர மேகம்; கருமேக வண்ணன்; ஒண்பூவை வண்ணன்; உருவால் மதனன்; உறுப்பால் மதனன்; கட்டாண்மை வீமன்; அழகு, ஆண்மை எல்லாம் கண்டார் கொண்டாடும் குலோத் துங்க சோழன்' என்று **குலோத்துங்கன் கோவை** ஆசிரியர் இவனைப் பற்றிக் கூறியுள்ளனர்.[1]

---

1. M.E.R. 458 of 1915.

கல்வெட்டுகள்

இவன் காலத்துக் கல்வெட்டுகள் பலவாகும். அவற்றில் பெரிதும் காணப்படும் தொடக்கம் 'புயல் வாய்த்துவளம் பெருக' என்பது. பிற தொடக்கங்கள் ஆவன-'மலர் மன்னும் பொழில் ஏழும்', 'பூமேவி மருவிய', 'பூமேவி வளர்,' 'பூமருவிய திசை முகத்தோன்' என்பன. இவற்றுள் சில இரண்டாம் இராச ராசன், இரண்டாம் குலோத்துங்கன் கல்வெட்டுத் தொடக்கங்கள் எனினும், போர்ச் செயல்களைக் கொண்டு வேறு பிரித்துக் காட்டலாம்.

நாட்டு நிலைமை

மூன்றாம் குலோத்துங்கன் அரசு கட்டில் ஏறிய ஞான்று சோழப் பெருநாடு திறமை மிக்க அமைச்சரால் திறம்பட ஆளப்பட்டு வந்தது. ஆயினும், பெருநாட்டு நடுஅரசியல் அமைப்புச் சீர்கெட்டுக் கொண்டே வந்தது. இதற்குச் சிறந்த காரணம். சிற்றரசரும் படைத்தலைவரும் உயர் அலுவலாளரும் தம் நாடுகளில் தனிப்பட்ட உரிமைகளை நாட்டிக் கொண்டு நடு அரசியல் அமைப்பை மதியாது நடந்து வந்ததே ஆகும். இந்நிலைமை முதற் குலோத்துங்கற்குப் பின் தோன்றி இராசாதிராசன் காலத்தில் வலுப்பெற்றது. பெருநாட்டிற்கு வெளியே ஈழத்தரசன் பாண்டி மண்டல அரசியலிற் புகுந்து குழப்பம் உண்டாக்கி வெற்றியும் தோல்வியும் கலந்து நுகர்ந்து வந்தான். தெலுங்கு நாட்டில் இருந்த சிற்றரசரும் தம் மனம் போனவாறு நடக்கத் தலைப்பட்டனர். இராசராசன், இராசாதிராசன் கல்வெட்டுகளே நெல்லூர்க்கு வடக்கே இல்லாததற்குக் காரணம் இதுவே ஆகும். அவர்க்கு வடக்கே சாளுக்கியப் பெருநாட்டை விழுங்கிக் **காகதீயர்** வன்மை பெற்று வந்தனர். மேலைச்சாளுக்கியர் ஒடுங்கிவிட்டதால், மைசூர் பகுதியில் ஹொய்சளர் வன்மையுற்று அரசியல் செல்வாக்குப் பெறலாயினர். இந்நிலைகளை நன்கு கவனித்த மூன்றாம் குலோத்துங்கன். முதலில் சோழப் பெருநாட்டில் அமைதியை உண்டாக்கிப் பலப்படுத்தத் துணிந்தான்.

போர்ச் செயல்கள்

படைகள்

சோழர் படைகள் திறம் வாய்ந்தவை. அவை முதற் பராந்தகன் காலமுதலே நல்ல பயிற்சிபெற்று வழி வழி வந்தவை யாகும். இக்குலோத்துங்கன் காலத்தில் இருந்த யானைப் படை சிறப்புடையது. கி.பி. 1178-இல் **சீன ஆசிரியர்** ஒருவர் சோணாட்டுப் படையைப் பற்றி இங்ஙனம் வரைந்துள்ளார்:-

''சோழர் அரசாங்கத்தில் 60 **ஆயிரம் யானைகள்** கொண்ட பெரும்படை இருக்கிறது. ஒவ்வொரு யானையும் 7 அல்லது 8 அடி உயரம் உடையது. போர்க்களத்தில் இந்தக் கரிகள்மீது வீரர் பலர் செல்கின்றனர். அவர் கைகளில் ஈட்டி, வில், அம்பு முதலியன கொண்டுள்ளனர்; நெடுந்தூரம் அம்பு எய்வதில் வல்லுநர். போரில் வெற்றிபெறும் யானைகட்குச் சிறப்புப் பெயரிட்டு அழைக்கின்றனர். அவற்றின்மீது சிறப்பை அறிவிக்க உயர்தரப் போர்வைகள் விரிக்கப்படும். நாள்தோறும் அரசன் திருமுன் யானைப்படை நிறுத்தப்படும்.''

பாண்டி நாட்டுப் போர்

இவ்வரசன் கல்வெட்டுகளில் தென்னாட்டுப் போரே சிறந்த காணப்படுகிறது. இவன் (1) மதுரை கொண்டது, (2) பாண்டியன் முடித்தலை கொண்டது, (3) ஈழநாடு கொண்டது, (4) கருவூர் கொண்டது, (5) கச்சி கொண்டது, (6) மதுரையில் வீராபிடேக மும் விசயாபிடேகமும் செய்து கொண்டமை ஆகிய செயல்கள் குறிக்கப்பட்டுள்ளன. ஆதலின், இவற்றை ஒவ்வொன்றாகக் காணலாம்.

மதுரை கொண்டது

அண்ணன் பல்லவராயனிடம் தோற்றோடிய குலசேகர பாண்டியன் இறந்தான். அப்பொழுது மதுரையை ஆண்டு வந்தவன் வீரபாண்டியன், குலசேகரன் மகனான **விக்கிரம பாண்டி யன்** மூன்றாம் குலோத்துங்கனை அடைக்கலம் புகுந்தான்.[1] இரண்டாம் இராசாதிராசனால் துரத்தப்பெற்ற குலசேகரன் மகனை அவனுக்குப் பின் வந்த குலோத்தங்கன் ஏன் சேர்த்துக்கொண் டான்? ஒன்று, வீர பாண்டியன் சோழனுக்கு எதிராக இலங்கை அரசனுடன் நட்புக் கொண்டிருத்தல் வேண்டும்; அல்லது சோழ னுக்கு மாறாக வேறு துறையில் நடந்திருத்தல் வேண்டும்; அல்லது வீரபாண்டியன் பாண்டிய அரசு பெறத் தகாதவனாக இருத்தல் வேண்டும். காரணம் யாதாயினும் ஆகுக. குலோத்துங் கற்கும் வீரபாண்டியற்கும் போர் மூண்டது. அப்போரில் வீரபாண் டியன் மகன் இறந்தான்; பாண்டியனுடைய சிறந்த ஏழகப் படை களும் மறவர் படைகளும் அழிந்தன; வீரபாண்டியற்கு உதவியாக வந்த சிங்களவர் மூக்கறுப்புண்டு இறந்தவர் போக எஞ்சியவர் கடல் வழியே இலங்கை நோக்கி ஓடினர். இங்ஙனம் முதற்போர் குலோத்துங்கற்கு வெற்றி அளித்தது. சோழன் மதுரையும் அரசும்

1. S.I.I. Vol. 3, No. 86

கொண்டு வெற்றித் தூண் நாட்டினன்; மதுரையும் அரசும் விக்கிரம பாண்டியற்கு அருளி மீண்டனன்.[1]

முடித்தலை கொண்டது

தோற்று ஓடிய வீரபாண்டியன் சேரநாட்டை அடைந்தான்; சேரன் உதவியைப் பெற்று இழந்த நாட்டை மீட்க முயன்றான்; சிதறிக்கிடந்த தன் பழைய சேனையையும் திரட்டிச் சேரப் படையுடன் பாண்டி நாட்டிற்குள் நுழைந்தான்; இதனை அறிந்த குலோத்துங்கன் உருத்தெழுந்து தன் பெரும் படையுடன் சென்று நெட்டூரிற் பகைவனைச் சந்தித்தான். இருதிறப் படைகட்கும் போர் நடந்தது. முடிவென்ன? வீரபாண்டியன் தோற்றான்; அவன் படைவீரர் நாலாப் பக்கங்களிலும் ஓடலாயினர். அவனது முடி சோழன் கைப்பட்டது. அவன் கோப்பெருந்தேவியும் சிறைப் பட்டாள். குலோத்துங்கன் அவளைத் தன் **வேளத்திற்கு**[2] அனுப்பி விட்டான். வீரபாண்டியன் பொறுக்க இயலாத அவமானத்துடன் சேரநாட்டை அடைந்தான். சேரன் தான் பாண்டியனுக்கு உதவி புரிந்த தவற்றை உணர்ந்து, வீரபாண்டியனுடன் வந்து குலோத் துங்கனைச் சரண் அடைந்தான். பெருந்தகையான குலோத் துங்கன் அவ்விருவரையும் அரசர்க்குரிய முறையில் வரவேற்றுச் சிறப்புச் செய்தான்;[3] வீரபாண்டியற்குப் பாண்டிய நாட்டில் ஒரு பகுதியை ஆள உரிமை அளித்து முடியும் ஈந்தான். வீர பாண்டியன் தான் ஈன்ற மைந்தற்குப் **பரிதி குலபதி** (சோழர்குலத் தலைவன்) என்ற குலோத்துங்கன் விருதுப் பெயரினை இட்டுச் சோழன் முன்நிறுத்த, குலோத்துங்கன் மகிழ்ந்து அவற்குச் சிறப்புப் பல செய்தான்.[4] இதுகாறும் கூறிய செய்திகள் இரண்டாம் பாண்டிப் போர் ஆகும். பாண்டியனது முடித்தலை கொண்ட களம் ஆதலின் மதுரை, 'முடித்தலை கொண்ட சோழபுரம்' எனப்பட்டது. இவ்விரு போர்களும் இவன் பட்டம் பெற்ற இரண்டு ஆண்டுகட்குள் நடந் தனவாகும். என்னை? இவனது இரண்டாம் ஆண்டுக் கல்வெட்டு ஒன்றில் (திருவக்கரையில்) இவை குறிக்கப்பட்டிருந்ததால் என்க. இச் செயல்களையே இவன்மீது பாடப்பெற்ற 'குலோத்துங்கன் கோவை' யும் புகழ்ந்து பாராட்டியுள்ளது.

வேள் நாட்டுப் போர்

மேற் கூறப்பெற்ற போர்கட்குப் பிறகு வேள்நாட்டை

---

1. 94 of 1918; S.I.I. Vol. 3, p.212
2. **'வேளம்'** என்பது அரண்மனையில் அரசரிடமும், அரசியரிடமும் இருந்த பணியாளர் படை. அரசியர்க்குப் 'பணிப்பெண்கள் படை' உண்டு.
3. 254 of 1995, 42 of 1905. 4. S.I.I. Vol 3, No. 88.

ஆண்ட **வீரகேரளன்** என்பவன் குலோத்துங்கனைப் பகைத்துக் கொண்டான். அதனால் இருவர்க்கும் போர் நிகழ வேண்டிய தாயிற்று. அப்போரில் வீரகேரளன் தன் கைவிரல்கள் தறிக்கப் பட்டுத் தோற்றான்; வேறு வழியின்றிச் சோழனிடமே அடைக் கலம் புகுந்தான். அடைந்தார்க்கு எளியனான அண்ணல் குலோத் துங்கன் அவனை வரவேற்றுத் தன்னுடன் இருந்து உண்ணு மாறு உபசரித்து, அவனது நாட்டை அவனுக்கே அளித்து மகிழ்ந் தான்.[1]

ஈழம் கொண்டது

இராசாதிராசன் காலம் முதலே சோழர் செல்வாக்கை ஒழிக்க முயன்று முடியாது தவித்த **முதலாம் பராக்கிரமபாகு,** குலோத் துங்கன் காலத்திலும் ஈழத்தரசனாக இருந்தான். இவன் முன் போலவே மதுரையிற் பூசல் விளைக்க முனைந்தான். இதனை உணர்ந்த குலோத்துங்கன் கி.பி. 1888 அல்லது 1889-இல் படை ஒன்றை ஈழத்திற்கு ஏவினான். அப்படை சென்ற சிங்களரைப் புறங்காட்டி ஓடச் செய்து மீண்டது. இக்குலோத்துங்கன் 'ஈழ வேந்தன் முடிமீது தன் அடியினைச் சூடியவன்' என்று திருமாணிக் குழி கல்வெட்டுக்[2] கூறலால், ஈழத் தரசன் இவனைப் பேரரசனாக ஒப்புக்கொண்டு அடங்கிவிட்டான் என்று கோடல் தகும்.

கருவூர் கொண்டது

கருவூர் சேரநாட்டின் தலைநகராக ஒரு காலத்தில் இருந்தது; கொங்குமண்டலத்தின் கோநகரமாகவும் இருந்தது. இதனைத் தலைநகராகக் கொண்டு சேரர் மரபினர் சோழர்க்கு அடங்கி ஆண்டு வந்தனர். அவருள், குலோத்துங்கன் காலத்தில் அரசனாக இருந்தவன் தன்மனம் போனவாறு சோழனை மதியாது நாட்டை ஆண்டுவந்தான். அதனால், குலோத்துங்கன் அவனை அடக்கப் படையெடுத்தான். போர் மிகவும் கடுமையாக நடந்தது; சேரன் படுதோல்வி அடைந்தான். போரில் தோற்ற சேரன் குலோத்துங் கனைச் சரணடைந்தான். இதனால், கருவூர் சோழன் கைப்பட்டது. இவன் அந்நகருள் நுழைந்து 'சோழகேரளன்' என்று மன்னர் தொழ வெற்றிமுடி சூடி விளங்கினான். அன்று முதல் குலோத் துங்கன் **'சோழ கேரளன்'** எனப்பட்டான்; கொங்கு மண்டலம் **'சோழகேரள மண்டலம்'**[3] எனப்பட்டது. ஆயினும், பெருந் தன்மை பெற்ற குலோத்துங்கன், தன்னைச் சரண்புக்க சேரனுக்கே

1. V.R.R. Dikshitar's 'Kulothunga chola III', p. 45.
2. S.I.I. Vol. 7, No. 797 (170 of 1902)
3. M.E.R. 75 of 1925, 126, 127 of 1900.

நாடாளும் உரிமை அளித்து மீண்டான். அது முதல் சேரன் பேரரசற்கு அடங்கித் தன் நாட்டை அமைதியுற ஆண்டுவந்தான். இங்ஙனம் அவனுக்குக் கருவூரில் முடி வழங்கினமையின், அந்நகரம் 'முடி வழங்கு சோழபுரம்' எனப் பெயர் பெற்றது.[1] இக்கொங்குப் போர் இவனது 16-ஆம் ஆண்டிலிருந்து புறப்பட்ட கல்வெட்டுகளிற் குறிப்பிடப்படலால், இப்போர் ஏறத்தாழக் கி.பி. 1194-இல் நடந்ததாதல் வேண்டும் எனக் கொள்ளலாம்.

கச்சி கொண்டது

'கருவூரும் **கச்சி**யும் கொண்டருளிய' என்பது இவனுடைய கல்வெட்டுகளிற் பயின்றுற வரலால், கருவூர் வெற்றிக்குப் பிறகு அடுத்து நடந்த செயல் கச்சி கொண்டதாகும் எனக் கோடல் தவறாகாது. இச் செயலைப் பற்றிய விவரம் உணரக்கூடவில்லை. 'மகாராசப்பாடி ஏழாயிரம்' ஆண்ட தெலுங்கு சோடனான 'நல்ல சித்தன தேவன்' என்பவன் கச்சியிலிருந்து தான் திறைபெற்று வந்ததாகக் கூறிக்கொள்கிறான்.[2] அதனால், அவன், குலோத் துங்கன் தென்னாட்டுப் போரில் ஈடுபட்டிருந்தபோது, கச்சியைத் திடீரெனத் தாக்கிக் கைப்பற்றி இருக்கலாம். உடனே குலோத் துங்கன் வடக்கு நோக்கிச் சென்று அதனைக் கைப்பற்றி இருக்க லாம். குலோத்துங்கன் இங்ஙனம் கி.பி. 1196-இல் கச்சியைக் கைப்பற்றியதோடு நல்லசித்தனது தனிப்போக்கையும் அடக்கி ஒடுக்கி இருக்கவேண்டும். என்னை? சித்தரசன் குலோத்துங்கன் ஆட்சி முழுவதிலும் அவனுக்கு அடங்கிய சிற்றரசனாகவே இருந்து வந்தனன் ஆதலின் என்க.

மூன்றாம் பாண்டிப் போர்

கி.பி. 1202-க்குச் சிறிது முன் குலோத்துங்கன் மதுரையில் வீராபிடேகமும் விசயாபிடேகமும் செய்து கொண்டதாக இவ னுடைய 26-ஆம் ஆண்டுக் கல்வெட்டுக் குறிக்கிறது. இதன் விவரம் குடுமியான் மலைக் கல்வெட்டில் விளக்கப்பட்டுள்ளது:

குலோத்துங்கனால் சிறப்புப்பெற்ற விக்கிரம பாண்டியன் மகனான ஜடாவர்மன் குலசேகரபாண்டியன் பாண்டி நாட்டைக் கி.பி. 1190 முதல் ஆண்டு வந்தான். இவன் சில ஆண்டுகளுக் குள் செருக்குற்றுச் சோழற்கு அடங்காமல்(தன் மனம் போனவாறு) நாட்டை ஆண்டு வந்தான்; குலோத்துங்கற்கு மாறான செயல் களையும் செய்து வந்தான். அவனுடைய மெய்ப்புகழ்கள் அவன் வெறுப்புற்ற மனப்பான்மையை நன்கு உணர்த்துகின்றன.

---

1. S.I.I. Vol 3, No. 23 2. 483 of 1906.

குலசேகரன் செய்துவந்த துரோகச் செயல்கள் சோழற்கு எட்டின. அவன் அரும்பாடுபட்டு அமைதி நிலவச் செய்த பாண்டி நாடு குலசேகரன் ஆட்சியால் பாழாவதை அறிந்து சீற்றங்கொண்டான்; அவனைத் துரத்திவிட்டுப் பாண்டியநாட்டைச் சோழர் அரசியற் பார்வையில் வைத்தலே நேர்மையானது எனத் துணிந்தான். உடனே பெரும்படையுடன் பாண்டிய நாட்டின் மீது படையெடுத்தான். உடனே மட்டியூர், கழிக்கோட்டை என்ற இடங்களிற் கடும்போர் நடந்தது. அதிகம் அறைவதேன்? குலசேகரன் படை அழிந்தது. அவன் காடுகளிற் புக்கு ஒளித்தான். உடனே சோழப் படை மதுரையைக் கைப்பற்றியது; அரண்மனையுள் முடிசூட்டு மண்டபம் முதலியவற்றை இடித்து அழித்தது; அவ்விடங்களைக் கழுதை ஏர்கொண்டு உழுது வரகு விதைத்துப் பாழ்படுத்தி விட்டது. இங்ஙனம் மதுரை பாழானது. குலோத்துங்கன் சீற்றமும் தணிந்தது. இப்பெருமகன் மதுரையில் **'சோழ பாண்டியன்'** என்ற பட்டமும், வீரமாமுடியும் தரித்து வெற்றித் தூண் நாட்டினான்; இங்ஙனம் பாண்டியனையும் சேரனையும் வென்றமையால் **திரிபுவன வீரன்** என்ற சிறப்புப் பெயரையும் பெற்றான். இப்போருக்குப் பின்னர்ப் பாண்டி மண்டலம் 'சோழபாண்டி மண்டலம்' எனப் பெயர் பெற்றது; சோழரது நேர் ஆட்சியில் அடங்கிவிட்டது. மதுரை 'முடித்தலைகொண்ட சோழபுரம்' எனப்பட்டது. மதுரை அத்தாணி மண்டபம் **'சேர பாண்டியர் தம்பிரான்'** எனப் பெயர் பெற்றது. இங்ஙனம் பெருவெற்றி பெற்ற குலோத்துங்கன் மதுரையில் விசய அபிடேகமும் வீர அபிடேகமும் செய்துகொண்டான் என்று அவன் புதுக்கோட்டைக் கல்வெட்டுகள் கூறுகின்றன.[1] குலோத்துங்கன் கொண்ட இப்பெரு வெற்றி கி.பி. 1201-இல் நடந்ததென்னலாம். என்னை? இவனது 24-ஆம் ஆட்சி ஆண்டுக் கல்வெட்டில் இவன் 'திரிபுவன வீரதேவன்' எனக் கூறப்பட்டிருத்தலின் என்க.

வடநாட்டுப் போர்

குலோத்துங்கன் 'ஏழு கலிங்கமும் கொல்லாபுரமும் உரங்கை, (ஒரங்கல்) பொருதோன்' என்று இவனது கோவை கூறுகிறது. இவனைப் பற்றிய புதுக்கோட்டைக் கல்வெட்டுகள் இரண்டும்

1. 163, 166 of Pudukkota Inscriptions.
இங்ஙனமே பிற்காலத்தில் வீரபாண்டியன் என்பவன் சோணாட்டைக் கைப்பற்றித் தில்லையில் இவ்விரு அபிடேகங்களையும் செய்து கொண்டான். சுந்தரபாண்டியன் பிற்காலத்தில் இக் குலோத்துங்கன் செய்தவை அனைத்தும் சோணாட்டில் செய்தான்.

இச்செய்தியைக் குறிக்கின்றன. ஆயின், அவ்விடங்களில் இவனது கல்வெட்டு ஒன்றும் இல்லை. மேலும், காகதீயப் பேரரசனான **கணபதி** கி.பி. 1199-இல் பட்டம் பெற்று, மேலைச் சாளுக்கியரை அடக்கிப் பெருநாட்டை ஆண்டு வந்தான். அக்காலத்தில் சோழன் வடநாடு சென்று வெற்றி கொண்டான் என்பதற்கு வடநாட்டில் ஒரு கல்வெட்டும் சான்றில்லை. ஆதலின், இது புகழ்ச்சிமொழி எனக் கோடலே நன்று.[1] **கம்பர்** பெருமான் இக் குலோத்துங்கன் அவைப்புலவர் என்பது அறிஞர் ஒப்புக்கொண்டதே ஆகும். அவர் இச் சோழனிடம் மனம் வேறுபட்டவராய் ஒரங்கல்லைக் கோநகராகக் கொண்டு பெருநாட்டை ஆண்ட காகதீய **முதற் பிரதாபருத்திரன்** (கி.பி. 1162-1197) என்பவனிடம் சென்று தங்கியிருந்தார் என்பது உண்மை ஆயின், கம்பர் சோழற்குப் பகைவனான காகதீய அரசனிடம் சென்றிருந்தார் எனக் கோடலே பொருத்தமாகும். இது பொருத்தமாயின், சோழனுக்கும் பிரதாபருத்திரற்கும் பகைமை அல்லது பேரரசர் என்ற முறையில் பொறாமை இருந்திருத்தல் வேண்டுமன்றோ? பகைமை ஆயின், புதுக்கோட்டை கல்வெட்டுகளிற் குறித்த குலோதத்துங்கன் செய்த வடநாட்டுப் போர்கள் உண்மையெனக் கோடலில் தவறில்லை அன்றோ? கோவையும் கல்வெட்டுகளும் சேர்ந்து கூறும் வடநாட்டுப் போர் 'நடந்திராது' என்று ஒதுக்கி விடுவதற்கில்லை. உண்மை மேலும் ஆராயற்பாலதேயாம்.

சோழப் பெருநாடு

மூன்றாம் குலோத்துங்கனுடைய கல்வெட்டுகள் வடக்கே நெல்லூர், கடப்பைக் கோட்டங்களிற் காண்கின்றன; தெற்கே திருநெல்வேலி முடியக் கிடைக்கின்றன; மேற்கே ஹேமாவதி, அவனி, எதுரூர் முதலிய மைசூர்ப் பகுதிகளிலும் கொங்கு மண்டலத்திலும் இருக்கின்றன. ஆதலின் வடக்கே கடப்பை முதல் தெற்கே கன்னி முனைவரையும், மேற்கே மைசூர் முதல் கீழ்க் கடல் வரையும் இவனது ஆட்சி பரவி இருந்ததென்பதை அறியலாம்.[2]

இவனது ஆட்சிக்குட்பட்ட மண்டலங்களுட் சிறந்தது சோழ மண்டலமே ஆகும். அது 9 வளநாடுகளாகவும் 79 நாடுகளாகவும் பிரிக்கப்பட்டு இருந்தது. சோழ மண்டலம் 'பெரிய நாடு' எனப் பெயர் பெற்றிருந்தது.[3]

---

1. K.A.N. Sastry's 'cholas' Vol 2, pages 141-142.
2. K.A.N. Sastry's 'cholas' , II p. 155.
3. M.E.R. 521 of 1912.

கோ நகரங்கள்

விசயாலயன் வழிவந்த சோழவேந்தர் காலங்களில் **ஆயிரத்தளி, தஞ்சை, கங்கைகொண்ட சோழபுரம், இராசராச** புரம் என்பன அரசர் வசிப்பதற்கேற்ற கோ நகரங்களாக இருந்தன. ஆயிரத்தளி - நந்திபுரம், பழையாறை, முடிகொண்ட சோழபுரம் என்னும் பெயர்களைக் கொண்டது. மூன்றாம் குலோத்துங்கன் இறுதிக் காலத்தில் அல்லது அவனுக்கு அடுத்து வந்த மூன்றாம் இராசராசன் காலத்தின் தொடக்கத்தில் சோணாட்டை வென்ற **சடாவர்மன் சுந்தர பாண்டியன்** இந்த ஆயிரத்தளி நகரை அழித்து வீர அபிடேகமும் விசய அபிடேகமும் (குலோத்துங்கன் மதுரை யிற் செய்தாற் போல) செய்து கொண்டான் என்பதிலிருந்து, மூன்றாம் குலோத்துங்கன் கோநகரமாக இருந்தது ஆயிரத்தளியே ஆகும் என்பது தெரிகிறது. இப் பிற்காலச் சோழர் காலத்திற் சிறந்த துறைமுகப் பட்டினமாக இருந்தது நாகப்பட்டினமாகும்.

அரசியல்

மூன்றாம் குலோத்துங்கனது நீண்ட அரசாட்சியில் நேர்மை மிக்கிருந்தது. அரசியல் அலுவலாளராகப் பலர் இருந்தனர். அவருள் களப்பாளராயர், தொண்டைமான், நுளம்பாதிராசர், விழுப்பரையர், நந்தியராசர், வயிராதிராசர், வாணாதிராசர், காடவ ராயர், கொங்கராயர், சித்தரசர், விழிஞத்தரையர் என்போர் குறிப் பிடத் தக்கவராவர். இவர்கள் நடு அரசாங்கத்திற்கு வந்த வழக்கு களை விசாரித்து வேண்டியன செய்தனர்;[1] சிற்றூர் அவைகள் செய்து வந்த வேலைகளைக் கண்காணித்து வேண்டியன செய் தனர்.[2] எனவே, நடு அரசாங்கம் இச் சோழன் காலத்தில் செம்மை யாகப் பணி ஆற்றிவந்ததை நன்கறியலாம். இவனது 38-ஆம் ஆட்சி ஆண்டில் தஞ்சாவூரில் நிலம் அளக்கும் வேலை நடை பெற்றது.[3] அரசனுக்கு அந்தரங்க செயலாளராக இருந்து நாட்டுச் செய்திகளை உடனுக்குடன் அறிவித்தும், அரசன் ஆணை பெற்றுச் செயலாற்றலை மேற்கொண்டும் இருந்தவருள் இராச நாராயண மூவேந்த வேளான், மீனவன் மூவேந்த வேளான், நெறியுடைச் சோழ மூவேந்த வேளான் என்பவர் குறிப்பிடத் தக்கவர் ஆவர். இங்ஙனம் திறமை பெற்ற அரசியல் உயர் அலுவ லாளர் பலர் இருந்தமையால் பேரரசு நிலை தளராது நன்னிலை யில் இருந்தது.

---

1. 83 of 1926 2. 113 of 1928 3. 188 of 1908

சிற்றரசர் : மலையமான்கள்

இக் குலோத்துங்கன் காலத்தில் முன்பிருந்தவாறே சிற்றரசர் அனைவரும் இருந்துவந்தனர். இவருள் நெடுங்காலமாக வந்த மரபினர் **சேதியராயர்** என்ற **மலையமான்கள்** ஆவர். இவர்கள் சேதிராச மரபினர் என்று தம்மைக் கூறிக்கொண்டதால், 'சேதிய ராயர்' எனப்பட்டனர். இவர்கள் நடு மாகாணங்களில் இருந்த (சேதி நாட்டிலிருந்த) ஹெய்ஹெயர் மரபினர் என்று கூறிக் கொள்ள முயன்று இங்ஙனம் 'சேதியராயர்' எனக் கொண்டனர் போலும்! அந்தக்காலம், ஒவ்வொரு சிற்றரச மரபினரும் புராணத் துள் கூறப்பட்டுள்ள ஒரு மரபைச் சேர்ந்தவராகக் கூறிக் கொண்ட காலமாகும்.[1] இவர்கள் மலைநாட்டை ஆண்டவராதலின் 'மலையர், மலையரையர், மலையகுலராயர், மலையமான்கள்' எனப்பட்டனர்; கோவலூரைத் தலைநகராகக் கொண்டமையின் 'கோவலராயர்' எனப்பட்டனர். முதல் இராசராசனது தாய் இம்மலையர் மரபினளே ஆவள்.[2] இம்மரபினர் திருக்கோவலூர், கிளியூர், ஆடையூர், இவற்றைத் தலைநகரங்களாகக் கொண்டு ஆண்டு வந்தனர். இவர்கள் சோழப் பேரரசன் ஒருவன் காலத்தில் இருவராகவும் மூவராகவும் இருத்தல் காண - இத்தலை நகரங்களைக் காண - இம்மரபினர் மலைநாட்டை இரண்டு மூன்று பிரிவுகளாகக் கொண்டு ஆண்டு வந்தனர் எனக் கோடல் பொருந்தும். நமது மூன்றாம் குலோத்துங்கன் காலத்தில் இருந்த இம்மரபரசருள் 'மலையமான் பெரிய உடையானான இராசராசச் சேதியராயன் ஒருவன்; 'மலையமான் நாசிம்மவர்மன் கரிகால சோழ ஆடையூர் நாடாள்வான்' மற்றொருவன். இவருள் முதல்வற்குச் சேனை **மீகாமன்** என்ற சிறப்புப் பெயர் இருந்தது.[3] இதனால், சோழர் படைக்குச் சிறப்புடைத் தலைவனாக இவன் இருந்தான் என்பது தெரிகிறது. பின்னவன், இரண்டாம் இராசாதிராசன் காலத்தில் பெருமான் நம்பிப் பல்லவராயனுடன் பாண்டிய நாட்டுப் போரில் ஈடுபட்டு ஈழப்படையை வென்றவன் ஆவன். இவ்விருவரன்றி, 'மலையமான் சூரியன் நீறேற்றான் இராசராச மலைய குல ராயன்' என்பவனும் மலை நாட்டுச் சிற்றரசராக இருந்தனர் என்பது கல்வெட் டுகளால் தெரிகிறது.

சாம்புவராயர்

இவர்கள் பழைய பல்லவர் மரபினர்; வட ஆர்க்காடு, தென் ஆர்க்காடு கோட்டங்களைச் சோழர் அரசாங்கப் பொறுப்பாளராக

---

1. K.A.N. Sastry's 'cholas', Vol. 2, p. 164. 2. S.I.I. Vol. 7, No. 863.
3. Ibid No. 890.

இருந்து ஆண்டவர்கள். செங்கேணிக் குடியினர். இவர்கள் நாளடை வில் சிற்றரசராகிப் பொறுப்புடன் நாடுகளை ஆளலாயினர். இவருள் குலோத்துங்கனது முற்பகுதி ஆட்சியில் இருந்தவன் 'செங்கேணி அம்மையப்பன் - பாண்டி நாடு கொண்டான் - கண்டன் சூரியன் இராசராசச் சாம்புவராயன்' என்பவன் ஆவன். இவன், இக்குலோத்துங்கன் அல்லது இராசாதிராசன் நடத்திய பாண்டிய நாட்டுப் போர்கள் ஒன்றில் படைத்தலைவனாகச் சென்று வெற்றி பெற்றவன் என்பது இவனது சிறப்புப் பெயரால் தெரிகிறதன்றோ? இவன் தென் ஆர்க்காடு கோட்டத்துப் பிரம்ம தேசத்தில் உள்ள கோவில் காரியங்களை ஒழுங்கு செய்தவன்; எண்ணாயிரம் என்னும் ஊரில் ஒரு மண்டபம் கட்டியவன்; அச்சிறுபாக்கம் கோவிலுக்கு இரண்டு பட்டயங்களை வழங்கியவன்.[1] இவன் காலத்தில் இவற்குப் பின்னரும் குலோத்துங்கன் காலத்தில்-'செங்கேணி மிண்டன் அத்திமல்லன் சாம்புவராயன்' என்பவனும், 'செங்கேணி அம்மையப்பன் கண்ணடைப் பெருமான் ஆன விக்கிரம சோழன்' என்பவனும் 'ஆளப் பிறந்தான் எதிரிலி சோழச் சாம்புவராயன்' என்பவனும் குறிப்பிடத் தக்கவர் ஆவர்.[2] இவருள் குலோத்துங்க சோழன் சீய மங்கலம் தூணாண் டார் கோவிலில் மாளிகை ஒன்று கட்டினான்; அக்கோவிற்கு 12 வேலி நிலம் தேவதானமாக விட்டான்.[3] அத்தி மல்லன் என்பவன் திருவோத்தூர், திருவல்லம், அச்சிறுபாக்கம் ஆகிய இடங்களில் உள்ள சிவன் கோவில்கட்குப் பல நிபந்தங்கள் செய்துள்ளான்.[4]

காடவராயர்

இவர்கள் செங்கேணிக் குடியினரைப் போலவே பல்லவ மரபினர் ஆவர். இவர்கள் தங்களைப் பண்டைப் பல்லவர் மரபினர் என்றே கூறிவந்தனர். இவர்கள் திருமுனைப்பாடி நாட்டுக் கூட லூரிலும் சேந்தமங்கலத்திலும் இருந்துகொண்ட அந்நாட்டை ஆண்ட சிற்றரசர் ஆவர். இவர்கள் சோழப் பேரரசற்குப் பெருந் துணை புரிந்தவர்கள். இவருள், குலோத்துங்கன் காலத்தவர் - 'ஆளப்பிறந்தான் வீரசேகரன்' 'வாள்நிலை கண்டான் இராசராசக் காடவராயர்' என்போராவர். அடுத்த சோழ அரசன் காலத்தில் சோழப் பேரரசை நிலை கலங்க வைத்த **கோப்பெருஞ்சிங்கன்** இம்மரபரசனே ஆவன். இவன் அழகிய பல்லவன் மகனாவன்.[5]

---

1. 167, 176 of 1918, 345 of 1917, 239 of 1901.
2. S.I.I. Vol. 3, Nos. 60, 61 3. 61, 62 of 1900 4. 80 of 1900.
5. 74 of 1918; 463 of 1921; 487 of 1921; 316 of 1902.

வாணகோவரையர்

இவர்கள் மகாபலி மரபினர். இவர்கள் 'மாவலிராயர்' என்றும் 'பாண அரசர்' என்றும் கூறப்பட்டனர். இவர்கள் சங்க காலச் சோழர் காலம் முதல் பிற்காலச் சோழர் காலம் முடியப் பாண ராட்டிரத்தை ஆண்ட சிற்றரசர் ஆவர். இவர்கள் பல்லவர் காலத்திலும் இருந்தனர். இம்மரபினர் நடுநாடான மகதை மண்டலத்தை ஆண்டனர். இவர் தலைநகரம் 'ஆறை' எனப்படும் 'ஆரகழூர் (சேலம் கோட்டத்தில் உள்ளது) ஆகும். குலோத்துங்கன் காலத்தில் இம்மரபினர் இருவர் இருந்தனர். அவருள் ஒருவன் 'ஏகவாசகன் குலோத்துங்க சோழ வாணகோ அரசன்' என்பவன். இவன் கல்வெட்டுகள் சேலம், திருச்சிராப்பள்ளி, தஞ்சைக் கோட்டங்களில் அமைந்துள்ளன.[1] மற்றொரு தலைவன் பொன் பரப்பினான் வாணகோவரையன் என்பவன். இவனைப் பற்றிய பாடல்கள் பல திருவண்ணாமலை முதலிய இடங்களில் உள்ள கோவில் கல்வெட்டுகளில் இருக்கின்றன. அப்பாடல்கள் சிறந்த தமிழ்ப் புலவர் பாடியனவாகக் காண்கின்றன. எனவே, இச் சிற்றரசன் நல்ல தமிழ்ப் புலவர்களைப் பாராட்டி ஊக்கி வந்தான் என்பது தெளிவாகிறதன்றோ? இவன் திருவண்ணாமலைக் கோவிலைப் பொன் வேய்ந்தமையால் 'பொன் பரப்பினான்' எனப் பெயர் பெற்றான். இவன் பாண்டிய நாட்டுப் போரில் ஈடுபட்டுச் சோழன் ஏவற்படி, பாணன் ஒருவனைப் பாண்டிய நாட்டிற்கு அரசனாக்கினன் என்ற செய்தி ஒரு பழம் பாடலால் தெரிகிறது.[2] இச் செயல் சோழன் செய்ததாக அவனது கல்வெட்டுக் குறிக்கிறது. எனவே, இச்செய்தி ஓரளவு உண்மை என்பது தெரிகிறது. இவனைப் பற்றிய கல்வெட்டுகள் இவன் மதுரையை வென்ற செய்தியையே மிகுதியாகக் குறிக்கின்றன.

அதியமான்கள்

இம்மரபினர் சங்க காலம் முதலே சிறப்புடன் இருந்தவர். இவர்கள் தகடூரைத் தலைநகராகக் கொண்டு கொங்கு நாட்டின் ஒரு பகுதியை ஆண்டு வந்தவர்.[3] 'இவர்கள், அதியேந்திரர், தகடாதிராயர்' என்ற பட்டங்களை உடையவர். குலோத்துங்கன் காலத்தில் தகடூரை ஆண்ட அதியமான்கள்-'அதிகமான் இராசராச தேவன்' ஒருவன்; இவன் தகடூர் நாட்டில் பெண்ணையாற்று

---

1. 72 of 1890, 476 of 1907, 461 of 1913.
2. Sen Tamil Vol. 3, pp. 427-433
3. பெருந்தொகை, செ. 1188.

வடகரையில் உள்ள மலையனூர் என்பதைத் திருவண்ணாமலைக் கோவிலுக்குத் தேவதானமாக விட்டவன்.[1] அவன் மகன் 'விடுகாது அழகிய பெருமான்' ஒருவன்; 'குலோத்துங்க சோழத் தகடாதி ராயன்' ஒருவன்; 'சாமந்தன் அதியமான்' ஒருவன். இவருள் விடுகாதழகிய பெருமான் என்பவன் தன்னை 'அதியமான் நெடுமான் அஞ்சி' என்ற சங்ககால அரசன் மரபினன் என்று கல்வெட்டுகளில் குறித்துளான். இவன் மலையமான் ஆகிய முன் சொன்ன 'கரிகால சோழ ஆடையூர் நாடாள்வான்' என்பவனுட னும் செங்கேணிக் குடியினனான அத்திமல்லன் என்பவனுடனும் ஓர் உடன்படிக்கை[2] செய்து கொண்டான். அதனில், பேரரச னுடன் ஒத்துழைப்பதே வற்புறுத்தப்பட்டுள்ளது. இதனால், இம்மூவரும் குலோத்துங்கனிடம் உள்ளன்பு உடையராக இருந் தனர் என்பது தெரிகிறது. இவன் தன் முன்னோருள் ஒருவனான எழினி, திருமலை மீது வைத்த யக்ஷன் யக்ஷிணி படிமங்களைப் புதுப்பித்தான் என்று திருமலைக் கல்வெட்டுக் கூறுகிறது.[3]

கங்கர்

இம் மரபினர் கங்கபாடியை ஆண்ட சிற்றரசர். இவர்கள் சங்க கால முதல் கங்கபாடியை ஆண்டு வந்தவர்; பல்லவர் காலத்தில் அவர் உதவி பெற்றுக் கதம்பருடன் அடிக்கடி போரிட் டவர்; பிற்காலச் சோழர் ஆட்சியில் சோழர்க்கு அடங்கிய சிற்றரச ராக வாழ்ந்து வந்தனர். இவர்தம் தலைநகரம் கோலார் எனப் படும் 'குவலாள புரம்' என்பது. இந்நகரத்தைத் தலைநகராகக் கொண்டு சோழர்க்குட்பட்ட கங்கபாடியை ஆண்டவருள் 'பங்கள நாட்டுப் பிருதிகங்கன் அழகிய சோழன்' ஒருவன்; 'உத்தம சோழ கங்கன்' ஒருவன்; மற்றொருவன் **அமராபாணன் சீயகங்கன்** என்பவன்.[4] இவன் 33 ஆண்டுகள் அரசாண்டவன். இவன் மனைவி பெயர் **அரிய பிள்ளை**[5] என்பது. இவன் கல்வெட்டுகள் எல்லாம் தமிழில் உள்ளன. இவன் தமிழ் நாட்டுக் கோவில்கட்கே நிபந்தங்கள் விடுத்துள்ளான்; தமிழ்ப் புலவர்களையே ஆதரித் துள்ளான். **பவணந்தி** முனிவரைக் கொண்டு நன்னூல் செய்வித் தவன் இவனே. கங்க நாட்டு அரசனான இவன் கன்னடம் அல்லது துளுவத்தைப் போற்றி வளர்க்காமல் தமிழை வளர்த்ததும் தமிழிலே பெயர்கள் கொண்டமையும் தமிழ்நாட்டுத் தலங்கட்கே நிபந் தங்கள் விடுத்ததும் பாராட்டற்பாலனவே ஆகும். இத்தமிழ்ப்

---

1. 626 of 1902. 2. S.I.I. Vol. 7, No. 119. 3. S.I.I. Vol. 1, No. 75
4. M.E.R. 116 of 1922. 5. S.I.I. Vol. 3, No. 62.

பற்று, அருங்கலை விநோதனான மூன்றாம் குலோத்துங்கன் தொடர்பால் உண்டாயிற்று எனின், மிகையாமோ?

சீயகங்கனைத் தவிர அம்மரபைச் சேர்ந்த பிறருள்- பிருதிவி கங்க அழகிய சோழன் என்பவன் ஒருவன். இவன் பங்களநாடு ஆண்டவன். இவன் திருவண்ணாமலைக் கோவிலுக்குப் பல நிபந்தங்கள் விடுத்துள்ளான்.[1] உத்தம சோழ கங்கன் என்ற செல்வ கங்கன் மற்றொருவன். இவன் மனைவி வடஆர்க்காடு கோட்டத்தில் அகத்தியமலையில் திருநாவுக்கரசதேவர் படிமம் செய்து வைத்தாள்.[2]

தெலுங்குச் சோடர்

இவர்கள் வட ஆர்க்காடு, தென் ஆர்க்காடு இவற்றின் வட பகுதியையும் சித்தூர், நெல்லூர், கடப்பை முதலிய கோட்டங்களையும் சிறு நாடுகளாகப் பகுத்து ஆண்டனர். இவர்கள் தங்களைக் 'கரிகாலன் மரபினர்' என்று கூறிக் கொண்டனர்; பொத்தப்பியைத் தலைநகராகக் கொண்ட ஆண்டவர் 'பொத்தப்பிச் சோடர்' எனப்பட்டனர். நெல்லூரைத் தலைநகராகக் கொண்டு 'சோட-சித்தரசர்' என்பார் ஆண்டுவந்தனர். இம்மரபினர் அனைவரும் காளத்தி முதலிய இடங்களில் உள்ள கோவில்கட்கு நிபந்தங்கள் மிகப் பலவாக விடுத்துள்ளனர். இவருள் குலோத்துங்கன் காலத்தவர்-மதுராந்தக பொத்தப்பிச் சோழன், நல்லசித்தரசன், சோடன் திருக்காளத்தி தேவன் என்பவராவர்.[3]

இதுகாறும் கூறப் பெற்றவர் குறிப்பிடத்தக்க பெரிய சிற்றரசர் ஆவர். இவர்கள் சிற்றரசராகவும், அமைச்சர், படைத் தலைவர், நாடு பார்ப்போர், நாடு காப்போர், இறை பெறுவோர் என்ற பலதிற உயர் அலுவளாளராகவும் இருந்தவர் ஆவர். இவர் ஒவ்வொருவரிடமும் தனித்தனிப் படை உண்டு. அப்படை பேரரசன் வேண்டும் போது உறுதுணை செய்ய விடப்படும். இச்சிற்றரசர் அன்றிப் பல்வேறு சிற்றூர்களையும் பேரூர்களையும் ஆண்டவர் பலராவர்; அவர்கள் பல அறப்பணிகள் செய்துள்ளமையால் கல்வெட்டுகளில் இடம்பெற்றுள்ளனர்.

சிற்றரசர் ஒப்பந்தம்

இத்தலைவர்கள் அடிக்கடி தங்கட்குள் கூடிப் பேரரசனுக்கு உண்மையுள்ளவர்களாக இருப்போம்' என்று ஒப்பந்தம் செய்து

---

1. 546, 558 of 1902 2. 559 of 1906.
3. K.A.N. Sastry's, 'Cholas', Vol. 2, pp. 134-140. 4.S.I.I Vol. 8, No. 106.

கொள்ளுதல் உண்டு. இருவர்-மூவராகக் கூடித் தமக்குள் ஒப்பந் தம் செய்தலும் உண்டு. குலோத்துங்கன் 27-ஆம் ஆட்சி ஆண்டில் (கி.பி. 1025-இல்) சிற்றரசர் பதின்மர் கூடிப் பேரரசர்க்கு மாறாக ஓர் ஒப்பந்தம் செய்து கொண்டனர். அது பின்வருமாறு:-

'இவ்வனைவோரும் எங்களில் இசைந்து கல்வெட்டின படியாவது-நாங்கள் ஒரு காலமும் இராச காரியத்துக்குத் தப்பாமே நின்று, **சேதிராயர் அருளிச் செய்தபடியே** பணி செய்யக் கடவோமாகவும். இப்படிச் செய்யுமிடத்து, மகதை நாடாள்வா னான வாணகோ வரையனும் குலோத்துங்க சோழ வாணகோவரை யனும் இவர்கள் பக்கல் ஆளாதல் - ஓலையாதல் போகக் காட்டுதல் உறவு பண்ணுதல் அறுதி செய்தல் செய்யக்கடவோம் அல்லா தோம் ஆகவும்...... இவர்களும் இவர்கள் அநுதாபத்துள்ளார் பக்கல் நின்றும் ஆளாதல் -ஓலையாதல் வந்துண்டாகில் **தேவர் ஸ்ரீபாதத் திலே போகக் காட்டக் கடவோம்** ஆகவும்... எங்களில் ஒருவன் வேறுபட நின்று இராசகாரியத்துக்கும் சேதிராயர் காரியத்துக்கும் எங்கள் காரியத்துக்கும் விரோதமாகச் சில காரியம் செய்த துண் டாகில்.... **தேவரும்** நாங்களும் இவனை.... அறச் செய்யக் கடவோமாகவும், எங்களிலே ஒருவரை வாணகோவரையராதல் இராசராசக் காடவராயனாதல் வினை செய்தார் உண்டாகில், படையும் குதிரையும் முதலுக்கு நேராகக் கொண்டு குத்தக் கடவோமாகவும்...... இப்படிச் செய்திலே மாகில் வாணகோவரை யருக்குக் கடைகாக்கும் பறையருக்குச் செருப்பு எடுக்கிறோம்.''

இவ்வொப்பந்தத்தில் வாணகோவரையனும் காடவராயனும் பேரரசற்கு மாறுபட்டவர் என்பது அறியக் கிடத்தல் காண்க.

இங்ஙனமே தனிப்பட்ட சிற்றரசர் இருவர்-மூவர் கூடிச் செய்து கொண்ட ஒப்பந்தங்களும் உண்டு. அவற்றுள் ஒன்று குலோத் துங்கனது 15-ஆம் ஆண்டிற் செய்து கொண்டது. அதன் விவரம் காண்க:[1]

''மலையன்......... ஆடையூர் நாடாள்வாருக்கும் விக்கிரம சோழச் சாம்புவராயருக்கும், விடுகாதழகிய பெருமானான இராச ராச அதிகைமானேன் கல்வெட்டின படியாவது - இவர்கள் எனக்கு ஒருகாலமும் தப்பாதிருக்க நானும் இவர்கட்குத் தப்பாதிருக்கக் கடவேனாகவும். எனக்கு இன்னாதார் இவர்கட்கு இன்னாதார்கள் ஆகவும், இவர்கள் பகை என்பகையாகவும் என்பகை இவர்கள் பகையாகவும், யாதவராயர் பக்கலும் செய்யகங்கர் பக்கலும்

1. S.I.I. Vol. 7, No. 119.

குலோத்துங்கச் சோழச் சாம்புவராயர் பிள்ளைகள் பக்கலும் ஆளும் ஓலையும் போகக் காட்டுதல் உறவு பண்ணுதல் செய்யாதேனாக வும்..... இப்படி சம்மதித்தேன் விடுகாதழகிய பெருமானேன். இப்படிக்குத் தப்பினேன் ஆகில் எனக்கு இன்னாத சரியாள்வான் செருப்பும் எடுத்துத் தம்பலமும் தின்றேன் ஆவேன்.''

இத்தகைய ஒப்பந்தங்கள் பேரரசன் அறிவின்றியே நடந்தன. அதனால், நாளடைவில் சிற்றரசர்களுக்குள் பல கட்சிகள் ஏற்பட்டு இருந்தன. இக்கட்சிகள் பிற்காலத்தில் வலுப்பெற்றுப் பேரரசையே நிலைகுலையச் செய்துவிட்டன. இவை முதல் இராசராசன் காலமுதல் முதற் குலோத்துங்கன் காலம் வரை இல்லாதிருந்தன. அதனால் சிற்றரசர் பேரரசிற்குக் கட்டுப்பட்ட ஆணைவழி நின்றனர்; நடு அரசாங்கமும் பொறுப்புடன் வேலை செய்து வந்தது.

கலை வளர்ச்சி

மூன்றாம் குலோத்துங்கன் கல்வெட்டுகள் முதல் 24 ஆண்டு கள் வரை இவனுடைய போர்ச் செயல்களைக் குறிக்கின்றன. பிற்பட்டவை போரைக் குறித்தில. ஆதலின் அப்பிற்பட்ட 16 ஆண்டுகள் அமைதி நிலவிய காலம் எனக் கொள்ளலாம். அக் காலத்திற்றான் இவனது பேரவையில் புலவர் பலர் தமிழ் வளர்த் தனர் போலும்! இவன் காலத்து இருந்த புலவர் (1) குலோத்துங்கன் கோவை ஆசிரியர், (2) வீராந்தப் பல்லவராயர், (3) சங்கர சோழன் உலா ஆசிரியர், (4) கம்பர், (5) குணவீர பண்டிதர், (6) அரும்பாக் கத்து அருள்நிலை விசாகன், (7) திருவரங்கத் தமுதனார், (8) பவணந்தி முனிவர் முதலியோர் ஆவர். இவர்களைப் பற்றி விரிவாக இலக்கிய வளர்ச்சி' என்னும் தலைப்பில் (பிற்பகுதியில்) காண்க.

குலோத்துங்கன் கோவை ஆசிரியர் இக்குலோத்துங்கனை, 'எண்ணெண் கலையே தெரியும் குலோத்துங்க சோழன்' என்றும், 'கலைவாரி' என்றும், பல நூற் புலவோர்க்குத் தாபரன்' எனவும் புகழ்தலால், இவன் கல்வி கேள்விகளிற் சிறந்தவன் என்பதும் புலவரைப் போற்றினவன் என்பதும் அறியக் கிடக்கின்றன. அவர் இவனை 'தமிழ்வாணர் தெய்வக் கவியாபரணன்' எனவும் 'பாவலர் காவியம் சூடும் குலோத்துங்க சோழன்' எனவும், 'கொழித்துத் தமிழ் கொள்ளும் **கிள்ளி'** எனவும், 'வியன்பார் அனைத்தும் கோதே பிரித்தெறிகோமான்' எனவும் பாராட்டி இருத்தலால், இவன் **புலமை மிக்கவன்** என்பதும், புலவர் தகுதி அறிந்து பரிசளித் தவன் என்பதும் விளங்குகின்றன அல்லவா? இவன் இங்ஙனம்

பெரும் புலவனாக இருந்தமை யாற்றான் - கல்வியிற் சிறந்த **கம்பர்** தன் அவைக் களத்தில் இருக்கும் பேற்றைப் பெற்றான்; உலகம் புகழும் இராமாயணம் தன் அவைக்களத்தில் செய்யப் பெறும் பேற்றைப் பெற்றான்! இராமாயணம் உள்ளளவும் – கம்பர் பெயர் உள்ளளவும் குலோத்துங்கன் பெயர் நின்ற நிலவும் அன்றோ?

வீராந்தப் பல்லவராயர்

இவர் குலோத்தங்கன் அவைப் புலவர். இவர் வேண்டுகோட் படி அரசன் காலவிநோத **நிருத்தப் பேரரையனான** பராசவன் பொன்னன் 'என்பவற்குத் திருக்கடவூர்ச் சிவன் கோயிலில் **'நட்டுவ நிலை'** என்ற தொழில் நடத்தும்படி ஆணையளித்தான்.[1] இதனால் இப்புலவர்பால் அரசன் கொண்டிருந்த மதிப்புத் தெரிகிறதன்றோ?

இலக்கண மண்டபம்

இது 'வியாகரணதான வியாக்யான மண்டபம்' என வட மொழியிற் பெயர் பெறும். திருவொற்றியூரில் கோவிலைச் சேர்ந்து இம்மண்டபம் இருந்தது. அங்கு மாணவர் பலர் வடமொழி இலக்கணப் பயிற்சி பெறுவதற்காக மண்டபம் ஒன்று இருந்தது. இதனைக் கட்டியவன் நெல்லூரை ஆண்ட சித்தரசர் அதிகாரி ஒருவன். அவன் இக்கல்விச்சாலை நன்கு நடைபெறக் 'குலோத் துங்கன் காவனூர்' என்ற சிற்றூரை உதவினான். அவ்வூரைக் குலோத்துங்கன் இறையிலியாக்கக் கட்டளை பிறப்பித்தான்.[1]

இங்ஙனம் இக்குலோத்துங்கன் கல்வி நிலையைத் தன் பெருநாட்டில் பலபடியாகச் சிறப்பித்துள்ளான்; தமிழ் வாணரைப் போற்றி ஆதரித்து நாட்டில் தமிழ்க்கல்வி பரவும்படி செய்துள் ளான்; கோவில்களில் திருப்பதிகங்கள் ஓதவும் வடமொழிப் பயிற்சி மாணவர்க்கு அளிக்கவும் ஏற்பாடுகள் செய்துள்ளான்.

சமய நிலை

மூன்றாம் குலோத்துங்கன் சிறந்த சிவபக்தன். இவனைக் 'காமாரிக்கு அன்பன்;' 'வெள்விடையோன தன்னேயம் தன்னை மறவாதவன்', 'நாகா பரணனை ஏத்துவோன்' என்றெல்லாம் குலோத்துங்கன கோவை புகழ்ந்துள்ளது. திருவாரூர் வீதிவிடங் கப் பெருமானே இவனை **'நம் தோழன்'** என்று கூறியதாகத் தம் கோவில் தானத்தார்க்கு அப்பெருமானே கட்டளை இட்டாற்போல

---

1. M.E.R. 225 of 1925 2. M.E.R. 201 of 1931

இவனது 24-ஆம் ஆண்டுக் கல்வெட்டுக் குறிக்கிறது.[1] இக் கல்வெட்டுச் செய்தியால், இவன் சிவபெருமானிடம் கொண் டிருந்த பற்று நன்கு விளங்குகின்றதன்றோ?

ஞான குரு

இராசராசன் முதலியோர்க்கு ஞானகுரு இருந்தாற் போலவே இவனுக்கும் ஞானகுரு ஒருவர் இருந்தார். இவர் **ஈசுவர சிவன்** என்பவர். இவர் ஒரு சைவப் பெரியார். இவர் லாடநாட்டவர்; சாண்டில்ய கோத்திரத்தார்; 'கண்ட சம்பு' என்பவர் மகனார். இவரே திரிபுவனம் என்னும் பதியில் உள்ள சிவன் கோவிலைப் பிரதிட்டை செய்தவர் ஆவர்.

சுவாமி தேவர்

இவர் ஒரு சைவ சமய மடத்துத் தலைவர். இவர் தம் தவச் சிறப்பால் ஈழப் படைகளைத் தோல்வியுறுமாறு செய்தவர் என்று சிற்றரசன் கல்வெட்டொன்று கூறுகிறது. இவர் பிரதிட்டித்த அச்சுத மங்கலம் சிவன் கோவிலுக்குக் குலோத்துங்கன் இறை யிலி அளித்துள்ளான். இவர் திருக்கடவூரில் இச்சோழன் விதித் திருந்த சில ஒழுங்குகளை மாற்றி அமைத்தார். அம்மாற்றத்தை அரசனும் ஏற்றான் என்பதிலிருந்து அரசன் இவர்மாட்டுக் கொண் டிருந்த அளப்பரிய மதிப்புத் தெற்றெனத் தெரிகிறதன்றோ?[2]

பிற மடங்கள்

'மாவிரதிகள்' எனப்பட்ட **காலாமுகரது** 'கோமடம்' என்பது திருவானைக்காவில் இருந்தது. 'சதுரானன பண்டித மடம்' என்பது திருவொற்றியூரில் இருந்தது. 'வாரணாசி பிக்ஷாமடம்' என்பது பந்தணைநல்லூரில் இருந்தது. 'வாரணாசி லக்ஷாத்யாய இரா வாளரது கொல்லாமடம்' என்பது திருப்பாசூரில் இருந்தது. இவை அனைத்தும் சைவ ஆசாரிய பீடங்களாகக் குலோத்துங்கன் ஆட்சி யில் திகழ்ந்தன.[3]

அரசன் சைவத் திருப்பணிகள்

குலோத்துங்கன் செய்துள்ள கோவில் திருப்பணிகள் பல ஆகும்: அவற்றுள் குறிப்பிடத்தக்கவை இவை:- (1) இவன் தனது 26-ஆம் ஆட்சி ஆண்டில் உத்தரமேரூர்ப் பிடாரியார்க்கும் எழு மாதர் இடங்கட்கும் பத்துவேலி நிலம் தேவதானமாக விடுத்துள் ளான்.[4] (2) அதே ஆண்டில் திருஒற்றியூர்ச் சிவபெருமானுக்குத்

---

1. M.E.R. 554 of 1904. 2 M.E.R. 40 of 1906; 393, 395 of 1920.
3. M.E.R. 357 of 1911, 72 of 1931, III of 1930. 4. S.I.I. IV 849.

திரு அணிகலன்களும் திருவாடு தண்டும் இருமுறை அளித்துளன்; (3) மதுரை ஆலவாய்ப் பெருமானுக்குத் தன் பெயரால் திருவீதியும் திருநாளும் அமைத்தான்; தான் தென்னாட்டாரிடம் திறைகொண்ட பொன்னால் அக்கோவிலை வேய்ந்தான்; இறையிலி நிலங்கள் பல அளித்து, மகிழ்ந்தான்;[1] (4) திரிபுவனத்தில் 'கம்பஹரேசுவரர்' என்ற 'திரிபுவனேசுவரர்' கோவிலைக் கட்டி முடித்தான். இஃது இவனது ஆட்சியின் சிறந்த நினைவுக்குறியாக விளங்குகின்றது. இக்கோவிலின் திருமதில்கள் முழுவதும் அழகிய சிற்ப வேலைகளாலும் ஓவியங்களாலும் நிரப்பப்பட்டுள்ளன.[2] இங்குள்ள இராமாயண வரலாறு உணர்த்தும் சிற்பங்கள் பார்க்கத் தக்கவை. (4) குலோத்துங்கன் தில்லை நடராசப் பெருமானது திருமுக மண்டபத்தையும் அம்மன் கோபுரத்தையும் கோவில் திருச்சுற்றையும் கட்டுவித்தான்; 'முடித்தலை கொண்ட பெருமாள் திருவீதி என்ற மேற்குத்தெரு ஒன்றை எடுப்பித்தான். (5) திருவாரூரில் உள்ள சபாமண்டபமும் பெரிய கோபுரமும் இவன் முயற்சியால் இயன்றவை. இவன் கச்சி ஏகம்பர் கோவிலையும் புதுப்பித்தான்.[3]

வைணவத் திருப்பணிகள்

குலோத்துங்கன் தன் முன்னோரைப் போலவே சமய நோக்கில் விரிந்த மனப்பான்மை உடையவன். இவன், வேலூரில் உள்ள திருமால் கோவிலுக்கு மூன்று சிற்றூர்களை ஒன்றாக்கிக் 'குலோத்துங்கசோழ நல்லூர்' எனத் தன் பெயரிட்டுத் தேவதானமாக அளித்தான்; அக்கோவிற்குக் 'குலோத்துங்கசோழ விண்ணகரம்' எனப் பெயரிட்டனன்.[4] இவன் இசைவு பெற்றுத் திருக்கோவலூர் மலையமான்கள் செய்த பெருமாள் திருப்பணிகள் பலவாகும். இங்ஙனமே பிறகும் செய்துள்ளனர்.

சமணத் திருப்பணி

இவனது ஆட்சியில் **மண்டியங்கிழான் குலோத்துங்க சோழக் காடுவெட்டி** என்பவன் ஓர் உயர் அலுவலாளன் ஆவன். இவன் சமணப் பற்றுடையவன் ஆவன். இவன் வேண்டுகோளின்படி குலோத்துங்கன், சைனக் கோவில் ஒன்றுக்கு 20 வேலி நிலம் பள்ளிச்சந்தமாக விட்டான்; சமண குருவான 'சந்திரகிரி தேவர்' என்பார்க்குக் கொட்டையூர் ஆசிரியப்பட்டம் கொடுத்

1. 163, 166 of Pudukkottai Ins.
2. A.R.E. 1908, II 64, 65
3. 163, 166 of Pudukkottai Ins.
4. M.E.R. 114 of 1919.

தருளி, அம்பையிலே 20 வேலி நிலம தானமாக அளித்தான்.[1] இப்பெருந்தகையாளன் இவற்றுடன் நிற்கவில்லை; திருநறுங் கொண்டைச் சமணப் பெரும் பள்ளிக்கு வேண்டிய நிபந்தங் களுக்கும் அமணப் பிடாரர்க்கும் பத்துவேலி நில வருவாயை இறையிலி செய்துள்ளான்; 'இந்நிலத்துக்கு அமணப்பிடாரர் சொன்னவாறு செய்வது; இவர் வசமே இருக்க' எனத் திருவாணை யும் பிறப்பித்தான்; அப்பெரும் பள்ளியிற் கோவில் கொண் டிருந்த அப்பாண்டார் வைகாசித் திருநாளுடனே **தன் பெயராலே யும்** ('இராசாக்கள் நாயன் திருநாள்' என்பது) ஒரு திருநாள் நடத்த ஏற்பாடு செய்து, அவ்விழாவிற்காகத் தனியே நிலம் அளித் துள்ளான்.[2]

சுருங்கக்கூறின், இவனது ஆட்சியில் எல்லாச் சமய நிலை யங்களும் சிறப்புப் பெற்றன என்னலாம்; கோவில்கள் செம்மை யாக மேற்பார்வை இடப்பட்டன; விழாக்கள் நன்முறையில் நடைபெற்றன; கோவில் கண்காணிப்பு வேலை செவ்வனே நடந்தது; குற்றவாளிகள் அவ்வப்போது தண்டிக்கப் பெற்றனர்.[3]

அரசன் சிறப்புப் பெயர்கள்

இவன் **பரகேசரி** குலோத்துங்க சோழ தேவன் எனப்பட் டான். **'திரிபுவன சக்கரவத்திகள்** என்ற பெயரும் இருந்தது. இவற்றுடன் இவள் **வீரராசேந்திரன், குமார குலோத்துங்கன்'** முடிவழங்கு சோழன் திரிபுவன வீரதேவன், முடித்தலை கொண்ட பெருமான், உலகுடைய நாயனார், உலகுடைய பெருமான், உல குய்ய வந்த நாயனார், இசாசாக்கள் தம்பிரான், இராசாக்கள் நாயன், தனிநாயகன், தியாக விநோதன் முதலியன பெற்றிருந்தான். இவை அனைத்தும் இவனுடைய எண்ணிறந்த கல்வெட்டு களில் பயின்றுள்ளன. இவற்றுடன் இவனுக்குக் **'கோனேரின்மை கொண்டான்'** என்றதொரு சிறப்புப் பெயரும் இருந்தது. 'கோனே ரின்மை கொண்டான் வீரராசேந்திரன் திரிபுவன வீரதேவன்' என்பது இவனது கல்வெட்டு.[4]

தியாக விநோதன்

இப் பெயர்களுள் இவன் பெரிதும் விரும்பியது **தியாக விநோதன்** என்பது. இதனை இவன் காலத்து மக்கள் வழங்கினர்.

---

1. S.I.I. Vol. 4, No. 366.
2. S.I.I. Vol. 7, 1011-1014.
3. 80 of 1925 of 1929.
4. இதனுடன் வீரராசேந்திரன் கல்வெட்டுத் தோடக்கத்தைக் குழப்பலாகாது. அது. 'வீரசோழ கரிகால சோழ வீரராசேந்திர இராசகேசரி பன்மரான கோனே சின்மை கொண்டான்' என வரும்.
   Vide M.E.R. 51 of 1931.

'தியாக விநோதபட்டன், ' 'தியாக விநோத மூவேந்த வேளான்', 'தியாக விநோதன்' என்ற பெயர்களைக் கல்வெட்டுகளிற் காண லாம். ஊர்கட்கும் இப்பெயர் இடப்பட்டிருந்தது: தியாக விநோத நல்லூர், தியாக விநோதன் ஆற்றூர் என வருவது காண்க. 'தியாக விநோதன் ஆற்றூர் என வருவது காண்க. 'தியாக விநோதன் ஆற்றூர் என வருவது காண்க. 'தியாக விநோதன் **திருமடம்'** என மடத்துக்கும் இப்பெயர் இடப்பட்டிருந்தது. 'தியாக மேகம்' என்று இராசராசன் வழங்கப்பட்டான்; 'தியாக சமுத்திரம்' என்று விக்கிரமசோழன் குறிக்கப்பட்டான். ஆனால் இச்சோழனோ 'தியாக விநோதன்' எனக் கூறப்பெற்றான். இவ்வரிய -முற் சோழர்க்கு இல்லாத-இவனுக்கே சிறப்பாக அமைந்த பெயரைத் தானே **கம்பர் பெருமான்,** ''சென்னிநாட்டெரியல் வீரன் **தியாகமா விநோதன்''** என்று தமது இராமாயணத்துள் கூறி மகிழ்ந் தனர். அப்பெரும் புலவர் இவனை 'அமலன்' என்றும் குறித்துள் ளார். 'அகளங்கன்' என்றாற்போல 'அமலன்' என்பதும் 'குற்றமற் றவன்' என்னும் பொருளையே தரும்.

அரச குடும்பம்

இவனது பட்டத்தரசியின் இயற்பெயர் தெரியவில்லை. இவள் **'புவனமுழுதுடையாள்'** எனப்பட்டாள். இவள், சோழ முடிமன்னர் மரபுப்படி நாளோலக்கத்தில் அரசனுடன் அரியணை மீது அமரும் பேறு பெற்றவள். மற்றொரு மனைவி 'இளைய நம்பிராட்டியார்' என்பவள். இஃது இவள் பெயரன்று. அரசன் தன் கல்வெட்டில் 'நம் பிராட்டியாரில் இளைய நம்பிராட்டியார்' என்பதால், இவனுக்கு மனைவியர் இருவரே இருந்தனர் என்பது தெரிகிறது. பிள்ளைகள் இருந்தனர் என்பது தெரியவில்லை. அரச குடும்பத்தில் இருந்த முதியவள் **அம்மங்கா தேவி** என்பவள், இவள் 'சுங்கம் தவிர்த்த ஸ்ரீகுலோத்துங்க சோழ தேவரின் திருமகளார் பெரிய நாச்சியாரான **அம்மங்கை ஆழ்வார்'**[1] என்று கல்வெட்டுகளில் குறிக்கப்பட்டவள். இவள் பெயர் குலோத் துங்கனது 5-ஆம் ஆட்சியாண்டில் காணப்படுகிறது. அப்பொழுது இவளுக்கு ஏறத்தாழ 80 வயது இருக்கலாம் என்று கோடல் பொருத்தமாகும். இவள் தன் வாணாளில் முதற் குலோத்துங்கன், விக்கிரம சோழன், இரண்டாம் குலோத்துங்கன், இரண்டாம் இராச ராசன், இரண்டாம் இராசாதிராசன், மூன்றாம் குலோத்துங்கன். ஆக **அறுவர்** அரசாண்ட பெருங்காட்சியை விழியாரக் காணும் பேறு பெற்ற பெருமகள் ஆவள்.

---

1. S.I.I. Vol. 4, No. 226

நல்லியல்புகள்

பரகேசரி மூன்றாம் குலோத்துங்கன் செய்த போர்களி லிருந்தும் பெற்ற வெற்றிகளிலிருந்தும் ''இவன் சிறந்த மான வீரன்'' என்பது தெரிகிறது. தன்னை அடைக்கலம் புகுந்த பாண்டியன், சேரன், வேணாட்டரசன், கரூர் அரசன் இவர்களைத் தக்க சிறப்புடன் நடத்தி அவர்கட்கு அவர் தம் நாடுகளை ஆளக் கொடுத்த இவன், 'அடைந்தார்க்கு எளியன்' என்பதை உணர்த்து கிறது. தன்னிடம் பகைத்த அரசரை வென்று அவர் நகரங்களை அழித்தனன் என்பதிலிருந்து இவன், 'பகைவர்க்குக் காலன்' என்பது விளங்குகிறது. கம்பர் போன்ற பெரும் புலவர் நட்பைப் பெற்ற இவன் சிறந்த தமிழ்ப் புலவனாகவும் புலவரைப் போற்றும் புரவலனாகவும் இருந்தான் என்பது தெரிகிறது. இவனுடைய சைவ சமயத் திருப்பணிகளை நோக்க, இவ்வள்ளல் 'சிறந்த சிவபக்தன்' என்பதை அறியலாம். ஆனால் அதே சமயம் இவன் செய்துள்ள பிற சமயத் திருப்பணிகளைக் காண, இவனது 'பரந்த சமய நோக்கம்' நன்கு விளங்குகிறது. இவன் மதுரை சென்று வெற்றி கொண்டபோது ''அருமறை முழுதுணர்ந்த அந்தணரை அகரம் ஏற்றி ஆதரித்தான்'' என வருதலையும், திருவொற்றியூர் வியாகரணசாலைக்கு இறையிலி அளித்தனன் என வருவதனை யும் நோக்க, இவன் வடமொழி மீதும் வடமொழியாளர் மீதும் கொண்டிருந்த பற்றும் மதிப்பும் நன்கு விளங்குகின்றன. இவன் கொடைத் திறத்தில் எப்படிப்பட்டவன்?

''தண்டமிழ்க்குப் பொன்னே பொழியும் குலோத்துங்கன்''
''முகில் ஏழுமென்னப் பொன்போத நல்கும் குலோத்துங்க சோழன்''

என்று படிப்படியாக இவனைக் **கோவை** ஆசிரியர் புகழ்தலால், இவனது வள்ளற்றன்மை தெற்றெனத் தெரிகிறதன்றோ? **கம்பரும்** இவனது ஈகைத் தன்மையை உவமை முகத்தால் பாராட்டி இருத்தல் காண்க:

''புவிபுகழ் சென்னிபோர் அமலன் தோள்புகழ்
கவிகள்தம் மனையெனக் கனக ராசியும்
சவியுடைத் தூசுமென் சாந்து மாலையும்
அவிரிழைக் குப்பையும் அளவி லாதது.!'

– – –

7. மூன்றாம் இராசராசன்
(கி.பி. 1216 -1246)

கல்வெட்டுகள்

மூன்றாம் இராசராசன் மூன்றாம் குலோத்துங்கனுக்கு என்ன உறவினன் என்பது தெரியவில்லை. இளவரசன் அல்லது பின் வந்த முடியரசன் தனக்கு முற்பட்ட அரசனைக் கூறிவந்த முறைப் படியே 'பெரிய தேவர்' என்று இவனும் குலோத்துங்கனைக் குறித்துள்ளான். இதைக் கொண்டு முறை வைப்பை உணரக் கூடவில்லை. இவன் பட்டம் பெற்ற பின்னும் குலோத்துங்கன் உயிருடன் இருந்தான்; அதனால் அவன் பெயரிலும் கல்வெட் டுகள் வெளியாயின. இந்த மூன்றாம் இராசராசன் கல்வெட்டு கள் **'சீர்மன்னு இருநான்கு திசை'** என்னும் தொடக்கத்தை யும், **'சீர்மன்னு மலர்மகள்'** என்னும் முதலையும் உடையன. இவற்றுள் வரலாற்றுக் குறிப்புகள் காண்டல் அருமை; அரசன் உயர் குணங்கள் முதலியன இயற்கைக்கு மாறாகப் புலமை முறை யிற் கூறப்பட்டுள்ளன. எனினும் இவனுடைய பிற கல்வெட்டு களும் சிற்றரசர் கல்வெட்டுகளும் ஹொய்சளர் - பாண்டியர் கல்வெட்டுகளும் சில நூல் குறிப்புக்களும் கொண்டு இவன் வரலாற்றை ஒருவாறு உணர்தல் கூடும்.

நாட்டு நிலைமை

இவன் கி.பி. 1216-இல் அரசன் ஆனான். அன்று முதலே இவன் அரசியலில் துன்பம் தொடர்ந்தது. தெற்கே பாண்டியர் பெருவலி படைத்தவராய்த் தம்மாட்சி நிறுவவும் சோழர் மீது பழிக்குப் பழிவாங்கவும் சமயம் பார்த்துக் கொண்டு இருந்தனர். மேற்கே ஹொய்சளர் பேரரசை தாபித்துக் கொண்டு இருந்தனர்; இக்காலத்தில் ஹொய்சள **இரண்டாம் வல்லாளன்** ஆண்டு வந்தான். வடக்கே தெலுங்குச் சோடர் சோழப் பேரரசின் வட பகுதியைத் தமதாக்கிக் கொண்டும் சமயம்வரின் சுயேச்சை பெறவும் காத்திருந்தனர். அவர்க்கு வடக்கே காகதீய மரபினர் வலுப்பெற்றிருந்தனர். மேலைச் சாளுக்கியர் இருந்த இடத்தில் 'சேவுணர்' என்ற புதிய மரபினர் வன்மை பெற்றவராக இருந் தனர். சோழ நாட்டிற்குள் நடுநாட்டை ஆண்டு வந்த கூடலூர்க் காடவராயர் மறைமுகமாகத் தம் படை வலியைப் பெருக்கிக் கொண்ட சோணாட்டையே விழுங்கித் தமது பழைய பல்லவப் பேரரசை நிலைநாட்டக் காலம் பார்த்து வந்தனர். அவருட் கூடலூர், சேந்தமங்கலங்களை ஆண்டு வந்த **கோப்பெருஞ் சிங்கன்** தலைமை பெற்றவன் ஆவன்.

பாண்டியன் முதற் படையெடுப்பு

பாண்டிய நாட்டைக் குலோத்துங்கன் உதவியால் ஆண்டு வந்த சடையவர்மன் குலசேகர பாண்டியன் ஆண்டு வந்த சடைய வர்மன் குலசேகர பாண்டியன் கி.பி. 1216-இல் இறந்தான். உடனே அவன் தம்பியான **மாறவர்மன் சுந்தர பாண்டியன்** அரசன் ஆனான். இவன் கி.பி. 1216 முதல் கி.பி. 1238 மூடிய அரசாண்டான். இவன் பட்டம் பெற்ற, வுடன் சோழரைப் பழிக்குப் பழி வாங்கத் துணிந்தான்; சோழன் செய்த அனைத்தையும் அவனது பெரு நாட்டிற் செய்து பழி தீர்த்துக் கொள்ள விழைந்தான்; தன் நாட்டில் கொடுமை பல செய்த குலோத்துங்கன் உயிரோடு இருக்கும் பொழுதே பழிதீர்க்க விரும்பினான். அதனால் அவ்வீர அரசன் பாண்டிய நாட்டிற்கே சிறப்பாக அமைந்த ஏழகப் படைகளையும் மறப்படைகளையும் கொண்டு சோழப் பெருநாட்டின் மீது படையெடுத்தான். அப்பொழுது மூன்றாம் குலோத்துங்கன் முதுமைப் பருவத்தினால் அரசியலிலிருந்து விலகி மூன்றாம் இராசராசன் அரசனாக இருந்த தொடக்க காலம் ஆகும். மூன்றாம் இராசராசன் ஆண்மை இல்லாதவன்; அரசர்க்குரிய உயர் பண்புகள் அறவே அற்றவன்; அரசியல் சூழ்ச்சி அறியாதவன். 'அரசன் எவ்வழி, அவ்வழிக் குடிகள்' ஆதலின், மூன்றாம் குலோத்துங்கன் காலத்தில் இருந்த அதே படைவீரர் இருந்தும் இல்லாதவர் போல் மடிந்து இருந்து வந்தனர். அதனால், சோணாடு எளிதிற் படையெடுப்புக்கு இலக்காயது.

படையெடுத்த சுந்தர பாண்டியன் சோழ நாட்டை எளிதில் வென்றான்; உறையூரும் தஞ்சையும் நெருப்புக்கு இரை ஆயின. பல மாடமாளிகைகளும் கூட கோபுரங்களும் ஆடரங்குகளும் மண்டபங்களும் அழிக்கப்பட்டன. சோழ அரசன் எங்கோ ஓடி ஒளித்தான். சோணாட்டுப் பெண்களும் பிள்ளைகளும் தவித்தனர். பாண்டியன் இடித்த இடங்களில் கழுதை ஏர் பூட்டி உழுது வெண்கடுகு விதைத்தான் பைம்பொன் முடி பறித்துப் பாணர்க்குக் கொடுத்தான்; ஆடகப்புரிசை ஆயிரத்ங்தளியை அடைந்து சோழவளவன் அபிடேக மண்டபத்து வீராபிடேகம் செய்து கொண்டான்; பின்னர்த் தில்லை நகரை அடைந்து பொன்னம்பலப் பெருமானைக் கண் களிப்பக் கண்டு மகிழ்ந்தான்; பின்னர்ப் பொன் அமராவதி சென்று தங்கி இருந்தான்.

அப்பொழுது, ஓடி ஒளிந்த இராசராசன் தன் மனைவி மக்களோடு அங்குச் சென்று தன் நாட்டை அளிக்குமாறு குறையிரந்து நின்றான். பாண்டியன் அருள்கூர்ந்து அங்ஙனம் சோணாட்டை

அளித்து மகிழ்ந்தனன். இக்காரணம் பற்றியே இவன் 'சோணாடு வழங்கி அருளிய சுந்தர பாண்டியன்' எனக் கல்வெட்டுகளில் குறிக்கப் பெற்றுளன்.

இப்பாண்டியன் படையெடுப்பைப் பற்றி இராசாாசன் கல்வெட்டுகளில் குறிப்பில்லை. ஆனால் பாண்டியன் மெய்ப் புகழ் இதனைச் சிறந்த தமிழ் நடையில் குறித்துள்ளது. அது படித்து இன்புறத்தக்க பகுதியாகும்:

''பனிமலர்த் தாமரை திரைமுகன் படைத்த
மனுநெறி தழைப்ப மணிமுடி சூடிப்
பொன்னிசூழ் நாட்டிற் புலியாணை போயகலக்
கன்னிசூழ் நாட்டிற் கயலாணை கைவளா
வெஞ்சின இவுளியும் வேழமும் பரப்பித்
தஞ்சையும் உறந்தையும் செந்தழல் கொளுத்திக்
காவியும் நீலமும் நின்று கவினிழப்ப
வாவியும் ஆறும் அணிநீர் நலனழித்துக்
கூடமும் மாமதிலும் கோபுரமும் ஆடரங்கும்
மாடமும் மாளிகையும் மண்டபமும் பலஇடித்துத்
தொழுதுவந் தடையா நிருபர்தம் தோகையர்
அழுத கண்ணீர் ஆறு பரப்பிக்
கழுதைகொண் டுழுது கவடி வித்திச்
செம்பியனைச் சினமிரியப் பொருதுசுரம் புகவோட்டிப்
பைம்பொன் முடிபறித்துப் பாணருக்குக் கொடுத்தருளிப்
பாடரும் சிறப்பிற் பருதி வான்தோய்
ஆடகப் புரிசை ஆயிரத் தளியிற்
சோழவளவன் அபிஷேக மண்டபத்து
வீராபி ஷேகம் செய்து புகழ்விரித்து
நாளும் பரராசர் நாமத் தலைபிங்கி
மீளும் தறுகண் மதயானை மேற்கொண்டு
நீராழி வையம் முழுதும் பொதுவொழித்துக்
கூராழி யும்செய்ய தோளுமே கொண்டுபோய்
ஐயப் படாத அருமறைதேர் அந்தணர்வாழ்
தெய்வப் புலியூர்த் திருஎல்லை யுட்புக்கு,
பொன்னம் பலம்பொலிய ஆடுவார் பூவையுடன்
மன்னும் திருமேனி கண்டு மனங்களித்துக்

கோல மலர்மேல் அயனும் குளிர்துழாய்
மாலும் அறியா மலர்ச்சே வடிவணங்கி
வாங்குசிறை அன்னம் துயிலொழிய வண்டெழுப்பும்
பூங்கமல வாவிசூழ் **பொன்னம ராவதியில்**
ஒத்துலகம் தாங்கும் உயர்மேரு வைக்கொணர்ந்து
வைத்தனைய சோதி மணிமண்டபத் திருந்து
சோலை மலிபழனச் சோணாடும் தானிழந்த
மாலை முடியும் தரவரு என்றழைப்ப
மான நிலைகுலைய வாழ்நகரிக் கப்புறத்துப்
போன வளவன் உரிமையோ டும்புகுந்து
பெற்ற புதல்வனைநின் பேர்என்று முன்காட்டி
வெற்றி அரியணைக்கீழ் வீருந்து தொழுதிரப்பத்
தன்னோடி முன் இகழ்ந்த தன்மையெலாம் கையகலத்
தானோ தகம்பண்ணித் தண்டார் முடியுடனே
விட்ட புகலிடம்தன் மாளிகைக் குத்திரிய
விட்ட படிக்கென்றும் இதுபிடிபா டாகஎனப்
பொங்குதிரை ஞாலத்துப் பூபாலர் தோள்விளங்கும்
செங்கயல்கொண் டீன்றும் திருமுகமும் பண்டிழந்த
சோழபதி என்னும் நாமமும் தொன்னகரும்
மீள வழங்கி விடைகொடுத்து விட்டருளி''

ஹொய்சளர் உதவி

இக்கல்வெட்டுச் செய்தியால், பாண்டியன் பழிக்குப் பழி வாங்கினான் என்பதும், இராசராசன் நாட்டை மீளப் பெற்று ஆண்டான் என்பதும் நன்கு தெரிகின்றன. ஆயின், ஹொய்சள மன்னர் கல்வெட்டுகள் வேறு செய்தி ஒன்றைக் கூறுகின்றன. ஹொய்சள அரசனான **இரண்டாம் வல்லாளன்** தன்னைச் 'சோழ ராச்சியப் பிரதிஷ்டாசாரியன்' என்றும், 'பாண்டிய யானைக்குச் சிங்கம்; என்றும் கூறிக் கொள்கிறான். அதனுடன் அவன் மகனான **நரசிம்மன்** 'சோழகுலக் காப்பாளன்' என்று கூறப்பெறுகிறான். இக்கூற்றுகள் கி.பி. 1218-க்கு முற்பட்ட கல்வெட்டுகளில் காண்கின்றன. வேறொரு கல்வெட்டு, ''பகைவர் இடையில் மறைந்து கிடந்த சோழனைக் காத்து நரசிம்மன் 'சோழ ஸ்தாபனன்' என்னும் பெயரையும், 'பாண்டிய கண்டனன்' என்னும் பெயரையும் பெற்றான்'' என்று கூறுகிறது. கன்னட நூலாகிய **சம்பு** 'வல்லாளனால் இராசராசன் காக்கப்பட்டான்' என்றே கூறுகிறது.

முடிவு

இக்கூற்றுகளையும் பாண்டியன் மெய்ப்புகழையும் நோக்க, சுந்தரபாண்டியன் படையெடுப்பால் சோழநாடு சீரழிந்தது, இராசராசன் ஓடி ஒளித்தான், சுந்தரபாண்டியன் பழிக்குப்பழி வாங்கினான் என்பதை உணர்ந்த ஹொய்சள அரசனான வல்லாளன் தன் மகனான நரசிம்மனைச் சோணாட்டிற்கு அனுப்பி யிருத்தல் வேண்டும்; அவன் தன் படையோடு வந்து பாண்டி யனைப் பொருது வென்றிருத்தல் வேண்டும் அல்லது அவன் வந்தவுடன் பாண்டியனே சமாதானம் செய்து கொண்டு சோணாட்டை இராசராசற்கு அளித்திருத்தல் வேண்டும் என்னும் முடிபுக்குத்தான் வருதல் கூடும்.

உள்நாட்டுக் குழப்பம்

பாண்டியன் முதல் படையெடுப்புக்குப் பின்னர்ச் சோழப் பெருநாட்டில் அங்கங்குக் குழப்பங்கள் இருந்தன என்பது சில கல்வெட்டுகளால் தெரிய வருகிறது. ஒரு கோவில் பண்டாரம், திருமேனிகள் முதலியன பாதுகாப்புள்ள இடங்கட்கு மாற்றப் பட்டன; இரண்டு சிற்றூர்கள் சம்பந்தமான பத்திரங்கள் அழிக்கப் பட்டன.[1] இங்ஙனம் பொதுவுடைமைக்கும் பொதுமக்களுக்குமே துன்பம் விளைத்த செயல் யாதாக இருத்தல் கூடும்? சிற்றரசருள் ஒருவர்க்கொருவர் பூசல் இட்டுக்கொண்டு இருந்தனர். உரத்தியை ஆண்ட காடவராயற்கும் வீர நரசிங்க யாதவ ராயற்கும் கி.பி. 1223-இல் போர் நடந்தது.[2] காடவராயர் ஹொய்சள நரசிம்ம னுடனும் சண்டையிட்டனர். பின்னவன்ங முன்னவரிடமிருந்து காஞ்சியைக் கைப்பற்றினான். இந்நிகழ்ச்சி பாண்டியன் முதற் படையெடுப்பின் பொழுதோ அல்லது அதன் பின்னரோ நடந் திருத்தல் வேண்டும். என்னை? நரசிம்மன் கி.பி. 1230-இல் காஞ்சியை ஆண்டுகொண்டிருந்தன ஆதலின் என்க;[3] இந்நிகழ்ச்சி களால் சோழ அரக்கனது வலியற்ற நிலையும் அரசாங்க ஊழலும் ஹொய்சளர் உறவும் ஆதிக்கமும் நன்கு விளங்குகின்றன அல்லவா?

பாண்டியன் இரண்டாம் படையெடுப்பு

பாண்டியன் படையெடப்பு: ஏறத்தாழக் கி.பி. 1234-5-இல் இராசராசன் சுந்தர பாண்டியன் வெறுப்புக்கு ஆளானான். சோழ அரசன் பாண்டியற்குக் கப்பம் கட்டவில்லை; அதைப் பற்றிப்

---

1. 141 of 1926, 213 of 1925, 309 of 1927.
2. 271 of 1904.
3. K.A.N. Sastry's 'Cholas', Vol. 2, p. 178.

பாண்டியன் கேட்டபொழுது பெரும்படைகொண்டு பாண்டிய நாட்டின்மீது படையெடுத்தான். முதலில் வந்த சோழனது தூசிப் படை படுதோல்வியுற்றது; வீரர் மாண்டனர்; யானைகள் இறந் தன. பெரும்சேனையும் தோல்வியே அடைந்தது. சோணாட்டில் பல ஊர்கள் எரிக்கப்பட்டன; கவடி விதைக்கப்பட்டன. சோழ மாதேவி உட்படப் பெண்டிர் பலர் சிறைப்பட்டனர்; சுந்தர பாண்டியன் முடிகொண்ட சோழ புரத்தில் நுழைந்த பொழுது மங்கலநீரையும் வரவேற்புக்குரிய பொருள்களையும் ஏந்தி நின்று அவனை வரவேற்குமாறு ஏவப்பட்டனர். பாண்டியன் அங்கிருந்த அரண்மனையில் விசய அபிடேகம் செய்து கொண்டான்.[1]

கோப்பெருஞ்சிங்கன்: பாண்டியனிடம் தோற்ற இராச ராசன் நாட்டை விட்டுத் தன் பரிவாரத்துடன் ஹொய்சள நாடு நோக்கி ஓட முயன்றுவந்து கொண்டிருந்தான். இராசராசனது சிற்றரசனும் காடவமரபினனும் ஈழ வீரரையும் தன் வீரரையும் காடுகளிற் பதுங்க வைத்திருந்தவனுமான கோப்பெருஞ் சிங்கன் அரசனை வழிமறித்துப் போரிட்டான்; இறுதியில் தன் பேரரசனைச் சிறைப்படுத்திக் கொண்டு சென்றான்; சேந்தமங்கலத்தில் அவனைச் சிறை வைத்தான்;[2] தன் வீரரை ஏவிச் சோணாட்டு விஷ்ணு கோவில்களை அழித்தான்.

ஹொய்சள நரசிம்மன்

சோணாட்டுத் துன்ப நிலையைக் கேள்வியுற்ற நரசிம்மன் தன் தலைநகரமான துவா சமுத்திரம் விட்டுப் பெரும்படையுடன் புறப்பட்டான்; வழியில் மகதை நாடான நடுநாட்டரசனைப் போரில் தோற்கடித்துக் காவிரிக்கரையை அடைந்தான்; அங்குத் தன் படையை இரண்டாகப் பிரித்து, ஒன்றைத் தான் வைத்துக் கொண்டான்; மற்றொன்றைத் தன் தண்ட நாயகனான அப்பண் ணன், சமுத்திர கொப்பையன் என்பவரிடம் ஒப்படைத்துச் சோழ அரசனை மீட்டு வருமாறு ஏவினன்.[3]

அரசன் விடுதலை

நரசிம்மனுடைய தண்டநாயகர் கோப்பெருஞ் சிங்கன் நாட்டைச் சேர்ந்த என்னேரி, கல்லியூர்மூலை முதலிய ஊர்களைக் கொள்ளை அடித்தனர்; அவனது துணைவனான சோழர்கோன் என்பானது தொழுதகையூரையும் கொள்ளையடித்தனர்; இராசராச

1. 142 of 1902
2. M.R. Kavi in Thirumalai Sri Venkatesvara, VI pp 677-678.
3. 142 of 1902

னுக்கு மாறாக இருந்த முதலிகளைக் கொன்றனர்; கோப்பெருஞ் சிங்கனுடன் சேர்ந்திருந்த ஈழநாட்டு இளவரசன் ஒருவனைக் கொன்றனர்; பிறகு தில்லை நகரில் கூத்தப் பெருமானை வணங் கினர்; மேலும் சென்று தொண்டைமான் நல்லூர், திருவதிகை, திருவக்கரை முதலிய ஊர்களை அழித்துச் சேந்தமங்கலம் சேர்ந்தனர்; அங்குப் பயிர்களுக்குத் தீ இட்டனர்; பெண்களைக் கைப்பற்றினர்; குடிகளைக் கொள்ளையடித்தனர். குடிகள் பட்ட கொடுமைகளையும் வந்த படையை எதிர்க்கத் தனது இயலாமை யையும் கண்ட கோப்பெருஞ்சிங்கன், சோழ அரசனை விடுதலை செய்வதாக நரசிங்கற்குச் செய்தி சொல்லி அனுப்பினான். நரசிங்கன் கட்டளைப்படி, தண்டநாயகர், விடுதலை அடைந்த இராசராசனை மகிழ்ச்சியோடு வரவேற்றுச் சோழ நாடு கொண்டு சென்றனர்.[1]

பாண்டியன் தோல்வி

தன் தானைத்தலைவர் அரசனை மீட்கச் சென்றவுடன் நரசிம்மன, தன்னிடம் இருந்த படையுடன் பாண்டியனைத் தாக்கி னான்; மகேந்திர மங்கலத்தில் போர் கடுமையாக நடந்தது. சுந்தர பாண்டியன் போரில் தோல்வியுற்றான். நரசிம்மன் இராமேசுவரம் வரை சென்று மீண்டான். பாண்டியன் நரசிம்மனுக்குக் கப்பம் கட்டுவதாக ஒப்புக்கொண்டான் என்று ஹொய்சளர் கல்வெட்டுக் கூறுகிறது. பாண்டியன் மெய்ப்புகழ், அவன் விசய அபிடேகம் செய்துகொண்டவரைதான்ன கூறியுள்ளது. இராசராசன் மீட்சி, அவன் மீட்டும் சோணாட்டு அரசன் ஆனது இவை பற்றிய செய்தி பாண்டியன் கல்வெட்டில் இராததாலும், பாண்டி நாட் டுக்குச் சோணாடு உட்படவில்லை ஆதலாலும், நரசிம்மனிடம் சுந்தர பாண்டியன் தோல்வியுற்றது உண்மை என்றே தெரிகிறது.[2]

முடிவு

ஹொய்சள நரசிம்மனது இடையீட்டால் இராசராசன் இரண் டாம் முறையும் அரசன் ஆக்கப்பட்டான். சுந்தரபாண்டியனும் தன் செருக்கு அழிந்து ஒடுங்கினான். ஆயின், ஹொய்சளர் செல்வாக்குச் சோழ-பாண்டிய நாடுகளில் பரவி வேரூன்றியது. இரு நாடுகளிலும் ஹொய்சள உயர் அலுவலாளரும் தண்ட நாயகரும் ஆங்காங்கு இருந்து வரலாயினர். காஞ்சீபுரத்தில் நிலை யாகவே ஹொய்சளப் படை இருந்து வந்தது.

---

1. Ibid.
2. K.A.N. Sastry's, 'Cholas', II. p. 185.

சீரழிந்த அரசாட்சி

அரசத் துரோகம்: மேற் கூறப்பெற்ற குழப்பங்களிற் சம்பந்தப்பட்டதாலோ, பிறகு எஞ்சிய ஆட்சிக்காலத்தில் அரச னுக்கு மாறான வேலைகளில் ஈடுபட்டதாலோ-பல இடங்களில் பலர் விசாரிக்கப் பெற்றுத் தண்டனை அடைந்தனர்; அவர்தம் நிலங்கள் பறிமுதல் செய்யப்பட்டன, ஏலம் போடப்பட்டன. இத்தகைய பறிமுதல் வேலைகள் சீகாழி, வலிவலம், திருவெண் காடு முதலிய இடங்களில் நடைபெற்றன. கோவில் திருமாளம் என்னும் இடத்தில் 15 ஆயிரம் காசுகள் பெறத்தக்க 5 வேலி 4 மாநிலம் கைப்பற்றப்பட்டது.[1]

கீழ்ப்படியாமை

அரசாங்க ஆணைக்குக் கீழ்ப்படியாமையும் நாட்டில் தாண்டவம் ஆடியது. சான்றாக ஒன்று காண்க. தஞ்சைக் கோட் டத்துச் சிவபுரம் கோவில் சிவப்பிராமணர் இருவர் அம்மனுடைய நகைகளைத் தாங்கள் வைத்திருந்த பரத்தை ஒருத்திக்குக் கொடுத்துவிட்டனர்; தம்மிடம் ஒப்படைக்கப்பட்ட கோவிற் பணத்தைக் கையாடினர்; தம் நிலவரியைக் கொடுக்க மறுத்தனர்; பிறவழிகளிலும் தவறாக நடந்துகொண்டனர்; அரசனது ஆணை மீறியதோடு, வரி வசூலிக்க வந்த அரசாங்க அலுவலாளரை அடித்துத் துன்புறுத்தினர்; கன்னடியருடன் (அரசனை மீட்கச் சென்றபொழுது சோணாட்டூர்களைக் கொள்ளையடித்துச் சென்ற சோணாட்டூர்களைக் கொள்ளையடித்துச் சென்ற ஹொய்சளப் படைவீரர்?) சேர்ந்து மக்களைத் துன்புறுத்தி 50 ஆயிரம் காசுகள் வசூலித்தனர். இத்துணைக் குற்றங்களைச் செய்த அப்பிராமணர் மகேசுவரராலும் (கோவில் அதிகாரிகள்) ஊர் அவையினராலும் விசாரிக்கப்பட்டுத் தண்டனை பெற்றனர்.[2]

ஹொய்சளர் செல்வாக்கு

இராசராசனுக்கு அடங்கியவரும் ஆனால் கொடிய பகைவரு மாக இருந்தவர் காடவராயரே ஆனார். இவருள் ஒருவனே சிறப் புற்ற கோப்பெருஞ்சிங்கன். இவர்கள் மாயூரம் முதல் காஞ்சி வரை அங்கங்கே பல சிற நாடுகளை ஆண்டவந்தனர்; காஞ்சி யும் இவர்கள் கையில் இருந்தது. மூன்றாம் குலோத்துங்கன் அதனைத் தெலுங்குச் சோழரிடமிருந்து மீட்டான். அவன் இறந்த வுடன் அது காடவர் கைப்பட்டது. அதனை நரசிம்ம ஹொய்சளன்

---

1. 244 of 1917. 2. 279 of 1927; A.E.R. 1927, II. 30.

கைப்பற்றினான். அதனால் ஹொய்சளர் நிலைப்படை அங்கு இருக்க வேண்டியதாயிற்று. நரசிம்மவர்மன் செல்வாக்கினால் ஹொய்சளர் பலர் காஞ்சி முதல் திருநெல்வேலி வரை பரவி இருந்தனர். விருத்தாசலம் கூற்றத்துத் திருவடத்துறைக் கோவில் திருமேனிகள் சில நரசிம்ம தேவன் கொண்ட சென்றனன் என்று ஒரு கல்வெட்டுக் கூறுகிறது.[1] பூததேய நாயகன், கொப்பைய தண்டநாயகன் என்போர் காஞ்சியில் இருந்த படைத்தலைவர் ஆவர். இவர்கள் காஞ்சியில் உள்ள அத்திகிரி முதலிய கோவில் கட்குப் பல நிபந்தங்கள் விடுத்துள்ளனர்.[2] நரசிம்மனது மற்றொரு தண்டநாயகன் வல்லயன் என்பான் திருமழபாடிக் கோவிலுக்குப் பல நிபந்தங்கள் விடுத்தான்.[3] நரசிம்மன் மனைவியான சோமள தேவியின் பரிவாரப் பெண்களில் ஒருத்தி திருக்கோகர்ணம் கோவிலுக்கு நிபந்தம் விடுத்தாள்.[4] இங்ஙனமே ஹொய்சள தண்ட நாயகரும் பிறரும் பாண்டிய நாட்டில் செல்வாக்குப் பெற்றிருந் தனர்; அரசியலிலும் தொடர்பு கொண்டிருந்தனர்.[5]

சோழப் பெருநாடு

இராசராசன் கல்வெட்டகள் (130-ஆம் ஆண்டு வரை) சித்தூர், நெல்லூர், கடப்பைக் கோட்டங்களிற் கிடைக்கின்றன. ஆதலின், சோழப் பெருநாடு கடப்பைவரை வடக்கே பரவி இருந்தது என்னலாம். சேலத்தில் இவனுடைய கல்வெட்டுகள் இருக்கின்றன ஆதலின், கொங்குநாடும் பெருநாட்டிற் கலந்து இருந்தது என்னலாம். இவனது ஆட்சியில் பாண்டியநாடு தனிப் பட்டுவிட்டது. எனவே மூன்றாம் குலோத்துங்கன் ஆட்சியில் இருந்த பரப்பு இவன் காலத்தில் இல்லை என்பது விளங்குகிறது.

சிற்றரசர்

குலோத்துங்கன் ஆட்சிக் காலத்துச் சிற்றரச மரபினர் வழி வந்தவரே இராசராசன் காலத்தில் சிற்றரசராக இருந்தனர். இவருள் குறிப்பிடத்தக்கவர் சிலராவர். அவருள் முதல்வன் கோப்பெருஞ் சிங்கன். இவன் முதலில் திருநீடூரைச் சுற்றியுள்ள நாட்டுக்குத் தலைவனாக இருந்தான்; பிறகு சேந்தமங்கலம், கூடலூர், விருத் தாசலம், திருவெண்ணெய் நல்லூர் முதலிய ஊர்களைத் தன் அகத்தே கொண்ட நாட்டை ஆண்டுவரலானான். இவன் பழைய பல்லவர் மரபினன்; வீரம் மிக்கவன்; சிறந்த போர் வீரன்; அரசியல்

---

1. 228 of 1929
2. 349, 369, 404, 408 of 1919
3. 89 of 1920
4. 183 of p. Ins.
5. K.A.N. Sastry's 'Pandiyan Kingdom', pp. 158-159.

தந்திரி; பேரரசனையே சிறைப்பிடித்த செம்மல். இவனைப் பற்றிய கல்வெட்டுகள் பலவாகும். இவன் ஹொய்சளர், காகதீயர் முதலிய பலருடனும் போர் இட்டவன்; சோழப் பேரரசிற்கு அடங்கியதாகக் கல்வெட்டுகளிற் காட்டிக் கொண்ட தன்னாட்சி நடத்தி வந்தவன். இவன் கி.பி. 1243 முதல் தன் ஆட்சி ஆண்டைக் கணக்கிட்டு வந்தவன்; அதுமுதல் கி.பி. 1279 வரை (36 ஆண்டு கள்) தன்னாட்சி பெற்றுப் பெருநாட்டை ஆண்டவன்; தெற்கே சடாவர்மன் சுந்தரபாண்டியனுடன் போரிட்டவன். இப்பெருவீரன் வடக்கே திராக்ஷாராமம் முதல் தெற்கே தஞ்சாவூர் வரை கோவில் திருப்பணிகள் பல செய்தவன். இவன் சிறந்த சிவபக்தனாக இருந்தான். இவன் தென்னாட்டுப் பெரு வீரருள் ஒருவனாக மதிப் பிடத்தக்கவன் அவன்.*

சித்தூர், நெல்லூர், கடப்பை இவற்றை ஆண்ட **தெலுங்கச் சோடர்** அடுத்துக் குறிப்பிடத் தக்கவர் ஆவர். சளுக்கிய நாரா யணன் என்ற மநும சித்தரசன் ஒருவன்; மதுராந்தக பொத்தப்பிச் சோழ எர்ர சித்தரசன் ஒருவன். இவர்கள் காஞ்சி நகரத்துக் கோவில் களில் பல பணிகள் செய்துள்ளனர். மலமாதேவரசன் என்பவன் சித்தூரை ஆண்ட சிற்றரசன். தெலுங்கச் சோடருட் சிறந்தவனும் பேரரசனுமான **முதல் திக்கன்** என்ற கண்ட கோபாலன் பல கல்வெட்டுகளிற் குறிக்கப்பட்டுளன். வாணர், வைதும்பர், கங்கர், யாதவராயர், சாம்புவராயர், சேதிய ராயர் மரபினரும் வழக்கம் போலப் பல கல்வெட்டுகளிற் குறிக்கப்பட்டுள்ளனர். எனவே, பெருங்காயம் இருந்த பாண்டம் மணம் வீசுதலைப் போல வலி யற்ற இராசராசன் பெருநாட்டில் சோழரது பழம் பெருமையை நினைந்தும் ஹொய்சளர்க்கு அஞ்சியும் இச்சிற்றரசர் தம்மைச் சோழருடைய சிற்றரசர் எனக் கூறிக் கொண்டனர்.

அரச குடும்பம்

இராசராசன் காலத்திற் சிறப்பாகக் குறிக்கப்பெற்ற அரண் மனை **ஆயிரத்தளியே** ஆகும். தஞ்சை. உறையூர்களில் இருந்த அரண்மனைகள் சுந்தரபாண்டியனால் அழிவுண்டன. ஆயிரத் தளியும் ஓரளவு பாதிக்கப்பட்டது. இவனுக்கு மனைவியர் இருந் தனர். அவருள் கோப்பெருந்தேவி வாணகோவரையன் மகள் ஆவள். இளையவள் 'புவனம் முழுதுடையாள்' எனப்பட்டாள். இராசராசன் 30 ஆண்டுகள் அரசாண்டான். இதற்குப் பின் கி.பி. 1246-இல் **மூன்றாம் இராசேந்திரன்** அரசு கட்டில் ஏறினான். இராச ராசன் கல்வெட்டுகள் 'சீர்மன்னி இருநான்கு திசை', 'சீர்மன்னு மலர்மகள்' என்ற தொடக்கங்களை உடையன.

---

* இவனது வரலாறு விரைவில் வெளியிடப்படும்.

8. மூன்றாம் இராசேந்திரன்

(கி.பி. 1246-1279)

முன்னுரை

மூன்றாம் இராசேந்திரன் கி.பி. 1246-இல் சோழப் பேரரசன் ஆனான். ஆனால், இராசராசற்கு இவன் இன்ன முறையில் உறவினன் என்பது புலப்படவில்லை. இராசராசன் உயிருடன் இருந்த பொழுதே இவனது ஆட்சி தொடக்கம் ஆகிவிட்டது. இவன் இராசராசனுடன் அவனது இறுதிக் காலத்தில் சேர்ந்திருந்தே நாட்டை ஆண்டு வந்தான் என்றும் கூறலாம். இராசராசன் இறுதிக் காலத்தில் அவனுடைய கல்வெட்டுகள் வடஆர்க்காடு, நெல்லூர்க் கோட்டங்களில் காணப்படுகின்றன. ஆயின், அதே காலத்தில் இராசேந்திரன் கல்வெட்டுகள் சோழப் பெருநாடு முழுவதும் காணக் கிடைக்கின்றன. இதனால் இராசேந்திரன் பொதுமக்களால் நன்கு வரவேற்கப்பட்டமையும் சிற்றரசரிடம் இவனுக்கு இருந்த செல்வாக்கும் நன்கறியலாம். இவன் கல்வெட்டுகள் முன்னோர் கல்வெட்டுகளில் உள்ள பலவகைத் தொடக்கங்களையே உடையன. நிகழ்ச்சி முறை கொண்டு வேறு பிரித்தல் வேண்டும்.

ஹொய்சளர் பகைமை

ஹொய்சள நரசிம்மதேவன் மகனான வீரசோமேசுவரன் இக்காலத்தில் ஹொய்சள நாட்டை ஆண்டு வந்தான். இவனது தந்தை இராசராசனை இரண்டு முறை காத்து அரசனாக்கியவன். ஆயின், இவன் எக்காரணம் பற்றியோ இராசேந்திரனிடம் பகைமை பாராட்டியதோடு பாண்டியனை நட்புக் கொண்டிருந்தான்; தன்னைப் பாண்டியகுலக் காப்பாளன்' என்று கூறிக் கொண்டான். ஆனால், இச்சோமேசுவரனை இராசேந்திரனும் சுந்தர பாண்டியற்குப் பின் பாண்டி நாட்டை ஆண்ட இரண்டாம் மாறவர்மன் சுந்தர பாண்டியன் (கி.பி. 1238-1253) என்பவனும் **'தம் மாமன்'** என்றே கல்வெட்டுகளிற் கூறியுள்ளனர். எந்த வகையில் இவன் இருவர்க்கும் 'மாமன் ஆனான்' என்பது விளங்கவில்லை. இவ்வுறவு எங்ஙமாயினும், இவன் பாண்டியனை ஆதரித்து, இராசேந்திரனை வெறுத்து வந்தான் என்பது திண்ணம்.

சோமேசுவரன் தன் தண்டநாயகரை ஏவிச் சோணாட்டைப் பிடிக்க முயன்றான் என்பது சில கல்வெட்டுகளால் தெரிகிறது. கி.பி. 1241-இல் **சிங்கண தண்ட நாயகன்** என்பவன் சோணாட்டிற்குள் படையெடுத்து வந்தான். அப்பொழுது மூடப்பட்ட ஒரு கோயில் 50 ஆயிரம் காசுகள் செலவில் கும்பாபிடேகம் செய்யப்

பட்டது என்று திருமறைக்காட்டுக் கல்வெட்டுக் கூறுகிறது.[1] சோமேசுவரனது மற்றொரு தண்ட நாயகனான இரசிதேவன் என்பவன் கானநாட்டைக் கைப்பற்றினான் என்று புதுக்கோட்டைக் கல்வெட்டுக் குறிக்கிறது.[2]

பாண்டியர் - ஹொய்சளர் உறவு

கி.பி. 1238-இல் பட்டம் பெற்ற இரண்டாம் மாறவர்மன் சுந்தர பாண்டியன் வலியற்ற அரசன். இவன் கி.பி. 1149-இல் திருநெல்வேலிக் கோட்டத்தில் தன் மாமனான வீரசோமேசு வரன் பெயரை அவன் விருப்பப்படி ஒரு சிற்றூர்க்கு இட்டு வழங்கினான்; அதே ஆண்டில், வரகண்ண தண்டநாயக் என்ற சேனைத் தலைவன் திருநெல்வேலியில் இருந்து வந்தான். அக்காலத்தில் புதுக்கோட்டையைச் சேர்ந்த திருமய்யத்தைச் சுற்றியுள்ள நாடு 'கான நாடு' எனப் பெயர் பெற்றிருந்தது. அது பாண்டிய நாட்டைச் சேர்ந்திருந்தது. அங்குச் சைவ-வைணவச் சண்டை உண்டாகி நாடு குழப்பப்பட்டதால், சோமேசுவரனது தண்டநாயகனான அப்பண்ணன் என்பவனால் அமைதி உண் டாக்கப்பட்டது. பாண்டிய அரசன் மைத்துனன் ஹொய்சள இளவரசன். அவன் பெயர் விக்கிரம சோழதேவன் என்பது. அவன் பாண்டிய அரசாங்கத்தில் செல்வாக்குப் பெற்றவனாக இருந்தான்.[3]

சோழர்-தெலுங்கர் உறவு

வீரசோமேசுவரன் பாண்டியனை ஆதரிக்கத் தொடங்கிவிட்ட தால், இராசேந்திரன் ஹொய்களர்க்குப் பகைவரான தெலுங்குச் சோடரை நட்புக் கொண்டான். அக்காலத்தில் நெல்லூரை ஆண்ட தெலுங்குச் சோடர் வன்மை மிக்கிருந்தனர். அவரது ஆட்சி நெல்லூர் முதல் செங்கற்பட்டு வரை பரவி இருந்தது. அவர்கள் நீண்ட காலமாகச் சோழப் பேரரசிற்கு உட்பட்ட சிற்றரசராக இருந்தவர்கள். **திக்கன்** என்ற **கண்டகோபாலன்** என்பவன் அப்பொழுது இருந்த சோட அரசன் ஆவன். இவன் சாம்புவராயர், சேதியராயர், காடவராயர்களை வென்று தன் பேரரசை ஒப்புக் கொள்ளச் செய்தவன்; இவ்வெற்றியால் கோப்பெருஞ் சிங்கன் சூழ்ச்சிகளை ஒடுக்கினவன். இவன் தொண்டை மண்டலத்தின் பெரும் பகுதியைச் சோழப் பேரரசிற்கு அடங்கியே ஆண்டு வந்தான்.[4] இங்ஙனம் பாண்டியற்கு ஹொய்சளன் உதவியாக

---

1. 501 of 1904. 2. 387 of 1906.
3. K.A.N. Sastry's 'Pandyan Kingdom', Page 158.
4. Tikkana's Int. to his Ramayanam.

இருந்தாற் போலச் சோழற்குத் தெலுங்குச் சோடன் உதவியாக இருந்தான்.

சோழ பாண்டியர் போர்

இராசராசன் ஆட்சியில் இருமுறை சுந்தர பாண்டியன் படையெடுத்துவந்து சோணாட்டை அலைக்கழித்து அவமானப் படுத்தி யதற்குப்பழி வாங்கத் துணிந்த இராசேந்திரன், தெலுங்கர் நட்பைப் பெற்றபிறகு, பாண்டி நாட்டின்மீது படையெடுத்தான்; வலியற்ற இரண்டாம் சுந்தரபாண்டியனை வென்றான்; அவனது முடியைக் கைப்பற்றி இராசராசனிடம் தந்து பாண்டி நாட்டையும் சேர்த்து ஆளச் செய்தான்; பாண்டி நாட்டைக் கொள்ளையடித் தான். ஆனால் இந்த வெற்றி மூன்று ஆண்டகளே நிலைத் திருந்தது.[1] அதற்குள் வீரசோமேசுவரன் சோழனைத் தாக்கிப் போரில் முறியடித்தான்; மற்றொரு பக்கம் கோப்பெருஞ்சிங்கன் சோழனைத் தாக்கினான். இந்த இருவரையும் சோழன் நண்ப னான கண்டகோபாலன் தாக்கினான். இவர் எல்லோரும் அவரவர் கல்வெட்டுகளில் தாம் தாம் வென்றதாகக் குறித்துள்ளனர். 'கண்ட கோபாலனுக்குப் பாண்டியன் கப்பம் கட்டினான்' என்று **கேதனர்** தமது தசகமார சரித்திரத்திற் கூறியுள்ளார். கோப்பெருஞ் சிங்கன் தன்னைப் 'பாண்டிய மண்டல ஸ்தாபன சூத்ரதாரன்' என்று குறித்துள்ளான். தான் இராசேந்திரனைப் போரில் புறங் கண்டதாகவும், இராசேந்திரன் தன்னிடம் அடைக்கலம் புகுந்த வுடன் ஆதரித்ததாகவும் சோமேசுவரனைப் போரில் வென்று, சோழ அரசனை மீட்டும் அரசனாக்கிச் 'சோழ ஸ்தாபன ஆசாரியன்' என்ற பெயர் பெற்றான்'' என்று திக்கநர் தமது இராமாயணத்து முகவுரையிற் கூறியுள்ளார். கி.பி. 1240-இல் வெளிப்பட்ட ஹொய் சளர் கல்வெட்டு ஒன்றில், ''சோமேசுவரன் கண்டகோபாலன் மீது படையெடுத்தான்' என்று கூறுகிறது. இவை யாவற்றையும் ஒருசேர நோக்க நாம் அறிவதென்ன? இப்போருக்குப் பின்னர்ப் பாண்டிய நாடு தனியே பாண்டியனால் ஆளப்பட்டே வந்தது என்பதனால், சோமேசுவரன் இடையீடு பயனைத் தந்ததென்றே கூறவேண்டும். ஆனால் கண்டகோபாலன் சோழனுக்கு உதவி யாகச் சென்றிராவிடின், சோணாடு பாண்டியர்க்கும் கோப்பெருஞ் சிங்கற்கும் இரையாகி இருக்கும்.

இலங்கைப் போர்

'வீர ராக்கதர் நிறைந்த இலங்கையை இராமன் வென்றாற்

1. 420 of 1911; 513 of 1922

போல இந்த இராசேந்திரன் என்ற இராமன், வீர ராக்கதர் நிறைந்த வட இலங்கையை வென்றான்' என்ற பொருள்படும் கல்வெட்டு இருக்கிறதால், இராசேந்திரன் வீர ராக்கதரை வென்றிருத்தல் வேண்டும் என்பது தெரிகிறது. அவர் யார்? வட ஆர்க்காடு கோட்டத்தின் ஒரு பகுதியை ஆண்ட வந்த சாம்புவராயர் தம்மை **'வீர ராக்கதர்'** என்று கூறிக்கொண்டு வந்தனர். அவர்கள் ஆட்சியில் **'மா இலங்கை'** ஆகிய மகாபலிபுரம் இருதிருத்தல் வேண்டும். இராசேந்திரன் அவர்களைப் போரில் வென்றவனாதல் வேண்டும். இவன் நண்பனான கண்ட கோபாலனும் சாம்புவராயரை வென்று, பிற பகை மண்டலீகரையும் தோற்கடித்துக் கச்சியைக் கைப்பற்றினான் என்று **திக்கநர்** தமது நூலிற் கூறலால், சாம்புவராயர் இராசேந்திரனாலும் கண்ட கோபாலனாலும் அடக்கப்பட்டனர் என்பது நன்கு தெரிகிறது.

காஞ்சி நகரம்

இந்நகரில் கி.பி. 1245 வரை இராசராசன் காலத்துக் கல்வெட்டுகள் உள்ளன. இராசேந்திரன் காலத்துக் கல்வெட்டுகள் இல்லை. இராசராசன் காலத்தில் இந்நகரம் நரசிம்ம தேவன் மேற்பார்வையில் இருந்தது. பிறகு என்ன ஆயிற்று? கி.பி. 1249-இல் **காகதீய** அரசனான **கணபதி**யின் கல்வெட்டுக் காண்கிறது. சில ஆண்டுகட்குப் பிறகு கண்ட கோபாலனுடைய கல்வெட்டுகள் கிடைக்கின்றன. எனவே, காஞ்சிமா நகரம் இராசராசன் காலத்தில் ஹொய்சள நரசிம்மதேவன் பார்வையில் இருந்தது; பிறகு கி.பி. 1245-க்குப் பிறகு காகதீய அரசன் ஆட்சியில் அல்லது தெலுங்கு அரசனது ஆட்சியில் காகதீயன் மேற்பார்வையில் இருந்தது; இறுதியில் கி.பி. 1251-இல் பட்டம் பெற்ற **சடாவர்மன் சுந்தர பாண்டியன்** கைக்கு மாறிவிட்டது என்பதை வரலாறு உணர்த்துகிறது.

ஹொய்சளர் நட்பு

சடாவர்மன் சுந்தர பாண்டியன் கி.பி. 1251-இல் பாண்டியர் அரசன் ஆனான். இவன் தன் காலத்தில் பாண்டிப் பேரரசு கண்ட பெருவீரன். இவன் ஹொய்சள வீர சோமேசுவரனை மதிக்கவில்லை. இவனது பேராற்றல் கண்ட வீர சோமேசுவரன் இவன் மீது கொண்ட வெறுப்பினால் தான் அதுகாறும் பகைத்து வந்த இராசேந்திரனுடன் உறவு கொண்டாடலானான்; அந்த உறவினால் சோழனது நட்பையும் தன் பகைவனான தெலுங்குச் சோழனது நட்பையும் பெறலாம்; பெற்றுக் கூடுமாயின், சடாவர்மனை அடக்கி விடலாம் என்பது அவனது எண்ணம். இங்ஙனம்

உண்டான புதிய நட்பினால், சோணாட்டில் ஹொய்சள அரசியல் அலுவலாளர் பலர் வந்து தங்கினர்; சோழ அரசியலிற் பங்கு கொண்டனர்; கோவில் சம்பந்தமான வழக்குகளை விசாரித்தனர்.[1] இந்த இரு நாடுகட்கும் உண்டான நட்டு சோமேசுவரன் இறந்த பிறகும் இருந்து வந்தது குறிப்பிடத்தக்கது. கி.பி. 1995-இல் ஹொய்சளத் தென்நாட்டை ஆண்ட **இராமநாதன்** 10, 15-ஆம் ஆட்சி ஆண்டுகளில் வெளியிட்ட இரண்டு கல்வெட்டுகள் திருச் சோற்றுத் துறையில் காண்கின்றன.[2]

பாண்டியன் பேரரசு

சடாவர்மன் சுந்தர பாண்டியன் ஏறத்தாழக் கி.பி. 1256, 57-இல் பெரும் படையுடன் சோழநாட்டின் மீது படையெடுத் தான்; சோழநாட்டைக் கைப்பற்றி இராசேந்திரனைத் தனக்கு அடங்கிய சிற்றரசன் ஆக்கினான்; அவனுக்கு உதவியாக வந்த வீர சோமேசுவரனை வென்று துரத்தினான். சோமேசுவரன் மீட்டும் கி.பி. 1264-இல் போருக்கு எழுந்தான்; போர் **கண்ணனூர்**[3] என்ற இடத்தில் நடந்தது. அப்போரில் சோமேசுவரன் கொல்லப் பட்டான். பின்னர் இப்பாண்டியன் பல்லவ மரபினனான கோப்பெருஞ்சிங்கன் அனுப்பிய கப்பத்தை ஏற்றுக்கொள்ளாமல், அவனது கோநகரமாகிய சேந்தமங்கலத்தை முற்றுகை இட்டான்; அந்நகரையும் பிற பொருள்களையும் கைப்பற்றினான்; அவற்றை அவற்கே தந்து தன்கீழ் அடங்கிய சிற்றரசனாக இருக்குமாறு செய்து வடக்கு நோக்கிச் சென்றான்; வாணர்க்குரிய மகத நாட்டை யும் கொங்கு நாட்டையும் கைப்பற்றிக் கண்ட கோபாலனைப் போரிற் கொன்று, நெல்லூரில் 'வீராபிடேகம்' செய்து கொண் டான்; காஞ்சியைத் தன் பேரரசின் வடபகுதிக்குத் தலைநகரம் ஆக்கிக் கொண்டான். இங்ஙனம் திடீரென்று எழுந்த பாண்டிய வீர அரசனால், சோழப் பேரரசின் எஞ்சிய பகுதியும் அழிந்து, இராசேந்திரனே சிற்றரசனாகவேண்டிய நிலைமை ஏற்பட்டு விட்டது. இவ்விழிநிலைக்குப் பிறகு சோழ அரசு தலையெடுக் காது மறைந்தது.

நாட்டு விரிவு

இராசேந்திரனுடைய கல்வெட்டுகள் பல சோழ நாட்டிலே

---

1. 498 of 1902, 387 of 1903, 49 of 1913, 349 of 1919.
2. 207, 208 of 193'
3. இது திருச்சிராப்பள்ளிக் கோட்டத்தில் உள்ள 'கண்ணனூர்க் கொப்பம்' - Vide S. Pandarathar's, Pandyar Varalaru, p. 51

காணக் கிடைக்கின்றன. இவனது 13-ஆம் ஆட்சிக் கல்வெட்டு ஒன்று கடப்பைக் கோட்டத்து நந்தனூரிலும், 14-ஆம் ஆட்சிக் கல்வெட்டொன்ற கர்நூல் கோட்டத்துத் திரிபுராந்தகத்தும் கிடைத் துள்ளன. கி.பி. 1261-க்குப் பிறகு சோழநாட்டிற்கு வெளியே ஒரு கல்வெட்டும் இல்லை. இதனால், இராசேந்திரன் அரசயிலில் முற்பகுதியில் கடப்பை, கர்நூல் வரை இவனது பேரரசு பரவி இருந்தது என்பதும், பிற்பகுதியில் சோழ நாட்டு அளவே பரவி இருந்தது என்பதும் அறியத் தக்கன.

இராசேந்திரன் இறுதி

இவனது ஆட்சி கி.பி. 1279 வரை இருந்தது. இவன் 33 ஆண்டுகள் அரசாண்டான். இவன் கங்கைகொண்ட சோழபுரத் திலிருந்து அரசாண்டான். இவனது குலதெய்வம் தில்லை நடராசர் ஆவர்.[1] இவனுக்குச் 'சோழகுல மாதேவியார்' என்றொரு மனைவி இருந்தாள் என்பது தெரிகிறது.[2] இவனுக்குச் **சேமாப்பிள்ளை** என்றொரு மகன் இருந்தான் என்பது திருக்கண்ணபுரத்துக் கல்வெட்டால் தெரிகிறது.[2] இராசேந்திரன் ஆட்சி கீழ்நிலைக்கு வந்து விட்டதால், சிற்றரசர் தொகையே குறைந்துவிட்டது. 'சோழ கங்கன்' என்ற ஒருவனும் 'களப்பாளன்' என்ற ஒருவனுமே சிற்றரச ராகக் குறிக்கப் பெற்றனர்.[4] இராசேந்திரனுக்குப் பிறகு சோணாட் டைச் சோழ அரசன் ஆண்டதற்குச் சான்றில்லை. எனவே, இராசேந் திரனுடன் சோழர் தனியாட்சியும் ஆதித்தன் தோற்றுவித்த பேராட் சியும் ஒழிந்து விட்டதென்றே கோடல் தகும்.

சோழப் பேரரசின் மறைவு

பாண்டிப் பேரரசிலும் வடக்கிலும் இங்குமங்குமாக ஒரு சிலர் தம்மைச் சோழர் மரபினர் என்று கூறிக்கொண்டு சிற்றரச ராகவும் அரசியல் அலுவலாளராகவும் 15-ஆம் நூற்றாண்டு வரை இருந்தனர் என்பது தெரிகிறது. முதற் பராந்தகன் காலத்தில் பாண்டியநாடு தன்னாட்சி இழந்து சோழப் பேரரசிற் கலந்து விட்டது போலவே, கி.பி. 1280-இல் சடாவர்மன் சுந்தரபாண்டியன் தோற்றுவித்த பாண்டியப் பேரரசில் சோழநாடு கலந்துவிட்டது. 'வரலாறு தன்னையே திருப்பிக் காட்டும்' (History repeats itself) என்பதற்கு இதைவிடச் சிறந்த சான்று வேறென்ன வேண்டும்?

---

1. 93 of 1897 2. 427 of 1921 3 A.R.E. 1923 - II-45
4. 194 of 1926, 202 of 1908, 339 of 1925.